சிவம் சங்கர் சிங், இந்நூலின் ஆசிரியர் சிவம் சங்கர் சிங். அவர, இந்தியா முழுக்க பல தேர்தல் பிரச்சாரங்களுக்கு உதவிய தேர்தல் ஆலோசகர். கிளர்ச்சிகளும் ஆயுதப்போராட்டங்களும் சூழ்ந்திருக்கும் எல்லையோர வடகிழக்கு மாவட்டங்களிலும், பஞ்சாபின் செழிப்புமிக்க சில மாவட்டங்களிலும் பணிபுரிந்த அனுபவம் அவருக்கு இருக்கிறது. 'இந்திய அரசியல் நடவடிக்கைக் குழு' (IPAC) என்கிற பிரசாந்த் கிஷோரின் நிறுவனத்தின் மூலமாகவே அரசியல் ஆலோசனை வழங்கும் துறைக்குள் நுழைந்தார். பின்னர் பாஜகவின் தேசிய பொதுச்செயலாளரான இராம் மாதவின் குழுவிலும், பல்வேறு பாஜக தலைவர்களுடன் இணைந்தும் மணிப்பூர் மற்றும் திரிபுரா மாநிலங்களில் பணிபுரிந்து அரசியலின் அடிப்படைகளைக் கற்றார். அவர், பல்வேறு நவீன தொழிற்நுட்பங்களையும், தரவு பகுப்பாய்வு (Data Analytics) உத்திகளையும் தேர்தல் பிரச்சாரங்களில் புகுத்துவதில் முன்னோடியாகத் திகழ்கிறார். நியூஸ்லாண்டரி, ஹஃப்போஸ்ட், இந்தியன் எக்ஸ்பிரஸ் உள்ளிட்ட பல்வேறு ஊடகங்களில் அரசியல் குறித்தும் கொள்கைகள் குறித்தும் தொடர்ந்து எழுதி வருகிறார். தேர்தல் உலகில் நுழைவதற்கு முன்னர், ஒரு நாடாளுமன்ற உறுப்பினருக்கு உதவியாளராக இருந்து கொள்கைகள் வகுப்பது குறித்தான ஆய்வினையும் மேற்கொண்டிருக்கிறார். அமெரிக்காவின் மிச்சிகன் பல்கலைக்கழகத்தில் பொருளாதார அறிவியலில் இளங்கலைப் பட்டம் பெற்றிருக்கிறார்.

இ.பா. சிந்தன், மென்பொருள் வல்லுனராகப் பணிபுரிந்துவரும் இ.பா.சிந்தன், சர்வதேச அரசியலில் கொண்ட ஆர்வத்தின் காரணமாக பல நாடுகளின் அரசியல் சூழல் குறித்து இணையத்திலும் பத்திரிகைகளிலும் தொடர்ந்து எழுதிவருகிறார். "அரசியல் பேசும் அயல்சினிமா", "பாலஸ்தீன வரலாறும் சினிமாவும்" என இதுவரை இரு நூல்களை எழுதியிருக்கிறார்.

மொழிபெயர்ப்புகள்:

1. நிழல் இராணுவங்கள்
2. இந்தியா ஏமாற்றப்படுகிறது

நூலுக்கான பாராட்டுகள்

‘இந்தியத் தேர்தல்களை வெல்வது எப்படி?’ என்கிற இந்நூல், நிழல் உலக அரசியலை விறுவிறுப்போடு பேசுகிறது. சமூக ஊடகங்களைப் பயன்படுத்தி மக்களின் விருப்புவெறுப்புகளிலும் பழக்கவழக்கங்களிலும் மாற்றத்தை ஏற்படுத்துவது குறித்து நூலாசிரியருக்கு இருக்கும் நேரடியான கள அனுபவங்களெல்லாம் நமக்கு ஏராளமான புதிய தகவல்களை வழங்குகின்றன. ஃபேக் செய்திகள், புதிது புதிதாக உருவாக்கப்படும் எதிரிகள், வெறுப்புப் பேச்சுகள் போன்ற பலவற்றிற்கும் பின்னால் இருக்கிற மோசமான உண்மைகளை நமக்கு இந்நூல் வெளிக்காட்டிவிடுகிறது. நிச்சயமாக படித்தே ஆகவேண்டிய ஒரு நூல் இது.’

– எஸ்.வொய்.குரேஷி, முன்னாள் தலைமைத் தேர்தல் ஆணையர்

‘ஒரு இளம் செயல்பாட்டாளர் எழுதிய இந்நூலானது, சமகால இந்திய அரசியலில் இருக்கின்ற முரண்பாடுகளை நம் கண்முன்னே கொண்டுவந்து நிறுத்துகிறது. நம்முடைய காலத்தின் யுகதர்மாவே அரசியல் தான். ஆனால் அதனை சரியாக நிறைவேற்றுவதற்கான கருவிகளாக அரசியல் கட்சிகள் இருப்பதாக எனக்குத் தெரியவில்லை. தேர்தல் பிரச்சாரங்களில் தனக்குக் கிடைத்திருக்கும் கடினமான அனுபவங்களை ஒரு அற்புதமான பயணமாக மாற்றி இன்றைய இளைஞர்களுக்குக் கொடுத்திருக்கிறார் சிவம் சங்கர் சிங். அரசியலிலும் தொழில்முறையாகப் பங்கெடுக்க இளைஞர்களை இந்நூல் உற்சாகப்படுத்தும் என்று நம்புகிறேன்.’

– யோகேந்திர யாதவ், சமூக ஆர்வலர்

‘தேர்தலில் வெல்வதற்கு மிக முக்கியமான காரணமாக இருப்பது, எண்ணிக்கை பலமா அல்லது மக்களின் ஆதரவு அலையா என்கிற விவாதம் தொடர்ந்து நடைபெற்றுக்கொண்டே இருக்கிறது. ஆனால், அதில் மூன்றாவதாக மற்றொரு முக்கியமானதொரு காரணம் இருக்கிறது. அதுதான் தொழிற்நுட்பம். வாக்குச்சாவடியில் துவங்கி, வெகுமக்கள் ஊடகங்களில் மோசமான தந்திரங்களைப் பயன்படுத்திப் பிரச்சாரங்கள் செய்வது வரையிலும் தேர்தல் தொடர்பான அனைத்திலும் தலையிட்டு, அதன் வழக்கமான நடைமுறைகளை மாற்றியமைத்திருக்கிற வல்லமை

தொழிற்நுட்பத்திற்கு இருக்கிறது. அத்தகைய புதிய அணுகுமுறையின் ஆரம்பகட்டத்திலேயே பணிபுரிந்த அனுபவத்தைப் பெற்றிருக்கிறார் சிவம் சங்கர் சிங். இந்தியத் தேர்தல்களை ஆர்வமாகப் பின்தொடர்கிறவர்கள் இந்நூலை அவசியம் படித்தாக வேண்டும்.'

– சேகர் குப்தா, மூத்த பத்திரிக்கையாளர்

இந்தியத் தேர்தல்களை

வெல்வது எப்படி?

நீங்கள் தெரிந்துகொள்ளக் கூடாது
என்று அரசியல் கட்சிகள் விரும்புவது

சிவம் சங்கர் சிங்
(பாஜகவின் முன்னாள் தேர்தல் ஆலோசகர்)

தமிழில்
இ. பா. சிந்தன்

எதிர் வெளியீடு

இந்தியத் தேர்தல்களை வெல்வது எப்படி?
சிவம் சங்கர் சிங்

தமிழில்: இ.பா. சிந்தன்
முதல் பதிப்பு: பிப்ரவரி 2021

எதிர் வெளியீடு,
96, நியூ ஸ்கீம் ரோடு, பொள்ளாச்சி – 642 002
தொலைபேசி: 04259 – 226012, 99425 11302

விலை: ரூ. 350

How to Win an Indian Election
What Political Parties Don't Want You to Know
Shivam Shankar Singh

Translated by: EP. Chinthan
First Edition: February 2021

Published by
Ethir Veliyeedu, 96, New Scheme Road, Pollachi – 2.
email: ethirveliyedu@gmail.com
www.ethirveliyeedu.com

ISBN: 978-81-949371-5-9
Cover Design: Santhosh Narayanan
Printed at Jothy Enterprises, Chennai.

Copyright © Shivam Shankar Singh, 2019
English edition published by Penguin Random House India, 2019

All rights reserved. No part of this book may be reprinted or reproduced or utilised in any form or by any electronic, mechanical or other means, now known or hereafter invented, including Photocopying and recording, or in any information storage or retrieval system, without permission in writing from the Publisher.

பெரும்பாலான அரசியல்வாதிகளைவிடவும் வாக்காளர்களாகிய நீங்கள் தான் மக்களாட்சிக்கு மிகவும் முக்கியமானவர்கள். அதனால் இந்நூலை வாக்காளர்களாகிய உங்களுக்கே அர்ப்பணிக்கிறேன்.

பொருளடக்கம்

முன்னுரை	11
எப்படித் துவங்கின எல்லாமும்	19
அரசியல் ஆலோசகர்கள்	50
தொழிற்நுட்பமும் தரவுகளும்	84
ஃபேக் செய்திகளும் திட்டமிட்ட பிரச்சாரமும்	126
ஒரு தேர்தலை வெல்வது	164
இந்த அமைப்புமுறையைப் புரிந்துகொள்ளல்	211
சில பரிசோதனை முயற்சிகள்	249
பொறுப்புத் துறப்பு	273
நன்றி	274
குறிப்புகள்	276

முன்னுரை

மூடப்பட்டிருந்த ஒரு பேருந்து பணிமனையின் வாசலில் நள்ளிரவு வேளையில் நின்றுகொண்டிருந்தபோது தான், என்னை இங்கு கொண்டுவந்து நிறுத்திய என் வாழ்க்கை முடிவுகளையெல்லாம் அசைபோடத் துவங்கினேன். சண்டிகரில் இருந்து வரவேண்டிய சுவரொட்டிகளுக்காகத் தான், பஞ்சாபின் பட்டேகார் மாவட்டத்தில் இருக்கும் பஸ்ஸி பத்தானா என்கிற சட்டமன்றத் தொகுதியில் இருந்த ஒரு பேருந்துப் பணிமனையில் அப்போது காத்துக்கொண்டிருந்தேன். தொகுதி முழுவதிலும் சுவரொட்டிகளை ஒட்டுவதற்காகவே நான் அழைத்துவந்திருந்த எளிய உழைப்பாளர்களும் என்னைச் சுற்றி நின்றுகொண்டிருந்தனர். சுவரொட்டிகள் ஒட்டப்படும் எந்தச்சுவருக்கும் அதன் உரிமையாளர்களிடம் அனுமதியே பெறப்படுவதில்லை என்பதால், யாருக்கும் தெரியாமல் அவற்றை நள்ளிரவில் தான் ஒட்டவேண்டியதாக இருந்தது. இருப்பினும் காவல்துறையினருக்கெல்லாம் நாங்கள் அஞ்சவே இல்லை. நாங்கள் எந்தச்சுவரில் எதை ஒட்டினாலும், எங்களை எதுவுமே கேட்கக்கூடாது என்று எங்களுக்கு ஆதரவான உள்ளூர் அரசியல்வாதிகள் காவல்துறையினருக்கு முன்பே தகவல் கொடுத்துவிட்டனர். இரண்டு மணிநேரத்திற்கும் மேலாக சுவரொட்டிகளின் வருகைக்காக பொறுமையிழந்து காத்துக்கொண்டிருக்கும் தொழிலாளர்கள் குறித்துதான் நான் அதிகமாகக் கவலைகொண்டேன். அவர்களுக்கு கொஞ்சம் மதுவை வாங்கிக் கொடுத்து, சுவரொட்டிகள் வரும்வரையிலும் உற்சாகப்படுத்திக் கொண்டிருப்பது மட்டும் தான் எனக்கு அப்போதிருந்த ஒரேவழி.

அமெரிக்காவிற்குச் செல்பவர்களில் பெரும்பாலானோர், அங்கிருக்கும் கூகிள், பேஸ்புக், மைக்ரோசாஃப்ட், கேபிஎம்ஜி,

பிசிஜி அல்லது மெக்கின்சி போன்ற ஏதாவதொரு மிகப்பெரிய நிறுவனத்தில் வேலைசெய்து, அமெரிக்காவிலேயே தங்கிவிட வேண்டும் என்றுதான் நினைப்பார்கள். நிறைய சம்பாதிக்க வேண்டும் என்பதுதான் அவர்களின் கனவாக இருக்கும். நன்றாக சம்பாதித்துவிட்டு, பின்னர் இந்தியாவுக்குத் திரும்பி, அப்பணத்தில் சொகுசாக வாழவேண்டும் என்றோ அல்லது சமூகத்தில் எதையாவது மாற்ற வேண்டும் என்றோ சிலர் நினைப்பார்கள். ஆனால், அப்படியாக நினைப்பவர்களில் மிகப்பெரும்பான்மையானவர்களால் அமெரிக்கா கொடுக்கிற வாழ்க்கையில் இருந்து வெளிவரவே முடியாது என்பதுதான் உண்மை.

அமெரிக்காவின் மிச்சிகன் பல்கலைக்கழகத்தில் படித்து, பொருளாதாரத்தில் இளங்கலைப் பட்டம் பெற்ற நானும் அதே பாதையில் தான் சென்றிருந்திருப்பேன். ஆனால், தற்செயலாக எனக்கு இந்தியாவில் இருக்கிற லேம்ப்(LAMP) என்கிற ஒரு அமைப்பில் பணிபுரிகிற வாய்ப்புக் கிடைத்ததால் இந்தியாவுக்குத் திரும்பிவிட்டேன். அரசியல் ஆர்வமுள்ள பட்டதாரி இளைஞர்களை ஏதாவதொரு நாடாளுமன்ற உறுப்பினருடன் பதினோரு மாதங்கள் பணியாற்றவைத்து, இந்திய அரசியல் குறித்தும் கொள்கைகள் வகுப்பது குறித்தும் கற்றுக்கொள்ளவைப்பது தான் அந்த அமைப்பின் நோக்கமாகும்[1]. எனக்கு எப்போதுமே அரசியலில் ஆர்வம் இருந்திருக்கிறது தான். ஆனால் அரசியலையே வாழ்க்கையாகவும் வேலையாகவும் மாற்றுவது குறித்தெல்லாம் நான் அதற்கு முன்னர் எண்ணிப்பார்த்ததே இல்லை. எனக்குத் தெரிந்தவரையில், கட்சிக்காக உழைக்கும் ஊழியர்களுக்கெல்லாம் எவ்வித ஊதியத்தையும் பெரும்பாலான கட்சிகள் வழங்கியதில்லை. அதேபோல, களத்தில் பல பத்தாண்டுகள் பணியாற்றாமல் கட்சியின் உச்சபதவியையெல்லாம் எந்தவொரு கட்சி ஊழியராலும் எட்டிவிடமுடியாது. அத்தனை ஆண்டுகள் வருமானமில்லாமல் கட்சி ஊழியராக வாழ்வது கடினமானதாக இருக்கும். அதனாலோ என்னவோ அரசியலில் நேரடியாக இறங்க வேண்டும் என்றெல்லாம் நினைத்ததே இல்லை. அரசின் கொள்கை தொடர்பான விவாதங்களை இந்த தேசத்தின் நாடாளுமன்றத்தில் நடத்தும் ஒரு நாடாளுமன்ற உறுப்பினருடன் பணியாற்றும் வாய்ப்பு எனக்குக் கிடைத்தது. அதுவே, பல ஆண்டுகளாக

அரசியலில் இருக்கும் பெரும்பாலானோரை விட என்னைப் பலபடிகள் முன்னே கொண்டு நிறுத்தியது. அதனால், அந்த வாய்ப்பினைத் தவறவிடமுடியாத சூழலுக்கு நான் தள்ளப்பட்டேன். அதிலும், அந்த பதினோரு மாதங்களுக்கும் எனக்கு ஊதியமும் கிடைக்கும் என்பதால், கவலைப்படாமல் அந்த வாய்ப்பினை பயன்படுத்திக் கொண்டேன்.

அந்த ஒருமுடிவு தான், பஞ்சாபின் ஒரு சட்டமன்றத் தொகுதி முழுவதிலும் 5000 சுவரொட்டிகளை இரவோடு இரவாக ஒட்டிவிடுவதற்காக ஏதோவொரு கிராமப்புறப் பகுதியின் ஏதோவொரு சாலையில் இன்று என்னைக் கொண்டு வந்து நிற்கவைத்திருக்கிறது. இந்தியாவின் கொள்கைகள் எவ்வாறு வகுக்கப்படுகின்றன என்பதையும், நாடாளுமன்ற உறுப்பினர்கள் என்னென்ன பணிகளையெல்லாம் செய்கிறார்கள் என்பதையும் அறிந்துகொள்வதற்கான அற்புதமான தளமாக லேம்ப் பணி எனக்கு அமைந்தது. பதினோறு மாதங்களை அப்படியாகக் கழித்துவிட்டபின்னர், களத்தில் இருந்தும் அரசியலை அறிந்துகொள்ளவேண்டும் என்கிற ஆவலை உண்டாக்கியது. பாராளுமன்ற உறுப்பினர்களோடு பதினோறு மாதங்கள் வேலை செய்துவிட்டேன். பாராளுமன்ற உறுப்பினர்கள் எப்படி உருவாகிறார்கள் என்பதைத் தெரிந்துகொள்ளவேண்டும் என்று விரும்பினேன்.

2016 மே மாதத்தில் என்னுடைய பயிற்சிக்காலம் முடிவடைந்தபின்னர், அரசியல் வியூகவியலாளராகப் (Political Strategist) பிரபலமாக இருந்த பிரசாந்த் கிஷோரின் நிறுவனமான ஐபாக் (IPAC) இல் வேலைக்கு சேர்ந்தேன். 2014 ஆம் ஆண்டு நாடாளுமன்றத் தேர்தலில் நரேந்திர மோடிக்காகவும், பின்னர் 2015 ஆம் ஆண்டில் பீகாரில் நிதிஷ் குமாருக்காவும் பிரச்சாரப் பணிகளை மேற்கொண்டு இருவரின் வெற்றிக்கும் உதவியவராகத் தான் எனக்கு பிகே என்கிற பிரசாந்த் கிஷோரைத் தெரியும்[2]. அத்தகைய வெற்றிகளை ஈட்டுவதற்கான பிரச்சாரங்களை பிகே எவ்வாறு செயல்படுத்துகிறார் என்பதை அறிந்துகொள்ள நான் ஆர்வமாக இருந்தேன்.

அதுதான் என்னை பஞ்சாபின் ஏதோவொரு தெருவில் சுவரொட்டிக்காக காத்திருக்கும் நிலைக்கு இன்று கொண்டுசென்று விட்டிருக்கிறது.

இரு பெரும் தேர்தல்களின் வெற்றியைத் தொடர்ந்து, அரசியல் வானில் பிரசாந்த் கிஷோருக்கான மதிப்பை அதிகரித்தது. 2017 ஆம் ஆண்டில் உத்தரப்பிரதேசத்திலும் பஞ்சாபிலும் காங்கிரசுக்காக வேலை செய்ய அவர் ஒப்புக்கொண்டர். நான் உத்தரப்பிரதேசத்தில் வேலை செய்வதற்கு ஆர்வமாக இருந்தேன். ஆனால் உத்தரப்பிரதேசத்தில் பிரசாந்த் கிஷோரின் ஐபாக் அமைப்பினால் எந்த வேலையும் செய்யமுடியவில்லை என்பதைத் தெரிந்துகொண்டேன். ஒரேயொரு முகத்தை முன்னிறுத்தி பிரச்சாரம் செய்து, மக்களுடைய மனதில் அந்த ஒரு முகத்தை ஆழமாகப் பதியவைப்பது தான் பொதுவாகவே பிரசாந்த் கிஷோரின் தேர்தல் உத்தி. ஆனால், உத்தரப்பிரதேசத்தில் முதலமைச்சர் வேட்பாளரைக் கூட காங்கிரஸ் முடிவுசெய்யவில்லை. லக்னோவில் ஐபாக் நிறுவனத்தின் அலுவலகத்தில் இருந்த எங்களுடைய குழுவினருக்கும் பெரிதாக எந்தவேலையும் இருக்கவில்லை. அதனால், உத்தரப்பிரதேசத்தை விட்டுவிட்டு, பஞ்சாப் தேர்தலில் வேலை செய்வதற்காக சண்டிகருக்குக் கிளம்பினேன். அங்கே முதல்வர் வேட்பாளராக அறிவிக்கப்பட்டிருந்த கேப்டன் அமரிந்தர் சிங்கிற்கு ஆதரவாகப் பிரச்சாரம் செய்துகொண்டிருந்த ஐபாக் குழுவுடன் இணைந்துகொண்டேன்.

என்னுடைய இந்த ஒட்டுமொத்த பயணத்திலும், இந்திய அரசியல் குறித்த புரிதலை வளர்த்துக்கொள்வதே என் முக்கிய நோக்கமாக இருந்தது. இந்திய அரசியல் சூழலையும் அதில் பங்கெடுக்கிற மக்களையும் நன்றாகப் புரிந்துகொள்ளவேண்டும் என்று ஒரு வெறித்தனமான ஆர்வம் எனக்கு இருந்தது. அரசியல் ஆலோசனை நிறுவனமான ஐபாக்கின் ஊழியராக இருந்துகொண்டே அரசியலில் வேலைசெய்வதால், களத்திற்கு நேரடியாகச் சென்று பலவற்றைக் கற்கும் வாய்ப்பு எனக்கு குறைவாகத்தான் இருந்தது. அதனால் பிரசாந்த் கிஷோரின் நிறுவனத்திலிருந்து வெளியேறி, நேரடியாக ஒரு அரசியல் கட்சியிலேயே சேர்வது என்று முடிவெடுத்தேன். ஹார்வர்ட் பல்கலைக்கழகத்தில் படித்தவரும், 2016 ஆம் ஆண்டு அசாம் சட்டமன்றத் தேர்தலின்போது பாஜகவிற்காக வேலை செய்தவருமான இரஜத் சேதி என்பவருடன் தொடர்ச்சியாக தொடர்பிலேயே இருந்தேன். நான் ஐபாக்கில் இருந்து வெளியேறியதை அறிந்ததும், பாஜகவில் இணையுமாறு அவர் என்னைக் கேட்டுக்கொண்டார். அதன்படி, பாஜகவில்

இணைந்தேன். அப்போது மணிப்பூர் சட்டமன்றத் தேர்தலும் வந்தபடியால், என்னை மணிப்பூருக்குச் சென்று வேலை செய்ய பாஜக பணித்தது. அதன்படி, 2016 அக்டோபர் மாதத்தில் மணிப்பூர் தலைநகரான இம்பாலுக்குச் சென்றேன். அப்போது முதல் 2017 ஆம் ஆண்டு மார்ச் மாதம் தேர்தல் முடியும்வரையிலும், இம்பாலிலேயே தங்கி, பாஜகவிற்காக களத்தில் தேர்தல் தொடர்பான வேலைகளைச் செய்தேன். பிரசாந்த் கிஷோரின் ஐபாக்கில் நான் வேலைபார்த்தவரை, அந்நிறுவனத்தில் பணிபுரிந்த நூறு பேரில் நானும் ஒருவனாகத் தான் எனக்குக் கொடுக்கப்பட்ட வேலைகளை மட்டுமே செய்துவந்தேன். ஆனால், பாஜகவில் இணைந்ததுமே, இரஜத் சேதியுடன் கைகோர்த்து ஒரு குழுவுக்கே தலைமை தாங்கவேண்டி இருந்தது. அதிலும், பாஜகவின் தேசிய பொதுச் செயலாளராக இருந்த இராம் மாதவின் நேரடிக் கண்காணிப்பில் நான் தேர்தல் வேலையினைச் செய்தேன்.

தேர்தல் தொடர்பாக ஏராளமானவற்றைக் கற்கும் வாய்ப்பாகவும் அது அமைந்தது. அதிலும் குறிப்பாக, ஆர்எஸ்எஸ் அமைப்பில் முக்கியத் தலைவராகவும், அரசியல் வியூகங்களை வகுப்பதில் அதிக அனுபவம் கொண்டவராகவும் இருந்த இராம் மாதவுடன் வேலை செய்வதற்குக் கிடைத்த வாய்ப்பினை நான் மிக முக்கியமானதாகக் கருதினேன். ஐபாக்கில் செய்ததைப் போலவே தேர்தல் மேலாண்மை வேலையாகத் தான் இருக்கும் என்று நினைத்திருந்தேன். ஆனால், என் வாழ்க்கையையே புரட்டிப்போடும் அனுபவமாக அது மாறியது. தேர்தல் பிரச்சாரத்தை தலைமையேற்று நடத்திய மூத்த அரசியல்வாதிகளிடம் பலவற்றைக் கற்றுக்கொண்டதோடு மட்டுமல்லாமல், மணிப்பூரின் உள்ளூர் அரசியல் குறித்தும் நிறைய அறிந்துகொள்ள முடிந்தது.

மெய்தி, குகி மற்றும் நாகா ஆகிய மூன்று பழங்குடி இனத்து மக்கள் வாழும் மணிப்பூரில், தத்தமது கோரிக்கைகளுக்காக பல்வேறு காலகட்டங்களில் ஆயுதமேந்தியும் கூட அவர்கள் போராடி இருக்கின்றனர். தேர்தல் காலகட்டத்திலேயே மணிப்பூரில் புதிதாக ஏழு மாவட்டங்களை உருவாக்குவதாக அப்போது முதல்வராக இருந்த ஒக்ராம் இபோபி சிங் அறிவித்திருந்தார். அதனைத் தொடர்ந்து அம்மாநிலத்தில் வாழ்ந்த மூன்று முக்கிய பழங்குடி மக்களுக்கு இடையிலும்

மோதல் போக்கு மேலோங்கியது. அதிலும், தங்களுடைய நலன்களுக்கு எதிரானதொரு நடவடிக்கையாகவே நாகா பழங்குடி மக்கள் கருதினர். அதனைத் தொடர்ந்து, ஐக்கிய நாகா கவுன்சில் என்கிற அமைப்பின் சார்பாக மாநிலத்தின் தேசிய நெடுஞ்சாலைகளை மறித்து போராட்டம் நடத்தப்பட்டது. போராட்டத்தின் காரணமாக பெட்ரோல் உள்ளிட்ட அத்தியாவசியப் பொருட்களின் விலை விண்ணைத் தொட்டது. ஒரு லிட்டர் பெட்ரோலின் விலை 300 ரூபாய்க்கும் மேல் உயர்ந்தது. அருகருகே வாழும் பல்வேறு இனக்குழுக்களின் வாழ்க்கையை அரசியல் எவ்வாறு மாற்றியமைக்கிறது என்பதை அப்போது தான் அனுபவப்பூர்வமாகத் தெரிந்துகொண்டேன்[3].

அரசியலில் வெற்றி பெறுவதற்கென்று, தனியாக எழுதப்பட்ட விதியோ, முன்பே தீர்மானிக்கப்பட்ட பாதையோ ஏதுமில்லை என்பதை நான் போகப்போக புரிந்துகொண்டேன். ஒரு ஜனநாயக நாட்டில் வாழும் ஒவ்வொருவரின் அன்றாட வாழ்வையும் அரசியல் தான் தீர்மானிக்கிறது. ஆனாலும் அந்த அரசியல் செயல்படுகிற விதம் குறித்தோ, அதில் அரசியல்வாதிகள் அடைகிற வெற்றி-தோல்வி குறித்தோ மிகச் சிலரைத் தவிர பெரும்பான்மையானோருக்கு எதுவுமே தெரிவதில்லை. மற்ற துறைகளைப் பற்றியெல்லாம் தெரிந்துகொள்ள வேண்டுமென்றால், அதற்கென்றே எழுதப்பட்ட நூல்களைப் படிக்கலாம். அல்லது சிலரோடு உரையாடியும் அறிந்துகொள்ளலாம். ஒரு சில துறைகளிலுள்ள வேலையினைப் பெறவேண்டுமானால், அந்த துறைசார்ந்து நடத்தப்படும் தேர்வுகளுக்குத் தயார்படுத்துவதற்கென்றே பல பயிற்சி மையங்கள் கூட இருக்கின்றன. ஒரு புதிய தொழிலைத் துவங்கி, வெற்றிகரமாக நடத்துவதும் கூட ஓரளவுக்கு அரசியலைப் போன்றே நிச்சயமற்ற தன்மை கொண்டது தான். இருப்பினும், ஒரு தொழிலைத் துவங்குவதற்குக் கூட, ஏராளமான முன்னோடிகளும், அவர்கள் எழுதிய நூல்களும், பல இணைய வழிகாட்டுதல்களும், கட்டுரைகளும் உதவிக்கு இருக்கின்றன.

ஆனால், அரசியல் குறித்தான அதிகப்படியான தகவல்களோ எங்கும் கிடைப்பதில்லை. அதுவே, இந்நூலை எழுதுவதற்கான உந்துதலாக எனக்கு இருந்தது. அரசியலைச் சுற்றியுள்ள பல மர்ம முடிச்சுகளை அவிழ்த்து, அரசியல்வாதிகளின்

சிந்தனைகள் எவ்வாறு இருக்கின்றன என்பதையும் கள அரசியல் எவ்வாறு செயல்படுகிறது என்பதையும் இந்நூலை வாசிக்கிறவர்கள் அறிந்துகொள்வார்கள் என்று உண்மையாகவே நம்பித்தான் இந்நூலை எழுதியிருக்கிறேன். அரசியல் கட்சிகளும் அரசியல்வாதிகளும் அரசியல் களத்தில் என்னென்ன மாதிரியான கருவிகளைப் பயன்படுத்துகிறார்கள் என்பதும் இன்றைய காலகட்டத்தில் மிகமுக்கியமானதாக இருக்கிறது. பொய்ப்பிரச்சாரங்களை மேற்கொண்டு, ஃபேக் செய்திகளைப் பரப்பி, தரவுகளை பகுப்பாய்வு (Data Analytics) செய்து, சமூக ஊடகங்கள் உள்ளிட்ட தொழிற்நுட்ப வசதிகளைப் பயன்படுத்தித் தங்களுக்குத் தேவையான கருத்தை இயல்பாகவே திணித்துவிடுகின்றனர். இதையெல்லாம் எப்படிச் செய்கிறார்கள் என்பதை பத்திரிக்கையாளர்களும், அரசியலுக்கு வரவிரும்பும் ஆர்வலர்களும், அரசியலைப் பாடமாக எடுத்துப் படிக்கிற மாணவர்களும் மட்டுமேயல்லாமல், இந்த தேசத்தின் ஒவ்வொரு வாக்காளரும் நிச்சயமாக அறிந்துகொள்ள வேண்டும்.

அமெரிக்காவைத் தோற்றுவித்தவர்களில் ஒருவரான தாமஸ் ஜெபர்சன் என்பவரின் மேற்கோளில் இருந்தே இந்நூலைத் துவங்குகிறேன்.

> *"அனைத்தையும் அறிந்துவைத்திருக்கிற வாக்காளர்களால் தான் மிகச்சிறந்த மக்களாட்சி சாத்தியமாகும்."*[45]

1. எப்படித் துவங்கின எல்லாமும்

அயல்நாட்டுக்குப் படிக்கப்போகும் பெரும்பாலான இந்தியர்களைப் போலவே எனக்கும் ஒரு கனவு இருந்தது. அங்கே படிப்பு முடிந்ததும், கொஞ்சகாலம் வேலை செய்துவிட்டு, போதுமான அளவிற்கு பணமும் சம்பாதித்துவிட்டு, பின்னர் இந்தியா திரும்பவேண்டும் என்றும், அப்போது இந்தியாவின் அரசியலில் ஏதாவது பங்களிக்கவேண்டும் என்பது தான் அக்கனவு. பெரும்பாலும் யாருக்குமே நிறைவேறாத கனவாகத்தான் அது எப்போதும் இருக்கும். அமெரிக்க வாழ்க்கைக்கும் அங்கு கிடைக்கிற அதிகப்படியான ஊதியத்திற்கும் காலப்போக்கில் பழகிக்கொண்டுவிடுவார்கள். அமெரிக்காவில் அவ்வப்போது சந்திக்கிற நண்பர்களோடு மட்டுமே பேசும் விவாதப்பொருளாகவே மெதுமெதுவாக அக்கனவு சுருங்கிவிடும். குடும்பப் பொறுப்புகளும் வேலைப்பளுவும் ஒன்றுசேர்ந்துவிடும் வேளையில், இந்தியாவுக்கு திரும்பப் போவதான அவர்களது கனவு, சாத்தியப்படுவதற்கு வாய்ப்பே இல்லாமல் வெறுமனே கனவாகவே இருந்துவிடத்தான் போகிறது என்பதை அவர்களது மனது கொஞ்சம் கொஞ்சமாக ஒப்புக்கொண்டுவிடும்.

அமெரிக்காவின் மிச்சிகன் பல்கலைக்கழகத்தில் பொருளாதாரம் படித்துக்கொண்டிருந்தேன். அப்போது என்னுடைய சக இந்திய நண்பர்களில் பெரும்பாலானோர் ஓய்வு நேரங்களில் கணிப்பொறி வகுப்புகளுக்குச் சென்றுகொண்டிருந்தனர்.

நானும் அவர்களைப் போலவே பல கணிப்பொறி வகுப்புகளுக்குச் சென்றேன். சக நண்பர்கள் படிக்கிறார்கள் என்பதால், நாமும் படித்தாகவேண்டுமோ என்கிற அழுத்தம் காரணமாகத்தான் அவ்வகுப்புகளுக்குச் சென்றேன். அப்போது நான் கற்றவையனைத்தும் பிற்காலத்தில் அரசியல் தரவு பகுப்பாய்வுகளில் *(Data Analytics)* ஈடுபட்டபோது, எனக்கு பெரியளவுக்குக் கைகொடுத்தன. நான் அமெரிக்காவில் படித்துக்கொண்டிருந்த போது என்னை முழுமையாக அரசியல்பக்கம் இழுத்துச்சென்றது மதிய உணவு இடைவேளைதான் என்று சொல்வேன். பல்கலைக்கழகத்தில் இருந்த உணவு உண்ணும் அறையில் அமர்ந்துதான், நான் தினமும் மதிய உணவை உண்பேன். அப்போது என்னுடைய செல்போனிலோ அல்லது ஐபேடிலோ இந்தியாவின் ஏதாவதொரு செய்தித்தொலைக்காட்சியினை பார்த்துக் கொண்டே சாப்பிடுவேன். செய்திகளைப் பெரும்பாலும் இந்தியில் கேட்பதை வழக்கமாக வைத்திருந்தேன். இந்தியாவில் என்ன நடக்கிறது என்பதைத் தெரிந்துகொள்ள ஆர்வமாகவும் இருந்தேன். அதேவேளையில், தினமும் இந்தி மொழிபேசுவதைக் கேட்காமல் விட்டால், எனக்கு அம்மொழி மறந்துவிடுமோ என்கிற அச்சத்தின் காரணத்தினால், இந்தியிலேயே செய்திகளைக் கேட்டுக்கொண்டிருந்தேன். எனக்கு அமெரிக்காவில் இந்திபேசும் நண்பர்கள் இருந்தார்கள் என்றாலும்கூட, செய்தித்தொலைக்காட்சிகளில் பேசும் சுத்தமான இந்திமொழியினைக் கேட்கவேண்டும் என்பதற்காகவே மதிய உணவு இடைவேளையினை அவ்வாறு பயன்படுத்திவந்தேன். அதனை அன்றாட வழக்கமாக்கியும் வைத்திருந்தேன்.

இயற்கைப் பேரிடர் ஏதுமில்லையென்றால் இந்திய செய்திகளில் அரசியல் தான் முழுமையாக ஆக்கிரமிக்கும். 2011 முதல் 2014 வரையிலான ஆண்டுகளில், காங்கிரஸ் தலைமையிலான ஐக்கிய முற்போக்குக் கூட்டணியின் ஆட்சியில் நடைபெற்றதாக சொல்லப்பட்ட பிரம்மாண்ட ஊழல் மற்றும் பணமோசடிகள் குறித்த செய்திகள் தான் அதிகமாக பேசப்பட்டுக் கொண்டிருந்தன. பின்னாளில் பாஜகவுக்கு எதிரான செய்தித் தொகுப்பாளராக முத்திரை குத்தப்பட்ட என்டிடிவியின் இரவிஷ் குமார் கூட, அப்போதெல்லாம் பல்வேறு ஊழல்களைச் சுட்டிக்காட்டி, இந்தியப் பிரதமராக இருந்த மன்மோகன்சிங் அமைதி கலைத்து அவற்றுக்கு பதிலளிக்கவேண்டுமென

குற்றஞ்சாட்டினார்[1]. 2ஜி அலைக்கற்றை ஒதுக்கீடு விவகாரத்தில் 'இந்தியாவிற்கு 1.76 இலட்சம் கோடி இழப்பு'[2] என்று இந்திய தலைமை கணக்குத் தணிக்கை மையம் (சிஏஜி) வெளியிட்ட அறிக்கை மேலுமொரு புயலைக் கிளப்பியது. நாடு முழுவதிலுமுள்ள பத்திரிக்கையாளர்கள் தொடர்ச்சியாகப் பல ஊழல்கள் குறித்த பல்வேறு தகவல்களை மக்களுக்கு வழங்கிக்கொண்டே இருந்தனர். 2010 ஆம் ஆண்டு நடைபெற்ற காமன்வெல்த் விளையாட்டுப் போட்டிகளின் போது, இரண்டு டாலர் மதிப்புள்ள கழிவறையில் பயன்படுத்தப்படும் காகிதத்தை 80 டாலருக்கு வாங்கியதாகவும், இரண்டு டாலர் மதிப்புள்ள சோப்பினை 60 டாலருக்கு வாங்கியதாகவும், 98 டாலர் மதிப்புள்ள கண்ணாடிகளை 220 டாலருக்கு வாங்கியதாகவும், 11830 டாலர் மதிப்புள்ள பயிற்சி உபகரணங்களை இருபது மடங்கு அதிக விலையாக 250, 190 [3 4] டாலருக்கு வாங்கியதாகவும் பரவிய செய்திகள் அவற்றுள் சில.

அப்போதைய காங்கிரஸ் தலைவரான சோனியா காந்தியின் மருமகன் இராபர்ட் வதேரா[5] ஊழல்செய்து சேர்த்த சொத்துக்களாக வெளியான பட்டியலும், 'கோல்கேட்' என்னும் பெயரில் வெளியான நிலக்கரி ஊழல்கள் குறித்தான செய்திகளும் ஒட்டுமொத்த தேசத்தையே கோபத்திற்குள்ளாக்கின.[6] பல ஆண்டுகளுக்குப் பிறகு, அரசியலுக்கு நேரடியாகத் தொடர்பில்லாத பொதுமக்களே ஒன்றுகூடித் தெருவில் இறங்கிப் போராடும் அளவிற்கு பலரும் கொந்தளித்துப் போயிருந்தனர். 2011 ஆம் ஆண்டுவாக்கில், அன்னா ஹசாரே என்கிற காந்தியவாதியின் தலைமையில் 'ஊழலுக்கு எதிரான இயக்கம்' என்னும் பெயரில் ஒரு இயக்கம் உருவானது. பல்வேறு பின்னணியைக் கொண்ட மக்கள் அவ்வியக்கத்தில் இணைந்து பல போராட்டங்களில் கலந்துகொண்டனர். இந்திய குடிமக்களுடைய கோபத்தின் ஒரு வெளிப்பாடாகவே அப்போது அது அமைந்திருந்தது.

2012 ஆம் ஆண்டின் இறுதியில் நிர்பயா என்னும் பெயரால் அழைக்கப்பட்ட மருத்துவக்கல்லூரி மாணவி, கொடூரமாக வன்புணரப்பட்டு கொல்லப்பட்டார். ஐக்கிய முற்போக்குக் கூட்டணியின் சவப்பெட்டிக்கு அடிக்கப்பட்ட கடைசி ஆணியாகத்தான் அக்கொடூர சம்பவம் அமைந்தது.[7] பிரதமரின் அலுவலகமும் குடியரசுத்தலைவரின் இல்லமும் அமைந்திருக்கிற இந்தியா கேட் மற்றும் ரைசினா ஹில் பகுதியில் மிகப்பெரிய

அளவிலான மக்கள் கூட்டம் 2012 ஆம் ஆண்டு டிசம்பர் 21 ஆம் தேதி கூடியது. காவல்துறையுடனும் கலவரத்தைக் கட்டுப்படுத்துவதற்காகவே உருவாக்கப்பட்டு செயல்படுகிற சி.ஆர்.பி.எஃப் இன் விரைவு அதிரடிப்படையுடனும் மக்கள் தள்ளுமுள்ளுவில் ஈடுபடவேண்டியதாகிவிட்டது. வன்புணர்வுக் கொடுமையை எதிர்த்துப் போராடிய மக்கள் மீது கட்டவிழ்த்துவிடப்பட்ட வன்முறையையும் லத்தியடியையும் தண்ணீர்ப்பீச்சல்களையும் கன்னிவெடிவீசல்களையும் நாடு முழுவதிலுமுள்ள செய்தித் தொலைக்காட்சிகள் தொடர்ந்து ஒளிபரப்பிக்கொண்டே இருந்தன.[8] பாபா இராம்தேவ், முன்னாள் இராணுவ தலைமை ஜெனரல் விஜய்குமார் சிங், உள்ளிட்ட பலரும் நடத்திய போராட்டங்களையும் காவல்துறையை ஏவி கடுமையாக ஒடுக்கமுயன்றது அப்போதைய அரசு.[9] இவையனைத்துமே அரசுக்கு எதிரானதொரு பொதுவான மனநிலையை மக்கள் மத்தியில் ஏற்படுத்திவிட்டது. தங்கள் பாதுகாப்பும் எதிர்காலமும் போனாலும், என்னவிலை கொடுத்தாவது இந்த அரசுக்கு எதிராக எதையாவது செய்தாகவேண்டும் என்கிற எண்ணத்தையும் தோற்றுவித்தது.

இரு தலைவர்களின் வளர்ச்சி

இத்தகைய அரசியல் சூழலில்தான், மிக அதிகமான ஊதியத்துடன் பணிபுரிந்துகொண்டிருந்த பலரும் தங்களது வேலையை விட்டுவிட்டு, இருவேறு அரசியல் கட்சிகளைச் சேர்ந்த இருவேறு தலைவர்களுக்கு உதவுவதற்காகவே அரசியல் களத்தில் குதித்தனர். ஊழலுக்கு எதிரான அமைப்பின் தலைவர்களில் ஒருவராக இருந்தவரும், ஐஐடியில் படித்து இந்திய வருவாய் சேவைத்துறையில் அதிகாரியாகப் பணிபுரிந்தவருமான அரவிந்த் கெஜ்ரிவால், 2012 ஆம் ஆண்டு நவம்பர் மாதம் 26ஆம் தேதி ஆம் ஆத்மி என்னும் பெயரில் ஒரு புதிய அரசியல் கட்சியைத் துவங்கினார்.[10] தேர்தல் அரசியலுக்குள் தன்னுடைய கட்சி நுழையும் என்றும் அறிவித்தார். சமூக செயல்பாடுகளின் மூலமாக மட்டுமே தாங்கள் நினைத்ததை அடைந்துவிடலாம் என்கிற கனவு பொய்த்துப் போயிருப்பதாகவும், ஜனலோக்பால் மசோதாவை நிறைவேற்ற வேண்டும் என்கிற ஊழலுக்கு எதிரான இயக்கத்தின் கோரிக்கையில் கடுகளவும் முன்னேற்றம் ஏற்படவில்லை

என்றும் அரவிந்த் கெஜ்ரிவால் தெரிவித்தார். 2013 ஆம் ஆண்டு நடக்கவிருக்கும் டெல்லி சட்டமன்றத் தேர்தலில் ஆம் ஆத்மி கட்சி போட்டியிடும் என்றும் அவர் அப்போது அறிவித்தார். அதற்கு மாறாக, ஊழலுக்கு எதிரான இயக்கத்தின் அன்னா ஹசாரே பிரிவினரோ தேர்தல் அரசியலில் இருந்து தள்ளியிருக்கவே விரும்பினர். இருப்பினும் அவ்வியக்கத்தின் பெரும்பகுதியினர் தேர்தல் அரசியலுக்கு ஆதரவாகவே இருந்தனர்.[11]

அதே காலகட்டத்தில், மூன்று முறை குஜராத்தின் முதல்வராக இருந்தவரான நரேந்திர மோடியும் மற்றொரு தலைவராகவும் மிகமுக்கியமான நபராகவும் முன்னிறுத்தப்பட்டு புகழ் வெளிச்சம் பெறத்துவங்கினார். 2002 ஆம் ஆண்டு குஜராத்தில் நடத்தப்பட்ட மதக்கலவரத்தை ஒரு முதல்வராக கண்டுகொள்ளாமல் விட்டதனாலும், முஸ்லிம்களின் சொத்துக்களை[12] குறிவைத்து சேதம் விளைவிக்கச்சொல்லி பட்டியலையும் முகவரிகளையும் கொடுத்து உதவியதாகவும் அவர்மீது குற்றச்சாட்டு வைக்கப்பட்டுக்கொண்டே தான் இருந்தது. அச்செயலை முஸ்லிம்களுக்கு எதிரான இனப்படுகொலையாகவும் அரசால் திட்டமிட்டு நடத்தப்பட்ட இனவழிப்பு நடவடிக்கையாகவுமே வரலாற்று ஆய்வாளர்கள் பார்த்தனர். காவல்துறை பயிற்சி முகாம்[13] இருந்த நரோடியா பாட்டியாவிலேயே மிகப்பெரிய கலவரங்கள் நடத்தப்பட்டதும், முன்னாள் காங்கிரஸ் எம்பியான ஏசான் ஜாஃப்ரி உள்ளிட்ட பலரும் உயிரோடு எரித்தே கொல்லப்பட்ட விதமும்[14] அதற்கு சான்றாக இருப்பதாக வரலாற்று ஆய்வாளர்கள் சுட்டிக்காட்டுகின்றனர். அக்காலகட்டத்தில் காவல் உளவுத்துறையின் கூடுதல் ஜெனரலாக இருந்த ஆர்.பி.ஸ்ரீகுமார் உள்ளிட்ட பல்வேறு சாட்சிகளும், உள்ளே பணிபுரிந்த பலரின் வாக்குமூலங்களுமே, கலவரத்தைக் கண்டுகொள்ளாமல் அரசும் காவல்துறையும் திட்டமிட்டே அமைதியாக இருந்ததற்கான சான்றுகளாக இருக்கின்றன.[15] 2012 ஆம் ஆண்டு ஆகஸ்ட் மாதத்தில் பாஜக எம்எல்ஏ மற்றும் முன்னாள் மாநில கேபினட் அமைச்சரான மாயா கோட்னானி மற்றும் பஜ்ரங்தள இயக்கத்தின் பாபு பஜ்ரங்கி[16] உள்ளிட்ட முப்பத்தியிரண்டு பேரினைக் குற்றவாளிகளாக உறுதிசெய்து, சிறப்பு நீதிமன்றம் தீர்ப்பளித்தது. இருப்பினும், அதே ஆண்டு இறுதியில் உச்சநீதிமன்றத்தால் நியமிக்கப்பட்ட சிறப்பு

புலனாய்வுக் குழுவினால், அவ்வழக்கிலிருந்து நரேந்திர மோடி விடுவிக்கப்பட்டார்.[17]

சிறப்பு புலனாய்வுக் குழுவினால் விடுவிக்கப்பட்டதையும், குஜராத்தின் வளர்ச்சி நாயகனாக சித்திரிக்கப்பட்டுவந்த பிம்பத்தையும் இணைத்து 'குஜராத் மாடல்' நாயகன் என்று பெரியளவில் நாடுமுழுவதும் கொண்டுசெல்லப்பட்டார் மோடி. அவருடைய தலைமையில் குஜராத் மாபெரும் வளர்ச்சியடைந்துவிட்டதாகவும், உலகெங்கிலுமுள்ள முதலீட்டாளர்கள் குஜராத்தை நோக்கியே படையெடுப்பதாகவும் செய்திகள் உருவாக்கப்பட்டு பரப்பப்பட்டன. அதன் காரணமாக, பாஜகவில் நீண்டநெடுங்காலமாக முதலமைச்சர்களாக இருந்த இராமன் சிங் மற்றும் சிவராஜ் சிங் சௌகான் உள்ளிட்டோரை எல்லாம் பின்னுக்குத் தள்ளிவிட்டு பாஜகவின் பிரதமர் வேட்பாளர் பட்டியலில் முன்னணிக்குச் சென்றார் நரேந்திர மோடி. பிரதமர் வேட்பாளராக வேண்டும் என்று விரும்பி, காத்துக்கொண்டிருந்த எல்.கே அத்வானியையும் ஓரங்கட்டிவிட்டு, பாஜகவின் இளைய தலைமுறை நாயகனாக தன்னை முன்னிறுத்திக்கொண்டு 2014 ஆம் ஆண்டு தேர்தலுக்கான பாஜகவின் பிரதமர் வேட்பாளரானார் மோடி.[18]

2014 ஆம் ஆண்டுத் தேர்தலுக்கான அரசியல் சூழலிலும், தேர்தலை அணுகும் முறைகளிலும் பெரியளவில் மாற்றம் ஏற்பட்டன. புதிதாக தேசிய அரசியலுக்கு வந்த இருதலைவர்களை ஆதரித்த படித்த இளைஞர்களும் தங்களுடன் புதிய தொழிற்நுட்பங்களையும் புதுமையான உத்திகளையும் சேர்த்தே அரசியலுக்குக் கொண்டுவந்தனர். அதனால் பிரச்சார உத்திகளிலும் தேர்தலைக் கையாளும் முறைகளிலும் பலமாற்றங்கள் நடந்தன. அரசியல் தொடர்பாக வெளியாகும் அனைத்து செய்திகளையும் அறிக்கைகளையும் ட்விட்டர் பதிவுகளையும் பேஸ்புக் பதிவுகளையும் விடாமல் பின்தொடர்ந்து வாசித்துவந்தேன். அடுத்துவரப்போகிற தேர்தல்களுக்கான திட்டங்களை வகுக்கும் அனைத்து வாட்சப் குழுக்களிலும் என்னை இணைத்துக்கொண்டேன்.

பாராளுமன்றத்துக்கான பொதுத்தேர்தல் வருவதற்கு சில மாதங்களுக்கு முன்பாகவே நடைபெற்ற டெல்லி சட்டமன்றத் தேர்தலில் பெரும்பான்மை பெறாவிட்டாலும் காங்கிரஸ் கட்சியின் ஆதரவோடு அரவிந்த் கெஜ்ரிவால் டெல்லியின் முதல்வராகப் பதவியேற்றார்.[19] ஆம் ஆத்மி கட்சியின் 28 பேரும்,

பாஜகவின் 21 பேரும், காங்கிரசின் 8 பேரும் அத்தேர்தலில் வெற்றிபெற்றிருந்தனர். ஆக எந்தக் கட்சிக்கும் அத்தேர்தலில் அறுதிப்பெரும்பான்மை கிடைக்கவில்லை.

காங்கிரஸ் கட்சி வழங்கிய நிபந்தனையற்ற ஆதரவை ஏற்றுக்கொண்டு ஆட்சியமைத்தார் கெஜ்ரிவால். தேர்தலுக்கு முன்பு ஆம் ஆத்மி கட்சி முன்வைத்த, நிறைவேற்ற முடியாத வாக்குறுதிகளை எல்லாம் காங்கிரசின் உதவியோடு அமைக்கப்பட்டிருக்கிற ஆட்சியால் எவ்வாறு சாத்தியப்படுத்த முடியும் என்று பாஜக உள்ளிட்ட எதிர்க்கட்சிகள் கேள்வியெழுப்பின.[20] இதுகுறித்து, மாநிலங்களவையின் எதிர்க்கட்சித் தலைவரும் பாஜக தலைவருமான அருண் ஜெட்லியும் பாராளுமன்றத்திலேயே அரவிந்த் கெஜ்ரிவாலைக் கிண்டல் செய்து பேசினார். அதற்கேற்றாற்போல், ஆம் ஆத்மியின் ஆட்சியும் வெறும் 49 நாட்களே நீடித்தன. சிறுபான்மை அரசாக இருந்தமையால், ஊழல் எதிர்ப்பு ஜன லோக்பால் சட்டத்தைக்கூட நிறைவேற்ற முடியாத காரணத்தால், ஆட்சியிலிருந்தே விலகினார் அரவிந்த் கெஜ்ரிவால்.[21]

இப்படியாக அரவிந்த் கெஜ்ரிவாலும் ஆம் ஆத்மி கட்சியும் டெல்லி சட்டமன்ற எல்லைக்குட்பட்ட பகுதியில் தங்களைத் தக்கவைத்துக்கொள்ள முயன்றுகொண்டிருந்த தருவாயில், ஒட்டுமொத்த நாட்டுக்கும் தேவையான தலைவராக தன்னை நிலைநிறுத்திக்கொண்டார் மோடி. அமைதியான பிரதமராக கட்டமைக்கப்பட்டிருந்த மன்மோகன் சிங்குக்கு எதிராக, ஆக்ரோசமாகப் பேசும் பிரதமர் வேட்பாளராகத் தன்னைக் காட்டிக்கொண்டே களமிறங்கினார் மோடி.[22]

தன்னை ‘56 இன்ச் மார்பளவு’ கொண்ட மாவீரனாக முன்னிறுத்தினார் மோடி. 2014 ஆம் ஆண்டுத் தேர்தலில் அவர் பயன்படுத்திய உத்திகளில் இதுவும் ஒன்று. ஐக்கிய முற்போக்குக் கூட்டணி அரசு-2 இன் ஆட்சியில் காணப்பட்ட தொய்வையும் ஊழல்களையும் சரிசெய்வதற்கான சரியான ஆள் மோடிதானென்று நாடுமுழுவதும் செய்திபரப்பப்பட்டன. அதனை வாக்காளர்களும் மெல்லமெல்ல நம்பத் துவங்கினர்.[23]

சமூக ஊடகங்களில் விளம்பரம், 3டி தொழிற்நுட்பத்துடன் கூடிய வாகனங்களில் ஊர்வலம், முக்கியமான பிரச்சனைகள் குறித்து நெற்றிப்பொட்டில் அடித்தாற்போன்ற வாசகங்கள் எனப் பல புதிய உத்திகள் பயன்படுத்தப்பட்டன. உதாரணத்திற்கு,

ஊழல், விலைவாசி ஏற்றம் போன்றவற்றை பிரச்சாரத்தின் மையப்புள்ளியாக்கினர். உள்ளூர் மக்களின் ஆதரவில்லாத வேட்பாளர்கள் கூட, மோடிக்கு உருவாக்கப்பட்ட பிம்பத்தினால், மக்களிடையே அதிக வாக்குகள் பெற்றனர். மோடி பிரதமராக வேண்டுமானால் எந்த வேட்பாளராக இருந்தாலும், தாமரைச் சின்னத்தில் நின்றவர்களுக்கு வாக்களித்தே ஆகவேண்டும் என்கிற எண்ணத்தை வலுவாக உருவாக்கிவிட்டனர்.[24]

மோடி என்கிற சக்திவாய்ந்த தலைவரால் இந்த தேசத்தின் தலையெழுத்தே மாறி, ஊழல் ஒழிந்துவிடப்போகிறது என்று தோற்றுவிக்கப்பட்ட கருத்தின் காரணமாக, 2013 ஆம் ஆண்டு ஜூன் மாதம் பாஜகவில் அதிகாரப்பூர்வமாக என்னை இணைத்துக்கொண்டேன்.

நான் இந்தியா வந்தபோது, பாஜகவின் தேர்தல் பிரச்சாரத்திலும் கலந்துகொண்டேன். சில நிகழ்ச்சிகளில் பங்கெடுப்பது, சமூக ஊடகங்களில் பாஜகவுக்கு ஆதரவாக எழுதுவது என்கிற அளவில் தான் என்னுடைய தேர்தல் பிரச்சாரப்பணி அப்போது இருந்தது. காங்கிரஸ் கட்சிக்கும், அதன் தலைவர்களுக்கும் எதிராக பல்வேறு கட்டுரைகளையும் ஆய்வுக்குறிப்புகளையும் எழுதினேன். அவற்றில் பலவும் 2019 ஆம் ஆண்டு தேர்தலில் கூட பாஜக ஆதரவு பேஸ்புக் குழுக்களால் பயன்படுத்தப்படுவதைக் காண்கிறேன். அப்போது சமூக ஊடகங்களில் பணியாற்றிய என்னைப் போன்ற எவரும் பாஜகவிடமிருந்து ஊதியம் ஏதும் பெறவில்லை. இருப்பினும், காங்கிரசை ஆட்சிக்கட்டிலில் இருந்து அடித்துவிரட்டி, மோடியைப் பிரதமராக்கிவிடவேண்டும் என்கிற எங்களது ஆசையின் காரணமாகவே, தினந்தோறும் எங்களுடைய நேரத்தின் பெரும்பகுதியை செலவிட்டு சமூக ஊடகங்களில் பிரச்சாரம் செய்தோம். பிறகாலத்தில் 2016 ஆம் ஆண்டுவாக்கில் பிரசாந்த் கிஷோர் மற்றும் இராம் மாதவிடம் நான் வேலைபார்த்தபோது தான், ‘ஒரு சாதாரண அரசியல்வாதியை கடவுளாகவும் மக்களைக் காக்கவந்த மகராசன் போலவும் எவ்வாறு கட்டமைப்பது’ என்பதைத் தெரிந்துகொண்டேன்.

2014 ஆம் ஆண்டு தேர்தலின் போது பாஜகவின் பிரச்சாரம் ஆச்சர்யமூட்டுவதாகவே இருந்தது.

‘எக்கச்சக்கமாக விலையேற்றத்தைப் பார்த்தாகிவிட்டது. இனி மோடி அரசைப் பார்க்கப் போகிறோம்’,

‘நல்ல காலம் இதோ வந்துகொண்டிருக்கிறது’,

‘வாழ்க மோடி, இனி ஒவ்வொரு இல்லத்திலும் இருப்பார் மோடி’

போன்ற வாசகங்கள் பட்டிதொட்டியெங்கும் ஒலித்தன. அப்பிரச்சாரத்தை நடத்திய விதம்கண்டு நான் பிரமித்துப் போனேன். பிரச்சாரத்தில் சிறியளவிலேனும் பங்குபெற்றால்கூட, அது பெருமகிழ்ச்சியைக் கொடுத்தது. அதனால், 2014 ஆம் ஆண்டு தேர்தலின் மிகமுக்கியமான தொகுதியான வாரனாசி நோக்கி பயணமானேன். மோடி, கெஜ்ரிவால், காங்கிரஸ் வேட்பாளர், பகுஜன் சமாஜ் கட்சியின் வேட்பாளர், சமாஜ்வாடி கட்சியின் வேட்பாளர் என பலமுனைப் போட்டியாக இருந்தது அங்கே. காங்கிரஸ், பிஎஸ்பி, எஸ்பி ஆகிய கட்சிகளின் வேட்பாளர்கள் பலம்பொருந்திய உள்ளூர் வேட்பாளர்களாக இருந்தபோதும், அவர்கள் உண்மையாக போட்டியிலேயே இல்லாததையும் அறிந்துகொண்டேன்.

வாரணாசியின் தெருக்களில் நுழைந்துபார்த்தால், காவித்தொப்பியினை அணிந்துகொண்டு ‘மோடி மோடி’ என்று குரலெழுப்பும் சிறுவர்களை எங்கும் பார்க்கமுடிந்தது. நாடு முழுவதும் பாஜக மிகப்பெரிய வெற்றியினைப் பெறப்போகிறது என்பது எனக்குத் தெளிவாகவே தெரிந்தது. அரசியலைக் கண்டுகொள்ளாமல் அதில் அக்கறையில்லாமலும் இருக்கிற மக்களில் எவ்வளவு பேரை ஒரு கட்சி ஆதரவளிக்க வைக்கிறதோ, அந்தளவுக்கு அக்கட்சியின் வெற்றிக்கான வாய்ப்பு இருக்கிறது என்பதை என்னுடைய அதற்குப்பிந்தைய தேர்தல் ஆலோசனைப் பணி நன்கு உணர்த்தியது. 2014ஆம் ஆண்டு தேர்தலில் பாஜக செய்ததுவும் அதுதான். குழந்தைகள் கூட ஆர்வமாக ஒரு வேட்பாளருக்கு இறங்கிப் பிரச்சாரம் செய்கிறார்கள் என்றால், அந்தளவுக்கு ஒவ்வொரு வீட்டிலும் அந்த வேட்பாளர் சென்று சேர்ந்திருக்கிறார் என்பதே அதன் பொருள். இதனை தேர்தல் பிரச்சாரங்களில் தரவு பகுப்பாய்வாளராகப் பணிபுரிந்த என்னுடைய அனுபவத்தில் இருந்தே சொல்கிறேன்.

வாரணாசியில் தங்கியிருந்தபோது, காசி விஸ்வநாதர் கோவிலுக்கு சென்று வழிபட்டேன். அப்போது அக்கோவிலின்

தலைமைப் பூசாரியையும் சந்தித்து தேர்தல் முடிவுகள் குறித்த அவரது எண்ணங்களையும் கேட்டறிந்தேன். என்னுடைய பூர்வீக கிராமமும் வாரணாசியிலிருந்து 120 கிமீ தான் இருந்தபடியால், அதற்கு முன்பும் பலமுறை அக்கோவிலுக்கு சென்று, அதன தலைமைப் பூசாரியான பண்டிதர் ஸ்ரீகாந்த் மிஸ்ராவையும் பலமுறை சந்தித்துப் பேசியிருக்கிறேன். அரசியலில் மிகுந்த ஆர்வமுடைய ஒரு நபராகவும் அவர் எப்போதும் இருந்துவந்திருக்கிறார். அத்துடன் பூசாரியாக இருந்தபடியால், கோவிலுக்கு வருகைதரும் பல்வேறு அரசியல்வாதிகள், பத்திரிக்கையாளர்கள் மற்றும் அதிகாரிகளின் கருத்துக்களை அறிந்தவராகவும் அவர் இருந்தார்.

அன்று நான் அவரைச் சந்தித்து, கோவிலின் மையக்கட்டிடத்திற்கு அருகில் இருந்த ஒரு அறையில் பேசுவதற்காக அவருடன் அமர்ந்தேன். நான் கேள்வி கேட்பதற்கு முன்னர், அவரே அரவிந்த் கெஜ்ரிவால் அக்கோவிலுக்கு வந்தது குறித்து கூற ஆரம்பித்துவிட்டார். 'ஆசீர்வாதத்தைப் பெற்றுக்கொள், ஆனால் உனக்குத் தேவையான வாக்குகள் கிடைக்காது' என்று கெஜ்ரிவாலிடமே கூறியதாக சிரித்துக்கொண்டே சொன்னார் மிஸ்ரா. வாரணாசியில் மிகப்பெரிய வாக்குவித்தியாசத்தில் மோடி வெல்வார் என்று உறுதியோடு கூறினார். மோடிதான் இந்தியாவின் அடுத்த பிரதமர் என்றும் சந்தேகத்திற்கு இடமின்றி தெரிவித்தார்.

என்னுடைய வாரணாசி பயணத்திற்குப் பிறகு, அமெரிக்காவிலிருந்து இந்தியாவுக்கே நிரந்தரமாகத் திரும்பிவிடவேண்டும் என்று உறுதியேற்றுக்கொண்டேன். சில ஆண்டுகள் அமெரிக்காவில் சம்பாதித்துவிட்டுத் திரும்பலாம் என்று முன்புபோட்டுவைத்த கணக்கை உடைத்துவிட்டு, வெகுவிரைவில் இந்தியா திரும்பி, அரசியலில் ஏதாவதொரு வேலையைத் தேடிக்கொள்ள வேண்டும் என்று முடிவெடுத்தேன். 2014 தேர்தலின் போது எனக்குக் கிடைத்த அனுபவத்தை நினைத்துப் பார்த்தபோது, அரசியல் தான் எனக்கான களம் என்று தோன்றியது. அதனைத் தவிர வேறொன்றும் எனக்கு மகிழ்ச்சியையும் உற்சாகத்தையும் தந்துவிடமுடியாது என்றும் உறுதியாக நம்பினேன்.

2014 தேர்தல் முடிவுகள் வெளியானபோதும், 282 தொகுதிகளில் வெற்றிபெற்று அறுதிப்பெரும்பான்மையினை பாஜக பெற்றிருந்ததை அறிந்தேன். ஒட்டுமொத்தமுள்ள 543

தொகுதிகளில் 336 இடங்களில் தேசிய ஜனநாயகக் கூட்டணி வெற்றிவாகை சூடியிருந்தது.[25] 2014 ஆம் ஆண்டு மே மாதம் 26 ஆம் தேதியன்று, இந்தியாவின் பதினைந்தாவது பிரதமராக நரேந்திர மோடி பதவியேற்றார். புதிய அரசு பதவியேற்றதும், போர்க்கால அடிப்படையில் நடவடிக்கைகளை எடுப்பது போன்ற தோற்றத்தைக் கொடுத்தது. அரசு ஊழியர்கள் கட்டாயமாக கைரேகையை வைத்து சரியான நேரத்திற்கு தங்கள் வருகையைப் பதிவுசெய்ய வேண்டும் என்றெல்லாம் சட்டம் போட்டது புதிய அரசு.[26] அவர்கள் துவங்கிய எல்லாமும், வெறுமனே பெயரளவில் தான் இருந்தது என்றாலும், எதையோ செய்ய முயற்சிக்கிறார்கள் என்கிற வகையில் நாடெங்கிலும் ஒரு நம்பிக்கையினைக் காட்டிக்கொண்டே இருந்தனர். அதுதான் அரசியலில் சேர்வதற்கான சரியான தருணம் என்று எனக்கும் அது நம்பிக்கையை ஊட்டியிருந்தது. நான் நினைத்தது போலவே அரசியலில் நுழைவது அவ்வளவு எளிதானதாக இருக்கவில்லை.

சிஏஜியின் தோற்றம்

அரசியல் ஆலோசனை என்னும் துறையில் அப்போது மிகப்பெரிய பெயர் என்றால் அது பிரசாந்த் கிஷோர் என்பது மறுக்கமுடியாத உண்மை. இன்னும் சொல்லப்போனால், அப்போது அத்துறையில் எனக்குத் தெரிந்த ஒரே பெயரும் அவருடையது தான். பொது சுகாதாரத்துறையில் பணிபுரிந்து கொண்டிருந்த பிரசாந்த் கிஷோர், ஐநா சபைக்காக இந்தியா மற்றும் ஆப்பிரிக்காவிலும் வேலை செய்திருக்கிறார். இந்தியாவில் ஊட்டச்சத்து குறைபாடு குறித்து அவர் எழுதிய கட்டுரை மோடியின் கவனத்திற்குப் போனபோது, மோடியை சந்திக்க அழைக்கப்படுகிறார். குஜராத்தில் ஊட்டச்சத்து குறைபாடு பிரச்சனை அதிகமாக இருந்தபடியால், அதனைத் தீர்ப்பதற்கான வழிமுறைகளைக் கண்டறியும் பொறுப்பு அவருக்கு கொடுக்கப்படுகிறது. அப்படியே மோடியின் நெருங்கிய வட்டத்திற்குள் எளிதாக நுழைகிறார் பிரசாந்த் கிஷோர். பின்னர், 2012 ஆம் ஆண்டு நடைபெற்ற குஜராத் சட்டமன்றத் தேர்தலில்[27] மோடியின் தேர்தல் பிரச்சார உத்திகளை வகுக்கும் பணியினையும் சேர்த்தே செய்கிறார். அத்தேர்தலில் மோடி வென்றதுமே, மோடியும் பிரசாந்த் கிஷோரும் இணைந்து அடுத்த பெரிய கனவினை நினைவாக்கும் திட்டத்தை

வகுக்கத் துவங்குகின்றனர். 'வளர்ச்சியின் நாயகன்' என்று நாடு முழுவதும் அவருக்கு ஒரு பிரம்மாண்ட பிம்பத்தைக் கட்டியமைக்கின்றனர். இதனை முறையாக செய்வதற்காகவே 2013 ஆம் ஆண்டில் 'சிட்டிசன்ஸ் ஃபார் அக்கௌண்டபிள் கவர்னன்ஸ்' (சிஏஜி) என்னும் பெயரில் ஒரு அரசு சாரா அமைப்பினை பிரசாந்த் கிஷோர் உருவாக்குகிறார்.

சிஏஜி என்கிற அமைப்பு உருவாகியதில் இருந்து, அதனுடன் பயணிக்கும் பலரும் அவ்வமைப்பு உருவாகிய விதத்தினை எனக்கு விளக்கமாகக் கூறியிருக்கின்றனர். 2012-2013 ஆண்டு காலகட்டத்தில், மோடியை பிரதமர் வேட்பாளராக்குவதற்கு பல்வேறு திட்டங்களையும் ஆலோசனைகளையும் எடுத்துக்கொண்டு, தங்கள் ஐடி வேலையைக் கூட விட்டுவிட்டு பல இளைஞர்கள், குஜராத் முதல்வர் அலுவலகத்திற்கு சென்று முறையிட்டிருக்கின்றனர். அப்படியாக வந்த பல திறமையான இளைஞர்களை இணைத்து ஒரு அமைப்பினை உருவாக்கி பிரச்சாரத்தை திட்டமிட்டும் ஒருங்கிணைந்தும் செய்ய முடிவுசெய்யப்பட்டிருக்கிறது. அதனை தலைமையேற்கும் பணியினை பிரசாந்த் கிஷோருக்கு மோடி வழங்கியிருக்கிறார். அவரும் அவர்களை ஒருங்கிணைத்து, சிஏஜி என்னும் அமைப்பாக்கி, அதன் தலைவராகவும் பொறுப்பேற்றிருக்கிறார்.[28]

இந்தியா முழுவதிலும் இருந்து புகழ்பெற்ற கல்லூரிகளின் மாணவர்களிடம் போட்டி நடத்தி சிறப்பான கொள்கைகளை வெளிக்கொண்டுவரும் 'மந்தன்' என்கிற நிகழ்ச்சியையும், இந்தியாவின் எங்கோ ஒரு மூலையில் கூட்டமாக உட்கார்ந்துகொண்டு டீ குடித்துக்கொண்டே மோடியுடன் காணொளி விவாதம் நடத்தும் 'சாய் பே சர்ச்சா' நிகழ்ச்சியையும் பிரசாந்த் கிஷோரின் சிஏஜி அமைப்பு தான் ஏற்று நடத்தியது. நரேந்திர மோடியை டீக்கடையில் வேலை செய்தவர் என்று காங்கிரஸ் கட்சியின் மணிசங்கர் ஐயர் கிண்டலாகப் பேசியதை மாற்றி, அதையே மோடிக்கு சாதகமாக்கின இந்நிகழ்ச்சிகள். இதன்மூலம் காங்கிரஸ் கட்சித் தலைவர்கள் எல்லாம் எந்தக்காலத்திலுமே உழைக்காத பணக்காரர்களின் கட்சியைப் போலவும், மோடியை ஏழைகளின் தலைவர் என்பது போலவுமான தோற்றம் உருவாக்கப்பட்டது.[29]

2014 இல் பாஜக பெற்ற வெற்றியில் பிரசாந்த் கிஷோரின் சிஏஜி அமைப்புக்கு பெரிய பங்கு இல்லை[30] என்று பல பாஜக தலைவர்கள் கூறிவந்தாலும், 'இந்துத்துவ கடும்போக்காளர்'

என்கிற பிம்பத்தோடு இருந்த மோடிக்கு 'வளர்ச்சியின் நாயகன்'[31] என்கிற பெயரை உருவாக்கிக் கொடுத்ததில் பிரசாந்த் கிஷோருக்கும் அவரது சிஏஜி அமைப்புக்கும் பெரும்பங்குண்டு என்பதை மறுப்பதற்கில்லை. இப்படித்தான் 2017இல் நடந்த பஞ்சாப் சட்டமன்றத் தேர்தலின்போதும், மக்களோடு அதிக நெருக்கமில்லாமல் மேட்டுக்குடி குடும்பத்தில் பிறந்து வளர்ந்த மகாராஜா அமரிந்தர் சிங்கை, 'கேப்டன் அமரிந்தர் சிங்' என்று மக்களிடத்தில் கொண்டு போய் சேர்த்து, பஞ்சாபை மீட்கவந்த ஆபத்பாந்தவனாகவே சித்தரித்ததில் பிரசாந்த் கிஷோருக்கு பெரும் பங்குண்டு.

2014 இல் பாஜக வெற்றிபெற்று மத்தியில் ஆட்சியமைத்தபிறகு, பிரதமராகப் பதவியேற்ற மோடியின் நம்பிக்கைக்குரிய இடத்திலிருந்து பிரசாந்த் கிஷோர் விலக்கிவைக்கப்பட்டார். புதிய ஆட்சியதிகாரத்தில் தனக்கு எந்த இடமும் இல்லாததை பிரசாந்த் கிஷோரும் உணர்ந்தார்.[32] தேர்தல் பிரச்சாரத்தில் தான் செலுத்திய உழைப்பின் பலனாக, புதிய ஆட்சியில் தனக்கு நல்லதொரு அங்கீகாரம் கிடைக்கும் என்று பிரசாந்த் கிஷோர் எதிர்பார்த்திருக்கக்கூடும். ஆனால் அது நடக்கவில்லை. அதேபோல, அவருடைய சிஏஜி நிறுவனமும் பெரிதாக இலாபமீட்டவுமில்லை. மோடியைப் பிரதமராக்கிவிட வேண்டும் என்று விரும்பிய சிலர், இலட்சங்களில் ஊதியம் தந்துகொண்டிருந்த ஐடி வேலைகளையெல்லாம் விட்டுத்தான் சிஏஜியில் சில ஆயிரம் ஊதியத்திற்காக வந்துசேர்ந்திருந்தனர். அவர்களுடைய உழைப்புக்கும் புதிய மத்திய அரசில் ஏதாவது ஆதாயம் கிடைக்குமென பாஜகவின் கட்சித் தொண்டர்களைப் போலவே கனவு கண்டுகொண்டிருந்தனர். ஆனால் அதுவும் நடக்கவில்லை. பிரசாந்த் கிஷோருக்கும் பாஜகவுக்குமான உறவில் விரிசல் ஏற்பட்டு, அவர்களுக்கிடையிலான இடைவெளியும் அதிகரித்தது.

'பாஜகவின் வெற்றிக்கு முக்கியக் காரணியாக இருந்த அமித்ஷாவுக்கு தலைவர் பதவி கிடைத்தபிறகு, பிரசாந்த் கிஷோரின் ஆட்கள் தொடர் அச்சுறுத்தலாக இருக்கலாம் என்று அமித்ஷாவின் கூடாரம் கணித்திருக்கவும் கூடும்' என்று ஃபர்ஸ்ட்போஸ்ட் இதழில் பத்திரிக்கையாளர் சிவம் விஜ் ஒரு கட்டுரை எழுதியிருந்தார்.[33] பாஜகவிலோ புதிய ஆட்சியிலோ பிரசாந்த் கிஷோருக்கு எந்தப் பதவியையும் வழங்கமுடியாது என்னும் பாஜகவின் முடிவின் காரணமாக, வேறுவழியின்றி

அவ்விடத்திலிருந்து தானாகவே வெளியேறவேண்டிய கட்டாயத்திற்கு தள்ளப்பட்டார் பிரசாந்த் கிஷோர்.

ஆக, சிஏஜி என்கிற அமைப்பு அப்போதே நிர்மூலமானது. அதில் பங்களித்திருந்த பலரும், மீண்டும் பழைய கார்ப்பரேட் வேலைக்கே திரும்பினர். ஒருசிலரோ அமெரிக்காவுக்கோ பிரிட்டனுக்கோ மேல்படிப்புக்கு சென்றுவிட்டனர். அதில் மீதமிருந்த சிறிய குழுவினர் மட்டுமே பிரசாந்த் கிஷோருடனோ, அல்லது இந்தியாவிலேயே வேறெதாவது அரசியல் ஆலோசனைப் பணியைத் தேடியோ சென்றனர். சிஏஜியில் கிடைத்த அனுபவத்தை வைத்துக்கொண்டு, தனியாக அரசியல் ஆலோசனை நிறுவனங்களையும் ஒருசிலர் துவங்கினர். இன்றைக்கு அத்துறையில் முன்னணியில் இருக்கிற அனைத்து நிறுவனங்களுக்கும் பிரசாந்த் கிஷோரின் சிஏஜி அமைப்புதான் மூலவேர் என்றால் அது மிகையல்ல.

இதையெல்லாம் நான் அப்போது அறிந்திருக்கவில்லை. நான் சேரலாம் என்று நினைத்திருந்த சிஏஜி அமைப்பே இல்லாமல் போய்விட்டது என்பது மட்டும்தான் அப்போது எனக்குத் தெரியும். இந்தியாவுக்கு திரும்பவந்து அரசியலில் பணிபுரிய வேண்டுமென்றால், மீதமிருக்கும் வழிகள் குறித்து ஆய்வுசெய்யவேண்டிய நிலைக்குத் தள்ளப்பட்டேன். ஒரு கட்சியில் அடிமட்டத் தொண்டராக இணைந்து வேலைசெய்வதில் எந்தப் பயனும் இல்லை என்பதை உணர்ந்திருந்தேன். கட்சியில் போஸ்டர் ஒட்டுவதிலிருந்து, பிரச்சாரம் செய்வது, கட்சிக் கொடிகளையும் தோரணங்களையும் கட்டுவது வரை அடிமட்டக் களப்பணியை செய்பவர்கள் தான் கட்சியின் தொண்டர்களாவர். அவர்களால் கட்சியின் கொள்கையளவில் எவ்வித மாற்றத்தையும் ஏற்படுத்துவதும் கடினம் என்பதையும் எப்போது வேண்டுமானாலும் கட்சியிலிருந்து அவர்கள் தூக்கிவீசப்படலாம் என்பதையும் நான் புரிந்துவைத்திருந்தேன். தனி மனிதர்களாக அத்தகைய தொண்டர்களுக்கு கட்சிகளில் பெரிய மதிப்பு இல்லாததையும் பார்த்திருக்கிறேன். கட்சிகளின் மிகமுக்கியமான ஐடி பிரிவுகளிலும் மத்திய கிளைகளிலும் பணிபுரியும் கட்சி ஊழியர்கள் கூட பெரும்பாலும் தன்னார்வத் தொண்டர்களாகத் தான் இருக்கின்றனர். பெரும்பாலும் அவர்களுக்கு எவ்வித ஊதியமும் வழங்கப்படுவதில்லை, அல்லது தங்களது சராசரி வாழ்க்கையை வாழ்வதற்குக்கூட போதாத அளவிற்கு மிகக்குறைந்த ஊதியத்தையோதான் அவர்கள் பெறுகின்றனர்.

ஆக, இதையெல்லாம் கணக்கிலெடுத்துக் கொண்டு, ஒரு மாற்றுத் திட்டத்தை நான் உருவாக்கவேண்டிய நிலையில் இருந்தேன்.

அரசியலில் பாலபாடம் கற்ற அனுபவம்

குடியியல் பணிகளுக்கான தேர்வெழுதுவதற்கு அமெரிக்காவிலிருந்து இந்தியாவுக்கு திரும்ப முடிவுசெய்திருந்த என்னுடைய நண்பர் ஒருவர், லேம்ப் ஃபெலோஷிப் திட்டம் குறித்து எனக்குத் தகவல் தெரிவித்தார். ‘பிஆர்எஸ் சட்டமன்ற ஆய்வகம்’ என்னும் ஒரு அரசு சாரா நிறுவனத்தால் அத்திட்டம் செயல்படுத்தப்பட்டு வருகிறது. அதன்படி, ஒவ்வொரு ஆண்டும் ஐம்பத்தி ஐந்து பேர் தேர்ந்தெடுக்கப்பட்டு, ஒவ்வொருவரும் இந்தியாவின் ஏதாவதொரு பாராளுமன்ற உறுப்பினரோடு பதினோரு மாதங்கள் பணிசெய்ய அனுப்பப்படுவார்கள். அரசியலில் ஏராளமான ஆண்டுகள் இருப்பவர்களுக்குக் கூட ஒரு எம்பியுடன் நெருக்கமாக பதினோரு மாதங்கள் இணைந்து பணிபுரியும் இத்தகைய அரிய வாய்ப்பு கிடைத்துவிடாது. ஆக, இதில் மட்டும் வாய்ப்பு கிடைத்தால், ஒரு பாராளுமன்ற உறுப்பினரின் அனைத்து நடவடிக்கைகளையும் அருகிலிருந்தே கவனிக்கலாம். அதுமட்டுமல்லாமல், அவ்வப்போது அவருடன் இணைந்து பாராளுமன்றதுக்கும் செல்லலாம். இப்படியானதொரு வாய்ப்பினைத் தான் நான் எதிர்நோக்கியிருந்தேன் என்பதால், அதில் இணைய முடிவெடுத்தேன்.

விண்ணப்பப் படிவங்களை பூர்த்திசெய்து, அதனுடன் கொள்கைகள் குறித்தான சில கட்டுரைகளையும் எழுதி இணைத்து, விண்ணப்பித்தேன். நான் அமெரிக்காவில் இருந்ததால், எனக்கு தொலைபேசி வழியாகவே முதல் சுற்று தேர்வு நடைபெற்றது. அதிகாலை 4.30 மணிக்கு எனக்கு அழைப்பு வந்தது. மூன்று பேர் அத்தேர்வில் என்னிடம் கேள்விகளைக் கேட்டனர். தொடர்ச்சியாக அரசியல் செய்திகளை பின்தொடர்ந்தே வந்திருந்ததால், அவர்களுடைய கேள்விகளுக்கு என்னால் பதில்சொல்ல முடிந்தது. கொள்கை, அரசியல், நடப்பு விவகாரங்கள் என எதுகுறித்தும் என்னால் பேசமுடிந்தது. இறுதியாக அத்திட்டத்தில் பங்குகொள்ள நான் தேர்ந்தெடுக்கப்பட்டேன். அரசியலைக் கற்றுக்கொள்ள மிகச்சிறந்த வாய்ப்பாக மட்டுமல்லாமல், மாதந்தோறும் 20000 ரூபாயினை ஊதியமாகவும் பெற்றுத்தரும் திட்டமாகவும்

இருந்தது. கரும்புதின்ன கூலியும் பெறப்போவது குறித்து பெருமகிழ்ச்சியடைந்தேன். நான் அமெரிக்காவிலேயே வேலை செய்திருந்தால் பெற்றிருக்கக்கூடிய ஊதியத்திற்கு அருகில்கூட இந்த உதவித்தொகை வராது என்றாலும்கூட, என்னுடைய பெற்றோரின் உதவியின்றி அடுத்த பதினோரு மாதங்களைக் கடக்க இத்தொகை போதுமானதாகவே இருக்குமென்று உறுதியாக நம்பினேன். அதனால், எந்த யோசனைக்கும் இடமளிக்காமல் உடனடியாக அப்பணிக்குச் செல்ல ஒப்புக்கொண்டேன்.

அரசியல் ஆலோசகராக பணியினைத் துவங்குவதற்கு, அதன் அடிப்படையைக் கற்றுக்கொள்ள எனக்கடித்த யோகமென்றே அந்த வாய்ப்பினைக் கருதினேன். கல்வி, பொருளாதாரம், சுகாதாரம், கொள்கை உருவாக்கம் போன்ற பல்வேறு துறைகளில் நாடு முழுவதிலும் சிறந்துவிளங்கிய பல்வேறு நிபுணர்கள் எங்களுக்கு ஒருமாதகாலம் பயிற்சியளித்தனர். பல்வேறு அளவுகோல்களில் நம் நாடு எந்த இடத்தில் இருக்கிறது என்கிற தெளிவான பார்வையும் அப்பயிற்சியில் கலந்துகொண்ட எங்களுக்குக் கிடைத்தது. அரசியலமைப்புச் சட்டத்தின் அடிப்படைகளையும் பாராளுமன்றம் இயங்கும் விதத்தினையும் பிஆர்எஸ் அமைப்பின் ஆசிரியர்கள் எங்களுக்குக் கற்றுக்கொடுத்தனர். சட்டம், பொறியியல், பொருளாதாரம், அரசியல் அறிவியல், அறிவியல் உள்ளிட்ட பலதரப்பட்ட கல்விப்பின்னணியில் இருந்தும் அத்திட்டத்தில் பணியாற்ற வந்திருந்தனர். ஏற்கனவே ஏதாவதொரு வேலையில் இருந்தவர்கள் மட்டுமல்லாமல், என்னைப்போன்று கல்லூரி முடித்துவிட்டு நேரடியாகவும்கூட அத்திட்டத்தில் பலரும் சேர்ந்திருந்தனர்.

ஒருமாதகால பயிற்சி முடிவடையும் இறுதிநாட்களில், யார்யார் எந்தெந்த பாராளுமன்ற உறுப்பினருடன் பணிபுரியப் போகிறோம் என்கிற தகவல் எங்களுக்குத் தெரிவிக்கப்பட்டது. நாங்கள் பணிபுரியப்போகும் எம்பியையோ அல்லது ஒரு குறிப்பிட்ட கட்சியின் எம்பியையோ தேர்ந்தெடுக்கும் வாய்ப்பு எங்களுக்கு வழங்கப்படவில்லை. பிஆர்எஸ் ஊழியர்கள் எங்களது பயிற்சி அறைக்கு வந்து, எங்களுக்கான எம்பிக்களின் பெயர்களை தனித்தனியே அறிவித்துவிட்டுச் சென்றனர். எங்கள் ஒவ்வொருவரையும் ஒரு பிஆர்எஸ் ஊழியர் வந்து அழைத்துச்சென்று ஒரு எம்பியுடன் அறிமுகப்படுத்தினார்.

எங்கள் பெயர் அழைக்கப்படும்வரை அதிகபட்ச எதிர்பார்ப்புடனேயே நாங்கள் காத்துக்கொண்டிருந்தோம்.

இறுதியாக என்னுடைய பெயர் அழைக்கப்பட்டு, சிக்கிம் ஜனநாயக முன்னணியின் எம்பியான பிரேம் தாஸ் ராயுடன் இணைந்து நான் பணியாற்ற வேண்டும் என்று அறிவிக்கப்பட்டது. அக்காலகட்டத்தில் தேசிய அளவில் தேசிய ஜனநாயகக் கூட்டணியில் அங்கம் வகித்திருந்தது சிக்கிம் ஜனநாயக முன்னணி. அதற்கு முன்னர் அதே கட்சி, காங்கிரசின் ஐக்கிய முற்போக்குக் கூட்டணியில் கூட இருந்திருக்கிறது. சிக்கிமை மட்டுமே மையமாகக் கொண்டு இயங்கிய அக்கட்சி, மத்தியில் எந்தக் கட்சி ஆட்சிக்கு வருகிறதோ அதனுடன் நெருக்கமாக இருப்பதை வழக்கமாகக் கொண்டிருந்தது என்பதைப் பின்னர்தான் தெரிந்துகொண்டேன். தேசிய அரசியல் எல்லாம் அக்கட்சியின் முக்கியமான நிகழ்ச்சி நிரலில் இல்லை. எனக்கு கொடுக்கப்பட்ட எம்பி குறித்து தெரிந்துகொண்டதும், இரண்டு விசயங்கள் எனக்கு முக்கியமாகப் பட்டன.

ஒன்று, பவன் குமார்[34] என்பவரை முதல்வராகக் கொண்டு, 1994 முதலே அக்கட்சி சிக்கிமை ஆண்டு வந்திருக்கிறது. இரண்டு, ஐஐடி மற்றும் ஐஐஎம் என இரண்டிலும் பட்டம் பெற்ற முதல் எம்பியாகவும் பாராளுமன்றத்தில் அதிகமான செயல்பாடு கொண்டவராகவும் ராய் இருக்கிறார். ஐஐடி கான்பூரில் இரசாயன பொறியியல் பட்டமும், பின்னர் ஐஐஎம் அகமதாபாத்தில்[35] மேலாண்மையில் முதுகலைப் பட்டமும் பெற்றிருக்கிறார். ராய் ஒரு மிகச்சிறந்த எம்பி என்பது எனக்குத் தெளிவாகத் தெரிந்தது. அதேசமயம், அதிகமான அரசியல்சாராத அலுவலகமாக அவருடைய எம்பி அலுவலகம் இருக்கப்போகிறது என்பதும் என் கணிப்பாக இருந்தது. பெரியளவிலான எதிர்க்கட்சியோ எதிர்ப்போ இல்லாமல் தான் அவருடைய கட்சி சிக்கிமில் ஆட்சி நடத்திக்கொண்டிருந்து. ஒரேயொரு எம்பி மட்டுமே உள்ள மாநிலம் என்பதால், தேசிய அரசியலுக்கும் அதிக முக்கியத்துவம் இல்லாத அலுவலகமாகத்தான் இருக்கப்போகிறது என்பதும் எனக்குப் புரிந்தது.

நான் எதிர்பார்த்ததற்கு மாறாகத்தான் பாராளுமன்றம் இருந்தது. ஆண்டின் பெரும்பகுதியில் பாராளுமன்றம் சரியாக செயல்படாமலேயே தான் இருந்தது. மீதமுள்ள நாட்களிலும் எதிர்க்கட்சிகளின் தலையீடுகள் அதிகமாக

இருந்தன.[36] பார்ப்பதற்கு வேடிக்கையாகவும் நன்றாக பொழுதுபோகும் விதமாகவும் இருந்தபோதிலும், ஒரு பிரச்சனை குறித்து ஏராளமான ஆய்வுகளை மேற்கொண்டுவிட்டு பாராளுமன்றத்திற்கு சென்றால், ஏமாற்றமே மிஞ்சும்போது எரிச்சலாக இருக்கும். பாராளுமன்றத்தில் பெரும்பான்மை எம்பிக்கள் பாஜகவினராக இருந்த காரணத்தால், தான் நினைத்த எந்த சட்டத்தையும் தங்குதடையில்லாமல் பாஜகவால் எளிதாக நிறைவேற்ற முடிந்தது.

பாராளுமன்றமே உத்வேகத்துடனும் திறம்படவும் ஆக்கப்பூர்வமாகவும் செயல்படும் விதத்தில் வடிவமைக்கப்படவில்லை என்பதை எம்பிக்களுடன் பணிபுரிந்த எங்களில் பலருக்கும் புரிந்தது. விவாதத்திற்கும் வாக்கெடுப்புக்கும் வருகிற எல்லா சட்டவரைவுகளுக்கும் ஆதரித்து வாக்களிக்கவேண்டுமா எதிர்த்து வாக்களிக்க வேண்டுமா என்று, அந்தந்த கட்சிகளின் தலைமையிடமிருந்து எம்பிக்களுக்கு உத்தரவு வந்துவிடும். அதனை மீறாமல் அப்படியே வாக்களிப்பதுதான் ஒவ்வொரு எம்பியின் கடமையாகும். தனிநபரின் கருத்துக்கு முக்கியத்துவம் கொடுக்காமல் கட்சி என்ன சொல்கிறதோ அதனை அப்படியே பின்பற்றித்தான் பாராளுமன்றத்தில் வாக்களிக்க வேண்டும் என்று கட்சித்தாவல் தடைசட்டம் ஒன்றினை 1985இல் இராஜீவ் காந்தி காலகட்டத்தில் கொண்டுவரப்பட்டிருக்கிறது. இதன்மூலம் ஒரு சட்டத்தை ஆதரித்து வாக்களிக்க வேண்டுமென்று ஒரு கட்சியின் தலைமை வலியுறுத்திவிட்டால், அக்கட்சியின் அனைத்து எம்பிக்களும் அச்சட்டத்தை ஆதரித்துத்தான் வாக்களிக்க வேண்டும். மீறினால், அவர்களின் பதவி பறிக்கப்படலாம்.[37]

தனிப்பட்ட இலாபத்திற்காகவும் காசுவாங்கிக்கொண்டு, கட்சி மாறி பாராளுமன்றத்தில் வாக்களித்துவிடுவதைத் தடுக்கவே இத்தகைய சட்டம் கொண்டுவரப்பட்டிருக்கிறது. எந்தக் கட்சி அதிகமான பணத்தைத் தர முன்வருகிறதோ அந்தக் கட்சிக்கு ஏற்றவாறு பாராளுமன்றத்தில் வாக்களித்துவிடுவார்கள் என்பதால் தான் இத்தகைய சட்டம் கொண்டுவரப்பட்டது.

அச்சட்டம் கொண்டுவரப்பட்ட போது அது நிச்சயமாக நல்லதொரு காரணத்தின் அடிப்படையில் தான் கொண்டுவரப்பட்டிருக்கிறது. ஆனால், அதனால் ஒட்டுமொத்த பாராளுமன்ற நடவடிக்கைகளே வெறும் சடங்காகிப் போன பக்கவிளைவையும் சரிவர கவனித்திருக்கலாம்.

பாராளுமன்றத்தில் பெரும்பான்மையைக் கொண்டிருக்கிற கட்சி என்ன நினைக்கிறதோ அது நடந்தே தீரும் என்பது போல் ஆகிவிட்டது. அக்கட்சி கொண்டுவரும் ஒரு சட்டம் சரியில்லை என அக்கட்சியின் எம்பிக்களுக்கே தோன்றினாலும் கூட, அச்சட்டத்தை நிறைவேறவிடாமல் தடுக்கவே முடியாமல் போகிறது. எதிர்க்கட்சிகள் எழுப்பும் கேள்விகளும் கோரிக்கைகளும் வெறுமனே பொருளற்று வீணாகிப்போகும் அவலநிலையும் தொடர்கிறது. இதனை உணர்ந்துகொண்ட பின்னர், வேறு திசையில் என்னுடைய கவனத்தை செலுத்தத் துவங்கினேன்.

பாராளுமன்றத்தின் வரம்புகளையும் எல்லைகளையும் புரிந்துகொண்டவராகவும் அர்ப்பணிப்பு மிகுந்தவராகவும் இருந்தபடியால், பாராளுமன்றத்திற்கு வெளியே வளர்ச்சிகுறித்த முன்னெடுப்புகளிலும் ராய் பங்கெடுத்தார். ஒருங்கிணைந்த மலைவாழ் மக்களின் முன்னெடுப்பு என்கிற இயக்கத்தின் தலைவராகவும், சிக்கிம் மாநிலத்தில் சாத்தி என்னும் பெயரில் போதைப்பொருள் ஒழிப்புத் திட்டங்களை செயல்படுத்திய போதைப்பொருள் ஒழிப்புக் குழுவின் வழிகாட்டும் குழுத் தலைவராகவும், எக்விப் என்னும் பெயரில் உருவாக்கப்பட்ட கல்வி தரமேம்பாட்டுத் திட்டத்தின் வழிகாட்டுக் குழுத் தலைவராகவும் இருந்து செயல்பட்டார். வடகிழக்கு மாநிலங்களைச் சேர்ந்த எம்பிக்களுக்கான அமைப்பின் பொதுச்செயலாளராகவும் அவர் இருந்தார். அது, வடகிழக்கு மாநிலங்களின் பிரச்சனைகளை ஒருமித்த குரலில் பாராளுமன்றத்தில் எழுப்புவதற்காக அமைக்கப்பட்ட ஒரு அமைப்பாகும்.

அவரது அது போன்ற முன்னெடுப்புகளில் அரசு மற்றும் அரசுசாராத அமைப்புகளுடன் இணைந்து நானும் பணியாற்றினேன். வளர்ந்து வரும் இந்திய மக்கள் தொகையினால் எதிர்கொள்ள வேண்டிய சவால்கள் குறித்து ஆய்வு செய்வதற்காக இந்திய பாப்புலேசன் பவுண்டேசன் என்கிற அமைப்புடன் பல்வேறு எம்பிக்களை இணைத்து பணியாற்றும் முன்னெடுப்பையும் செய்தோம். பீகாரின் பச்சிம் சம்பரன் தொகுதியின் எம்பியான சஞ்சய் ஜெய்ஸ்வாலுடன் இணைந்து ராயும் ஒரு ஒருங்கிணைப்பாளராக அந்த அமைப்பில் செயல்பட்டார். இதுபோன்ற முன்னெடுப்புகள்

தான் பாராளுமன்றத்தையும் தாண்டி எனக்கு சில அரசியல் புரிதல்களை உண்டாக்கின.

சட்டமன்றத்திலும் பாராளுமன்றத்திலும் சட்டங்களையும் திட்டங்களையும் இயற்றுவதற்கு ஆதரவோ எதிர்ப்போ தெரிவித்து வாக்களிப்பதுதான் ஒரு எம்பி அல்லது எம்எல்ஏவின் தலையாய பணியாகும். ஆனால் அதுகுறித்து இந்திய வாக்காளர்கள் கண்டுகொள்வதே இல்லை. ஒரு எம்பிக்கோ எம்எல்ஏவுக்கோ தேர்தலில் வாக்களிக்கிறபோது, அவர் அதற்கு முன்னர் எந்தெந்த சட்டத்திற்கும் திட்டத்திற்கும் எல்லாம் ஆதரவாகவும் எதிர்ப்பாகவும் கடந்த ஐந்தாண்டுகளில் சட்டமன்றத்திலோ பாராளுமன்றத்திலோ குரல் எழுப்பியிருக்கிறார் என்பதை மக்கள் அலசி ஆய்வு செய்வதே இல்லை. தங்களுடைய அன்றாடப் பிரச்சனைகளை ஒருவர் தீர்த்துவைப்பார் என்று நம்பி மட்டுமே அவருக்கு எம்பி அல்லது எம்எல்ஏ தேர்தலில் மக்கள் வாக்களிக்கின்றனர். மக்கள் மனுவாகக் கொண்டுவரும் பெரும்பாலான கோரிக்கைகளை நிறைவேற்றும் அதிகாரம்கூட அந்த எம்பிக்கோ எம்எல்ஏவுக்கோ இருப்பதில்லை. இத்தகைய சூழலில் முடிந்தளவுக்குத் திறமையாக செயல்படுவது எப்படியென்று ராயுடன் பணிபுரிந்த அக்காலகட்டத்தில் அறிந்துகொண்டேன். அவருடைய அலுவலகத்தில் இருந்தபோது நான் பழகிய மற்றவர்களிடமிருந்தும் ஏராளமான பாடங்களைக் கற்றுக்கொண்டேன்.

புதுடெல்லியில் அரசு ஒதுக்கிய கட்டிடத்தில் தான் ராயின் அலுவலகம் இயங்கிவந்தது. அதில் என்னையும் சேர்த்து மூன்றுபேர் இருந்தோம். நான் அப்போது பதினோரு மாதகால லேம்ப் பயிற்சியில் இருந்தேன். மற்ற இருவரும் ஏற்கனவே அதே பயிற்சியை முடித்தபின்னரும், ராயுடன் தொடர்ந்து பணியாற்றிக் கொண்டிருந்தனர்.

அவர்களில் ராயிடம் பணியில் சேர்வதற்கு முன்னர், பிட்ஸ் பிலானியில் பட்டம் பெற்று ஒரு பிரபல மருந்து நிறுவனத்தில் பணியாற்றி இருந்திருக்கிறார் திவ்யஷிஷ் சர்மா என்பவர். நல்ல கார்ப்பரேட் வேலையை விட்டுவிட்டு, ஒரு எம்பியிடம் அரசியல் பணியை செய்வதற்காக சேர்ந்திருக்கிற அவரது வாழ்க்கையின் இலட்சியம் என்னவாக இருக்கும் என்று நினைத்து குழம்பிப் போயிருக்கிறேன். அவரிடமே அக்கேள்வியைப் பலமுறை கேட்டிருக்கிறேன். ஆனால்,

எது அவரை ஊக்கப்படுத்தி, இப்படியொரு முடிவினை எடுக்கவைத்தது என்று என்னால் யூகிக்கவே முடியவில்லை.

அந்த அலுவலகத்தில் இருந்த மற்றொருவரான வசிஷ்டா ஐயரிடமோ, தினமும் பங்குசந்தை முடிவடைந்ததும் மாலை 3.30க்குப் பிறகு தான் பேசவே முடியும். அவர் தேசிய ஆடை வடிவமைப்புக் கல்வியகத்தில் ஆடை வடிவமைப்புத் தொடர்பான படிப்பை முடித்துவிட்டு, சிலகாலம் ஒரு ஆடை உற்பத்தி நிறுவனத்தில் பணிபுரிந்திருக்கிறார். அதன்பின்னரே இந்த அரசியல் பயிற்சியான லேம்பில் இணைந்திருக்கிறார்.

2012-2013 ஆண்டுகளில் அவர் பயிற்சி மாணவராக இருந்திருக்கிறார். அதன்பிறகு 2014 ஆம் ஆண்டு தேர்தலிலும் இணைந்து பணியாற்றியிருக்கிறார். அரசியல் ஆலோசனைத் துறையைப் பொறுத்தவரையில் பயிற்சியும் பெற்று தேர்தல்களத்திலும் வேலை செய்த மிகச்சிலரில் அவரும் ஒருவர். 2014 ஆம் ஆண்டு தேர்தல் முடிந்ததும் ஒருவருடம் அரசியல் பணிகளையெல்லாம் விட்டுவிட்டு ஒதுங்கியே இருந்திருக்கிறார். அந்த இடைவெளியில் கணிப்பொறி மென்பொருள்களைக் கற்று, அதில் புதிதாக புரோகிராம் எழுதுவது வரையிலும் கற்றிருக்கிறார். அத்துடன் நில்லாமல் பங்குசந்தை குறித்து மிகவிரிவாக பலநூல்களைப் படித்தும் அனுபவத்தினாலும், அத்துறையில் அவரது அறிவை வளர்த்திருக்கிறார். அந்த ஒருவருட இடைவெளிக்குப் பின்னர், ராயின் அலுவலகத்திலேயே வேலைக்கு சேர்ந்திருக்கிறார். அதுவும் தினமும் மாலை 3.30 மணிவரையிலும் பங்குசந்தையில் ஈடுபட்டுவிட்டு அதன்பிறகான நேரங்களில் ராயின் அலுவலக வேலைகளை கவனிப்பார் என்கிற ஒப்பந்தத்துடனேயே ராயிடம் பணிபுரியத் துவங்கியிருக்கிறார்.

நினைத்துக்கூட பார்க்கமுடியாத பல வித்தியாசமான அரசியல் ஆலோசனைகளை நாங்கள் அங்கே யோசித்து, விவாதித்து நேரத்தைக் கழித்திருக்கிறோம். எல்லா சாதிக்குழுக்களையும் இணைத்துக்கொண்டு ஒரு கட்சி ஆரம்பிப்பது துவங்கி, இராமர் கோவிலைக் கட்டுவது, சட்டப்பிரிவு 370 நீக்குவது உள்ளிட்ட பலவற்றை முன்வைத்து பாஜகவைவிட அதிதீவிரமான இந்துத்துவக் கட்சியைத் துவங்குவது வரையிலும் பலவற்றை யோசித்திருக்கிறோம். தொழிற்நுட்பத்தைப் பயன்படுத்தி ‘இந்தியாவின் சீற்றம்’ என்னும் பெயரில் ஒரு ஆன்லைன் செயலியை உருவாக்கி, அதன்மூலம் மக்கள் தங்கள் கோபத்தை

வெளிப்படுத்த வாய்ப்பு வழங்கும் ஏற்பாடு குறித்தும் பேசியிருக்கிறோம். இப்படி அரசியலில் என்னவெல்லாம் செய்யலாம் என்று பலவாறு யோசித்து விவாதித்த போதெல்லாம், வேடிக்கையான ஆலோசனைகள் நிறைய வந்தபோதும், நாங்கள் செய்த வேலைக்கு நெருக்கமானதாகவே அனைத்தையும் சிந்தித்தோம். சிலநேரம் அவற்றில் மிகச்சிறப்பான ஆலோனைகளும் உதிக்காமல் இல்லை.

என்னுடைய பதினொரு மாத பயிற்சி காலத்தின் இரண்டாம் பாதியில் சிக்கிம் உள்ளாட்சித் தேர்தலில் எங்களது அலுவலகம் சுறுசுறுப்பாகவும் பரபரப்பாகவும் காட்சியளித்தது. 2015 ஆம் ஆண்டு அக்டோபர் மாதத்தில் அத்தேர்தல்கள் நடைபெற்றன. அதற்கு முன்னால் நடைபெற்ற சிக்கிம் சட்டமன்றத் தேர்தலில் ராயின் கட்சியான சிக்கிம் ஜனநாயக முன்னணிக்கு கொஞ்சம் பின்னடைவு ஏற்பட்டிருந்ததால், உள்ளாட்சித் தேர்தல் அக்கட்சிக்கு மிகமுக்கியமானதாக இருந்தது. சட்டமன்றத் தேர்தலில் அக்கட்சி 32இல் 10 தொகுதிகளை இழந்திருந்தது குறிப்பிடத்தக்கது.[38] எங்கள் அலுவலகத்தில் வசிஷ்டா ஐயருக்கு மட்டும்தான் தேர்தலை நிர்வகித்த அனுபவம் இருந்ததால், அவர்தான் தேர்தல் குறித்த ஆலோசனைகளை நடத்தி திட்டங்களை வகுத்தார். நாங்கள் அவருக்குத் தேவையான தரவுகளை கண்டெடுத்தும் ஆய்வுசெய்தும் கொடுக்கும் வேலையைச் செய்தோம். பொலிட்டிகல் & எக்கனாமிக் ஜர்னல் ஆஃப் சிக்கிம் என்கிற பத்திரிக்கையின் ஆசிரியராக ராய் இருந்தார். அவருக்கு உதவும்விதமாக, அப்பத்திரிக்கையில் கட்டுரைகள் எழுதும் பணியினையும் நாங்கள் செய்துவந்தோம். அக்கட்டுரைகள் அனைத்திலும், ஆளும் சிக்கிம் ஜனநாயக முன்னணி அரசின் சாதனைகளையும் சீர்திருத்தங்களையும் கோடிட்டுக் காட்டியபடிதான் எங்களது அனைத்துக் கட்டுரைகளும் எழுதப்பட்டிருக்கும்.

அத்தேர்தலுக்காக பணிபுரிந்தபோதுதான், நடுநிலையானவை என்று பலகாலமாக நான் நினைத்துக்கொண்டிருந்த பல பேஸ்புக் பக்கங்களை நிர்வகிப்பதே அரசியல் கட்சிகள் தான் என்கிற உண்மையே எனக்குத் தெரியவந்தது. வெறுமனே செய்திகளை மட்டுமே வெளியிடும் பேஸ்புக் பக்கங்களில் கூட, அதிநுட்பமாக பக்கசார்புடைய அரசியலை இடையிடையே திணித்திருப்பார்கள். நடுநிலையாக மக்களிடம் காட்டிக்கொண்டு இயங்கும் பேஸ்புக் பக்கங்களெல்லாம், சிக்கிம் ஜனநாயக

முன்னணியை ஆதரித்து தொடர்ச்சியாக பல பதிவுகள் வெளியிடுவதும், கட்சியை எதிர்க்கும் பதிவுகளைக் கண்டுகொள்ளாமலும் வெளியிடாமலும் இருப்பதைப் பார்க்கமுடிந்தது. ஆக, கட்சியை ஆகா ஓகோவென பாராட்டி மகிழும் செய்திகளெல்லாம் ஏராளமானோர் பார்க்கும் பேஸ்புக் பக்கங்களில் பதியப்பட்டு பெருவாரியான மக்களிடம் போய்ச் சேர்ந்தன. ஆனால் கட்சியை விமர்சிக்கும் செய்திகளெல்லாம் அத்தகைய பிரபலமான பேஸ்புக் பக்கங்களில் வராததால் மிகச்சிறிய எண்ணிக்கையிலான மக்களிடம் மட்டுமே சென்று சேர்ந்தன.

அத்தேர்தலை சிக்கிமிலிருந்து வெகுதூரமாக டெல்லியில் இருந்த எங்கள் அலுவலகத்திலிருந்து தான் கவனித்துவந்தோம் என்றாலும்கூட, தேர்தலில் ஒட்டுமொத்த 53 வார்டுகளிலும்[39] சிக்கிம் ஜனநாயக முன்னணியே வெற்றியடைந்ததைப் பார்த்தபோது, மிகச்சிறிய பங்களிப்பைச் செய்திருந்த போதும் எங்களுக்கு பெருமகிழ்ச்சியைத் தந்தது. அத்தேர்தல் முடிந்த இரண்டு மாதங்களுக்குப் பிறகு, சிக்கிமின் எதிர்க்கட்சியான சிக்கிம் கிரந்திகாரி மோர்ச்சா கட்சியிலிருந்த பத்து எம்எல்ஏக்களில் ஏழுபேர் வெளியேவந்து ஆளும் சிக்கிம் ஜனநாயக முன்னணியில் இணைந்துவிட்டனர்.[40] உள்ளாட்சித் தேர்தலில் ஆளும்கட்சி பெற்ற மிகப்பெரிய வெற்றியானது, அம்மாநிலத்தின் எதிர்க்கட்சியையே உடைத்துப் போட்டிருக்கிறது.

பாரபட்சத்தைக் கண்டறிதல்

உள்ளாட்சித் தேர்தல் பணிகள் முடிவடைந்தபின்னர், மீண்டும் செயல்படாத பாராளுமன்றப் பணிகளுக்குத் திரும்பினோம். 2015 ஆம் ஆண்டின் குளிர்காலக் கூட்டத்தொடருக்காக தயார்செய்ய வேண்டியிருந்தது.

- பாராளுமன்றத்தில் கொண்டுவரப்படும் மசோதாக்களுக்கு வாக்களிப்பது,
- பொதுமுக்கியத்துவம் வாய்ந்த பல்வேறு பிரச்சனைகளுக்காக தனிநபர் தீர்மானங்கள் கொண்டுவருவது,
- விவாதங்களில் கலந்துகொள்வது,
- கேள்விகள் கேட்பது,

* பாராளுமன்ற நிலைக்குழுக்களில் பங்குகொண்டு பாராளுமன்றத்தை பொறுப்புள்ளதாக்குவது

ஆகியவை ஒரு எம்பியின் பாராளுமன்றக் கடமைகள் எனத் தெரிந்து கொண்டேன். பாராளுமன்றத்தில் எம்பிக்கள் கேட்கவேண்டிய கேள்விகளைத் தயாரிப்பது, என்னைப் போன்ற லேம்ப் பயிற்சியில் இருப்போருக்கு வழங்கப்பட்ட பணியாகும். ஒரு அரசாங்கம் ஒழுங்காக செயல்படுகிறதா என்பதைக் கண்காணித்து மக்களுக்கு எடுத்துக்காட்டுவதற்கு எம்பிக்களுக்கு இருக்கும் மிகமுக்கியமான ஆயுதம்தான் இப்படியாக பாராளுமன்றத்தில் கேள்விகேட்கும் உரிமை. எந்த அமைச்சகத்தையும் கேள்விகேட்டு அதன் செயல்பாட்டை மதிப்பீடு செய்வதற்கு எம்பிக்களின் இந்த கேள்விகேட்கும் உரிமை ஒரு வாய்ப்பாக வழங்கப்பட்டிருக்கிறது.

பாராளுமன்றத்தில் எம்பிக்களின் கேள்விகளைத் தேர்வு செய்து அந்தந்த அமைச்சகம் பதிலளிக்கும். அவ்வாறு எம்பிக்களின் கேள்விகளைத் தேர்ந்தெடுக்கும் முறையில் ஏதோ தவறு இருப்பதை, என்னுடைய காலத்திலும் அதற்கு முன்பும் லேம்ப் பயிற்சியில் எம்பிக்களுடன் பணியாற்றிய பலரிடமும் பேசியபோது தெரிந்துகொண்டேன். அவர்கள் அனைவரும் எனக்கிருந்த அதிருப்தியை அப்படியே பிரதிபலித்தனர். தங்களுடைய கேள்விகள் எப்போதும் நிராகரிக்கப்படுவதாகவும் கேள்விகள் தேர்ந்தெடுப்பதில் வெளிப்படைத்தன்மை இல்லாததையும் சில எம்பிக்கள் பாராளுமன்றத்திலேயே குறையாகச் சொல்லிய நிகழ்வுகளும் நடந்திருக்கின்றன. இவையெல்லாம் சேர்ந்து, நான் பயிற்சிகாலத்தில் இருந்தபோதே, இதில் ஏதோ தவறு நடப்பதைப் போன்ற உள்ளுணர்வை எனக்குக் கொடுத்தது.

ஒவ்வொரு எம்பியும் பாராளுமன்றம் கூடும் நாட்களில், கேள்வி நேரத்தின்போது கேட்பதற்காக நாளொன்றுக்கு அதிகபட்சமாக பத்து கேள்விகளை எழுதி சமர்ப்பிக்கலாம். கூட்டம் நடக்கும் நாளுக்கான கேள்விகளை குறைந்தபட்சம் பதினைந்து நாட்களுக்கு முன்னராவது எழுதிக்கொடுத்துவிடவேண்டும். பாராளுமன்ற அலுவலகத்தில் எழுத்துப்பூர்வமாக கேள்விகளை எம்பியின் கையெழுத்துடன் சமர்ப்பிக்கவேண்டும். வெறுமனே காகிதங்களை மட்டுமே அனுமதித்தால், அதிகமான மரங்கள் வெட்டப்படும் என்று நினைத்தார்களோ என்னவோ, ஆன்லைனிலும் கேள்விகளை எம்பிக்கள் சமர்ப்பிக்கலாம்

என்று அனுமதித்திருக்கிறார்கள். ஆனாலும் அது இன்னும் நடைமுறைப் பழக்கமாகவில்லை என்பதால், பொதுவாக எல்லோரும் காகிதத்தில் தான் கேள்விகளை எழுதி சமர்ப்பிக்கின்றனர்.

ஒவ்வொரு எம்பியும் சமர்ப்பிக்கும் பத்து கேள்விகளில் ஒரு நாளைக்கு அதிகபட்சமாக ஐந்து கேள்விகள் தேர்ந்தெடுக்கப்படும். அதேவேளையில் எந்தக் கேள்வியும் தேர்ந்தெடுக்கப்படாமலேயே இருக்கவும் வாய்ப்பிருக்கிறது. ஒரு நாளைக்கு ஒட்டுமொத்த எம்பிக்களின் கேள்விகளில் இருந்து, வெறும் இருபது கேள்விகளை மட்டுமே தேர்ந்தெடுத்து நட்சத்திரக் கேள்விகளாக அறிவிப்பார்கள். அந்த நட்சத்திரக் கேள்விகளுக்கு மட்டுமே அந்தத் துறைசார்ந்த மத்திய அமைச்சர் நேரடியாக பாராளுமன்றத்திற்கு வந்து பதிலளிப்பார். அதனைத் தாண்டி ஒரு நாளைக்கு மேலும் 230 கேள்விகள் தேர்ந்தெடுக்கப்பட்டு அவற்றுக்கு எழுத்துப்பூர்வமாக, ஏதோ கடமைக்கென்று பதில் வழங்கப்படும். ஆகையால் ஒவ்வொரு எம்பிக்கும் நட்சத்திரக் கேள்விகளில் இடம்பெற வேண்டும் என்பது தான் விருப்பமாக இருக்கும். அதிலும் அந்த இருபது நட்சத்திரக் கேள்விகளில் முதல் ஐந்து கேள்விகளுக்கு, அக்கேள்விகளை எழுப்பிய எம்பிக்கள் பாராளுமன்றத்தில் அமைச்சர் பதிலளிக்கையில் துணைக்கேள்விகளைக் கூட எழுப்பமுடியும். அதனால் அந்த முதல் ஐந்து நட்சத்திரக் கேள்விகளில் தன்னுடைய கேள்வி வந்துவிடவேண்டும் என்று எம்பிக்கள் விரும்புவர்.

ஒரு நாளைக்கு இருபது நட்சத்திர கேள்விகளும், இருநூற்று முப்பது நட்சத்திரமில்லாத கேள்விகளும் தேர்ந்தெடுக்கப்படும். ஆனால் அந்த அனுமதிக்கப்பட்ட எண்ணிக்கையைவிடவும் அதிகமான கேள்விகள் பாராளுமன்றத்தில் அனைத்து எம்பிக்களாலும் சமர்ப்பிக்கப்படுகின்றன. ஆகையால் பேலட் என்கிற பாராளுமன்ற லாட்டரி முறையின் மூலம் பதிலளிக்கப்படப் போகிற கேள்விகள் தேர்ந்தெடுக்கப்படுகின்றன. ஒரு தேசத்தின் மிகமுக்கியமான பிரச்சனைகள் குறித்த கேள்விகளைத் தேர்ந்தெடுப்பதற்கு குலுக்கல் முறையைத் தேர்ந்தெடுப்பது எவ்வளவு அபத்தமானது என்று யோசித்துக்கூடப் பார்க்கமுடியவில்லை. ஆனால் என்னவிதமான கேள்விகள் எல்லாம் அங்கே கேட்பதற்குத் தேர்ந்தெடுக்கப்படுகின்றன என்கிற உண்மையை

ஆராய்ந்துபார்த்தால் அதனைவிடவும் கேவலமாகத்தான் இருக்கிறது. தேர்ந்தெடுக்கப்படும் முறையிலும் ஏதோ தவறு இருக்கிறது என்பதையும் நான் கணித்தேன். ஒருசில எம்பிக்களின் கேள்விகள் மட்டும் எப்போதும் தொடர்ச்சியாக தேர்ந்தெடுக்கப்பட்டுக் கொண்டே இருப்பது அதிர்ச்சியளித்தது. லாட்டரி முறையில் மட்டுமே கேள்விகள் தேர்ந்தெடுக்கப்பட்டால், அதற்கு வாய்ப்பே இல்லைதானே. எங்கள் அலுவலகத்தின் மூலமாக இதில் இருக்கும் மர்மங்களைக் கண்டறிவதற்கு வசதிவாய்ப்புகள் இருந்தன. அதற்கேற்றாற்போல, அதனைச் செய்வதற்கான திறமைகளைக் கொண்டவர்களாகவும் நாங்கள் இருந்தோம்.

எங்களுக்கு பைத்தான் என்கிற கணிப்பொறி மென்பொருள் மொழியில் நிரல் (ப்ரோகிராமிங் கோட்) எழுதுவதைக் கற்றுக்கொடுத்தார் வசிஷ்ட ஐயர். அதன்மூலம் மக்களவையில் கேட்கப்பட்ட கேள்விகள் குறித்த தகவல்களை, அதன் இணையதளத்தில் இருந்து ஸ்க்ரேப் என்னும் முறையின்மூலம் எடுத்துவிட்டோம். அத்தகவல்களை ஆய்வு செய்து, எங்களுக்குத் தேவையான புள்ளிவிவரங்களைத் தயாரித்தோம். எங்களுடைய ப்ரோகிராமில் "ஊழல்" "மோசடி" போன்ற வார்த்தைகளைப் பயன்படுத்தாமல் அவர் பார்த்துக்கொண்டார். அப்படி எதையாவது பயன்படுத்தி, மாட்டிக்கொள்ளக்கூடாது என்பதில் அவர் கவனமாக இருந்தார். நாங்கள் எழுதிய ப்ரோகிராமை ஓடவிட்டபோது, அது ஒருநாள் முழுக்க ஓடியது. அதன்முடிவில், 2014 ஆம் ஆண்டு மே மாதத்தில் இருந்து 2016 ஆம் ஆண்டு மார்ச் மாதம் வரையிலும் 16வது மக்களவையில் கேட்கப்பட்ட அனைத்துக் கேள்விகளும் எங்கள்வசம் வந்துவிட்டன.

எங்களுக்குக் கிடைத்த கேள்விகளை ஆய்வுசெய்தபோது, ஒருசில எம்பிக்கள் சமர்ப்பித்த கேள்விகளின் எண்ணிக்கையிலிருந்து 75 சதவிகிதத்திற்கும் மேலான கேள்விகள் தொடர்ச்சியாக தேர்வுசெய்யப்பட்டிருப்பதைக் கண்டறிந்தோம். ஒரு எம்பி அதிகபட்சமாக எத்தனை கேள்விகள் சமர்ப்பிக்கமுடியுமோ அவ்வளவு கேள்விகளை தொடர்ந்து சமர்ப்பிக்கும் ராயின் கேள்விகளில் 45.4 சதவிகிதம் அளவிற்குதான் தேர்ந்தெடுக்கப்பட்டிருக்கின்றன. வேறு சில எம்பிக்களுடன் பணியாற்றும் என்னுடைய சக லேம்ப் பயிற்சியாளர்களையும் தொடர்புகொண்டு விசாரித்தால், அவர்களுடைய

எம்பிக்களுக்கும் 50 சதவிகிதத்திற்கும் குறைவான கேள்விகளே தேர்ந்தெடுக்கப்பட்டிருப்பதை அறிந்தோம். ஆக, ஒரு சில எம்பிக்களுக்கு மட்டுமே தொடர்ச்சியாக 75% கேள்விகள் தேர்ந்தெடுக்கப்பட்டிருப்பது தற்செயலானதல்ல என்பது எங்களுக்குப் புரிந்தது.

அடுத்ததாக, அந்த எம்பிக்களின் கட்சியையும் மாநிலத்தையும் அத்தகவல்களுடன் இணைத்துப்பார்த்தால், அதிக கேள்விகள் தேர்ந்தெடுக்கப்பட்ட பட்டியிலில் முதல் பத்து எம்பிக்களில் எட்டு பேரும், முதல் இருபது எம்பிக்களில் பனிரெண்டு பேரும் மகாராஷ்டிராவைச் சேர்ந்தவர்களாகவே இருந்தனர். அதிகமான நட்சத்திரக் கேள்விகள் தேர்ந்தெடுக்கப்பட்ட எம்பிக்களில் பெரும்பாலானோர் ஒரே மாநிலத்தைச் சேர்ந்தவர்கள் என்பது தற்செயலாக இருக்க வாய்ப்பே இல்லை. எங்களுக்குக் கிடைத்த அத்தரவுகளை மேலும் ஆய்வு செய்கையில், கேள்விகள் தேர்ந்தெடுக்கப்படும் முறை தெளிவாக விளங்கத்துவங்கியது. ஒவ்வொரு நாளும் எம்பிக்களிடம் இருந்து வருகிற கேள்விகளில் ஒரேமாதிரியாக ஒன்றுக்கு மேற்பட்ட எம்பிக்களால் கேட்கப்படும் கேள்விகளுக்கு தனியான மதிப்பீட்டினை மக்களவையின் செயலாளர் கொடுக்கிறார் என்பதும், அதன்மூலம் நட்சத்திரக் கேள்விகளாக அவை தேர்ந்தெடுக்கப்படுவதற்கு அதிகமான முன்னுரிமை கொடுக்கப்படுகிறது என்பதும் தெரியவந்தது. ஒரே மாதிரியான கேள்விகளை ஒரே கட்சியினர் தான் திட்டமிட்டு கேட்கின்றனர் என்று நாம் யூகித்தால அதுவும் தவறாகும். சில எம்பிக்கள் இரண்டு குழுவாக செயல்பட்டு ஒரே கேள்வியை சமர்ப்பித்திருக்கின்றனர். அவர்களில் பெரும்பாலானோர் மகாராஷ்டிராவின் எம்பிக்கள். மகாராஷ்டிராவைச் சேர்ந்த தேசியவாதக் காங்கிரஸ், காங்கிரஸ், மற்றும் பாஜக ஆகிய கட்சிகளின் சில எம்பிக்கள் ஒரு குழுவாகவும், அதே மாநிலத்தைச் சேர்ந்த சிவசேனா கட்சியின் சில எம்பிக்களும் உத்தரப்பிரதேசத்தைச் சேர்ந்த ஒரு சமாஜ்வாதி கட்சி எம்பியும் மற்றொரு குழுவாகவும் செயல்பட்டு ஒரேமாதிரியான கேள்விகளைத் திட்டமிட்டு ஒவ்வொரு நாளும் சமர்ப்பித்திருக்கின்றனர்.

இந்த எம்பிக்கள் சமர்ப்பித்த கேள்விகளில் 90 சதவிகிதத்திற்கும் மேலானவை ஒரேமாதிரியான கேள்விகளாகத் தான் இருக்கின்றன. குறைந்தபட்சம் இருபது கேள்விகளாவது

தேர்ந்தெடுக்கப்பட்ட எம்பிக்களின் பட்டியலைத் தயாரித்து ஆய்வு செய்தோம். ஒவ்வொரு எம்பியின் தேர்ந்தெடுக்கப்பட்ட கேள்விகளிலும் 68.83 சதவிகிதம் கேள்விகள் அளவிற்கு ஒன்றுக்கும் மேற்பட்ட எம்பிக்கள் இணைந்து கேட்ட கேள்விகளாகத் தான் இருக்கின்றன. ஆகவே பல எம்பிக்கள் இணைந்து கேள்விகேட்டால் அக்கேள்விகள் தேர்ந்தெடுக்கப்படவும், நட்சத்திர கேள்விகளாக மாறவும் பொதுவாகவே வாய்ப்புகள் அதிகமாகவே இருக்கின்றன. அப்படியென்றால், மகாராஷ்டிரா என்கிற ஒரே மாநிலத்தைச் சேர்ந்த சில எம்பிக்கள் கேட்கிற கேள்விகள் மட்டும் மிகமிக அதிகபட்சமாக 90 சதவிகிதத்திற்கும் மேலாகத் தேர்ந்தெடுக்கப்படுவது எல்லாம் லாட்டரி முறையில் தற்செயலானதாகத் தெரியவில்லை. எங்களுடைய கணக்கீட்டின் படி, அப்படி நிகழ்வதற்கான வாய்ப்பு இல்லவே இல்லை.

ஏற்கனவே 2005இல் ‘காசு வாங்கிக்கொண்டு கேள்வி கேட்ட’ விவகாரத்தில் பதினோரு எம்பிக்களை பாராளுமன்றம் வெளியேற்றியிருக்கிறது. பெருமுதலாளிகளின் இலாப நோக்கிற்காக அவர்களிடம் பணத்தைப் பெற்றுக்கொண்டு அவர்களுக்கு உதவும் வகையிலான கேள்விகளைக் கேட்ட பதினோரு எம்பிக்கள் கையும் களவுமாக பொறிவைத்து பிடிக்கப்பட்டனர்.[41] பாராளுமன்றத்தில் எம்பிக்களுக்காக கேள்விகளை தயார் செய்யும் பணி கடினமானது என்று அனுபவத்தின் மூலம் நாங்களே அறிந்திருக்கிறோம். அதனால் பாராளுமன்றத்தில் கேட்கவேண்டிய கேள்விகளைத் தயாரிப்பதற்காகவே சில தனியார் நிறுவனங்களைக் கூட பல எம்பிக்கள் பயன்படுத்தி வருவதையும் அறிவோம். இப்படியாக ஒரேமாதிரியான கேள்விகளை, கட்சிகளைத் தாண்டி சில எம்பிக்கள் கேட்பதும், 2005 இல் நடந்ததைப் போல காசு வாங்கிக்கொண்டு சில நிறுவனங்களுக்காக கேள்வி கேட்டதைப் போன்ற பின்னணி இருந்திருக்குமா என்பது குறித்து எங்களால் கண்டறியமுடியவில்லை. இதற்கு மேலும் அத்தரவுகளை ஆய்வுசெய்ய வேண்டாமென்று முடிவு செய்து, அதிலுள்ள பிரச்சனைகளைத் தீர்ப்பதற்கான் சில ஆலோசனைகளை மட்டுமே இணைத்து அத்தரவுகளை இணையத்தில் வெளியிட்டுவிடலாம் என தீர்மானித்தோம்.

அதனை இணைய வலைத்தளத்தில் பதிவேற்றினோம். லேம்ப் பயிற்சியில் இருக்கும் மற்றவர்களுக்கும்,

அவர்கள் பணியாற்றும் எம்பிக்களுக்கும் மட்டுமே அந்த சுட்டியை அனுப்பினோம்.[42] ஆனால், நாங்கள் பதிவேற்றிய அப்பதிவு வெகுவேகமாக பரவ ஆரம்பித்துவிட்டது. 67 இலட்சம் பேரால் ட்விட்டரில் பின்பற்றப்படும் காங்கிரஸ் எம்பியான சசி தரூர் அதனை ட்விட்டரில் பகிர்ந்ததும், அக்கட்டுரை மிகப்பிரபலமாகிவிட்டது.[43] பின்னர் ஹஃப்போஸ்ட்[44] இணையதளமும் அதனைப் பகிர்ந்தது. டெல்லியின் அரசியல் வட்டாரத்தில் கொள்கைகள் குறித்து விவாதிக்கும் கூட்டத்தினரிடையே அது பேசுபொருளாகவே மாறிவிட்டது. நாங்கள் எழுதிய கட்டுரை அதிகமானோரால் வாசிக்கப்பட்டதுமே, எங்களுக்கு அழுத்தம் வரத்துவங்கியது.

லேம்ப் பயிற்சியில் இருப்போர் எவரும் சமூக ஊடகங்களில் எதையும் எழுதக்கூடாது என்பது பிஆர்எஸ் நிறுவனத்தின் விதியாகும். ஆனால் அதனைப் பெரிதாக அவர்கள் கண்டுகொள்வதில்லை. லேம்ப் பயிற்சியில் இருக்கும் பலரும் பேஸ்புக்கிலும் வலைத்தளங்களில் எதையாவது எழுதிக்கொண்டுதான் இருப்பார்கள். அதற்காக எவர்மீதும் எங்கள் நிறுவனம் அதுவரையிலும் எந்த நடவடிக்கையும் எடுத்தது இல்லை. லேம்ப் பயிற்சியில் இருப்பதால், ஒரு குறிப்பிட்ட எம்பி குறித்து கிடைத்த இரகசிய தகவல்கள் எதையும் நாங்கள் வெளியிட்டுவிடவில்லை என்று எனக்கு நானே நியாயம் சொல்லிக்கொண்டேன். மக்களவை இணையதளத்தில் பொதுமக்களுக்கு வெளிப்படையாக வைக்கப்பட்டிருக்கிற தகவல்களை எடுத்து ஆய்வுசெய்துதான் அக்கட்டுரையை எழுதியிருந்தோம். பாராளுமன்ற அமைப்பு முறையில் இருக்கும் ஒரு குறையை எடுத்துக்காட்டி எழுதிவிட்டோம் என்பதாலும், அக்குறையினால் இலாபமடையும் எம்பிக்களின் பெயர்களையும் வெளியிட்டுவிட்டோம் என்பதாலும் எங்கள் மீது பிஆர்எஸ் அமைப்பு கோபமடைந்தது. எங்களுடைய பயிற்சி முடிவடைய அப்போது சில வாரங்களே இருந்ததால், எங்கள் மீது எந்த நடவடிக்கையும் எடுக்காமல் விட்டுவிட்டனர். அதேபோல், பாராளுமன்றமும் அப்பிரச்சனையில் தலையிட்டு எந்த நடவடிக்கையும் எடுக்கவில்லை.

நாங்கள் எழுதிய ஆய்வுக்கட்டுரையை பிரதமர் மோடி, பாராளுமன்ற விவகாரத்துறை அமைச்சர் வெங்கையா நாயுடு, மக்களவை சபாநாயகர் சுமித்ரா மஹாஜன், மற்றும் ஏராளமான

பாராளுமன்ற அலுவலர்களுக்கும் அனுப்பி வைத்தோம். ஆனால் எங்களுக்கு இதுவரையிலும் எவரிடமிருந்தும் எந்த பதிலும் வரவில்லை. பாராளுமன்ற நடைமுறையில் பல ஆண்டுகளாக இருக்கிற ஒரு பிரச்சனையை அரசு தீர்க்கும் என்றே நம்பினேன். ஆனால் இப்பிரச்சனையை வாக்காளர்களாகிய மக்கள் கண்டுகொள்ளமாட்டார்கள் என்பதால், அரசும் அப்படியே கண்டுகொள்ளாமல் விட்டுவிட்டது. அப்பிரச்சனை எனக்கு ஒரு பாடத்தையும், அரசியலில் அடுத்து நான் என்ன செய்ய வேண்டும் என்பதையும் கற்றுத்தந்தது.

ஆக, தரவு பகுப்பாய்வில் எனக்கு ஆர்வம் உருவாகியிருக்கிறது என்பதையும், அதற்கான அடிப்படைத் தகுதிகளை நான் வளர்த்துக்கொண்டிருக்கிறேன் என்பதையும் புரிந்துகொண்டேன். அமெரிக்காவில் கணிப்பொறி வகுப்புகளுக்குச் சென்று படித்தபடிப்பும், ஓராண்டாக இந்தியாவில் பங்குசந்தையை அலசி ஆராய்வதற்காக வசிஷ்ட ஐயர் உருவாக்கிய மென்பொருள்களை அருகிலிருந்து கற்றுக்கொண்ட அறிவும் எனக்கு உறுதுணையாக இருக்கும் என்கிற நம்பிக்கையும் எனக்கு ஏற்பட்டது. பாராளுமன்றத்தில் கேள்வி கேட்கும் முறையில் இருக்கிற குறைகளைக் கண்டறிவதற்காக நாங்கள் எழுதிய மென்பொருள் ப்ரோகிராமினால், தரவுகளைத் தேடியெடுத்து ஆய்வுசெய்யும் ப்ரோகிராம்களை எழுதும் திறன் உள்ளவர்களாக எங்களுக்கென்று ஒரு அடையாளத்தை பல நிறுவனங்கள் மத்தியில் கொடுத்தது. என்னுடைய அரசியல் ஆர்வத்தையும் தரவு பகுப்பாயும் அறிவையும் ஒருங்கிணைப்பதற்கான மிகச்சரியான நேரமாக அது மாறியிருந்தது.

2015 ஆம் ஆண்டுவாக்கில், ஐபாக் என்கிற அமைப்பினை அதேகாலகட்டத்தில் தான் பிரசாந்த் கிஷோர் உருவாக்கியிருந்தார். 2015 ஆம் ஆண்டு நடைபெற்ற பீகார் சட்டமன்றத் தேர்தலில் நிதிஷ் குமாரின் பிரச்சாரத்தை நிர்வகிக்கும் ஒப்பந்தத்தை பிரசாந்த் கிஷோரின் ஐபாக் அமைப்பு பெற்றிருந்தது. லல்லு பிரசாத்தின் இராஷ்ட்ரிய ஜனதா தளமும், நிதிஷ் குமாரின் ஐக்கிய ஜனதா தளமும், காங்கிரஸ் கட்சியும் இணைந்து ஒரு மகா கூட்டணியை உருவாக்கியிருந்தனர். பாஜக அத்தேர்தலில் தனித்து விடப்பட்டிருந்தது. பாஜகவின் தேசிய ஜனநாயகக் கூட்டணியினால் வெறும் ஐம்பத்தி எட்டு இடங்களை மட்டுமே வெல்ல முடிந்தது. ஆனால் மகாகூட்டணியோ ஒட்டுமொத்தமாக இருந்த 243 தொகுதிகளில்

178 ஐக் கைப்பற்றியிருந்தது.[45] அந்த வெற்றிக்குப் பின்னர், 2017 ஆம் ஆண்டு நடைபெற்ற பஞ்சாப் மற்றும் உத்தரப்பிரதேச மாநிலங்களின் சட்டப்பேரவைத் தேர்தலில் காங்கிரஸ் கட்சியின் தேர்தல் பிரச்சாரத்தில் பணியாற்றுவதற்கான ஒப்பந்தங்களை பிரசாந்த் கிஷோரின் ஐபாக் அமைப்பு பெற்றது.[46]

பிரசாந்த் கிஷோரின் ஐபாக் அமைப்பில் வேலை செய்வதற்காக விண்ணப்பிக்க முடிவெடுத்துவிட்டேன். என்னுடன் லேம்ப் பயிற்சியில் இருந்த சர்மாவையும் விண்ணப்பிக்கும்படி தொடர்ந்து வலியுறுத்தி, அவரையும் ஒப்புக்கொள்ள வைத்துவிட்டேன். அரசியல் தளத்தில் எங்களுக்கு இருந்த அனுபவத்தின் காரணமாக, விண்ணப்பித்த சில நாட்களிலேயே எங்கள் இருவருக்குமே ஐபாக்கிடமிருந்து வேலைக்கான உத்திரவாதக் கடிதம் கிடைத்தது. உடனடியாக பஞ்சாப் செல்லத் தயாரானோம். வசிஷ்ட ஐயரோ அவருக்குப் பிடித்தமான பங்குசந்தையிலும், நிதி தொடர்பான பணியிலுமே செல்ல விரும்பினார். சமூகஊடகங்கள் வழியாகவே தொடர்புகளை ஏற்படுத்திக்கொண்டு வேலை தேடுவது இருபத்தோராம் நூற்றாண்டின் புதிய முறையாக மாறியிருக்கிறதல்லவா. அப்படித்தான், கேப்பிட்டல் மைண்ட் என்கிற பெங்களூரைத் தலைமையிடமாகக் கொண்டு இயங்கும் நிதி மேலாண்மை நிறுவனத்தை உருவாக்கிய தீபக் ஷெனாய் என்பவருடன் வசிஷ்ட ஐயருக்கு ட்விட்டரில் தொடர்பு ஏற்பட்டிருக்கிறது. ட்விட்டர் மூலமாக ஏற்பட்ட அறிமுகத்தை, நேரடிச் சந்திப்பாக மாற்றி, பின்னர் அந்த நிறுவனத்தின் தலைமை இயக்க அதிகாரியாக (சிஓஓ) சேர்ந்துவிட்டார்.

பாராளுமன்ற உறுப்பினர்களுடனும் இந்தியாவின் கொள்கைகளைத் திட்டமிடும் வல்லுநர்களுடனும் பணியாற்றிவிட்டு, உண்மையான அரசியல் களத்தில் பணியாற்றுவதற்கான வேலையில் இணைந்துவிட்டேன். 2014 ஆம் ஆண்டு பாராளுமன்றத் தேர்தலையும், 2015 ஆம் ஆண்டு சிக்கிமில் நடைபெற்ற உள்ளாட்சித் தேர்தலையும் உற்று கவனித்து வந்திருந்ததால், அனுதினமும் அதுவே வேலையாகப் போவதை நினைத்து உற்சாகமாகவே இருந்தேன்.

2
அரசியல் ஆலோசகர்கள்

மாநில சட்டமன்றத் தேர்தலில் வேட்பாளராக நிற்பதற்கு வாய்ப்புக் கேட்டு, தாங்கள் சார்ந்திருக்கிற கட்சியில் விண்ணப்பித்துக் காத்துக்கிடந்த நூற்றுக்கணக்கானோரை சந்திக்க நேர்ந்தது. அப்போது, பிரிட்டனின் முன்னாள் பிரதமரான வின்ஸ்டன் சர்ச்சில் கூறிய வரிகள் தான் என் நினைவுக்கு வந்தது.[1]

'நாளை என்ன நடக்கப்போகிறது, அடுத்த வாரம் என்ன நடக்கப்போகிறது, அடுத்த மாதம் என்ன நடக்கப்போகிறது, அடுத்த வருடம் என்ன நடக்கப்போகிறது என்பதை முன்கூட்டியே கணிக்கக்கூடிய திறன் படைத்தவராக ஒரு அரசியல்வாதி இருக்க வேண்டும். அப்படிக் கணித்தது எதுவுமே நடக்காமல் போனாலும், அது ஏன் அவ்வாறு நடக்கவில்லை என்பதற்கான நியாயத்தை விளக்கக்கூடியவராகவும் அவர் இருக்கவேண்டும்'

அரசியலில் எப்போதும் ஒரு நிச்சயமற்றத் தன்மை இருந்துகொண்டே இருக்கும். அதனால், பெரும்பாலான உத்திகளும் வியூகங்களும் பெரிய திட்டமிடல் இல்லாமலேயே, போகிற போக்கில் தான் செயல்படுத்தப்படுகின்றன. பல தேர்தலில் வேட்பாளர்களாக போட்டியிட்டவர்களும் கூட, எத்தகைய வியூகம் வெற்றியைத் தரும், எது வெற்றியைத் தராது என்பதையெல்லாம் அறியாதவர்களாகத் தான் இருக்கின்றனர். தேர்தல் முடிவுகள் வெளியான பின்னர்தான், அந்த வெற்றி

தோல்விகளுக்கு என்ன காரணங்கள் இருக்கமுடியும் என்ற விளக்கங்கள் எல்லாம் உருவாக்கப்படும். 'ஆகா!, எவ்வளவு அழகாக திட்டமிட்டு, அதனைச் செயல்படுத்தி வெற்றிபெற்றிருக்கிறார்கள்' என்று மக்கள் அப்பாவியாக ஆச்சர்யத்தோடு பார்ப்பார்கள்.

பத்திரிக்கையாளர்களும் அரசியல்வாதிகளும் தேர்தல் உத்திகளை வகுக்கும் வல்லுனர்களும் கூட தேர்தல் முடிவுகள் வெளியான பின்புதான், அம்முடிவுகளுக்கு என்னவெல்லாம் காரணமாக இருக்கக்கூடும் என்று பல தொடர் நிகழ்வுகளைக் குறிப்பிட்டு ஒரு கதையைச் சொல்வார்கள். ஆனால் அந்த நிகழ்வுகள் எல்லாம்கூட தேர்தல் வெற்றிக்கான உண்மையான காரணத்தையோ முழுக்கதையையோ சொல்லிவிடுவதில்லை. முடிவினைத் தெரிந்துகொண்டபின்னர், அது எப்படி ஏற்பட்டிருக்கக்கூடும் என்கிற திரைக்கதையினை எழுதிவிட்டு, அதுதான் வெற்றிக்கான உண்மையான காரணம் என்று வாதிடுவதுதான் காலங்காலமாக நடந்துவருகிறது. தேர்தலுக்கு முன்பு அதே மாதிரியான காரணங்களை சரியாக அவர்களால் வரையறுத்திருக்கவே முடியாது.

உண்மையில் தேர்தல் பிரச்சார காலகட்டத்தில் நிகழ்ந்த பல்வேறு நிகழ்வுகளை சங்கிலியாகக் கோர்த்து எப்படிப்பட்ட தேர்தல் முடிவையும் அதற்குத் தகுந்தாற்போல விளக்கிவிடமுடியும். அதனால் அதே நிகழ்வுகளைக் கொண்டு ஒரு கட்சி தோல்வியுற்றாலும் வெற்றிபெற்றாலும், அவற்றையே காரணகாரியங்களாக தேர்தலுக்குப்பின்னர் சொல்லிவிடமுடியும்தான்.

பாராளுமன்ற எம்பியுடனான ஒருவருட லேம்ப் பயிற்சி முடித்ததும், சண்டிகரில் இருக்கும் ஐபாக் அலுவலகத்திற்குச் சென்றேன். அங்கே காங்கிரஸ் கட்சியை ஆதரிக்கும் ஒரு பணக்கார தொழிலதிபரால் ஏற்பாடு செய்யப்பட்டிருந்த ஒரு பங்களாவில் தான் தேர்தல் பிரச்சாரத்தின் திட்டமிடல் பணிகள் அனைத்தும் நடந்துகொண்டிருந்தன. தேர்தல் வியூகங்களைத் திட்டமிடும் பணிகளைச் செய்வதில் இந்தியாவிலேயே முதன்மையாகத் திகழும் ஒரு நிறுவனத்தின் அலுவலகம் எப்படியெல்லாம் இருக்கும் என்று கற்பனை செய்து வைத்திருப்போமோ, அந்தக் கற்பனையை எல்லாம் தவிடுபொடியாக்கும் விதமாக ஒரு ஒழுங்கற்ற முறையில் தான் அந்த அலுவலகம் இருந்தது.

எல்லோரும் அமர்வதற்கான போதிய நாற்காலிகள் கூட இல்லாததால், பலரும் அட்டைப்பெட்டிகளின் மீதோ, மேசைகளின் மீதோதான் அமர்ந்திருந்தனர். அப்படியே தான், தங்களது மடிக்கணினிகளில் தேர்தல் பிரச்சாரத் திட்டங்களை வகுத்துக்கொண்டும், அவற்றை விளக்கும் படங்களை உருவாக்கிக்கொண்டும் இருந்தனர். நான் அங்கு சென்று சேர்ந்த வேளையில், "கேப்டனுடன் காஃபி (காஃபி வித் கேப்டன்)" என்கிற ஒரேயொரு பிரச்சாரத் திட்டம் தான் அமலுக்கு வந்திருந்தது. காங்கிரஸ் கட்சியின் முதலமைச்சர் வேட்பாளரான கேப்டன் அமரிந்தர் சிங்குடன் இளைஞர்கள் நேரடியாக சந்தித்து காஃபி குடித்துக்கொண்டே அவருடன் உரையாடும் ஒரு நிகழ்ச்சி அது.[2] 2014 ஆம் ஆண்டு நடைபெற்ற பாராளுமன்றத் தேர்தலின் போது, டீ குடித்துக்கொண்டே நரேந்திர மோடியுடன் உரையாடும் "சாய் பே சர்ச்சா" என்னும் நிகழ்ச்சியை இதே ஐபாக் நிறுவனம் தான் நடத்தியது. அதன் மற்றொரு வடிவமாகத்தான் இந்த "காஃபி வித் கேப்டன்" நிகழ்ச்சியும் இருந்தது.

ஆரம்பகட்ட பயிற்சிக்குப்பின்னர் ஒரு சில நாட்களில் நாங்கள் வேலை செய்யவேண்டிய குழுக்களில் இணைக்கப்பட்டோம். தரவு பகுப்பாய்வில் எனக்கிருந்த ஆர்வத்திற்கு ஏற்ப, அதில் என்னை பணியமர்த்துவார்கள் என்று எதிர்பார்த்திருந்தேன். ஆனால் அங்கே எனக்கு வழங்கப்பட்டதோ, பல்வேறு தகவல்களை கணிப்பொறியில் உள்ளீடு செய்யும் டேட்டா என்ட்ரி வேலையாகும். பல்வேறு நிகழ்ச்சிகளின் வருகைப்பதிவேடுகளில் திரட்டப்பட்ட காகிதப் படிவங்களில் இருக்கிற தொலைபேசி தொடர்பு எண்களையும் பெயர்களையும் குறிப்பெடுத்து, கணிப்பொறியில் உள்ளீடு செய்வது தான் பெரும்பாலான நேரங்களில் எங்களது பணியாக இருந்தது. பல்வேறு தொகுதிகளிலிருந்து ஐபாக் ஊழியர்கள் அனுப்பும் புதிய தொடர்புத் தகவல்களும் அவற்றில் உண்டு. அந்த தொடர்பு எண்களுக்கெல்லாம் பிரச்சாரக் குறுஞ்செய்திகளும் தானியங்கிக் குரல்பதிவுகளும் அனுப்பப்பட்டன. தேர்தலுக்கு முன்பே வாக்காளர்கள் குறித்த அதிகமான தகவல்களை சேகரிப்பதும் அவற்றை ஆய்வு செய்வதுமே முக்கியப்பணியாக இருந்தது. அதனால், அவற்றைச் சேகரிக்கும் குழுவினருடன் இணைந்து பல்வேறு நிகழ்ச்சிகளுக்குச் செல்லும் பணியைச் செய்ய விருப்பப்பட்டேன். அதன்மூலம் தேர்தல் களத்தில்

எப்படியெல்லாம் தகவல் சேகரிக்கப்படுகிறது என்பதை அறிய ஆவலாக இருந்தேன்.

ஒரு பரபரப்பை உருவாக்குதல்

இதில்தான் ஐபாக்கும் பிரசாந்த் கிஷோரும் மிகச்சிறந்து விளங்கினர். வரைகலையில் வல்லுநர்களாக இருப்பவர்களை ஊழியர்களாக சேர்த்துக்கொண்டு, சேகரித்துவைத்தத் தகவல்களை பிரச்சாரத்திற்கேற்றபடியாக வடிவமைத்து, நவீனத்துவத்துடன் பல நிகழ்ச்சிகளையும் நடத்தி, சமூகத்தில் ஒரு சலசலப்பை உண்டாக்குவது தான் ஐபாக்கின் முக்கிய வேலை. 'கேப்டனை சந்திக்கும் கேப்டன்கள்' (கேப்டன் மீட்ஸ் கேப்டன்ஸ்) என்ற தலைப்பில் நடத்தப்பட்ட ஒரு நிகழ்ச்சியில்தான் நான் முதன்முதலாக என்னுடைய பணியைத் துவங்கியிருந்தேன்.[3] ஒவ்வொரு கல்லூரியிலிருந்தும் சில மாணவர்களைத் தேர்ந்தெடுத்து அவர்களுக்கு 'கல்லூரி கேப்டன்கள்' என்று பெயர்சூட்டி, கேப்டன் அமரிந்தர் சிங்கை சந்தித்து விவாதிக்கும் நிகழ்ச்சி நடத்தப்பட்டது. அந்நிகழ்ச்சியில் அவர்கள் பெறும் தகவல்களை அவரவர் கல்லூரிக்கு எடுத்துச்சென்று, தேர்தல் பிரச்சாரத்தை மற்ற மாணவர்களுக்கும் பரப்புவது தான் அதன் மைய நோக்கம். ஐபாக்கில் நிகழ்ச்சிகளை ஒருங்கிணைக்கும் குழுவின் தலைவரான அபிமன்யு பாரதியை அந்த நிகழ்ச்சியில் தான் முதன்முதலில் சந்தித்தேன். 'பாரதிஜீ' என்று ஐபாக்கில் அனைவராலும் அழைக்கப்பட்ட அவர் ஜார்கண்ட் மாநிலத்தைச் சேர்ந்த இளைஞர். தேர்தல் நேரத்தில் ஒரு பரபரப்பை உருவாக்குவதின் முக்கியத்துவத்தை உணர்ந்தவராக அவர் இருந்தார். ஒரு நிகழ்ச்சி நடத்தப்படுகிறதென்றால், அந்த நிகழ்ச்சியை விடவும், அந்நிகழ்ச்சிக்கு அமரிந்தர் சிங் வரும்போது, அதுகுறித்த தகவல் எவ்வளவு பேரைச் சென்றடைகிறது என்பதிலும் அதனைத் தொடர்ந்து ஊடகங்களில் எந்தளவுக்கு அவை இடம்பெறுகிறது என்பதிலும் தான் பாரதிஜீ கவனம் செலுத்தினார்.

பாரதிஜீயுடன் பணிபுரிந்தபோது, அரசியலில் விளம்பரமும் சந்தைப்படுத்தலும் எவ்வளவு முக்கியமானது என்பதை நான் அறிந்துகொண்டேன். தேர்தல் அரசியலில் வெற்றிகரமாக வலம் வரும் அரசியல்வாதிகளை கவனித்தால் ஒன்றைப்

புரிந்துகொள்ளலாம். அவர்கள், தங்களுடைய தொகுதிக்கு ஏதாவது வளர்ச்சித் திட்டங்களை செயல்படுத்துவதையும் தொகுதி மக்களுடன் உரையாடுவதையுமே கூட, தனக்கான பேரையும் புகழையும் உருவாக்கும் உத்திகளாகப் பார்க்கின்றனர். வளர்ச்சித் திட்டங்களை மேற்கொள்வதோ, அல்லது பல்வேறு நிகழ்ச்சிகளை நடத்துவதோ அவர்களது முக்கிய இலக்காக இருக்காது. மாறாக, அவற்றை மக்களிடையே கொண்டுசென்று தனக்கான ஒரு பிம்பத்தை உருவாக்கிக் கொள்வது தான் அவர்களது மைய நோக்கமாக இருக்கும். நான் அரசியலில் பணியாற்றிய இந்தக் குறுகிய காலத்திலேயே, விளம்பரத்திற்காக செலவிடப்படும் தொகை அதிவேகமாக உயர்ந்திருப்பதை உணர்கிறேன். வெறுமனே அரசியல் கட்சிகள் மட்டுமல்லாமல், மக்களின் வரிப்பணத்தை வாரியிறைத்து அரசுகளே கூட விளம்பரப்படுத்தத் துவங்கியிருக்கின்றன. பிரதமர் மோடியின் தலைமையிலான ஆட்சியில், ‘இந்திய அரசின் விளம்பரம் மற்றும் காட்சி விளம்பர இயக்ககம்’ என்கிற அரசு நிறுவனத்தின் கீழ் நேரடியாக விளம்பரத்திற்காக செய்யப்படும் செலவுகளே இரண்டு மடங்காக உயர்ந்து ஆண்டுக்கு 1200 கோடியாகி இருக்கிறது.[4]

தேர்தலில் போட்டியிடும் பெரும்பாலான வேட்பாளர்கள் தாங்கள் சார்ந்திருக்கிற கட்சியில் தங்களுக்கு இணக்கமாக இருக்கிற கட்சிக்காரர்களை வைத்தே விளம்பரம் செய்கின்றனர். முன்பெல்லாம் விளம்பரப் பலகைகள் மற்றும் சுவரொட்டிகள் மூலமாகத்தான் விளம்பரம் செய்வார்கள். அதன்பின்னர் வானொலிகள் மற்றும் தொலைக்காட்சிகளின் வழியாக பிரச்சாரம் செய்யும் முறை பிரபலமானது. 2014 ஆம் ஆண்டு பொதுத் தேர்தலுக்கான மோடியின் பிரச்சாரங்கள், இந்திய அரசியலில் விளம்பரம் செய்யும் முறைகளிலும் ஒரு பிரமாண்ட பிம்பத்தை உருவாக்குவதிலும் நினைத்துப்பார்க்கவே முடியாத அளவிற்கான மாற்றங்களை உருவாக்கிவிட்டன. அப்போதிலிருந்து, தங்களது தேர்தல் பிரச்சாரத்திற்கென்றே தனியாக தொழில்முறை வல்லுநர்களை பெரும்பாலான அரசியல் கட்சிகள் நியமிக்கத் துவங்கிவிட்டன. தொலைக்காட்சி விளம்பரங்கள், பிரச்சாரப் பாடல்கள், விளம்பரப் பலகைகள், செய்தித்தாள் விளம்பரங்கள் என அனைத்து விதமான விளம்பரங்களைத் தயாரிப்பதிலும் புதிய வல்லுநர்களின் வருகை அதிகரித்தது. அவற்றில் எல்லாம் அரசியல் கட்சிகளும்

வேட்பாளர்களும் பணத்தை வாரி இறைத்தனர். ஒரு பிரமாண்ட பிம்பத்தினை உருவாக்கும் முயற்சியாக செய்யப்படும் அத்தகைய புதிய விளம்பர உத்திகளுக்கு எதிர்பாராத பலன்கள் எல்லாம் கிடைத்ததை என்னால் நேரடியாகப் பார்க்கமுடிந்தது. வேட்பாளர்களைத் தேர்ந்தெடுக்கும் வாக்காளர்களின் விருப்பத்திலேயே அத்தகைய விளம்பரங்கள் மாற்றத்தை ஏற்படுத்தின.

பஞ்சாப் மாநிலத் தேர்தல் பிரச்சாரத்தின் துவக்கத்தில் காங்கிரஸ் கட்சியின் முதல்வர் வேட்பாளரை 'மகாராஜா' அமரிந்தர் சிங் என்று தான் குறிப்பிட்டுப் பிரச்சாரம் செய்தனர். அவரும் அதற்கேற்ப, காலையில் தாமதமாக எழுந்து, குறைவான நேரமே உழைத்து, எளிய மனிதர்களுக்கு எட்டாத ஒரு மேல்தட்டு மனிதராகத்தான் இருந்தார். அப்போதெல்லாம், அரசியல் நோக்கர்களும் செய்தித் தொலைக்காட்சிகளும் ஆம் ஆத்மி கட்சிதான் பஞ்சாப் தேர்தலில் பெரும்பான்மை பெற்று வெல்லும் என்று கணித்தனர். அதாவது, அமரிந்தர் சிங் என்கிற 'மகாராஜா'வுக்கும் ஆம் ஆத்மி என்கிற எளிய மனிதர்களுக்கான கட்சிக்கும் இடையே தான் அத்தேர்தலே நடைபெறுவதைப் போன்று தோற்றமளித்தது. ஐபாக் குழுவினர் இதனை உணர்ந்துகொண்டுவிட்டனர். உடனடியாக 'மகாராஜா அமரிந்தர் சிங்' என்கிற பெயரை அப்படியே 'கேப்டன் அமரிந்தர் சிங்' என்பதாக மாற்றினர். அதையே ஒரு புதிய அடையாளமாக்கி, பிரச்சாரமும் செய்யத் துவங்கினர். அவர் இராணுவத்தில் கேப்டனாக இருந்தார் என்பதை முன்னிறுத்தி, மக்களிடம் கொண்டு செல்வதற்காகவும் அப்பெயரைத் தேர்ந்தெடுத்தனர்.[5]

கட்சிக்காரர்கள், மாணவர்கள், மற்றும் பல்வேறு பின்னனியைக் கொண்ட மக்களின் குழுக்கள் ஆகியோரை இணைத்துக்கொண்டு பலகட்ட விவாதங்களையும் கருத்துக்கேட்புகளையும் நடத்தியபின்னர், "பஞ்சாப் தா கேப்டன்" (பஞ்சாபின் கேப்டன்) என்கிற அடைமொழியை பிரச்சாரத்தின் மையப்பொருளாக மாற்றினார்கள். "பஞ்சாப் தா கேப்டன்" என்கிற அடைமொழியையும், "சௌந்தா ஹை பஞ்சாப், கேப்டன் தி சர்க்கார்" (கேப்டனின் அரசு பஞ்சாபுக்கு வேண்டும்) என்கிற முழக்கத்தையும் அனைத்துவகையான ஊடகங்களிலும் தொடர்ச்சியாக மக்களிடையே கொண்டுசேர்த்தனர். அதன் பயனாக அமரிந்தர் சிங்கின் பிம்பம் அப்படியே வெகுவாக

மாறிப்போனது. பஞ்சாப் மாநிலத்தை புதிய உயரத்திற்கு எடுத்துச்செல்லும் தகுதியும் திறமையும் கொண்ட வலுவான தலைவராக அவர் இருப்பார் என்று மக்கள் நம்பத்துவங்கினர். மகாராஜா அமரிந்தர் சிங் என்கிற பிம்பத்தை மறந்து, கேப்டன் அமரிந்தர் சிங் என்றே கட்சிக்காரர்களும் மக்களும் அவரை அழைக்கத் துவங்கிவிட்டனர்.

பெயரை மாற்றியபின்னர், அடுத்தகட்டமாக வெகுஜன மக்களிடமிருந்து தள்ளியிருப்பதைப் போன்ற அவரது பிம்பத்தையும் மாற்றுவதற்காக "ஹல்கே விச் கேப்டன்" (சட்டமன்றத்தில் கேப்டன்) என்கிற நிகழ்ச்சி தொடங்கப்பட்டது. பஞ்சாபின் சட்டமன்றத் தொகுதிகளைக் குறிப்பதற்கு ஹல்கா என்கிற வார்த்தை பயன்படுத்தப்படுகிறது. இந்நிகழ்ச்சியின் மூலம் பஞ்சாபின் ஒவ்வொரு தொகுதிக்கும் அமரிந்தர் சிங் பயணித்து, அங்கு வாழும் வாக்காளர்களின் கோரிக்கைகளையும் பிரச்சனைகளையும் எழுத்துப்பூர்வமாக பெற்றுக்கொள்வார். அப்படியாகப் பெறப்படும் கோரிக்கைகள் அனைத்தையும், அவர் ஆட்சிக்கு வந்த முதல் 100 நாட்களிலேயே கவனம் செலுத்தி தீர்த்துவைப்பார் என்று வாக்குறுதி கொடுக்கப்பட்டது.⁶ தங்கள் கோரிக்கைகளை எழுத்துப்பூர்வமாக அமரிந்தர் சிங்கிடம் அளித்த மக்களுக்கு இதுவொரு நம்பிக்கையைக் கொடுத்தது. அந்த நம்பிக்கையே தேர்தலில் அவருக்கான வெற்றியை உறுதிப்படுத்தியது.

இத்தகைய தொடர் நிகழ்வுகளே பிரச்சாரத்தில் பெரிய திருப்புமுனையாக அமைந்தன. அவையே முக்கியக்காரணியாக செயல்பட்டு, பஞ்சாப் மாநில காங்கிரஸ் கட்சியின் பிரச்சார எந்திரங்களையே முற்றிலுமாக மாற்றியமைத்தது. பஞ்சாபில் இருக்கும் 117 சட்டமன்றத் தொகுதிகளுக்கும் சென்று மக்களிடம் மனுக்களைப் பெறுவதுதான் இலக்கு என்றாலும் கூட, அப்போது மிச்சமிருந்த கால அவகாசத்தை வைத்துக் கணக்கிட்டதில், அறுபது முதல் எழுபது தொகுதிகளுக்கு மட்டும்தான் அவரால் செல்லமுடியும் என்பது புரிந்தது. ஆனால் ஒரு பொதுக்கருத்தை உருவாக்கி, தேர்தல் முடிவுகளை மாற்றியமைத்து வெற்றிபெறுவதற்கு அதுவே போதுமானதாக இருக்கும் என்று நாங்கள் கருதினோம்.

"சட்டமன்றத்தில் கேப்டன்" என்கிற பிரச்சாரத்திட்டம், வெறுமனே அமரிந்தர் சிங்கின் பிம்பத்தை உயர்த்துவதோடு

நின்றுவிடாமல், அதைத் தாண்டியும் சிறப்பாகச் செயல்பட்டது. அத்திட்டத்தின் ஒவ்வொரு நிகழ்ச்சியையும் நடத்துவதற்கு என்னென்னவெல்லாம் செய்யப்பட்டன என்பது தான் அதன் வெற்றிக்கு முக்கியக் காரணமாக இருந்தது.

அத்திட்டத்தின்படி எந்தெந்த தொகுதிகளுக்கெல்லாம் அமரிந்தர் சிங் பயணிக்கப் போவதாக திட்டமிடப்பட்டிருந்ததோ, அந்தந்தத் தொகுதிகளிலெல்லாம் காங்கிரஸ் கட்சியின் சார்பாகப் போட்டியிட ஆர்வமாக இருக்கிறவர்களின் பட்டியல் தயாரிக்கப்பட்டது. அவர்கள் தான் அத்தொகுதிகளில் அமரிந்தர் செல்லும்போது மக்களை அழைத்துவருவதற்கான முக்கியப்புள்ளிகள் என்பதை அறிந்துவைத்திருந்தோம். வேட்பாளராகும் கனவில் இருந்த அனைவரையும் ஐபாக் ஊழியர்கள் தனித்தனியே சந்தித்துப் பேசினோம். எவரொருவரால் அமரிந்தர் சிங் கலந்துகொள்ளும் நிகழ்வுக்கு அதிகமான மக்களை அழைத்துவரமுடிகிறதோ, அவருக்குத்தான் தேர்தலில் போட்டியிட வாய்ப்புக் கிடைக்கும் என்பதை அவர்களிடம் தெரிவித்து நம்பிக்கையளித்தோம்.

அந்த நம்பிக்கையின் பலனாக, தேர்தலில் போட்டியிட ஆர்வமாக இருந்த ஒவ்வொருவரும் அமரிந்தர்சிங்கின் வருகை நிகழ்ச்சிக்காக இருமடங்காக உழைத்து, இருமடங்காக பணத்தையும் செலவு செய்தனர். அமரிந்தர் சிங் நிகழ்ச்சி நடக்கிற இடத்திற்கு மக்கள் வந்துபோவதற்குத் தேவையான வாகனங்களை ஏற்பாடு செய்வதற்கான பணத்தை செலவு செய்யவும் அவர்களே ஒப்புக்கொண்டனர். நிகழ்ச்சிக்கு வந்துபோகிறவர்களுக்கு சிற்றுண்டியைக் கூட வேட்பாளர் கனவில் இருந்த அவர்களில் பலர் வழங்கினர்.

அடுத்தகட்டமாக, இரவோடு இரவாக அந்தந்த தொகுதிகளில் காங்கிரசுக்கு ஆதரவான விளம்பர சுவரொட்டிகளை ஒட்டவேண்டியிருந்தது. ஒரு தொகுதி முழுவதும் இரவோடு இரவாக சுவரொட்டிகள் ஒட்டுவதென்பது ஐபாக்கைப் பொறுத்தவரை புதியதொரு வேலையாக இருந்தது. அப்பொறுப்பு என்னிடம் ஒப்படைக்கப்பட்டிருந்தது. அடுத்தநாள் காலையில் நாலாபக்கமும் காங்கிரஸ் சுவரொட்டிகளே இருப்பதைப் பார்க்கிற மக்களுக்கு, அவர்களின் தொகுதிக்கு அமரிந்தர் சிங் வருகிறார் என்கிற விவரம்

தெரிந்துவிடும். அதுவே அடுத்த சில நாட்களின் விவாதமாகவே மக்கள் மத்தியில் மாறிவிடும்.

முதன்முதலாக இப்பணியைச் செய்தபோது கொஞ்சம் குழப்பமாகத் தான் இருந்தது. அதன்பின்னர், சண்டிகரில் அதிகாலை 2 மணிக்கே சுவரொட்டிகளின் வருகைக்காகக் காத்திருந்தேன். அங்கே சில கட்சிக்காரர்கள் குடித்துவிட்டு நின்றிருந்தனர். நாங்கள் சில ஆட்டோ ஓட்டுநர்களையும் வேறு சில தொழிலாளர்களையும் கூலிகொடுத்து வேலைக்கு வைத்திருந்தோம். ஒரு தொகுதியை, பல மண்டலங்களாகப் பிரித்து, அவர்கள் ஒவ்வொருவருக்கும் குறிப்பிட்ட மண்டலங்களை பொறுப்பாக வழங்கினோம். அப்படியாக தொகுதி முழுவதிலும் சுவரொட்டிகளை ஒட்டிமுடித்தோம். நாங்கள் எதிர்பார்த்தபடியே பட்டிதொட்டியெங்கும் நாங்கள் ஒட்டிய சுவரொட்டிகள் சென்று சேர்ந்ததும், அந்த சுவரொட்டிகள் குறித்தே எல்லாபக்கமும் பேச்சாக இருந்தது. அது எங்களுக்கு பெரும் உற்சாகமாக அமைந்தது.

அந்த வெற்றிக்குப் பின்னர், ஐபாக்கில் சுவரொட்டிகள் தொடர்பான எந்த சந்தேகத்திற்கும் பதில் சொல்லக்கூடிய ஆளாக நான் மாறினேன். சுவரொட்டிகள் ஒட்டுவதற்குத் தேவையான பசையினை எவ்வாறு தயாரிக்க வேண்டும் என்று கேட்டு பஞ்சாப் முழுக்க பல பகுதிகளில் பணியாற்றிய ஐபாக் ஊழியர்கள் என்னை அடிக்கடி தொடர்புகொள்ள ஆரம்பித்தனர். மைதா மாவை தண்ணியில் கரைத்து கொதிக்க வைத்துத் தயாரிப்பது தான் பசை எனப்படுகிறது. எளிதாக சுவற்றிலிருந்து சுவரொட்டியை கிழிக்க முடியாத அளவுக்கு பலமாக ஒட்டக்கூடிய திறன் அந்தப் பசைக்கு உண்டு.

ஒரு தொகுதிக்கு அமரிந்தர் சிங் வருவதற்கு மூன்று அல்லது நான்கு நாட்களுக்கு முன்னதாகவே ஆட்டோக்களில் ஒலிப்பெருக்கிகளை கட்டிக்கொண்டு, பிரச்சாரத் தொகுதிக்குட்பட்ட பெரும்பாலான கிராமங்களில் துண்டுப் பிரசுரங்களை விநியோகித்தோம். ஒலிபெருக்கிகளில் பிரச்சாரப் பாடலை ஒலித்துக்கொண்டும், அமரிந்தர் சிங்கின் வருகை குறித்த தகவலை அறிவித்துக்கொண்டும் சென்றோம். அதன்மூலம் அந்த ஆட்டோ பயணிக்கிற பகுதிகளில் வாழும் அனைவருக்கும் நாங்கள் சொல்ல நினைத்த செய்தியினை சரியாகக் கொண்டு சேர்த்தோம். அவர்களில் பெரும்பாலானோர் அமரிந்தர் சிங்

பங்கேற்கும் நிகழ்ச்சிக்கு வரப்போவதில்லை தான். ஆனால் தங்களுடைய தொகுதிக்கும் அமரிந்தர் சிங் வருகிறார் என்கிற செய்தியை அவர்களுக்கு சேர்ப்பதையே முக்கியப் பணியாகக் கருதினோம். இத்தகைய செயல்பாடுகள் தான், காங்கிரஸ் கட்சியை அந்த மாநிலத்திலேயே அதிக சுறுசுறுப்போடு செயல்படுகிற ஒரு கட்சியாக மக்களிடத்திலே கொண்டு சேர்த்தன. அதுவே தேர்தல் வெற்றிக்கு பெரியளவுக்கு உதவியதை பின்னர் நான் உணர்ந்தேன்.

ஒரு தேர்தலில் மற்றனைத்துக் கட்சிகளைவிடவும் மிகுந்த சுறுசுறுப்புடன் இயங்குவதைப் போலவும், தாங்கள் தான் தேர்தலில் வெல்லப்போகிற முன்னணிக் கட்சி என்பது போலவும் ஒரு தோற்றத்தை உருவாக்க முடிகிற கட்சிதான் உண்மையிலேயே தேர்தலில் வெல்லப்போகிறது என்று மக்கள் நம்பத்துவங்கிவிடுவார்கள். அதுவே அக்கட்சிக்கான வாக்குகளாக எளிதில் மாறிவிடுவதற்கான வாய்ப்புகளும் அதிகம். அதனால் தான் எல்லா தேர்தலுக்கு முன்பும், தாங்கள் வெல்லவே மாட்டோம் என்று தெரிந்தால்கூட, தாங்களே பெருவாரியான வாக்குகளைப் பெற்று வெல்லப்போவதாக எல்லாக் கட்சிகளும் பிரச்சாரம் செய்கின்றன.

பிரம்மாண்ட பிம்பத்தை உருவாக்குதல்

பஞ்சாப் தேர்தல் பிரச்சாரத்தின் போது நான் நேரில் பார்த்ததை வைத்து, மோடிக்கான பிரம்மாண்ட பிம்பமும் எப்படியாக உருவாக்கப்பட்டிருக்கும் என்கிற புரிதலை எனக்குக் கொடுத்தது. குஜராத்தை மிகச்சிறப்பாக வழிநடத்திய முதல்வராக ஒட்டுமொத்த தேசமும் அவரை அறிந்துவைத்திருக்கிறது. ஒரு டீக்கடைத் தொழிலாளியாக தன் வாழ்க்கையைத் துவக்கி, கடும் உழைப்பினால் இத்தகைய உயரத்தை அடைந்திருக்கிறார் என்கிற பரவலான கருத்தும் கூட, அவருக்காக உருவாக்கப்பட்ட பிரம்மாண்ட பிம்பத்தின் ஒரு பகுதியே. வாரிசு அரசியலாகவும் மேல்தட்டுத் தலைவர்களால் வழிநடத்தப்படுகிற கட்சியாகவும் பார்க்கப்படுகிற காங்கிரஸ் கட்சிக்கு நேர்மாறான எளிய மனிதரின் பிம்பத்தை அது மோடிக்குக் கொடுத்தது. மோடிக்கு இன்றைக்கு உருவாகியிருக்கிற மிகப்பெரிய பிம்பமானது, ஏதோ தற்செயலாக உருவானதல்ல என்பது மிகத்தெளிவாகவே

எனக்குத் தெரிந்துவிட்டது. மிகத்துல்லியமாகத் திட்டமிட்டு உருவாக்கப்பட்ட ஒன்றுதான் அது என்பதையும் நான் அப்போது தான் புரிந்துகொண்டேன்.

பஞ்சாப் தேர்தல் பிரச்சாரத்திற்கு முன்பு வரையிலும், விளம்பரமெல்லாம் ஒரு தேர்தலில் மிகப்பெரிய தாக்கத்தை ஏற்படுத்தும் என்று நான் நினைத்துக்கூட பார்த்ததில்லை. நம் வாழ்க்கையில், எது உண்மை என்று பகுத்தறிந்த பின்னரே எந்தவொரு முடிவினையும் எடுக்கிறோம் என்று நம்புவதற்குத்தான் விரும்புவோம். நம்முடைய தலைவர் யார் என்று தேர்ந்தெடுப்பதிலும் அதையே பின்பற்ற நினைப்போம். ஒரு எளிய வாக்காளனாக நானும் அப்படித்தான் நினைத்திருந்தேன். தன்னைச் சுற்றி வாழும் சகமனிதர்களோடு விவாதித்தும், எந்தக் கட்சிக்கும் வேட்பாளருக்கும் வாக்களித்தால் தனக்கு நன்மை விளையும் என்று சிந்தித்தும் தான் மக்கள் வாக்களிப்பதைப் போல் எனக்குத் தோன்றியது. ஒரு கட்சிக்கோ அல்லது ஒரு குறிப்பிட்ட வேட்பாளருக்கோ அதிதீவிர ஆதரவாளராக இருப்பவர்களின் மனதை எந்தவொரு விளம்பரத்தினாலும் மாற்றிவிடமுடியாது தான். ஆனால், தேர்தல் முடிவுகளை நிர்ணயிக்கிற பெருவாரியான நடுநிலையான வாக்காளர்களோ, தங்கள்முன் வைக்கப்படும் விளம்பரங்களையும் போலியாக கட்டமைக்கப்படும் பிரம்மாண்டமான பிம்பங்களையும் நம்பி வாக்களித்துவிடுகின்றனர்.

மக்களின் பொதுக்கருத்தை மொத்தமாக மாற்றும் வல்லமையை வெகுஜன ஊடகங்களும் சமூக ஊடகங்களும் பெற்றிருப்பதை காலப்போக்கில் கண்கூடாகப் பார்த்து உணரத் துவங்கினேன். வாக்காளர்களின் விருப்பங்களில் எத்தகைய மாற்றத்தினை விளம்பரங்கள் உண்டாக்குகின்றன என்பது பிரமிப்பாக இருக்கிறது.

ஒரு வெற்றிகரமான பிரச்சாரத்தை நடத்தவேண்டுமென்றால், கட்சிக்கோ அல்லது கட்சியின் தலைவருக்கோ ஒரு வலுவான பிம்பத்தை உருவாக்குவது மிகமுக்கியம் என்பது தெளிவாகப் புரிந்தது. ஒரு கட்சியின் முக்கியத் தலைவரை போதைப் பொருள் கடத்தல் மன்னராக சித்தரித்து எதிர்மறை பிம்பத்தை உருவாக்கியதையும் பஞ்சாப் தேர்தல் பிரச்சாரத்தின் போது பார்த்தேன். ஒரு அரசியல் தலைவர் தனக்கென நேர்மறையான பிரம்மாண்ட பிம்பத்தை உருவாக்கத் தவறினால், அதை

தனக்கான வாய்ப்பாக எடுத்துக்கொண்டு அவருக்கெதிரான எதிர்மறை பிம்பத்தை மிகப்பிரம்மாண்டமாக எதிர்க்கட்சியினர் உருவாக்கிவிடுவர் என்பதும் நான் கற்றுக்கொண்ட மிகமுக்கியமான பாடம்.[7] அதற்கு மற்றொரு மிகப்பொருத்தமான உதாரணமாக காங்கிரஸ் கட்சியின் தலைவர் ராகுல் காந்தியும் இருக்கிறார்.

ராகுல் காந்திக்கென தனியாக எந்தவொரு வலுவான பிம்பத்தையும் உருவாக்குவதில் காங்கிரஸ் கட்சி கவனம் செலுத்தவில்லை. 2012-2013 வரையிலும் அவரை அன்றாட அரசியலில் இருந்து காங்கிரஸ் கட்சி தள்ளியே வைத்திருந்தது. அதுவே பாஜகவுக்கு மிகப்பெரிய வாய்ப்பாக அமைந்துவிட்டது. தன்னிடம் இருக்கிற பலம்வாய்ந்த சமூக ஊடகக் கட்டமைப்பை வைத்துக்கொண்டு, ராகுல் காந்திக்கான பிம்பம் எப்படியானதாக இருக்கவேண்டும் என்பதை பாஜகவே முடிவுசெய்தது. ராகுலின் ஒவ்வொரு மிகச்சிறிய பிழையையும் வானளாவிய குற்றங்களாக பெரிதுபடுத்தி, அவற்றைக் கேலியும் கிண்டலுமான மீம்களாக மாற்றி, எந்த அறிவும் இல்லாத ஒரு முட்டாள் 'பப்பு'வாக ராகுல் காந்தியை மக்களிடம் கொண்டு சேர்த்தது பாஜகவின் எதிர்மறைப் பிரச்சார உத்தியே.[8] ராகுலின் பேச்சில் பாஜக கண்டுபிடித்த சிறிய பிழைகளெல்லாம், ஏராளமான தலைவர்கள் சர்வசாதாரணமாக செய்வது தான். இருப்பினும், அவர்களெல்லாம் தங்களுக்கென ஏற்கனவே ஒரு நேர்மறையான பிம்பத்தை அரசியல் உலகில் உருவாக்கி வைத்திருந்தபடியால் அது மக்களிடைய பெரிய தவறுகளாக உருமாறவில்லை. இந்தியப் பிரதமர் நரேந்திர மோடியையே உதாரணத்திற்கு எடுத்துக்கொள்வோம். இலட்சக்கணக்கில் மக்களின் வரிப்பணத்தை செலவழித்து வாங்கப்படும் விலையுயர்ந்த ஆடைகளையே அவர் எப்போதும் அணிந்தாலும், தன்னுடைய சுயவிளம்பரத்திற்காக கோடிக்கணக்கில் செலவிட்டுக்கொண்டே இருந்தாலும், எப்போதும் நாடு நாடாக ஊர்சுற்றிக்கொண்டே இருந்தாலும், எளிய குடும்பப் பின்னணியில் இருந்து வந்து மக்களுக்காக அனைத்தையும் துறந்த மனிதர் என்கிற பிம்பத்தைத் தக்கவைத்துக்கொள்ள முடிகிறது.[9] அதுதான் ஒரு தலைவருக்கு அரசியலில் உருவாக்கப்படும் பிரம்மாண்ட பிம்பத்தின் வெற்றி.

ஒரு அரசியல்வாதிக்கான பிம்பத்தை உருவாக்குவது தான் ஒரு நல்ல அரசியல் ஆலோசனை வழங்கும் நிறுவனத்தின்

முக்கியப் பணியாகும். அதனை சிறப்பாகச் செய்ததே பிரசாந்த் கிஷோருடைய வெற்றியின் முக்கியக் காரணமாகும். அரசியல் தலைவர்களுக்கான பிம்பத்தை உருவாக்குவதோடு மட்டும் நின்றுவிடாமல், அதே வழியில் தனக்கெனவும் ஒரு பிரம்மாண்ட பிம்பத்தை சேர்த்தே உருவாக்கிக் கொண்டார் பிரசாந்த் கிஷோர். தகவல் பகுப்பாய்வைப் பொறுத்தவரையில் (data analytics) ஐபாக் நிறுவனம் மிகப்பெரிய வேலையெல்லாம் எதுவும் செய்துவிடவில்லை. புதிய வியூகத்தை அமைக்கும் பணிகூட ஐபாக் நிறுவனத்திற்கு இல்லை. ஆனால், பல்வேறு நிகழ்ச்சிகளை நடத்தியும் பலவிதமான உத்திகளைப் பயன்படுத்தி விளம்பரங்கள் செய்தும், தாங்கள் பிரச்சாரம் செய்யும் அரசியல் தலைவர்களுக்கு பிரம்மாண்டமான பிம்பங்களை உருவாக்கியதால் தான் இந்தியாவில் மிகப்பெரிய அரசியல் ஆலோசனை வழங்கும் நிறுவனமாக பிரசாந்த் கிசோரின் ஐபாக் நிறுவனம் உருவெடுத்திருக்கிறது.

அரசியலில் ஒரு பிம்பத்தையும் பெயரையும் உருவாக்குவதற்கான முக்கிய கருவியே ஊடகம் தான். "பத்திரிக்கைகள் தான் நமது தத்துவார்த்த ஆயுதம்" என்றார் சோவியத் யூனியனின் முன்னாள் தலைவரான குருஷேவ்.[10]

ஊடகங்களை எவ்வாறு அரசியல் கட்சிகள் கட்டுக்குள் வைத்திருக்கின்றன என்பதை இந்நூலின் பின்னால் வரும் ஒரு பகுதி விரிவாகப் பேசுகிறது. ஒட்டுமொத்த ஊடகத் துறையும் ஒரே கட்சியின் கட்டுப்பாட்டுக்குள் எவ்வாறு கொண்டு வரப்பட்டிருக்கிறது என்பதை இந்நூலின் ஆறாவது பகுதியில் விரிவாகப் பேசப்பட்டிருக்கிறது. நூலின் இப்பகுதி நடக்கிற காலகட்டத்தில் பிரசாந்த் கிஷோரும் ஐபாக்கும் எவ்வாறு தங்களுக்கு சாதகமாக ஊடகத்தைப் பயன்படுத்திக்கொண்டனர் என்பதை மட்டுமே நான் புதிதாக கற்றுக்கொண்டிருந்தேன்.

கடந்த சில ஆண்டுகளாகவே இந்திய அரசியலில் சமூக ஊடகங்கள் மிகப்பெரிய முக்கியத்துவத்தைப் பெற்றிருக்கின்றன. இணையத்தைப் பயன்படுத்தும் மக்களின் எண்ணிக்கை நாளுக்கு நாள் அதிகரித்துக்கொண்டே இருப்பதால், அதன் தாக்கம் இனிவரும் காலங்களில் அதிகரிக்கவே செய்யும். இருப்பினும், இப்போதைக்கு மக்களிடம் செய்திகளைக் கொண்டுசேர்ப்பதில் வெகுஜனத் தொலைக்காட்சிகளும் அச்சு ஊடகங்களும் மிகப்பெரிய அதிகாரத்தை தன்னகத்தே

வைத்திருக்கின்றன. அப்படியாக தங்களுக்கு வந்து சேர்கிற செய்திகளை வைத்துத்தான் ஒவ்வொரு பிரச்சனையிலும் தங்களுக்கான கருத்தினை மக்கள் உருவாக்கிக் கொள்கின்றனர். ஒரு அரசியல்வாதிக்கோ அல்லது அரசியல் கட்சிக்கோ பிரம்மாண்டமான பிம்பத்தை உருவாக்குதற்கு பெருவாரியான மக்களிடம் அதற்கேற்றாற் போன்ற செய்திகளைக் கொண்டு சேர்த்தாக வேண்டும். அதனால், எந்த அரசியல் ஆலோசனை நிறுவனமும் அரசியல் கட்சியும் வழக்கமான வெகுஜன ஊடகங்களைப் புறக்கணித்துவிடமுடியாது.

அதனால் தான், பஞ்சாப் தேர்தலின் போது மகாராஜா அமரிந்தர் சிங்கை கேப்டன் அமரிந்தர் சிங்காக மாற்றம் அடைந்திருப்பதாக வெகுஜன ஊடகங்களும் ஏற்றுக்கொண்டு செய்திகள் வெளியிட வேண்டிய தேவை எங்களுக்கு இருந்தது. அதற்காக பல முன்னாள் பத்திரிக்கையாளர்களையும், தகவல் தொடர்பு வல்லுநர்களையும் ஐபாக் நிறுவனம் வேலைக்கு எடுத்துக்கொண்டது. நாங்கள் நடத்தும் ஒவ்வொரு நிகழ்வையும் எல்லா பத்திரிக்கைகளுக்கும் கொண்டு சேர்க்கும் பணியினை அவர்கள் செவ்வனே செய்தனர். பத்திரிக்கைகளுக்கு தேவையான வடிவங்களிலேயே உருவாக்கப்பட்ட செய்திகளாக பத்திரிக்கைகளுக்கு அனுப்பப்பட்டன. அதனால் நாங்கள் அனுப்பும் செய்திகளை அப்படியே ஒவ்வொரு பத்திரிக்கையும் வெளியிடுவதற்கு ஏதுவாக இருந்தன. அதுவே ஒவ்வொரு பத்திரிக்கையிலும் பணிபுரியும் பத்திரிக்கையாளர்களுடனும் ஐபாக்கின் ஊழியர்களால் தொடர்பு ஏற்படுத்திக்கொள்ள வாய்ப்பாகவும் அமைந்தது. அதனால், கேப்டன் அமரிந்தர் சிங் தொடர்பான செய்திகள் தொடர்ச்சியாக எல்லா பத்திரிக்கைகளிலும் வெளிவருவதற்கு உதவிகரமாக அமைந்தன.[11]

சில நேரங்களில் முற்றிலும் உண்மைக்கு மாறான செய்திகளைக் கூட உண்மை போல நம்பவைத்து ஊடகங்களில் செய்திபரப்ப வேண்டியதாகிவிடும். ஒருமுறை நான் பிரச்சாரத்தில் இணைந்திருந்த வேளையில் ஒரு சம்பவம் நிகழ்ந்தது. நாங்கள் வேலைபார்த்துக் கொண்டிருந்த கட்சிக்காரர்களை பணிசெய்யவிடாமல் தடுப்பதற்காக அவர்களில் சிலர் மீது போலியான எஃப்ஐஆர்கள் போடப்படுவதாகக் தவல் வந்தது.

அதிகுறித்து தீவிரமாக ஆராய்ந்து ஒரு வழியினைக் கண்டறிந்தோம். கட்சியின் ஒரு பெரிய தேர்தல் பிரச்சார

நிகழ்வின்போதே பொதுமக்களே அப்பிரச்சனையை பொதுவிலேயே எழுப்புவது போலவும், உடனே கட்சியின் தலைவர்கள் அங்கிருந்தே நேரடியாக காவல்நிலையம் சென்று காவல்துறையினரிடம் சண்டையிட்டு அப்பிரச்சனைக்குத் தீர்வுகாண்பது போலவும் திட்டமிட்டோம்.

இதனை மிகத்துல்லியமாக முன்கூட்டியே திட்டமிட்டோம். எங்களது ஒட்டுமொத்த பிரச்சாரக் குழுவுக்கும் என்ன நடக்கப்போகிறது என்பதைத் தெளிவாக விளக்கிக் கூறிவிட்டோம். அந்த பிரச்சார நிகழ்வில் கலந்துகொண்ட அனைவருக்கும் அப்படியான திட்டமிடல் குறித்து தெரிந்திருந்தது.

நாங்கள் முன்கூட்டியே திட்டமிட்ட ஒரு தேதியில் மேடையில் தலைவர்கள் பேசிக்கொண்டிருக்கையில் அக்கூட்டத்தைப் பார்வையிட வந்திருந்த பொதுமக்களுக்கு நடுவே நாங்கள் ஏற்பாடு செய்தவர்களும் இருந்தனர். நாங்கள் சொல்லிக்கொடுத்ததைப் போலவே, தங்கள் மீது போலியான எஃப்ஐஆர்கள் போடப்படுவது குறித்து ஏற்கனவே திட்டமிட்டபடியே குற்றஞ்சாட்டினர். உடனே மேடையிலிருந்த தலைவர்கள் கீழிறங்கி காவல்நிலையத்தை நோக்கி நடந்தனர். அவர்களைப் பின்தொடர்ந்து ஒரு பெருங்கூட்டமும் நடந்தது. காவல்துறை அலுவலரிடம் ஆவேசமாக சண்டை போட்டார் கட்சித் தலைவர். கட்சித்தலைவர்களையும் பெருங்கூட்டத்தையும் கண்ட காவல்துறை அலுவலர், வேறு வழியின்றி தன்னால் முடிந்ததைச் செய்வதாக வாக்குறுதியும் அளித்தார்.

அந்தத் தடாலடி செயல்பாட்டினால், போலி எஃப்ஐஆர்-கள் தொடர்பாக எந்த மாற்றமும் ஏற்பட்டுவிடவில்லை என்றாலும், மக்களுடைய வலியினை உணர்ந்து களத்தில் இறங்கினார் என்கிற நல்ல பெயரை அந்த அரசியல் தலைவர் பெற்றுவிட்டார் என்பது மறுப்பதற்கில்லை. அது அப்படியே செய்தியாகி வெகுஜனப் பத்திரிக்கைகளிலும் சமூக ஊடகங்களிலும் கூட பரவியது. அந்த அரசியல் தலைவர் காவல்நிலையத்திற்கு சென்றபோதே, ஊடகங்களின் கேமராக்களும் பின்தொடர்ந்தன. அவர் காவல்துறை அதிகாரிகளிடம் வாக்குவாதத்தில் ஈடுபட்டதும் வீடியோவாகி, பின்னர் சமூக ஊடகங்களில் பரபரப்பாகப் பகிரப்பட்டு பேசப்பட்டன.

பொதுவாகவே அரசியல் உலகில் நிகழ்த்தப்படுகிற இதுபோன்ற நாடகங்கள் பலவும் மக்களின் பொதுபுத்தியை

கட்டமைப்பதில் பெரும்பங்குவகிக்கின்றன. இதுபோன்ற ஏராளமான நாடகங்கள் நிகழ்த்தப்பட்ட போதெல்லாம், நானே சாட்சியாக அங்கெல்லாம் இருந்திருக்கிறேன். வாக்காளர்களின் பரிதாபத்தைப் பெறுவதற்காகவே அரசியல் நிகழ்ச்சிகளிலேயே கண்ணீர் விட்டு அழுவதற்காக பயிற்சி எடுத்துக்கொண்ட பல அரசியல் தலைவர்கள் குறித்து பல அரசியல் ஆலோசகர்கள் சொல்லக் கேட்டிருக்கிறேன்.

கூட்டங்களில் பேசிக்கொண்டிருக்கும் போதே, ஒரு கட்சியின் அரசியல் தலைவர்கள் மீது மையைப் பூசுவதற்கு அந்தக் கட்சியே ஆட்களை ஏற்பாடு செய்வது, ஏதோவொரு கருத்தைக் கூறிவிட்டார் எனச்சொல்லி ஆட்களை ஏற்பாடு செய்து பிரச்சாரக் கூட்டத்திலேயே நேரடியாகத் தாக்குவது போன்றவை கூட கவனமாகத் திட்டமிட்டே நடத்தப்படுகின்றன.

என்னால் பல நிகழ்வுகளுக்கு முழுமையான ஆதாரங்களை கொடுக்கமுடியாது என்றாலும் கூட, அப்படிச் செய்தால் ஊடக வெளிச்சமும், அங்கீகாரமும் கிடைக்கும் என்பதால் அத்தகைய செயல்பாடுகளில் ஈடுபட்ட பல நபர்களைப் பார்த்துக்கிறேன்.

ஒருசில நேரங்களில் ஊடக வெளிச்சம் கிடைப்பதற்குப் பதிலாக, சம்பவ இடத்திலேயே அடியும் உதையும் கூட கிடைத்துவிடக்கூடும். ஆனால் பல நேரங்களில் அவை சாதகமான பலன்களையும் தரும். மற்ற அரசியல் கட்சித் தலைவர்களைத் தாக்கி, புகழ்வெளிச்சம் பெறுவதையே பல அரசியல் கட்சிகளின் இளைஞர் அமைப்புகளில் இருப்போர் வாடிக்கையாக வைத்திருக்கின்றனர்.

பாஜக இளைஞர் அமைப்பின் தேசியக்குழுவில் பொறுப்பாளராக இருந்து, பின்னர் அக்கட்சியின் செய்தித் தொடர்பாளராக உயர்ந்தவர் தஜிந்தர் பால் சிங் பக்கா. அவரும் இப்படித்தான் நாடறிந்த வக்கீலான பிரசாந்த் பூசனை, தானே நேரடியாகத் தாக்கியதாக பெருமைபொங்க செய்தி பரப்பினார். "அவர் என் தேசத்தை உடைக்கப் பார்க்கிறார். நானோ அவர் மண்டையை உடைக்கப் பார்க்கிறேன். எனக்கு உதவிய அனைவருக்கும் நன்றி. பிரசாந்த் பூசனைத் தாக்கும் என் திட்டம் வெற்றிபெற்றிருக்கிறது" என்று பாஜகவைச் சார்ந்த தஜிந்தர் பால் சிங் ட்விட்டரில் எழுதியிருக்கிறார்.[12]

அதுமட்டுமல்ல, இதற்கு முன்னர் ஹரியத் அமைப்பின் தலைவரான சையத் அலி ஷா கிலானியையும் சமூக செயற்பாட்டாளர் அருந்ததிராயையும் கூட இதேபோல தாக்கியதாக வெளிப்படையாகச் சொல்லியவர் தான் தஜிந்தர் பால் சிங் பக்கா. அரசியல் அல்லாத ஒரு துறையில் நிராயுதபாணியான ஒரு தனிநபரை இன்னொரு தனிநபர் அடித்துவிட்டார் என்பது சமூகத்தில் பெரியளவுக்கு எந்த தாக்கத்தையும் ஏற்படுத்திவிடாது. ஆனால் இந்திய அரசியல் சூழலில் ஊடக வெளிச்சமும் அதனைத் தொடர்ந்து அரசியல் இலாபமும் கிடைப்பதற்கான வாய்ப்புகளே அதிகம்.[13]

பொதுமக்களின் கவனத்தை ஈர்ப்பதற்காக நிகழ்த்தப்பட்ட பல நாடகங்களை நான் அறிவேன் என்பதால், அதுபோன்ற நிகழ்வுகளை வைத்து எந்த அரசியல்வாதி குறித்தும் எனக்கான கருத்தினை நான் உருவாக்கிக் கொள்வதே இல்லை. ஒருசில நிகழ்வுகள் நாடகமாக அரங்கேற்றப்பட்டவை என்பதற்காக முற்றிலுமாக அனைத்தையுமே நாடகமாகப் பார்க்கமுடியாது தான். ஆனால் அரசியல் உலகில் அதிரடியான நிகழ்வுகளை வைத்துமட்டுமே ஒரு அரசியல்வாதியை எடைபோடுவதையும், யாருக்கு வாக்களிப்பது என்பதை முடிவுசெய்வதும் சரியல்ல என்பேன் நான். எது நாடகம் எது உண்மை என்று பிரித்தறிவதே கடினமான சூழலில், நம்பகத்தன்மையோடு செயல்படவேண்டிய ஊடகங்களும் பொறுப்பைத் தட்டிக்கழிப்பது கவலையளிக்கிறது.

யாரை முன்னிறுத்த விரும்புகிறோமோ அவரை, ஊடகவெளிச்சம்கூட படாத மக்களிடமும் கொண்டுசெல்லும் உத்திகளை உருவாக்கும் முறைகளையெல்லாம் பிரசாந்த் கிஷோரிடம் பணிபுரிந்தபோது கற்றுக்கொண்டேன். இன்று இந்தியாவின் மிகப்பிரபலமான அரசியல் ஆலோசகராக அவர் உருவெடுத்திருக்கிறார். 2014 ஆம் ஆண்டு நடந்த பாராளுமன்றத் தேர்தலும், 2015இல் நடைபெற்ற பீகார் சட்டமன்றத் தேர்தலும் அவருக்கு மிகப்பெரிய ஊடகவெளிச்சத்தைக் கொடுத்து உதவியது.

இந்தியாவில் அப்படியான ஊடக வெளிச்சம் இயல்பாகக் கிடைப்பதெல்லாம் அரிதிலும் அரிதானது தான். ஊடகத்தில் இருப்போரிடம் தொடர்புகளை ஏற்படுத்திக்கொண்டு காசுக்காகவோ அல்லது ஏதாவது ஆதாயத்திற்காகவோ எழுதுபவர்களின் உதவியினால் பெரிய ஊடக வெளிச்சம்

கிடைப்பது தான் வாடிக்கையாகி இருக்கிறது. பணம் வாங்கிக்கொண்டு செய்தி வெளியிடுவதையும், ஊடகங்களுக்கும் அரசியல்வாதிகளுக்கும் இடையிலான தொடர்புகள் குறித்தும் இந்திய தேர்தல் ஆணையம் தொடர்ச்சியாக கேள்வி எழுப்பிக்கொண்டிருக்கிற இந்த காலகட்டத்திலும் இது நடந்துகொண்டுதான் இருக்கிறது.[14]

பஞ்சாபில் காங்கிரஸ் கட்சியின் தேர்தல் பிரச்சாரத்திற்கு பொறுப்பேற்றிருந்த அதேகாலகட்டத்தில், உத்தரப்பிரதேசத் தேர்தலுக்கும் பிரசாந்த் கிஷோர் பொறுப்பேற்றிருந்தார். ஆரம்பம் முதலே, உத்தரப்பிரதேசத்தில் தேர்தல் பிரச்சாரம் சரியாக நடக்கவில்லை என்பது தெளிவாகத் தெரிந்தது. அப்போதுதான் காங்கிரசுக்கும் பிரசாந்த் கிஷோருக்கும் இடையில் கருத்து வேறுபாடுகள் இருந்தது தொடர்பாக செய்திகள் வெளியாகத் துவங்கின. பிரசாந்த் கிஷோரின் ஆலோசனைகள் எதையும் காங்கிரஸ் கட்சி செவிகொடுத்துக் கேட்பதில்லை என்றும் அதனால் தான் உத்தரப்பிரதேசத்தில் காங்கிரசால் வெல்லமுடியாமல் போனது என்றும் ஆதாரம் குறிப்பிடாமல் ஊடகங்களில் செய்திகள் வெளியாகின.[15]

சமூக ஊடகங்களைப் பயன்படுத்தி, செய்தி ஊடகங்களின் தலைப்புச் செய்திகளில் இடம்பெறுவதும், மக்களை ஒரு குறிப்பிட்ட திசையிலேயே சிந்திக்க வைப்பதும் தேர்தலில் வெல்வதற்கான ஒருங்கிணைந்த திட்டங்களின் ஒரு பங்குதான் என்பது எனக்குத் தெளிவாகப் புரிந்தது. மக்களிடையே நாம் செய்கிற பிரச்சாரம் குறித்தான ஒரு பரபரப்பை உருவாக்குவது எப்படியென்றும் ஒரு சிறப்பான பிரச்சாரத்திட்டதை வகுப்பது எப்படியென்றும் அங்குதான் நான் கற்றுக்கொண்டேன். அதற்கு மேல் பிரசாந்த் கிஷோரின் ஐபாக்கில் கற்றுக்கொள்ள வேறேதும் இல்லை. அரசியல் யூகங்களையும் உத்திகளையும் வகுப்பதற்கு பதிலாக, வெறுமனே மக்கள் தொடர்புப் பணியிலும் அதற்கேற்ப நிகழ்ச்சிகளை நடத்துவதிலுமே தான் ஐபாக் முழுமையாக ஈடுபட்டிருந்தது. நான் எதிர்பார்த்து வந்த உண்மையான களஅரசியல் எதையும் ஐபாக் போன்ற அரசியல் ஆலோசனை நிறுவனத்தில் எல்லாம் செய்யமுடியாது என்பதையும் உணர்ந்துகொண்டேன். நேரடியாக ஒரு அரசியல் தலைவரோடு பணிபுரிந்தால் தான் களஅரசியலைக் கற்றுக்கொள்ளமுடியும் என்பது எனக்குப் புரிந்தது.

களஅரசியலுக்குத் திரும்புதல்

பாஜகவின் தேர்தல் பிரச்சாரத்திற்கு நேரடியாகவே வேலை செய்வது என்று முடிவு செய்தேன். மணிப்பூர் மாநிலத் தேர்தலில் பாஜகவுக்காக பிரச்சாரப் பணிகளை மேற்கொள்ள மணிப்பூரின் இம்பால் நகருக்கு விமானத்தில் சென்றேன். தேர்தல் நடைபெறுவதற்கு ஆறு மாதங்கள் முன்னதாகவே அங்கே சென்று சேர்ந்தேன். இது பஞ்சாப் தேர்தல் பிரச்சாரப் பணிகளைவிடவும் மாறுபட்டதாக இருக்கும் என்று எனக்கு தெரிந்தது. பஞ்சாப் தேர்தலில் 150க்கும் மேற்பட்ட ஊழியர்களை தொகுதிவாரியாக பொறுப்புக் கொடுத்து, பிரசாந்த் கிஷோரின் ஐபாக் நிறுவனம் பணியமர்த்தியிருந்தது. பிரச்சார நிகழ்வு, சமூக ஊடகப் பிரச்சாரம், தகவல் திரட்டல், ஆய்வு, தரவு பகுப்பாய்வு என திட்டமிடப்பட்ட ஒவ்வொரு நிகழ்ச்சி நிரலுக்கும் ஏற்றவாறு குழுக்கள் அமைத்து, அதில் தன்னுடைய ஊழியர்களை இறக்கியிருந்தது ஐபாக் நிறுவனம். அதில் நானும் ஒருவனாக இருந்திருக்கிறேன். ஆனால், மணிப்பூர் தேர்தலுக்கோ நானும் இரஜத் சேதியும் மட்டுமே அங்கு வேலையைத் துவக்க சென்றிருந்தோம். மணிப்பூர் மாநிலத்துக்கே தொடர்பில்லாத நாங்கள் தான், புதிய குழுக்களை அமைத்து பிரச்சாரத்தை துவங்க வேண்டிய சூழல் இருந்தது. அப்போது மணிப்பூரில் இருந்த காங்கிரஸ் ஆட்சியின் அனைத்துவிதமான பிரச்சனைகளையும் தவறுகளையும் ஆய்வுசெய்து கண்டுபிடிப்பதற்காக மணிப்பூர் பல்கலைக்கழகத்தில் இருந்த ஆய்வு மாணவர்களைப் பயன்படுத்திக்கொண்டு எங்கள் பணியினைத் துவக்கினோம். காங்கிரஸ் ஆட்சிக்கு எதிரான "100 குற்றச்சாட்டுகள்" அடங்கிய பட்டியலைத் தயார் செய்து, அதனை பாஜகவின் பெருந்தலைவர்களை வைத்து அடுத்த சில மாதங்களில் வெளியிடுவது தான் எங்கள் திட்டம்.[16]

மாநிலம் முழுவதும் தொடர்ச்சியாக பிரச்சாரம் செய்வதற்கும் அந்த குற்றச்சாட்டுப் பட்டியல் பயன்படும் என்பது எங்கள் கணிப்பு.

> "மாநிலத்தில் 7 இலட்சத்திற்கு மேற்பட்ட படித்த இளைஞர்கள் வேலைகிடைக்காமல் தவிக்கிறார்கள். காங்கிரசின் ஊழல் நிறைந்த ஆட்சியினால் தனியார் தொழிற்சாலைகள் இயங்கமுடியாமல் தவிக்கின்றன. காசு வாங்கிக்கொண்டு அரசு வேலைகளுக்கு ஆட்களை

சேர்த்து, காங்கிரஸ் முதல்வர் இபோபி தன்னுடைய சொந்த பணப்பையை மட்டும் நிறைத்துக்கொள்கிறார்"

"73 பள்ளிகளில் ஒரேயொரு மாணவர் கூட இவ்வாண்டு நடந்த பத்தாம் வகுப்புத் தேர்வில் வெற்றிபெறவில்லை. ஒட்டுமொத்த மணிப்பூர் மாநிலத்திலும் இருக்கிற அரசு பள்ளிகளில் படித்த மாணவர்களில் பாதிக்கும் குறைவான மாணவர்களே தேர்ச்சி பெற்றிருக்கின்றனர். காங்கிரஸ் ஆட்சியில் கல்வியின் தரம் தொடர்ச்சியாக குறைந்து கொண்டே வருகிறது."

போன்ற பல குற்றச்சாட்டுகள் அந்தப் பட்டியலில் இடம்பெற்றன.

ஒவ்வொரு துறைவாரியாக அரசின் தோல்விகளை வெளிக்காட்டுவதாக அந்த ஆவணம் இருந்தது. வேலையில்லாத் திண்டாட்டம், ஊழல், அடிப்படைக் கட்டமைப்பை உருவாக்குவதில் அரசின் தோல்வி, தோற்றுப்போன கல்விமுறை, சட்ட ஒழுங்குப் பிரச்சனைகள், போலி என்கவுண்டர் படுகொலைகள் என பல்வேறு கோணத்தில் அந்த ஆவணம் தயாரிக்கப்பட்டது. பதினைந்து ஆண்டுகள் தொடர்ந்து மணிப்பூர் மாநிலத்தை காங்கிரஸ் கட்சியே ஆட்சி செய்துவந்ததால், அப்படியான பட்டியலைத் தயாரிப்பது எங்களுக்குக் கடினமான வேலையாக இருக்கவில்லை. சில உள்ளூர்க்காரர்களிடம் அந்தக் குற்றச்சாட்டு ஆவணத்தைக் கொடுத்து படிக்கச் சொன்னோம். அதைப் படித்த ஒவ்வொருவரும், தாங்கள் நினைத்ததைவிட மணிப்பூர் மாநிலம் மிகமோசமான சூழலில் இருப்பதை உணர்ந்ததாக ஒருமித்தகுரலில் எங்களிடம் கருத்துக் கூறினர். இதுதான் அடுத்து வரப்போகிற மணிப்பூர் சட்டமன்றத் தேர்தலுக்கான அடித்தளத்தை உருவாக்குவதற்குத் தேவையானதாக இருந்தது.

வரைகலை வடிவமைப்பாளர்கள், கார்டூனிஸ்ட்டுகள் மற்றும் இதர பிரச்சார ஊழியர்கள் என பலரையும் பணிக்கமர்த்தி, அடுத்த சில மாதங்களுக்கு சமூக ஊடகங்களில் பாஜகவிற்காக பிரச்சாரம் செய்வதற்கு புதிய குழுவை உருவாக்கினோம். பாஜகவின் மணிப்பூர் மாநில சமூக ஊடகக் கணக்குகள் அனைத்தையும் எங்களுடைய கட்டுப்பாட்டில் எடுத்துக்கொண்டோம். அவற்றை எங்களுடைய அலுவலகத்திலிருந்தே இயக்கி, அவற்றில் என்னென்னவெல்லாம்

வரவேண்டும் என்பதைத் நாங்களே தீர்மானிக்கத் துவங்கினோம். மணிப்பூர் மாநில சிம் கார்டுகள் சிலவற்றை கேட்டுப்பெற்றோம். அவற்றை வைத்துக்கொண்டு, எங்களுக்கு வழங்கப்பட்ட தொடர்பு எண்களை இணைத்துக்கொண்டு, ஏராளமான வாட்சப் குழுக்களை உருவாக்கினோம். புதிதாக உருவாக்கப்பட்ட சிறிய குழுவினால் மிகப்பெரிய வேலைகளை செய்வது எவ்வளவு கடினமாக இருக்கிறது என்பதை நேரில் இருந்து பார்த்து ஆரம்பத்தில் அதிர்ச்சியடைந்தேன். ஆனால் ஒரு பிரச்சார இயக்கத்தை துவக்கத்தில் இருந்தே கட்டமைப்பதை கற்றுக்கொண்டிருக்கிறேன் என்ற அளவில் எனக்கு மகிழ்ச்சியாகத் தான் இருந்தது. முதல் மூன்று மாதத்தில் முழுநேரமும் அங்கேயே தங்கியிருந்தவர்களில் மணிப்பூரைச் சாராத ஒரே ஆளாக நான் மட்டுமே இருந்தேன். இரஜத் சேதி கூட சில வாரங்களுக்கு ஒருமுறை தான் வந்துபோனார். பாஜகவின் மூத்த தலைவரான இராம் மாதவும், அசாம் மாநில நிதியமைச்சரும் பாஜகவின் வடகிழக்கு மாநிலங்களின் கூட்டணியான வடகிழக்கு ஜனநாயக முன்னணியின் ஒருங்கிணைப்பாளருமான ஹிமந்தா பிஸ்வா சர்மாவும் மாதமொருமுறை வருகை தந்தனர்.

ஆரம்பத்தில் பெரியளவுக்கு வேலைகள் இல்லாமல் பிரச்சாரம் மெதுவாகத்தான் நகர்ந்தது. தகவல் சேகரிப்பு, ஆய்வு, சமூக ஊடகங்களை நிர்வகிப்பது என சில வேலைகளை செய்யத் துவங்கினோம். ஆனால் களத்தில் நேரடியாக எந்த வேலையும் துவங்கப்படாததால் எங்களுக்கும் அதிகமான வேலைகள் இல்லாமல் இருந்தது. தேர்தல் நெருங்கிய போதோ, சரியாக உறங்கக்கூட முடியாத அளவிற்கு ஏகப்பட்ட வேலைகள் குவியத்துவங்கிவிட்டன.

"இது போக்குவரத்துக் காவல்துறை பணியைப் போன்றதல்ல, மாறாக இராணுவ வீரர்கள் செய்யும் பணியைப் போன்றது" என்று நான் ஐபாக்கில் பணிபுரிந்தபோது அதன் இயக்குநர்களில் ஒருவரான ரிஷி ராஜ் சிங் எங்களிடம் தெரிவித்தார். அதனை மணிப்பூரில் பணிபுரிகையில்தான் உணரத்துவங்கினேன். ஆரம்பகட்டத்தில் தினந்தோறும் செய்வதற்கெல்லாம் பெரிதாக எந்த வேலையும் இல்லை. தேர்தலில் பெரிய மாற்றத்தை ஏற்படுத்தும் அளவிற்கு சொல்லிக்கொள்ளும்படியான வேலைகள் எதுவும் நமக்குத் தரப்படவில்லையே என்று

அரசியல் ஆலோசனைப் பிரிவில் வேலைபார்த்தவர்கள் சலிப்பாகவே உணர்ந்திருந்தனர்.

ஊழியர்களுக்கு ஏதாவது வேலை கொடுக்கவேண்டும் என்பதற்காகவே ஏதேதோ வேலைகள் கொடுக்கப்பட்டன. அவர்களுக்கு கொடுக்கப்பட்ட வேலைகளெல்லாம் ஒன்றுக்கும் உதவாத வேலைகள் என்று தெரிந்தபோது அவர்களுக்கு வேலையில் பிடித்தம் இல்லை என்பதும் புரிந்தது. வேலை இருக்கிறதோ இல்லையோ, அதைப்பற்றி கவலைப்படாமல் அதிகமான ஆட்களை பிரச்சாரத்திற்கு பணியமர்த்தி, தயார் நிலையில் வைத்திருப்பது அரசியல் கட்சிகளின் வாடிக்கையான செயல். ஏனெனில் எப்போது கூடுதலான வேலை வரும் என்றும் எப்போது அதிகமான ஆட்கள் தேவைப்படுவார்கள் என்பதையும் கணிக்கமுடியாது.

பிரச்சாரம் ஒருகட்டத்தை எட்டியதும் அதிகமான ஊழியர்கள் தேவைப்பட்டனர். அவசரகாலத்தின் போது அதிகமான இராணுவ ஊழியர்கள் தேவைப்படுவதைப் போன்று, எங்களுக்கும் பிரச்சாரப் பணிகளுக்கு அதிகமான ஊழியர்கள் தேவைப்பட்டனர்.

இதனால் தான், 2015இல் பீகார் தேர்தல் பிரச்சாரத்தின் போதும், சரியான தருணத்திற்காக ஐபாக் ஊழியர்கள் அமைதியாகக் காத்திருந்தனர் என்பதை மணிப்பூர் தேர்தல் பிரச்சாரத்தின் போதுதான் புரிந்துகொண்டேன். அப்போது முசாஃபர்நகர் தேர்தல் பிரச்சாரத்தின் போது, “நிதிஷ்குமாரின் மரபணுவிலேயே ஏதோ பிரச்சனை இருக்கிறது” என்று பிரதமர் நரேந்திர மோடி கூறியிருந்தார்.

இப்படிப்பட்ட வாய்ப்பிற்காகத்தான் பிரசாந்த் கிஷோரும் காத்திருந்தார். ‘நிதிஷ் குமாரின் மரபணுவில் பிரச்சனை இருக்கிறது’ என்று மோடி கூறியதை அப்படியே கொஞ்சம் மாற்றிப்போட்டு, ‘ஒட்டுமொத்த பீகாரிகளின் மரபணுவே சரியில்லை’ என்று மோடி கூறியதாக பிரச்சாரம் செய்ய ஆரம்பித்தார் பிரசாந்த் கிஷோர்.[17] ஐபாக் களத்தில் இறங்கி அதனை அப்படியே பிரச்சாரத்திற்கு வெகுவிரைவாகப் பயன்படுத்திக்கொண்டது. பீகார் மக்கள் தங்களுடைய முடிகளையும் நகங்களையும் பிரதமர் மோடிக்கு அனுப்பும் போராட்டத்தை ஐபாக் நிறுவன ஊழியர்கள் பரப்பிவிட்டனர். அதன்படியே பீகார் மக்களும் முடியையும் நகத்தையும்

மோடிக்கு அனுப்பி, மரபணு பரிசோதனை செய்து தங்களது மரபணுவில் இருக்கிற பிழைகளைக் கண்டுபிடித்துச் சொல்லுமாறு மோடியைக் கேலி செய்தனர்.[18] அதேவேளையில், ஒட்டுமொத்த பீகாரிகளையும் அவமானப்படுத்திவிட்டதாக குற்றஞ்சாட்டி பிரதமர் மோடிக்கே நிதிஷ் குமார் கடிதம் எழுதினார். இதனைத் தொடர்ந்து பீகாரிகளின் பெருமையைப் பேசத்துவங்கி, அந்த பெருமைக்கான அடையாளமாக நிதிஷ்குமாரை முன்னிறுத்தி, ஐபாக்கும் நிதிஷ்குமாரும் ஒரு பிரச்சாரத்தை நடத்தினர். இறுதியாக "பீகாரிகளுக்கும் பீகாரிகள் அல்லாதோருக்கும்" இடையிலான சண்டையாக அது உருப்பெற்றுவிட்டது. இது நடந்தது 2015இல் பீகார் சட்டமன்றத் தேர்தலிலின் போது.

அரசியல் ஆதாயத்திற்காக தங்களுக்கு எதிராக தேர்தலில் இருப்போரின் வார்த்தைகளையும் அறிக்கைகளையும் திசைதிருப்பிப் பரப்புவதென்பது காலங்காலமாக இந்திய அரசியலில் நடப்பது தான். 2017 ஆம் ஆண்டில் குஜராத் சட்டமன்றத் தேர்தல் பிரச்சாரத்தின் போது, மோடியை ஒரு கீழ்த்தரமான மனிதர் என்று காங்கிரஸ் கட்சியின் மணிசங்கர் ஐயர் குறிப்பிட்டிருந்தார். அதனை, 'மோடியின் சாதியைச் சொல்லி மணிசங்கர் ஐயர் அவமானப்படுத்திவிட்டர்' என்று குஜராத் மக்களிடம் பரப்பி, தேர்தல் ஆதாயம் தேடிக்கொண்டது பாஜக. பிரதமர் மோடியை தனிப்பட்ட மனிதராக விமர்சித்த ஒரு சம்பவம், இப்படியாக பிரதமரின் சாதியை இழிவுபடுத்திவிட்டதாக திசைதிருப்பப்பட்டது. அதனை பெரும்பாலான மக்களிடம் கொண்டுசெல்லும் பணியினை ஊடகங்களும் செய்துவிட்டன.[19]

இப்படியான எந்த வாய்ப்பும் எங்களுக்கு மணிப்பூரில் கிடைக்காமல் இருந்தது. மணிப்பூர் முதல்வராக இருந்த காங்கிரஸ் கட்சியைச் சேர்ந்த ஓக்ராம் இபோபி சிங் எங்களை ஏறக்குறைய தோற்கடித்துவிட்டதைப் போலவே உணர்ந்தோம். மணிப்பூர் மக்களை உணர்வுப்பூர்வமாக தன்பக்கம் கட்டிப்போடும் விதமாகவே அவர் பேசிவந்தார். அதன்மூலம் பாஜகவிற்கு எதிரான ஒரு அலையே மணிப்பூரில் வீசிக்கொண்டிருந்தது.

2015 ஆம் ஆண்டு ஆகஸ்ட் மாதத்தில் 'நாகா அமைதி உடன்பாடு' என்கிற பெயரில் நாகாலாந்து சோசலிச

கவுன்சில் அமைப்புடன் பிரதமர் மோடி ஒரு ஒப்பந்தத்தில் கையெழுத்திட்டிருந்தார்.[20] அந்த ஒப்பந்ததில் என்ன எழுதப்பட்டிருக்கிறது என்பதை இந்திய அரசாங்கம் இரகசியமாகவே வைத்திருந்தது. ஆனால் பல்வேறு மாநிலங்களில் வாழ்ந்துவரும் நாகா இனமக்களை ஒருங்கிணைத்து முழு சுதந்திரத்தைக் கொண்ட ஒரு பிரதேசத்தை உருவாக்குவதே நாகாலாந்து சோசலிச கவுன்சிலின் பல ஆண்டுகால போராட்டத்தின் குறிக்கோளாகும். அவர்கள் உருவாக்க விரும்புகிற புதிய ஆட்சிப்பகுதியில் மணிப்பூரின் பெரும்பகுதிகளும் உண்டு. ஆக, மணிப்பூரைத் துண்டாக்கி, அதன் பகுதிகளை நாகாலாந்து மாநிலத்திற்குக் கொடுப்பதற்குத் தான் இந்த ஒப்பந்தத்தின் மூலம் பாஜக திட்டமிட்டிருக்கிறது என்று மணிப்பூர் மாநில முதல்வர் இபோபி தன்னுடைய தேர்தல் பிரச்சாரத்தின்போது மக்களுக்குத் தெரிவித்தார்.[21]

மணிப்பூரின் மிகக்குறைந்த நிலப்பரப்பில் மட்டுமே வாழ்ந்தாலும், ஒட்டுமொத்த மணிப்பூர் மக்கள்தொகையில் 53 சதவிகிதமாக இருக்கிற மெய்தி மக்கள் பாஜகவுக்கு எதிராகத் திரும்ப ஆரம்பித்திருந்தனர் என்பதை அப்போது நாங்கள் நடத்திய பல கருத்துக்கணிப்புகளும் தெளிவாகக் கோடிட்டுக் காட்டின. மாநிலத்தின் மொத்தமுள்ள 60 சட்டமன்றத் தொகுதிகளில் 40 தொகுதிகளை தீர்மானிக்கும் சக்தியாக மெய்தி இனமக்கள் தான் இருந்து வருகின்றனர் என்பது குறிப்பிடத்தக்கது.

நினைவில் நிற்கும் பிரச்சார செய்திகளை வடிவமைத்தல்

நம்முடைய பிரச்சார செய்திகள் சுருக்கமாகவும் மக்களின் மனதில் ஆழமாகப் பதியும் வகையிலும் வடிவமைப்பட வேண்டும் என்பதை உணர்ந்தோம். அப்படிச் செய்தபடியால் தான் 2014இல் பிரதமர் மோடியின் பிரச்சாரம் எடுபட்டது. நாங்கள் மணிப்பூர் காங்கிரஸ் அரசின் தோல்விகளாகப் பட்டியலிட்டு உருவாக்கிய குற்றச்சாட்டு ஆவணத்தில் எழுதப்பட்டிருந்தவற்றில் இருந்து எடுத்து, பிரச்சாரக் கூட்டங்கள் அனைத்திலும் அப்படியே திரும்பத் திரும்ப பாஜக தலைவர்கள் சுட்டிக்காட்டி பேசினர். அந்தக் குற்றச்சாட்டுப் பட்டியலில் இருந்தவற்றில் சுமார் பத்து குற்றச்சாட்டுகளையாவது

மக்களின் மனதில் மிக ஆழமாக பதியவைப்பதே எங்களது இலக்காக இருந்தது. அக்குற்றச்சாட்டுகளை அடிப்படையாகக் கொண்டு பிரச்சாரத்திற்காக நாங்கள் தயாரித்த பாடல்கள் அடிக்கடி வானொலிகளில் ஒலிபரப்பு செய்ய வைத்தோம். அப்பாடல்களை வீடியோ வடிவிலும் திரையிட்டுக்கொண்டே மணிப்பூர் முழுவதுமாக எங்களது பிரச்சார வாகனங்கள் சென்றுகொண்டிருந்தன. சில முக்கியமான சந்திப்புகளில் மட்டும் ஆங்காங்கே அந்த வாகனங்கள் நிறுத்தப்பட்டு, 17 நிமிட குறும்படம் திரையிடப்பட்டது. பத்திரிக்கைகளில் நாங்கள் வெளியிட்ட விளம்பரங்களில் கூட காங்கிரஸ் முதல்வரின் தோல்வியை ஒருவரித் தலைப்பாக வைத்து, அதன் கீழே "நாங்கள் வந்தால் இதனை மாற்றுவோம்" என்று குறிப்பிட்டிருந்தோம். 2014 ஆம் ஆண்டு நடந்த பாராளுமன்றத் தேர்தலின் போது உருவாக்கப்பட்ட பிரச்சார முழக்கங்களைப் போன்றே மக்களை ஈர்க்கும்விதமாக உருவாக்கினோம். தலைவர்களின் பேச்சுக்கள், வானொலி பாடல்கள், பிரச்சார வாகன குறும்படங்கள், பத்திரிக்கை விளம்பரங்கள் என அனைத்துமே ஒரே செய்தியைத்தான் திரும்பத்திரும்ப மக்களிடம் கொண்டு சேர்த்துக்கொண்டிருந்தன.

சுருக்கமாகவும் நினைவில் வைத்துக்கொள்ளும்படியாகவும் உருவாக்கப்படுகிற பிரச்சார செய்திகளின் வலிமையை அரசியலில் குறைத்து மதிப்பிடமுடியாது. இதனைச் செய்யத் தவறிய தேர்தல் பிரச்சாரங்கள் தோற்பது உறுதி. உண்மைகளை பக்கம் பக்கமாக அச்சடித்துக் கொடுத்தால் நினைவில் வைத்துக்கொள்வதே கடினம். பெரும்பாலான வாக்காளர்கள் அவற்றையெல்லாம் படிப்பார்கள் என்றும் எதிர்பார்க்க முடியாது. இரண்டு கட்சிகளுடைய இரண்டு பக்கத்து நியாயங்களையும் பார்த்து, அதில் எது சரியென முடிவெடுக்கும் அளவிற்கு நேரமோ பொறுமையோ பெரும்பாலான மக்களிடம் இருப்பதில்லை. எந்தக் கருத்து மிகப்பிரபலமாக இருக்கிறதோ, எந்தக் கருத்து தங்களுடைய காதுகளுக்கு இடைவிடாமல் வந்து சேர்கிறதோ, அதுதான் சரியான கருத்து என்று தீர்மானிக்கும் மனநிலைக்கு மக்கள் தள்ளப்பட்டிருக்கிறார்கள். அதனால், மற்றனைத்துக் கட்சிகளைவிடவும் மிகப்பிரபலமான வாக்குறுதியையும் கருத்தினையும் மக்களிடம் கொண்டுசெல்லவேண்டிய தேவை ஒவ்வொரு கட்சிக்கும் ஏற்பட்டுவிடுகிறது.

'அச்சே தின் ஆனே வாலே ஹைன்' (நல்ல நாட்கள் வரப்போகின்றன) மற்றும் 'ஆப்கி பார் மோடி சர்க்கார்' (இம்முறை மோடி அரசே) போன்ற வாசகங்கள் 2014 ஆம் ஆண்டு பாராளுமன்றத் தேர்தல் பிரச்சாரத்தில் பெரும் தாக்கத்தை ஏற்படுத்தின. மக்களின் கவனத்தை ஈர்க்கும் விதமான முழக்கங்களைப் பயன்படுத்துவது அரசியலுக்கு புதிதல்ல. 1971 தேர்தல் பிரச்சாரத்தின் போது, 'கரீபி ஹத்தாவோ, தேஷ் பச்சாவோ' (ஏழ்மையை ஒழிப்போம், தேசத்தைக் காப்போம்) என்கிற முழக்கத்தைப் பெரிதும் நம்பினார் இந்திரா காந்தி. அதே போன்று, இந்தியாவின் இரண்டாவது பிரதமராக இருந்த லால்பகதூர் சாஸ்திரியும் 'ஜெய் ஜவான், ஜெய் கிசான்' (இராணுவவீரர் வாழ்க, விவசாயி வாழ்க) என்கிற முழக்கத்தை முன்வைத்தார். பாகிஸ்தானுக்கு எதிரான கருத்தியலுக்கு ஆதரவைத் திரட்டவும், உணவுப்பற்றாக்குறையை சரிசெய்வதற்கு விவசாயிகளை உற்சாகப்படுத்தும்விதமாகவும் அம்முழக்கத்தை பயன்படுத்தினார் லால்பகதூர் சாஸ்திரி. அந்த முழக்கம் இன்றளவும் பல்வேறு சூழல்களில் பயன்படுத்தப்படுகின்றன.

அன்றைக்கு அத்தகைய முழக்கங்களை எல்லா தரப்பு மக்களுக்கும் எளிதில் கொண்டு சேர்ப்பதற்கான ஊடக வசதிகள் இல்லை என்பது மட்டும் தான், அன்றைக்கும் இன்றைக்கும் உள்ள ஒரே வேறுபாடு. முன்பெல்லாம் தலைவர்களுடைய பேச்சுக்களின் மூலமாக உருவாக்கப்பட்டு அனைத்திந்திய வானொலி மூலமாகத் தான் பிரச்சார முழக்கங்கள் மக்களைச் சென்றடைந்தன. ஆனால் இப்போதெல்லாம் பிரச்சார முழக்கங்களை உருவாக்குவதற்கும், அவற்றை மக்களிடையே பரப்புவதற்கும் கைதேர்ந்தவர்களை பணிக்கு அமர்த்திவிடுகின்றனர். தேர்தல் பிரச்சார முழக்கம் என்பது புதிதல்ல என்றாலும், அரசியல் ஆலோசனை நிறுவனங்களின் உதவியோடு தொலைக்காட்சி, வானொலி, அச்சு ஊடகங்கள், மேடைப் பேச்சுக்கள், சமூக ஊடகங்கள், தகவல் பரிமாற்றத் தளங்கள், தானியங்கி தொலைபேசி அழைப்புகள் போன்ற எண்ணற்ற வழிகளில் பிரச்சார முழக்கங்கள் கொண்டு செல்லப்படுகின்றன.

பிரச்சார செய்திகளை மிகுந்த கவனத்தோடு தயாரிக்க வேண்டும். அதன் உள்ளடக்கம் முக்கியம் தான் என்றாலும், அவற்றைத் தயாரிக்கும் நிறுவனங்கள் கவனமாகத் தயாரிக்க

வேண்டும் என்றாலும், அச்செய்திகளை எந்த வடிவத்தில் மக்களிடம் கொண்டு செல்லப்போகிறோம் என்கிற முறையான வடிவமைப்பும் மிகமுக்கியம். யாரிடம் என்ன செய்திகளைக் கொண்டு சேர்க்கிறோம் என்பதிலும் கவனம் செலுத்த வேண்டும். ஒரு பிரச்சார செய்தியை வாசிக்கிற ஒருவர், அதில் தனக்கு ஏதோ பயனுள்ளதாக சொல்லப்பட்டிருக்கிறது என்பதை உணரவேண்டும். அதனால் நம்முடைய பிரச்சார செய்திகளைப் பெறப்போகிறவர்களுக்கு ஏற்றவாறு வடிமைக்க வேண்டும். ஒரே பிரச்சார செய்தியை மாநிலத்தின் இருவேறு பகுதிகளுக்கும் ஒரேமாதிரியாக வடிவமைத்துவிடக்கூடாது. இருவேறு மக்களின் உணர்வுகளுக்கு ஏற்றவாறு மாற்றியமைக்க வேண்டும். மணிப்பூர் மாநிலத்தின் பல்வேறு பகுதிகளில் வாழும் மக்களில் சிலரை அழைத்து, நாங்கள் உருவாக்கிய பிரச்சார முழக்கங்களை அவர்களிடம் தனித்தனியே சொல்லிக்காட்டி, அவர்களின் கருத்தினை கேட்டறிந்தோம். அதேபோல, நாங்கள் உருவாக்கும் எந்தவொரு பிரச்சார செய்தியையும் வாட்சப் உள்ளிட்ட சமூக ஊடகங்களிலும் பெருமளவிற்கு பரப்புவதற்கு முன்னர், மிகக்குறைந்த மக்களுக்கு மட்டுமே அனுப்பிவைப்போம். எந்த பிரச்சார செய்திக்கு அதிக வரவேற்பு இருக்கிறது, என்னென்ன மாதிரியான எதிர்வினைகள் வருகின்றன என்பதையெல்லாம் அறிந்துகொண்ட பிறகே, இறுதியான பிரச்சார செய்திகளை பெருவாரியான மக்களுக்குப் பரப்புவோம்.

2014ஐப் பொறுத்தவரையிலும் அரசியல் ஆலோசனை நிறுவனம் உருவாக்கிய 'அச்சே தின் ஆனே வாலே ஹைஎன்' என்பது மிகச்சிறந்த முழக்கமாகத்தான் இருந்தது. ஆனால் அதற்குப் பின்னர் மிக மோசமான முழக்கங்களையெல்லாம் கூட அரசியல் ஆலோசகர்கள் உருவாக்கியிருக்கின்றனர். 2017 ஆம் ஆண்டு உத்தரப்பிரதேசத்தில் சமாஜ்வாதி கட்சியும் காங்கிரசும் இணைந்து தேர்தலை சந்தித்த போது, அகிலேஷ் யாதவின் தேர்தல் பிரச்சாரத்தை ஹார்வர்ட் பல்கலைக்கழகப் பேராசிரியரான ஸ்டீவ் ஜார்டிங் என்பவர் பொறுப்பேற்று கவனித்துக் கொண்டிருந்தார். 'உபி கோ யேஹ் சாத் பசந்த் ஹைஎன்' (உத்தரப்பிரதேசம் இவர்கள் இருவரின் கூட்டணியை விரும்புகிறது) என்கிற ஒரு பிரச்சார முழக்கம் தான் அப்போது பயன்படுத்தப்பட்டது. அம்முழக்கம் மோசமாக இருக்கிறதென்று சுட்டிக்காட்டி அவருக்கே நான் ஒரு மின்னஞ்சல் அனுப்பினேன். வாக்காளர்களுக்கு எவ்வித வாக்குறுதியையும் வழங்காத, எந்த

புதிய நம்பிக்கையும் கொடுக்காத ஒரு முழக்கமாகத்தான் அதைப் பார்த்தேன். கூட்டணியில் இணைந்த கட்சிக்காரர்களைத் தவிர, வேறு யாருக்கும் எந்த வாக்குறுதியையும் நம்பிக்கையையும் தராத ஒரு வாக்கியமாகத்தான் அந்த தேர்தல் முழக்கம் எனக்குத் தோன்றியது.

மணிப்பூர் தேர்தலுக்காக, 'பாஜக வரும், மாற்றங்களும் வரும்' என்று நாங்கள் ஒரு புதிய முழக்கத்தை உருவாக்கினோம். அனைத்து ஊடகங்கள் வழியாகவும் அந்த முழக்கத்தை தொடர்ச்சியாக மக்களிடம் கொண்டு சேர்த்தோம். குறிப்பாக தொலைக்காட்சிகளில் வெளியிடப்பட்ட அனைத்துப் பிரச்சார வீடியோக்களின் இறுதியிலும் அந்த வாசகம் தவறாமல் இடம்பெற்றது. அப்படியாக பணத்தை வாரி இறைத்து நடத்தப்பட்ட இடைவிடாத பிரச்சாரங்களினால் ஆட்சியமைக்கத் தேவையான தனிப்பெரும்பான்மை இடங்களில் வெற்றிபெற முடியாமல் காங்கிரசைத் தடுக்க முடிந்தது. ஏற்கனவே நாகாலாந்தில் நாகா மக்கள் முன்னணியுடனும், மேகாலயாவில் தேசிய மக்கள் கட்சியுடனும் பாஜக கூட்டணி அமைத்திருந்ததால், அக்கட்சிகள் ஆளுக்கு நான்கு தொகுதிகளில் பெற்ற வெற்றியின் உதவியுடன் பாஜகவினால் ஆட்சியமைக்க முடிந்தது. அவர்கள் அனைவருக்கும் அமைச்சரவையில் இடம்கொடுத்துவிட்டு ஆட்சியில் அமர்ந்துகொண்டது பாஜக. காங்கிரசில் அமைச்சராக இருந்த என்.பிரென் சிங் தேர்தலுக்கு சில மாதங்களுக்கு முன்பு காங்கிரசில் இருந்து வெளியேறி பாஜகவில் சேர்ந்திருந்தார். அவரையே மணிப்பூரின் புதிய முதல்வராக பாஜக பதவியேற்கவைத்தது.[22]

தேர்தலுக்கு முன்னர் நாங்கள் நடத்திய கருத்துக்கணிப்புகளில் பாஜவிற்கு மிகப்பெரிய வரவேற்பு இருப்பதாகவே தெரிந்தது. முதலமைச்சர் இபோபி தலைமையிலான காங்கிரஸ் அரசு 2002 இல் இருந்து ஆட்சியில் இருந்து வந்தது. அவருக்கு "மிஸ்டர் 10%" என்று ஒரு பட்டப்பெயரே இருந்தது. அவரை அப்படிக்குறிப்பிட்டு கொல்கத்தாவில் இருந்து அமெரிக்கத் தூதரகம் இரகசியக் குறிப்பொன்றை அமெரிக்க அரசிற்கு அனுப்பிய செய்தியை விக்கிலீக்ஸ் வெளியிட்டதும் குறிப்பிடத்தக்கது.[23] அந்தளவிற்கு அவருடைய பட்டப்பெயர் மிகப்பிரபலமானதாக இருந்தது. அவருடைய ஆட்சி ஊழல் நிறைந்ததாக இருப்பதாகவும், பல மனித உரிமை மீறல்கள்

நடந்திருப்பதாகவும், அதனால் மக்கள் ஒரு ஆட்சி மாற்றத்தை விரும்புவதாகவும் எங்களுடைய கருத்துக்கணிப்புகள் தெளிவாகவே எடுத்துக்காட்டின. காங்கிரஸ் ஆட்சிக்கு எதிரான அலை பாஜகவுக்கு சாதகமாக அமையும் என்பதே எங்களது கணிப்பாக இருந்தது. ஒரு ஆட்சி மாற்றத்திற்கு மக்கள் தயாராக இருப்பதையும் நாங்கள் அறிந்தோம். அதனால் பெரிய முயற்சியும் உழைப்பும் செலுத்தாமலேயே தேர்தலில் பாஜக வெல்லும் என்று நினைத்தோம். ஆனால் காங்கிரஸ் முதல்வராக இருந்த இபோபியை நாங்கள் குறைத்து மதிப்பிட்டுவிட்டோம் என்பது பின்னர் தான் புரிந்தது. தேர்தலுக்கு சில மாதங்களுக்கு முன்னதாக எங்கள் மீது அவர் கட்டவிழ்த்துவிட்டவை, நாங்கள் சிறிதும் எதிர்ப்பார்க்காதவையாக இருந்தது.

சமூகப் பிரிவினை எல்லைகள்

முதல்வரின் அரசியல் சூழ்ச்சி எங்களை வியப்பில் ஆழ்த்தியது. மணிப்பூரில் இருக்கும் ஒன்பது மாவட்டங்களில் ஏழு மாவட்டங்களை இரண்டாகப் பிரித்து, ஏழு புதிய மாவட்டங்களை உருவாக்கினார்.[24] அவர் பிரித்த பழைய மாவட்டங்களில் பெரும்பாலானவற்றில் நாகா பழங்குடி மக்கள் பெரும்பான்மையானவர்களாக இருந்தனர். நாகா பழங்குடி மக்களை சிறுபான்மையினராக மாற்றும் வகையில் திட்டமிட்டே புதிய மாவட்டங்கள் உருவாக்கப்பட்டிருக்கின்றன. மாநிலத்தில் தன்னுடைய பலம் குறைந்து கொண்டிருப்பதை கவனித்த முதல்வர், இப்படியானதொரு முடிவினை எடுத்திருக்கிறார். என்.பிரேன் சிங் மற்றும் இராபொத் போன்றோரும் காங்கிரசில் இருந்து விலகி தேர்தலுக்கு சில மாதங்களுக்கு முன்னர் தான் பாஜகவில் இணைந்திருந்தனர்.[25] நாகாலாந்து தேசிய சோசலிச கவுன்சில் என்கிற நாகா பழங்குடி மக்களின் அமைப்பும்கூட நாகா மக்கள் முன்னணிக்கு ஆதரவு தெரிவிப்பதாக அறிவித்திருந்தது. ஆகவே இவை அனைத்தும் சேர்ந்து, நாகா பழங்குடி மக்களின் வாக்குகளை அதிகளவில் பெறமுடியாத சூழலை காங்கிரசிற்கு உருவாக்கியது.[26] அதனால், நாகா பழங்குடி மக்களின் வாக்குளைப்பற்றிக் கவலைப்படாமல், மற்ற மலைவாழ் பழங்குடி மக்களின் வாக்குகளில் கவனம் செலுத்த காங்கிரஸ் முதல்வர் இபோபி தயாரானார். அதனால் தான் குகி

பழங்குடி மக்களுக்கு தனி மாவட்டத்தை உருவாக்கி, அவர்களின் நீண்டநாள் கனவை நிறைவேற்றினார்.

பாஜகவின் தேர்தல் பிரச்சாரத்தில் இருந்து மக்களின் கவனத்தை முழுவதுமாக இது திசைதிருப்பியது. மாநிலத்தின் நிலையும் தலைகீழாக மாற்றியது. மணிப்புரின் மலைப்பிரதேச மாவட்டங்களில் முக்கியமான அமைப்பாக விளங்கும் ஐக்கிய நாகா கவுன்சில்[27] இதற்கு கடுமையான எதிர்ப்பைத் தெரிவித்தது. மணிப்பூருக்குள் பொருட்களைக் கொண்டுவருவதற்குப் பயன்படும் தேசிய நெடுஞ்சாலையை மறித்துப் போராட்டம் நடத்தினர். இதற்கு முன்னர் மணிப்பூர் மாநிலத்தைச் சாராத மற்ற மாநிலத்து மக்கள் மணிப்பூருக்குள் நுழைய வேண்டுமென்றால் உள்நுழைவு அனுமதிச்சீட்டு வாங்க வேண்டும் என்று மணிப்பூர் அரசு மூன்று மசோதாக்களைக் கொண்டு வந்திருந்தது. அப்போதிலிருந்தே ஐக்கிய நாகா கவுன்சில் இந்த அரசை எதிர்த்துப் போராடிக் கொண்டு தான் இருந்தது. அந்த மசோதாக்களை மணிப்பூரின் பெரும்பான்மை சமூகத்து மெய்தி மக்கள் ஆதரித்தனர். ஆனால் அண்டை மாநிலங்களில் சொந்தங்களைக் கொண்டிருக்கும் மற்ற பழங்குடி மக்கள் அந்த மசோதாக்களை எதிர்த்தனர். இத்தகைய சூழலில் இப்படியாக மாவட்டங்களை பிரித்ததும், புதிய குழப்பமான மாவட்டங்களை உருவாக்கியதும் அம்மக்களை கோபத்திற்குள்ளாக்கியது. அதனால் மணிப்பூர் மாநில வரலாற்றிலேயே மிகநீண்டதொரு போராட்டத்தை தேசிய நெடுஞ்சாலையில் நடத்தினர்.[28] அதன்மூலம் மணிப்பூர் மாநிலத்தில் பல பொருட்களுக்குத் தட்டுப்பாடு ஏற்பட்டது. மணிப்பூர் தலைநகரான இம்பாலில் பெட்ரோல் விலை ஒரு லிட்டருக்கு 300 வரை உயர்ந்தது.[29]

இந்தப் பிரச்சனைக்கெல்லாம் பாஜக தான் காரணம் என்று முதல்வர் இபோபி குற்றஞ்சாட்டினார். பாஜக தான் நாகா பழங்குடி மக்களுக்கு ஆதரவாகவும் மணிப்பூரின் பெரும்பான்மை மெய்தி மக்களின் விருப்பத்திற்கு எதிராகவும் செயல்படுவதாக அவர் பிரச்சாரம் செய்தார். மத்தியில் ஆட்சியில் இருந்த பாஜகவினால் தேசிய நெடுஞ்சாலை மறிப்புப் போராட்டத்தைத் தடுக்கமுடியவில்லை என்கிற குற்றச்சாட்டும் வந்தது. மத்திய இராணுவப்படைகளை இறக்கவேண்டும் என்கிற கோரிக்கையும் எழுந்தது. ஏற்கனவே நாகாலாந்தில் நாகா மக்கள் முன்னணியுடன் கூட்டணி வைத்தது, நாகா

அமைதி ஒப்பந்தம் குறித்து வாயே திறக்காமல் இருப்பது, மணிப்பூர் உள்நுழைவுச் சீட்டு விவகாரத்திலும் அமைதி காப்பது, 139 நாட்களாக நடந்த தேசிய நெடுஞ்சாலை மறிப்புப் போராட்டத்தையும் தடுக்கமுடியாமல் போனது என பல்வேறு குற்றச்சாட்டுகளை பாஜகவின் மீது முதல்வர் வைத்தார். அது மணிப்பூர் மக்களின் உணர்வுகளைத் தூண்டும் விதமாகவும் இருந்தது. இவையெல்லாம் தேர்தலில் தாக்கத்தை ஏற்படுத்தியது. இறுதியாக நாங்கள் கணித்தபடியே மணிப்பூரின் 60 தொகுதிகளில் பாஜக 21 தொகுதிகளிலும், காங்கிரஸ் 28 தொகுதிகளிலும் வென்றன.[30]

இபோபியின் ஆட்சியில் நடந்த ஊழல்கள், சட்டம் ஒழுங்குப் பிரச்சனைகள் என அனைத்தையும் திசைதிருப்பி காலங்காலமாக மெய்தி மற்றும் நாகா இனக்குழுக்களுக்கு இடையே இருந்து வருகிற பகைமையைப் பயன்படுத்தி நடத்தப்பட்ட தேர்தல் பிரச்சாரமாக அது இருந்தது. நாகா மக்களுக்கு ஆதரவாக மட்டுமே பாஜக செயல்படுவதாக முதல்வர் இபோபி செய்த பிரச்சாரத்தில் உண்மை இல்லை என்றெல்லாம் எங்களுடைய தரப்பு வாதங்களை முன்வைத்துப் பார்த்தோம். இது மணிப்பூர் மக்களைத் திசைதிருப்பும் முதல்வர் இபோபியின் முயற்சியே என்றும் பிரச்சாரம் செய்துபார்த்தோம். ஆனால் அது மக்களிடையே எடுபடவில்லை. மிகக்குறைந்த சதவிகிதத்திலான மக்களே எங்களுடைய வாதத்தை நம்பினர் என்று கருத்துக்கணிப்புகள் தெரிவித்தன. உணர்ச்சிகரமான கருத்துகளால் உந்தப்பட்டே யாருக்கு வாக்களிக்க வேண்டும் என்று மக்கள் முடிவு செய்திருப்பதை புரிந்துகொண்டோம். தேர்தலில் நிற்பவர்களில் யார் சிறந்தவர்கள் என்று நம்புகிறார்களோ அவர்களுக்கே வாக்களிக்க வேண்டும் என்று மக்கள் முடிவு செய்துவிடுகின்றனர்.

மணிப்பூரின் பிரிவினைக்கு பாஜக ஒருபோதும் துணைபோகாது என்று மத்திய உள்துறை அமைச்சராக இருந்த ராஜ்நாத் சிங்கும் பிரதமர் மோடியும் மணிப்பூர் வந்தபோதே வாக்குறுதி கொடுத்திருக்கின்றனர்.[31] அதைவைத்து பெரும்பாலான வாக்காளர்களை எங்கள் பக்கம் திசைதிருப்ப முயற்சித்தோம். பதினைந்து ஆண்டுகாலமாக மக்களின் பணத்தைத் திருடியும், மாநிலத்தை அழித்துக்கொண்டும் இருக்கிற காங்கிரசை தோற்கடித்து மணிப்பூரைக் காக்க வேண்டும்

என்று பிரச்சாரம் செய்தோம். அச்செய்தியை மாநிலத்தின் அனைத்துத் திசைகளிலும் பிரச்சாரமாகக் கொண்டு சென்றோம். சமூக வலைத்தளங்களும், வாட்சப்பும், தொலைக்காட்சி விளம்பரங்களும், செய்தித்தாள்களின் முதல்பக்க விளம்பரங்களும் அதே செய்திகளைத் தாங்கிய பிரச்சாரங்களை தேர்தல் வரையிலும் மக்களிடையே கொண்டு சென்றன. காங்கிரசின் பிரச்சாரத்திற்கு பதில் தரும்விதத்தில் தர்க்க ரீதியான பதில்களை மக்களின் முன்பு வைப்பதை விடவும், இப்படியான தொடர் பிரச்சார உத்திகள் தான் பெரியளவிற்கு பலனளித்தன.

பணம் பாதாளம் வரை பாயும்

மணிப்பூர் தேர்தலின் மூலம் மிக முக்கியமான பாடத்தைக் கற்றுக்கொண்டோம். ஒரு தேர்தல் பிரச்சாரத்தில் ஆதிக்கம் செலுத்த வேண்டுமென்றால், மக்களிடம் பேசுபொருளைத் தீர்மானிப்பவர்களாக இருக்க வேண்டும். மக்களின் பேசுபொருளைத் தீர்மானிக்க வேண்டும் என்றால், மக்களின் உணர்வுகளைத் தூண்டி அதனை நமக்கேற்ற திசையில் கொண்டு செல்லவேண்டும். வாக்காளர்கள் குறித்த எல்லா தரவுகளும் தகவல்களும் ஒரு கட்சியின் விரல்நுனியில் இருப்பது மட்டும் போதுமானதல்ல. அந்தக் கட்சிக்கு எதிரான உணர்வுகளை மக்கள் கொண்டிருக்கக் கூடாது என்பதும் அவசியமானதாகும். இல்லையென்றால் தேர்தலில் வெல்ல முடியாது. தேர்தலில் வெல்வதற்கு பணமும் மிகமுக்கியமானது என்பது மற்றொரு பாடம். பிரச்சாரம் செய்வதற்கும் விளம்பரம் செய்வதற்கும் மட்டுமேயல்லாமல், வாக்காளர்களுக்குக் கொடுப்பதற்கும் பணம் தேவைப்படுகிறது. 2016 ஆம் ஆண்டு நவம்பர் 8 ஆம் தேதிதான்[32] பணமதிப்பிழப்பு திட்டம் அமல்படுத்தப்பட்டது. அதற்குப் பிறகு சில மாதங்களிலேயே (பிப்ரவரி 2017) உத்தரப்பிரதேசத் தேர்தலும் மணிப்பூர் தேர்தலும் ஒன்றாகவே நடைபெற்றது. எந்தத் தேர்தலை எதிர்கொள்வதாக இருந்தாலும் பணம் மிகவும் அத்தியாவசியமானது. பணமதிப்பிழப்புத் திட்டத்தை பிரதமர் மோடி அறிவித்தபோதே, தேர்தலை எதிர்கொள்வது குறித்த கவலை எங்களுக்கு வந்தது.[33] ஆனால் எங்களை எதிர்த்து தேர்தல் களத்தில் நிற்கிற கட்சிகளுக்குத் தான் எங்களைவிடவும் அதிகமான நெருக்கடி இருக்குமென்பது தான் எங்களுக்கு சாதகமான புள்ளியாக இருந்தது. ஆரம்பத்தில்

தேர்தல் செலவுக்கு வங்கிகளின் வாசலில் நிற்கவேண்டிய கட்டாயத்திற்கு தள்ளப்பட்டோம். அதுவும் ஒருநாளைக்கு 4500 ரூபாய் வரை தான் எடுக்க முடியும் என்கிற நிலையும் இருந்தது. ஆனால் போகப்போக கட்சிகளுக்கு பணம் வரத்துவங்கியது.[34]

2017 ஆம் ஆண்டு தேர்தலின் போது கோவா, பஞ்சாப், உத்தரகாண்ட், மணிப்பூர் மற்றும் உத்தரப்பிரதேசம் ஆகிய மாநிலங்களில் மட்டும் 2012 ஆம் ஆண்டைக் காட்டிலும் அதிகமான பணத்தை தேர்தல் ஆணையம் கைப்பற்றியது. ஆக, பணமதிப்பிழப்பு அறிவிக்கப்பட்ட காலத்திலும் தேர்தல் தொடர்பான செலவுகளுக்கு பணப்பற்றாக்குறை ஏற்படவில்லை என்பதை இதன்மூலம் புரிந்துகொள்ளலாம். 2012 ஆம் ஆண்டில் 50.78 கோடி ரூபாயினை தேர்தல் ஆணையம் கைப்பற்றியிருந்தது. ஆனால் அதுவே 2017 ஆம் ஆண்டில் 184.85 கோடி ரூபாயினைக் கைப்பற்றியது. அதேபோல 2012 ஆம் ஆண்டில் 37.26 இலட்சம் லிட்டர் அளவிலான மது பாட்டில்களை தேர்தல் ஆணையம் கைப்பற்றியிருந்தது. ஆனால் அதுவே 2017 ஆம் ஆண்டு தேர்தல் காலத்தில் 83.21 இலட்சம் லிட்டர் மது பாட்டில்கள் கைப்பற்றப்பட்டன. அதுமட்டுமில்லாமல் தங்கம், வெள்ளி மற்றும் இன்ன பிற விலையுயர்ந்த பொருட்களாக 52 கோடி ரூபாய் மதிப்பிற்கு தேர்தல் ஆணையம் கைப்பற்றியது. தேர்தல் ஆணையம் சிறப்பாக செயல்பட்டு அதிகளவிலான பணத்தைக் கைப்பற்றியதாகச் சொல்லப்பட்டாலும், அந்தளவுக்கு கணக்கில் வராத பணம் தேர்தல் காலத்தில் புழக்கத்தில் இருந்தது என்பதே முக்கியமாக கவனத்தில் கொள்ளவேண்டியிருக்கிறது. அதுவும் பணமதிப்பிழப்பு அறிவிக்கப்பட்ட மிகச்சில மாதங்களிலேயே என்பதும் குறிப்பிடத்தக்கது. புதிதாக அச்சடிக்கப்பட்டு வெளியான 2000 ரூபாய் நோட்டுக்கள் தான் பெரும்பாலும் கைப்பற்றப்பட்டது என்பதையும் கவனிக்க வேண்டும். மக்களுக்கே கிடைக்காத புதிய நோட்டுக்கள் எல்லாம் அவ்வளவு எளிதாக தேர்தல் காலத்தில் தேர்தல் செலவுக்கு புழக்கத்தில் வந்திருப்பதும் குறிப்பிடத்தக்கது.

அரசியலில் பணம் வகிக்கிற பங்கினைப் பார்த்தபிறகுதான், ஊழல் குறித்தான என்னுடைய பார்வையையே மாற்றியமைத்தது. அரசியல்வாதிகள் தான் நாட்டின் பெரும்பாலான ஊழலுக்குக் காரணம் என்று நினைத்திருந்தேன். ஆனால் மணிப்பூர் தேர்தலில் வேலை பார்த்தபோது தான், சில கோடிகளையாவது செலவு

செய்து பிரச்சாரம் செய்யாமல் தேர்தலில் வெல்வதெல்லாம் சாத்தியமே இல்லை என்பது புரிந்தது. இப்படியே தேர்தலில் நிற்கும் கட்சிகள், மக்களை பல ஆண்டுகளாகப் பழக்கிவைத்திருக்கிறார்கள். அதனால் தேர்தலுக்கு முன்னர் பணம் கொடுக்காத வேட்பாளருக்கு வாக்களிப்பது குறித்து மக்கள் சிந்திப்பது கூட இல்லாத நிலை ஏற்பட்டிருக்கிறது. அத்தகைய சூழலில் ஒரு நேர்மையான அரசியல்வாதியால் தேர்தலில் வெல்வதையெல்லாம் நினைத்துக்கூட பார்க்க முடியாது. தேர்தலில் கோடிக்கணக்கில் பணம் செலவழித்து வெல்பவர்கள், செலவிட்ட பணத்தை எடுப்பதற்காகவும் தனக்காகவும் ஊழல் செய்து பணம் சம்பாதிக்கிறார்கள். அது மட்டுமில்லாமல் அடுத்த தேர்தலின் போது செலவழிக்கவும் சேர்த்தே ஊழல் செய்கிறார்கள். அரசியல்வாதிகளின் பேராசையால் வாக்காளர்களின் மனநிலையில் ஏற்படுத்தப்பட்ட மாற்றமே தேர்தலில் ஊழலாகியிருக்கிறது. மணிப்பூரில் பணத்தைக் கொடுத்து வாக்குகள் வாங்கப்பட்ட விதமே இதுகுறித்த பெரிய தெளிவை எனக்கு உருவாக்கியது.

அரசியலின் மிக மோசமான களநிலவரத்தை அறிந்துகொள்வதற்கு மணிப்பூர் தேர்தல் அனுபவம் எனக்கு உதவியது. இன்னும் அதிகமாகக் கற்றுக்கொள்ளும் ஆர்வத்தையும் அது எனக்குள் தூண்டிவிட்டது. தேர்தல் மேலாண்மை என்கிற பணி என்னை அதிகமாகக் கவர்ந்தது. இந்தியத் தேர்தல்களில் மிகப்பெரிய பாதிப்புகளையும் மாற்றங்களையும் உருவாக்கும் திறன் கொண்டதாக தரவு பகுப்பாய்வு இருக்கிறது என்பதையும் எனக்கு உணர்த்தியது. தொகுதிவாரியாக மக்களைப் பற்றிய பல்வேறு தகவல்களையும் கருத்துக்கணிப்புகளின் மூலமாக பெறப்பட்ட தகவல்களையும் ஆய்வு செய்திருந்தேன். ஆனால் அதையும் தாண்டி இன்னும் நிறைய கற்றுக்கொள்ள இருந்திருக்கிறது. அதெல்லாம் அப்போது நான் அறிந்திருக்கவில்லை. மணிப்பூர் தேர்தல் முடிந்தபின்னர் அடுத்தடுத்த வேலைகளில் நான் நிறைய கற்றுக்கொண்டேன்.

3
தொழிற்நுட்பமும் டேட்டாவும்

2016 ஆம் ஆண்டு அமெரிக்காவில் நடந்த அதிபர் தேர்தலுக்குப் பின்னர் அங்கே தகவல் பாதுகாப்பு குறித்தும், தேர்தல் வெற்றிதோல்விக்காக தனிநபர் தகவல்கள் தவறாகக் கையாளப்படுவது குறித்தும் பெரிய விவாதங்கள் நடக்கத் துவங்கி இருந்தன. 2016 ஆம் ஆண்டு நவம்பர் மாதம் அமெரிக்க தேர்தல் முடிவுகள் வெளியானபோதே இரஷ்யாவின் தலையீடு குறித்த கேள்விகள் எழுப்பப்பட்டன. டொனால்ட் ட்ரம்ப் வெற்றி பெறுவதற்கு இரஷ்யா உதவியிருக்கிறதா என்று அறிவதற்கான விசாரணையும் துவங்கியிருக்கிறது.[1] பேஸ்புக்கில் இருந்து எடுக்கப்பட்ட இலட்சக்கணக்கான வாக்காளர்களின் தகவல்களைக் கொண்டு அவர்களின் தனிநபர் விருப்பு வெறுப்புகளை ஆய்வுசெய்து, அவர்களை பல குழுக்களாகப் பிரித்து, ஒவ்வொரு குழுவினருக்கும் ஏற்றவாறு விளம்பரங்களைக் காட்டி பிரச்சாரம் செய்ததாக வதந்திகள் பரவத் துவங்கின.

இதுகுறித்து, உலகின் வேறொரு எல்லையில் இருக்கும் இந்தியாவிலும் ஊடகங்கள் செய்தி வெளியிட்டன. ஆனால் அது மக்களிடையே பெரிய தாக்கத்தை அப்போது ஏற்படுத்தவில்லை. அமெரிக்கத் தேர்தலில் வாக்காளர்களை ஏமாற்றி வாக்குகளைப் பெறுவதற்கு லண்டனைச் சேர்ந்த கேம்பிரிட்ஜ் அனலிட்டிகா என்கிற நிறுவனம் தான் உதவியதாக 2018 ஆம் ஆண்டு மார்ச் மாதத்தில் செய்திகள் வெளியாயின. அப்போது தான் இந்தியாவில் இதெல்லாம் பெரிய விவாதமானது. ஏறத்தாழ

8.7 கோடி பேஸ்புக் பயனாளர்களின் தனிநபர் தகவல்களையும் அவர்களது விருப்பு வெறுப்புகள் குறித்த தகவல்களையும் கேம்பிரிட்ஜ் அனலிட்டிகா நிறுவனம் பேஸ்புக்கில் இருந்து எடுத்திருக்கிறது. இதெல்லாம் ட்ரம்பின் வெற்றிக்கு உதவுவதற்காக செய்யப்பட்டிருக்கிறது.[2]

பேஸ்புக் செயலி வழியாக பெறப்பட்ட தனிநபர் தகவல்களை எல்லாம் பயன்படுத்தி, மக்களுடைய சமூகப் பின்னலை அந்நிறுவனம் கண்டறிந்தது. பேஸ்புக் பயனாளர்களின் மனோநிலையையும் விருப்பு வெறுப்புகளையும் கண்டறியும் வகையிலான ஒரு செயலியை கேம்பிரிட்ஜ் பல்கலைக்கழகத்தின் தரவு விஞ்ஞானியான அலெக்சாண்டர் கோகன் என்பவர் உருவாக்கினார். அந்தச் செயலியின் பெயர் "திஸ் இஸ் யுவர் டிஜிட்டல் லைஃப்" என்பதாகும். ஒருவரின் வாழிடத்தையும், அவர் பேஸ்புக்கில் யாருக்கெல்லாம் எதற்கெல்லாம் விருப்பக்குறியிடுகிறார் என்பதையும், அவர் பேஸ்புக்கில் பகிர்வதையும் எழுதுவதையும் தகவல்களாகத் திரட்டுவதே அந்த செயலியின் வேலை. அதையெல்லாம் ஒன்றாக இணைத்து ஆய்வு செய்து, ஒரு குறிப்பிட்ட வாக்காளருக்கு எந்த மாதிரியான வாக்குறுதிகளைக் கொடுத்தால் அந்த வாக்குறுதியைக் கொடுக்கும் கட்சிக்கு வாக்களிப்பார் என்பதையும் அவர்கள் கண்டுபிடிக்கிறார்கள். அப்படியாக ஒரே மாதிரியான எண்ணங்களும் விருப்பங்களும் கொண்டவர்களுக்கெல்லாம் ஒரேமாதிரியான விளம்பரங்களை திட்டமிட்டு தொடர்ந்து காட்டிக்கொண்டே இருப்பார்கள். அதன்மூலமாக அவர்களை ஒருகட்சியின் வாக்காளர்களாக ஒட்டுமொத்தமாக மாற்றுவதே கேம்பிரிட்ஜ் அனலிட்டிகா நிறுவனத்தின் பணியாக இருந்திருக்கிறது. எந்தவொரு தேர்தலுக்கு முன்பும் யாருக்கு வாக்களிக்கலாம் என்று யோசித்துக்கொண்டே இருக்கிற வாக்காளர்கள் அதிகமான எண்ணிக்கையில் இருப்பார்கள் என்பதால் இத்தகைய உத்தியைப் பயன்படுத்தி அவர்களுக்கே தெரியாமல் அவர்களை ஒரு கட்சியின் ஆதரவாளர்களாக மாற்றும் மெகா திட்டம் தான் இது.[3]

இப்படியான முறைகேடுகள் குறித்த செய்திகள் வெளியே வந்தபிறகும், தனக்கும் இதற்கும் தொடர்பு இல்லை என்பது போலவே பேஸ்புக் நிறுவனம் அமைதிகாத்து தள்ளிநின்றது. ஆனால், பேஸ்புக் எப்படியாக இயங்கவேண்டும் என்றும்

அதன்மூலம் எப்படியெல்லாம் வருமானம் கிடைக்கவேண்டும் என்றும் பேஸ்புக் நிறுவனர் மார்க் சூக்கர்பர்க் இலட்சியமாக வைத்திருக்கிறாரோ, அதையொட்டியே தான் கேம்பிரிட்ஜ் அனலிட்டிகா நிறுவனமும் பேஸ்புக்கைப் பயன்படுத்தி செயல்பட்டிருக்கிறது என்பது குறிப்பிடத்தக்கது. 'இது தெரியாமல் நடந்த தவறு' என்றும் 'நம்பிக்கையை சிதைக்கும் வேலை' என்று கூறி மார்க் சூக்கர்பர்க் மன்னிப்பு கேட்டிருந்தார். ஆனாலும் பேஸ்புக் நிறுவனம் இயங்கும் விதமே அப்படித்தானே. அதன் பயனாளர்களின் விபரங்களையும் விருப்பங்களையும் நேரடியாகவோ மறைமுகமாகவோ விற்றுத்தானே அந்த நிறுவனம் இலாபம் பார்க்கிறது. அதை அவர் மறுக்கவோ மறைக்கவோ முடியாதே.[4]

தொடர்ச்சியாக பேஸ்புக் பயனாளர்களின் விருப்பத்திற்கும் பின்புலத்திற்கும் ஏற்ப விளம்பரங்களைக் காட்டுவதால், அவர்களின் மனதில் ஏற்படும் மாற்றங்கள் குறித்து 2012 ஆம் ஆண்டே பேஸ்புக் நிறுவனம் ஒரு ஆய்வு நடத்தியது. அப்போதிருந்தே இது போன்ற திட்டமிட்ட விளம்பரங்களினால் ஏற்படப்போகிற விளைவுகளை பேஸ்புக் அறிந்து தான் வைத்திருக்கிறது. 2012 ஆம் ஆண்டு ஜனவரி மாதத்தில் சுமார் ஒரு வாரத்திற்கு பேஸ்புக் பயனாளர்களின் டைம்லைனை பேஸ்புக்கில் பணிபுரியும் தரவு விஞ்ஞானிகளே திட்டமிட்டு தீர்மானித்தார்கள். இதை ஒரு ஆய்வாக பேஸ்புக் நிறுவனம் செய்தது. சுமார் 7 இலட்சம் பேஸ்புக் பயனாளர்களை அவர்களுக்குத் தெரியாமலேயே இந்த ஆய்வுக்கு பேஸ்புக் நிறுவனம் பயன்படுத்தியது. அவர்களில் சிலருக்கு மிகவும் மகிழ்ச்சியான நேர்மறையான பதிவுகளை மட்டுமே காட்டியது பேஸ்புக். வேறு சிலருக்கோ மிகவும் சோகமான துக்ககரமான செய்திகளை மட்டுமே அவர்களின் டைம்லைனில் காட்டியது பேஸ்புக் நிறுவனம். இதை ஒரு வாரம் முழுக்க பேஸ்புக் நிறுவனம் செய்தது. அந்த ஒரு வார ஆய்வுக்குப் பின்னர், யாருக்கெல்லாம் நேர்மறையான செய்திகள் காட்டப்பட்டதோ, அவர்களும் அதே போன்ற நேர்மறையான பதிவுகளையே பேஸ்புக்கில் எழுதினர், பகிர்ந்தனர். அதேபோல யாருக்கெல்லாம் சோகமான பதிவுகளை பேஸ்புக் காட்டியதோ, அவர்களெல்லாம் சோகமும் விரக்தியுமான பதிவுகளையே தங்களது பேஸ்புக் பக்கத்தில் எழுதினர், பகிர்ந்தனர்.[5] அதாவது பேஸ்புக் நினைத்தால் அதன் பயனாளர்களின் மனநிலையையும் உணர்வுகளையும்

கூட, விளம்பரங்களின் மூலமாக திட்டமிட்டே செயற்கையாக மாற்றியமைக்க முடியும் என்பது உறுதிசெய்யப்பட்டு விட்டது. அந்த ஆய்வு நடந்த ஆண்டு 2012. அன்றிலிருந்து பேஸ்புக்கைப் பயன்படுத்துபவர்களிடம் இருந்து அதிகளவிலான தனிநபர் விவரங்களை பேஸ்புக் சேகரிக்கத் துவங்கிவிட்டது. அதே போல பேஸ்புக்கைப் பயன்படுத்தி ஒவ்வொருவரின் விருப்பு வெறுப்புகளுக்கேற்ப காட்டப்படும் திட்டமிட்ட விளம்பரங்களின் எண்ணிக்கையும் பலமடங்காக உயர ஆரம்பித்துவிட்டது.

கேம்பிரிட்ஜ் அனலிட்டிகா மற்றும் அதன் இந்திய நிறுவனமான ஓவ்லினோ பிசினஸ் இன்டலிஜன்ஸ் பிரைவேட் லிமிடட்[6] ஆகியவற்றுடன் இணைந்து இந்தியத் தேர்தலிலும் முறைகேடு செய்ய முயற்சித்ததாக பாஜகவும் காங்கிரசும் ஒருவரையொருவர் மாற்றிமாற்றி குற்றஞ்சாட்டிக் கொண்டனர். 2017இல் நடந்த குஜராத் சட்டமன்றத் தேர்தலின்போது அந்த நிறுவனங்களின் உதவியை காங்கிரஸ் கட்சி பயன்படுத்தியதாகவும், இராகுல் காந்தியே நேரடியாக கேம்பிரிட்ஜ் அனலிட்டிகா நிறுவனத்தின் தலைமை செயல் அதிகாரியை சந்தித்ததாகவும் மத்திய தகவல் தொழிற்நுட்பம் மற்றும் சட்ட அமைச்சராக இருக்கும் பாஜகவின் இரவிசங்கர் பிரசாத் குற்றஞ்சாட்டினார்.[7] இந்தக் குற்றச்சாட்டு பரவலானதுமே கேம்பிரிட்ஜ் அனலிட்டிகாவின் தலைமை செயல் அதிகாரியை அந்த நிறுவனம் வெளியேற்றிவிட்டது. பேஸ்புக்கையும் அதன் உரிமையாளரான மார்க் சூக்கர்பர்கையும் கண்டித்து ஒரு பத்திரிக்கையாளர் சந்திப்பை நடத்தினார் மத்திய அமைச்சர் இரவிசங்கர் பிரசாத். இந்தியத் தேர்தல்களில் தலையிட்டால், மார்க் சூக்கர்பர்க்கை இந்தியாவுக்கு வரவழைத்து அவர் மீது சட்டரீதியான நடவடிக்கை எடுக்கப்படும் என்று இரவிசங்கர் பிரசாத் எச்சரித்தார்.[8]

உடனே செய்தி நிறுவனங்கள் பலவும் அதனைக் கையிலெடுத்தன. "அந்நிய 'கை' அம்பலமானது" என்றும் "பிரிட்டன்சதி" என்றும் தலைப்பிட்டு செய்திகள் வெளியிடத் துவங்கின. சமூக ஊடகங்களிலும் இணையத்திலும் *#ForeignHandExposed*[9] என்றும் *#BritishCasteConspiracy*[10] என்றும் ஹேஷ்டேகுகள் பரப்பப்பட்டன. ஆனால் இதெல்லாம் எந்தத் தீர்வை நோக்கியும் நகராமல் அப்படியே ஒரே வாரத்தில் அடங்கிவிடப்போகிறது என்பதை அரசியல் ஆலோசனை நிறுவனங்கள் அனைத்தும் எளிதில் அப்போதே

கணித்திருக்கக்கூடும். அரசியல் பழிவாங்கலை மட்டுமே நோக்கமாகக் கொண்டு தான், அது தொடர்பான தொலைக்காட்சி விவாதங்கள் நடைபெற்றன. ஆனால் அப்பிரச்சனையின் உண்மையான ஆணிவேர் குறித்தெல்லாம் எந்த தொலைக்காட்சி நிகழ்ச்சியும் மக்களுக்குப் புரியும் வகையில் தப்பித்தவறி கூட சொல்லிவிடவில்லை. உணவு, தண்ணீர், மின்சாரம், சுகாதாரம், வேலைவாய்ப்பு உள்ளிட்ட அத்தியாவசிய தேவைகளுக்காக அல்லல்பட்டும் அவதிப்பட்டும் திரிந்துகொண்டிருக்கிற எளிய மக்களுக்கு தனிநபர் தகவல் பாதுகாப்பெல்லாம் பெரிய பிரச்சனையாகத் தெரியவில்லை. அதனால் மக்கள் அதனைப் பெரிதாகக் கண்டுகொள்ளவில்லை என்பதும் குறிப்பிடத்தக்கது.

தொகுதிவாரியாக ஆய்வுசெய்தல்

ஏறத்தாழ கேம்பிரிட்ஜ் அனலிட்டிகா பிரச்சனை இந்தியாவில் வெடிப்பதற்கு ஓராண்டுக்கு முன்னதாக, மணிப்பூர் தேர்தலை ஓரளவுக்கு வெற்றிகரமாக முடித்துவிட்டு 2017 ஆம் ஆண்டு மார்ச் மாதத்தில் நாங்கள் டெல்லிக்குத் திரும்பினோம். 2018 ஆம் ஆண்டு பிப்ரவரி மாதத்தில் நடைபெறவிருந்த வடகிழக்கு மாநிலங்களின் தேர்தலுக்கான முன்தயாரிப்பு வேலைகளைத் துவக்கினோம். இம்முறை திரிபுரா, மேகாலயா மற்றும் நாகாலாந்து என மூன்று மாநிலங்களின் தேர்தல் பிரச்சாரங்களை நாங்கள் கவனித்தோம். மணிப்பூர் தேர்தல் பெற்ற பாடங்களை அடிப்படையாகக் கொண்டு டெல்லியில் ஒரு தரவு பகுப்பாய்வுக் குழுவை நாங்கள் உருவாக்கினோம். ஒவ்வொரு தொகுதி, அதில் வாழ்கிற மக்கள், அவர்களது இன்னபிற தகவல்களைத் திரட்டி ஆய்வு செய்வதற்காக அக்குழுவை உருவாக்கியிருந்தோம். தேர்தல் பிரச்சார உத்திகளைத் தீர்மானிக்க இக்குழுவும் அதன் ஆய்வு முடிவுகளும் உதவும் என்பது எங்கள் நம்பிக்கையாக இருந்தது. அப்போது வரையிலும் அரசியலில் பலவிதமான தரவுகளை சேகரித்து, ஆய்வு செய்து, அதன் ஆய்வு முடிவுகளை தேர்தலில் பயன்படுத்துவதால் தேர்தல் முடிவுகளில் மாற்றத்தை ஏற்படுத்த முடியும் என்பதெல்லாம் பெரியளவுக்கு விவாதப் பொருளானதில்லை. அரசியல் கட்சிகள் அதனை எப்படி பயன்படுத்துகின்றன என்பது குறித்தும் தேசிய ஊடகங்களுக்கு அதிகமாகத் தெரிந்திருக்கவில்லை.

நாங்கள் கணிப்பொறியில் பல புதிய ப்ரோகிராம்கள்(நிரல்கள்) எழுதினோம். சாதாரணமாக கணிப்பொறியின் உதவியில்லாமல் மனிதர்களால் அரசியல் களத்தில் பலநாட்கள் உழைப்பை செலுத்தி செய்யவேண்டிய பணிகளை எல்லாம் இத்தகைய கணிப்பொறி ப்ரோகிராம்களைக் கொண்டு சில மணிநேரங்களில் செய்யத் துவங்கினோம். அதற்கு பைதான் என்கிற ஒரு கணிப்பொறி மொழியைப் பயன்படுத்தினோம். சில ஆண்டுகளுக்கு முன்னர் மக்களவையில் எம்பிக்களால் கேட்கப்பட்ட கேள்விகளை அதன் இணையதளத்தில் இருந்து எடுப்பதற்கு இதே கணிப்பொறி மொழியில் தான் ப்ரோகிராம் எழுதியிருந்தேன் என்பது குறிப்பிடத்தக்கது. இதற்கு முன்னர் நடைபெற்ற தேர்தல்களில் யார் யாரெல்லாம் போட்டியிட்டார்கள், எங்கெங்கு எவ்வளவு வாக்குகள் பெற்றார்கள், எந்தெந்த தொகுதிகளில் என்னென்ன சாதி-மத-இன-மொழி அடையாளங்களைக் கொண்ட மக்கள் எவ்வளவு எண்ணிக்கையில் வாழ்கிறார்கள் போன்ற பல தகவல்களை தொகுதிவாரியாக அந்த கணிப்பொறி ப்ரோகிராம் பல்வேறு இணையதளங்களில் தேடிச் சேகரித்தது. சமீபத்தில் எடுக்கப்பட்ட கருத்துக்கணிப்பு முடிவுகளோடு வரலாற்றுத் தகவல்களையும் இணைத்து, ஒவ்வொரு தொகுதியில் யார் வெல்வதற்கான வாய்ப்புகள் அதிகம் என்றும், எதைப் பிரச்சாரம் செய்தால் ஒருதொகுதியில் எளிதாக வெல்ல முடியும் என்றும் கண்டறிவதற்கு அந்த கணிப்பொறி ப்ரோகிராம்களே எங்களுக்கு உதவின.

நாங்கள் உருவாக்கிய அந்த கணிப்பொறி ப்ரோகிராம்கள் எங்களுக்கு வாக்குச்சாவடிவாரியான தகவல்களையும் ஆலோசனைகளையும் வழங்கின. அதாவது ஒரு வாக்குச்சவடியில் மற்ற கட்சிகள் அனைத்தைவிடவும் நாங்கள் அதிகமான வாக்குகளைப் பெறுவோம் என்றால் "சாதகமானது" என்றும், கடும்போட்டி இருக்கலாம் என்றால் "சமமான போட்டி நிறைந்தது" என்றும், கடும் போட்டி இருந்தாலும் வெல்வதற்கான வாய்ப்புகள் கொஞ்சம் குறைவுதான் என்றால் "சமமில்லாத போட்டி" என்றும், வெல்வதற்கு வாய்ப்பே இல்லை என்றால் "கடினமானது" என்றும் வாக்குச்சாவடிவாரியாக எங்களுக்கு அந்த கணிப்பொறி ப்ரோகிராம்கள் சொல்லிவிடும். இதேபோன்று தொகுதி வாரியாகவும் அந்த கணிப்பொறி ப்ரோகிராம்கள் ஒரு பட்டியலை எங்களுக்கு வழங்கிவிடும். இதன் மூலம், எந்தெந்த தொகுதியிலெல்லாம் எளிதாக வெற்றிபெறுவோம் என்றும்,

எங்கெல்லாம் கடின உழைப்பு தேவைப்படுகிறது என்றும் எங்களுக்குத் தெரிந்துவிடும். ஆக, ஒவ்வொரு தொகுதிக்கேற்ப பிரச்சார உத்திகளையும், பணத்தை செலவிடும் முறைகளையும் வடிவமைக்க எங்களால் முடியும். நாங்கள் உருவாக்கிய இந்த கணிப்பொறி ப்ரோகிராம்கள் ஏதோ ஒரேவொரு முறைதான் எங்களுக்கு ஆலோசனை வழங்கும் என்பதல்ல. தேர்தல் நெருங்கும் வேளையில் பல்வேறு கருத்துக்கணிப்புகள் நடைபெறும். வாக்குச்சாவடி மற்றும் தொகுதி வாரியாக பல களஆய்வுகள் நடத்தவும், அவ்வப்போது கருத்துக்கணிப்புகள் நடத்தவும் நாங்கள் தனிக்குழு வைத்திருக்கிறோம். அக்குழு கொடுக்கிற தகவல்களையும் எடுத்துக்கொண்டு, அவ்வப்போது எங்களுக்கு ஆலோசனைகளையும் சாதக-பாதக நிலைகளையும் அந்த கணிப்பொறி ப்ரோகிராம்கள் வழங்கிக் கொண்டே இருக்கும். எங்களுடைய தேர்தல் பிரச்சாரம் சரியான பாதையில் தான் பயணிக்கிறதா என்பதையும் எங்களால் தெரிந்துகொள்ளமுடியும். எங்களுடைய பிரச்சாரத்தில் ஏதும் தவறுகள் இருந்தால் தேர்தலுக்கு முன்பாக பிரச்சாரப் பயணத்தின் நடுவிலேயே திருத்திக்கொள்ளவும் அது வாய்ப்பாக அமையும்.

தகவல் சேகரிப்பில் கருத்துக்கணிப்புகள் நமக்கு பெரும் உதவிகரமான ஒரு வழிமுறையாக இருந்தாலும் கூட, நடைமுறையில் அதனைச் செய்வதில் பல சிக்கல்கள் இருப்பதை மணிப்பூர் தேர்தல் பிரச்சாரத்தின் போது உணர்ந்தோம். ஒவ்வொரு பகுதியிலும் எத்தனை பேரை சந்தித்து கருத்துகளைக் கேட்கவேண்டும் என்று பலகட்ட ஆய்வுகளைச் செய்து ஒரு முடிவுக்கு வந்தாலும், களத்தில் கருத்துக்கணிப்பை நடத்துகிறவர்கள் நாம் விரும்பும்படியே தான் கருத்துக்கணிப்பை நடத்துவார்கள் என்று எதிர்பார்க்க முடியாது. சில இடங்களில் அதிகமானோரிடம் கருத்து கேட்டுவிடுவார்கள், சில இடங்களில் குறைவானோரிடம் கேட்டுவிடுவார்கள். இரண்டுமே பிரச்சனைதான். இப்படி நடக்கிற சிறுபிழைகள் கூட, உண்மையான களநிலவரத்தை நமக்குச் சொல்லாமல் போக வாய்ப்பிருக்கிறது. அதனால் கருத்துக்கணிப்பு கேட்கும் பணியைச் செய்வோரிடம், எங்களது கோரிக்கைகளை மிகவிரிவாகக் குறிப்பிட்டுத் தான் அவரிடம் அந்த வேலையைக் கொடுப்போம். ஒவ்வொரு பகுதியிலும் மொத்தமாக எத்தனை பேரிடம் கருத்து கேட்கவேண்டும், அவர்களில் ஒவ்வொரு சாதியிலும் மதத்திலும் இனத்திலும் பழங்குடிக் குழுவிலும்

வயதுப் பிரிவினரிலும் தனித்தனியாக எத்தனை பேரிடம் தகவல் சேகரிக்க வேண்டும் என்கிற தகவல்களைக் கொடுத்து தான் அவர்களைக் கருத்துக்கணிப்பு நடத்தப் பணித்தோம். ஒரு சில இடங்களில் எங்களின் எதிர்பார்ப்பை பூர்த்தி செய்யமுடியாமல் கூட போகலாம். அப்போது மட்டும் இயல்பாக்குதல் என்கிற ஒரு முறையைப் பயன்படுத்தி ஓரளவுக்கு சரிசெய்தோம். அதன்மூலம் ஒரு பகுதியில் மட்டும் ஒரு இனக்குழுவின் கருத்து தேவைக்கு அதிகமாக கருத்துக்கணிப்பில் இடம்பெற்று தவறான களநிலவரத்தைச் சொல்வதை எங்களால் தடுக்கமுடிந்தது.

கணிப்பொறி ப்ரோகிராம்களை முன்கூட்டிய சிறப்பாக நாங்கள் உருவாக்கிவிட்டதால், இதில் பலவேலைகள் எங்களுக்கு எளிதாகத் தான் இருந்தன. ஆனால் உண்மையாகவே கருத்துக்கணிப்புகள் நடத்தி தகவல்களை சேகரிக்கும் நிறுவனத்தைக் கண்டறிவது மட்டும் தான் கடினமான வேலையாக இருந்தது. எத்தனை பேரிடம் கருத்துக்கணிப்பு கேட்டு தகவல் சேகரிக்கிறார்களோ அதற்கேற்ப அந்த நிறுவனங்களுக்கு பணம் கொடுக்கவேண்டும். அதனால் அவர்கள் பொதுவாகவே ஐந்து பேரிடம் கருத்துக் கேட்டுவிட்டு, அவர்களாகவே கொஞ்சம் பதில்களை அப்படி இப்படி மாற்றி இருபது பேரிடம் கருத்துக் கேட்டதாக எழுதிவிடுவார்கள். மொபைல் செயலிகளின் வழியாக மக்களிடம் தகவல் சேகரிக்கலாம் என்றாலும் அதுவும் மனதின் ஆழத்திலிருந்து அவர்கள் கொடுத்த பதில்களாக இருப்பதில்லை. அதற்கு ஒரு மிகமுக்கியமான காரணமும் இருக்கிறது. நேரடியாக கருத்துக் கேட்கும்போதும் வரிசையாக எழுதிவைத்த கேள்விகளை அப்படியே கேட்டு, அதற்கான பதில்களைப் பெற்றாலும் அவர்களின் மனதின் ஆழத்திலிருந்து பெற்ற பதில்களாக இருப்பதில்லை என்பதை அறிந்துகொண்டோம். ஒருவரிடம் யதார்த்தமாகப் பேச்சுக்கொடுத்து, ஒரு உரையாடலைத் துவக்கி, நாம் கேட்க நினைக்கிற கேள்விகளை அந்த உரையாடலுக்கு இடையில் ஆங்காங்கே அவர்களுக்கே தெரியாமல் கேட்டு பதிலைப் பெற்றால் தான் உண்மையான பதில்கள் நமக்குக் கிடைக்கும். அதுபோன்ற உரையாடல் மூலம் கருத்துக்கணிப்பு நடத்தும் முறையினை ஆன்லைனிலோ, மொபைல் செயலி வழியாகவோ நடத்திவிட முடியாது. அதனால் தான் ஆன்லைன் கருத்துக்கணிப்புகள் நடத்துவதை நாங்கள் விரும்புவதில்லை. ஆக, நேரடியாக உரையாடல் நடத்தி ஒவ்வொருவரின் கருத்தையும் கேட்டு முடித்ததும், தாங்கள் வைத்திருக்கும் கேள்வி-பதில்

தாளில் உரையாடல் மூலம் பதில்களை நிரப்பும் வேலையை கருத்துக்கணிப்பு நடத்துவோர் செய்ய வேண்டும்.

இப்படியாக மிகத்துல்லியமாகவும் நாங்கள் விரும்பியபடியும் கருத்துக்கணிப்பு நடத்தும் நம்பிக்கையான ஒரு நிறுவனத்தை பலகட்ட தேர்வுகளுக்குப் பின்னர் கண்டறிந்தோம். கருத்துக்கணிப்பில் பதில் சொன்னவரின் தொலைபேசி எண்ணையும் கேட்டுவாங்குமாறு கருத்துக்கணிப்பை நடத்தும் நிறுவனத்திடம் அறிவுறுத்தியிருந்தோம். நாங்கள் ஒரு கால் சென்டரை உருவாக்கினோம். எங்களுக்கு கருத்துக்கணிப்பு நிறுவனம் கொடுத்த பதில்களில் சிலவற்றை எடுத்து, அந்த பதில்களைக் கொடுத்தவர்களின் தொலைபேசி எண்ணுக்கு அழைத்து, அவர்கள் உண்மையிலேயே கருத்துக்கணிப்பில் பங்கெடுத்தார்களா என்பதையும் அவர்கள் கொடுத்த பதில்கள் உண்மையானதுதானா என்பதையும் சரிபார்க்கும் வேலையை அந்த கால் சென்டர் செய்தது. இப்படியொரு கால்சென்டரின் மூலம் சில பதில்களை சரிபார்க்கிறோம் என்கிற விவரம் தெரிந்ததுமே, கருத்துக்கணிப்பு கேட்கும் வேலையை செய்யும் நிறுவனங்கள் பயந்தபடியே நேர்மையாக வேலைசெய்தார்கள். அதனால் நாங்கள் எதிர்பார்த்தது போலவே கருத்துக்கணிப்புகள் நேர்மையாக நடைபெற்றன.

இப்படியாகத் திரட்டப்பட்ட தகவல்களை எல்லாம் வைத்துக்கொண்டு 2017 ஆம் ஆண்டு ஆகஸ்ட் மாதம் திரிபுரா மாநிலத்திற்குப் புறப்பட்டேன். அடுத்ததாக நடைபெறப்போகிற தேர்தலில் திரிபுரா தான் எங்களது மிகமுக்கியமான இலக்காக இருந்தது. நாகாலாந்து தேர்தலில் பாஜகவிற்கு நல்ல வாய்ப்பு இருந்ததை நாங்கள் அறிவோம். ஏற்கனவே ஆட்சியில் இருந்த நாகா மக்கள் முன்னணியில் பாஜக அங்கம் வகித்த கட்சி என்பதால், நாகாலாந்தில் பாஜக மிகச்சிறிய கட்சியெல்லாம் இல்லை. நாகா மக்கள் முன்னணியைச் சேர்ந்த எம்பியான நெபியு ரியோ தான் நாகாலாந்தின் ஒரே எம்பியாவார். ஆளும் கட்சியில் இருந்து பிரிந்து அவர், தேசிய ஜனநாயக முற்போக்குக் கட்சி என்கிற ஒரு புதிய கட்சியைத் துவங்கினார். அவர் பாஜகவையும் நாகா மக்கள் முன்னணியின் கூட்டணியில் இருந்து வெளியே வர அழைப்பு விடுத்தார். அதன்படி பாஜகவும் அவருடைய புதிய கட்சியுடன் நாகாலாந்தில் கூட்டணி அமைத்தது.[11]

மேகாலயாவில் வாழும் ஒட்டுமொத்த மக்களில் 74% கிருத்துவர்கள் என்பதால், அங்கே பாஜக தனித்து ஆட்சியைப் பிடிப்பது மிகப்பெரிய சவாலாகத்தான் எப்போதும் இருக்கும்.[12] மேகாலயாவில் இருக்கிற அறுபது சட்டமன்றத் தொகுதிகளில் சுமார் ஆறு தொகுதிகளைத் தான் பாஜக பிடித்தது. பின்னர் கொன்ராட் சங்க்மாவின் தேசிய மக்கள் கட்சியுடன் கூட்டணி வைத்து ஆட்சியில் இணைந்து கொள்ளலாம் என்பது தான் எங்களுடைய ஒரே எதிர்பார்ப்பு.

மேகாலாயா மற்றும் நாகாலாந்து போலல்லாமல், திரிபுராவில் பாஜக தனித்துப் போட்டியிட்டு வெற்றி பெற்றே ஆகவேண்டும் என்கிற உறுதியில் இருந்தது. அதற்கு முன்னர் 2013 ஆம் ஆண்டில் நடைபெற்ற திரிபுரா சட்டசபைத் தேர்தலில் வெறுமனே 1.54% வாக்குகள் தான் பாஜக பெற்றிருந்தது. அதிலும் ஒரேயொரு தொகுதியைத் தவிர மாநிலத்தின் அனைத்துத் தொகுதிகளிலும் தேர்தல் வைப்பு நிதியைக் கூட தக்கவைக்கமுடியாத அளவிற்கு பாஜக தோற்றுப்போயிருந்தது குறிப்பிடத்தக்கது. ஆனால் இம்முறை திரிபுரா தேர்தலில் சிறப்பாக செயல்பட்டாக வேண்டும் என்று பாஜக உறுதி பூண்டிருந்தது.[13] ஒருவேளை பாஜக திரிபுராவில் வெற்றிபெற்றால், சிபிஐ(எம்) என்கிற இந்திய கம்யூனிஸ்ட் கட்சி (மார்க்சிஸ்ட்) இன் இருபத்தைந்து ஆண்டுகால இடைவிடாத ஆட்சியை முடிவுக்குக் கொண்டுவந்ததாகும்.

மாணிக் சர்க்கார் என்கிற ஒருவர் தான் சுமார் இருபது ஆண்டுகளாக திரிபுராவின் முதல்வராக இருந்து வந்திருக்கிறார். அவர் மிகவும் எளிமையான மனிதர். நேர்மையாகவும் உண்மையாகயும் ஆட்சி செய்து மக்களின் மனதில் வலுவான ஒரு நம்பிக்கையைப் பெற்றிருக்கிறார். பல்வேறு போராட்டக் குழுக்களினால் நிலவிவந்த வன்முறை சூழல்களையெல்லாம் மாற்றி, அந்த மாநிலத்தில் அமைதியைக் கொண்டுவந்த பெருமையும் அவருக்கு உண்டு.[14] மக்களின் அசாத்தியமான நம்பிக்கையைப் பெற்றிருக்கிற அப்படியொரு வல்லமைமிக்க மனிதருடன் போட்டியிடுவது எளிதான காரியமல்ல. அதேபோல தத்துவார்த்த ரீதியாகவும் இருவேறு எல்லைகளில் எதிரெதிர் துருவங்களாக இருக்கிற பாஜகவும் சிபிஎம் கட்சியும் நேருக்குநேர் போட்டியிடுகிற தேர்தலாகவும் அது இருக்கப்போகிறது என்று நாங்கள் புரிந்துகொண்டோம். ஏற்கனவே அவ்விரண்டு

கட்சிகளும் கேரளா மற்றும் மேற்குவங்கத்தில் களத்தில் நேருக்கு நேர் சண்டையிட்டுக்கொண்டிருக்கின்றன.[15] அதனால் எப்படியாவது திரிபுராவில் வெற்றிபெற்றே ஆகவேண்டும் என்று பாஜக நினைத்தது.

தகவல் சேகரிப்பு, தரவுகளின் ஆய்வு ஆகியவற்றையெல்லாம் செய்யும் போதே, அதையெல்லாம் அழகான விளக்கப்படங்களாகவும் வரைபடங்களாகவும் மாற்றினால் நன்றாக இருக்குமென நினைத்தோம். திரிபுரா மாநில வரைபடத்தைக் காட்டுவது போலவும், அதில் ஒரு குறிப்பிட்ட தொகுதியையோ வாக்குச்சாவடியையோ தொட்டால், அதுகுறித்து நாம் சேகரித்தும் ஆய்வுசெய்தும் வைத்திருக்கிற தகவல்கள் தெரிவது போலவும் கணிப்பொறி மென்பொருள்கள் உருவாக்கவேண்டும் என்று விரும்பினோம். அப்படிக் காட்டினால் தான் கட்சியின் உயர்மட்டத் தலைவர்களுக்கு அதிகமான விளக்கமே இல்லாமல் எளிதில் புரியும். அதற்காக ஒரு தனியார் நிறுவனத்தின் உதவியுடன் ஒரு மொபைல் செயலியை உருவாக்கினோம். தகவல்களும் கணிப்பொறி மென்பொருள்களும், மொபைல் செயலியும் ஒரு சில வாரங்களிலேயே தயார் செய்துவிட்டோம். திரிபுரா தலைநகரான அகர்தலாவில் இராம் மாதவை சந்தித்தேன். அவருடைய திரிபுரா பயணத்தின் போதே, அவருடன் இணைந்து திரிபுராவில் இருக்கும் எட்டு மாவட்டங்களில் நான்கு மாவட்டங்களுக்குச் சென்று, மாவட்ட அளவிலான தலைவர்களைச் சந்தித்தேன். அதுவரையிலும் திரிபுரா தொடர்பாக நாங்கள் சேகரித்து வைத்திருக்கிற தகவல்கள், அதன் அடிப்படையிலான ஆய்வு முடிவுகள், அவற்றை விளக்கப்படங்களாகக் காட்டும் மொபைல் செயலி என அனைத்தையும் அவரிடம் காட்டி விளக்கினேன். கட்சியின் உயர்மட்டத் தலைவர்களுக்கு உதவும் என்கிற அடிப்படையில் தான் அந்த மொபைல் செயலியை உருவாக்கி மாதவிடம் காட்டினேன். ஆனால் அவரோ, கட்சியின் தேர்தல் செயல்வீரர்கள் கூட்டத்திலேயே அனைவரிடமும் காட்டி, அவர்களை உற்சாகப்படுத்துவதற்குப் பயன்படுத்தினார்.

அகர்தலாவில் இருந்து வெகுதூரத்தில் இருக்கும் மாநிலத்தின் பகுதிக்கு ஹெலிகாப்டரில் சென்றுவிட்டு, அங்கிருந்து ஒவ்வொரு மாவட்டமாக சாலைவழியாகவே காரில் வருவது தான் எங்களது திட்டம். இரண்டு எஞ்சினைக் கொண்ட

பவன் ஹாப்ஸ் என்கிற ஹெலிகாப்டரில் திரிபுராவின் வடகிழக்கு எல்லையில் இருக்கும் தர்மாநகருக்குச் சென்றோம். ஹெலிகாப்டர் தரை இறங்கிக்கொண்டிருக்கும் வேளையில் கீழே பார்த்தேன். மாதவை வரவேற்பதற்காக ஏராளமானோர் கூட்டமாக நின்று, கொடியை அசைத்துக்கொண்டு இருந்தனர்.

அந்தக் காட்சியை படமெடுக்க என்னுடைய மொபைல் போனைக் கையில் எடுத்தேன். ஆனால் அந்த ஹெலிகாப்டரில் இருந்த என்னைத் தவிர அனைவருக்கும் அது வழக்கமானதொரு நிகழ்வாகத் தான் தெரிந்தது. தான் படித்துக்கொண்டிருந்த நூலில் கடைசியாகப் படித்த பக்கத்தை குறித்த வைத்துவிட்டு, அந்நூலை என்னிடம் கொடுத்தார் மாதவ். அவருக்குத் துணையாக வந்திருந்த பிரியங் பாண்டே, தன்னுடைய செல்போனில் பயண விவரங்களை சரிபார்க்கும் வேலையை செய்துகொண்டிருந்தார். பின்னாளில் அவர்தான் நாகாலாந்து மாநிலத்தின் தேர்தல் பிரச்சாரத்தை கவனித்துக்கொண்டார் என்பது குறிப்பிடத்தக்கது. ஹெலிகாப்டரில் இருந்து இறங்கியதும் எங்களுக்குக் கொடுக்கப்பட்ட வரவேற்பினை ஏற்றுக்கொண்டு, பின்னர் காரில் ஏறினோம். எட்டு கார்கள் முன்னும் பின்னுமாக எங்களுக்குக் கொடுத்த பாதுகாப்புடனேயே தர்மாநகரில் ஏற்பாடு செய்யப்பட்டிருந்த கூட்டத்திற்கு பயணித்தோம்.

அந்தக் கூட்டத்தை பாஜகவின் மாவட்டத் தலைவருடன் இணைந்து மாதவ் தலைமையேற்று நடத்தினார். அந்த மாவட்டத்தில் இருக்கும் மண்டலங்களின் தலைவர்கள் வந்திருந்தனர். தேர்தல் பிரச்சாரத்திற்குத் தயாராவதில் தங்களுக்கு இருந்த பிரச்சனைகளை அவர்கள் அக்கூட்டத்தில் பட்டியலிட்டனர்.

அங்கே பட்டியலிடப்பட்ட பிரச்சனைகளையும் அவற்றுக்கெல்லாம் மாதவ் கூறிய பதில்களையும் நாங்கள் குறிப்பெடுத்துக்கொண்டோம். கேள்வி-பதில் விவாதமெல்லாம் முடிந்த பின்னர், தன்னுடைய டேபை(*Smart tablet*) எடுத்து, அதில் நாங்கள் உருவாக்கிய மொபைல் செயலியை எல்லோர் முன்னிலையிலும் காட்டினார். ஒவ்வொரு தொகுதியிலிருந்தும் கட்சியின் பிரதிநிதியாக அக்கூட்டத்திற்கு வந்திருந்தவர்களை ஒவ்வொருவராக நிற்கச்சொன்னார். அவர்களிடம் அந்த மொபைல் செயலியில் காட்டிய தகவல்களில் இருந்து

கேள்விகள் கேட்டார். அந்த சூழலை ஒரு வினாடி வினா நிகழ்ச்சி நடப்பதைப் போன்று மாற்றினார்.

"கடந்த சட்டமன்றத் தேர்தலில் நீங்கள் வாக்களித்த வாக்குச்சாவடியில் நம்முடைய கட்சிக்கு எத்தனை வாக்குகள் கிடைத்தன?"

"உங்கள் சட்டமன்றத் தொகுதியில் எத்தனை முஸ்லிம்கள் இருக்கிறார்கள்?"

"உங்கள் தொகுதியில் சக்மா பழங்குடியைச் சேர்ந்த வாக்காளர்கள் எவ்வளவு பேர் இருக்கிறார்கள்?"

என்று அந்த மொபைல் செயலியில் இருக்கும் விவரங்களை வைத்தே ஒவ்வொருவரிடமும் கேள்விகளைக் கேட்டார் மாதவ்.

தேர்தல் உத்திகளைத் திட்டமிடுவதற்காக உருவாக்கப்பட்ட ஒரு மொபைல் செயலிக்கான மற்றுமொரு பயன்பாட்டை அந்த இடத்தில் மாதவ் கண்டுபிடித்ததை கண்கூடாகப் பார்த்தேன். மாதவ் கேட்ட பல கேள்விகளுக்கு அக்கூட்டத்திற்கு வந்திருந்த மண்டலத் தலைவர்கள் பலருக்கும் பதில் தெரியவில்லை. அன்றைய கூட்டத்தில் மாதவ் கேட்ட கேள்விக்கு பதில் கூறியவர்களுக்கு பாராட்டுக்கள் கிடைத்தன. பதில் தெரியாமல் முழித்தவர்களுக்கு மாதவின் அங்கீகாரம் கிடைக்காமல் போனது. அதுவே தேர்தலுக்குத் தேவையான பொறுப்புணர்வை அவர்களுக்கு அதிகமாகக் கொடுத்தது. அடுத்த கூட்டத்திற்குள் பதிலளிக்கத் தயாராகிவிட வேண்டும் என்கிற உந்துதலைக் கொடுத்தது. அக்கேள்விகளுக்கெல்லாம் பதில் தெரியவேண்டுமானால், அவர்கள் ஒவ்வொருவரும் தத்தமது பகுதிகளில் இருக்கும் ஒவ்வொரு வாக்குச்சாவடிகுறித்த அனைத்துத் தகவல்களையும் தேடியே ஆகவேண்டிய கட்டாயத்திற்குத் தள்ளப்பட்டனர். எந்தக் கூட்டத்தில் என்ன கேள்வி கேட்டுவிடுவார்களோ என்கிற அச்சத்தை அவர்களுக்குக் கொடுத்தது. அதனால் அந்த விவரங்களையெல்லாம் கொண்ட ஆவணங்களை எப்போதும் கையில் வைத்திருக்கும் நிலைக்கு அவர்கள் தள்ளப்பட்டுவிட்டனர். நாங்கள் சேகரித்து மொபைல் செயலியில் தயாரித்த தகவல்களை எல்லாம் கட்சியின் மேல்மட்டத் தலைவர்களுக்கு மட்டுமே தான் காட்டினோம். அவை கட்சியின் கீழ்மட்டத் தலைவர்களுக்கோ தொண்டர்களுக்கோ தரப்படவில்லை. அதனால் தொகுதிவாரியாக

நியமிக்கப்பட்ட பொறுப்பாளர்கள் வேறுவழியின்றி வாக்குச்சாவடிஅளவில் இங்குமங்குமாக ஓடியலைந்து பல தகவல்களை சேகரிக்க வேண்டியிருந்தது. இதுவே தேர்தலுக்கு முந்தைய சில மாதங்களாக அவர்களுக்கான வேலையைக் கொடுத்ததோடு, தொகுதி பொறுப்பாளர்களுக்கு அதிகமான தகவல்கள் தெரியவைக்கும் உத்தியாகவும் மாறியது. அதன்மூலம், மாநிலம் முழுவதிலும் சிறப்பாகவும் விரைவாகவும் சுறுசுறுப்பாகவும் செயல்படும் தொண்டர்களை வாக்குச்சாவடிப் பொறுப்பாளர்களாக நியமிக்கவும் உதவிகரமாக இருந்தது.

இப்படியே ஒவ்வொரு மாவட்டமாக நாங்கள் மாதவுடன் பயணித்தோம். ஒவ்வொரு மாவட்டத்திலும் அதேபோன்ற கூட்டங்கள் நடைபெற்றன. அதேபோன்ற குறைகேட்புப் பகுதியும் வினாடிவினா நிகழ்வும் அனைத்துக் கூட்டங்களிலும் இடம்பெற்றன. நான்கு மாவட்டக் கூட்டங்களையும் முடித்துக்கொண்டு, அன்று இரவே இறுதியாக திரிபுராவின் தலைநகராக அகர்தலாவை வந்தடைந்தோம். திரிபுராவில் ஒட்டுமொத்தமாக எட்டு மாவட்டங்கள் இருந்தபடியால், மாதவ் அடுத்தமுறை திரிபுரா வருகையில் மீதமுள்ள நான்கு மாவட்டங்களுக்கும் பயணிப்பது என்று முடிவெடுத்தோம். திரிபுராவிலிருந்து மாதவ் கிளம்பியதும், என்னுடைய வேலையை அம்மாநிலத்தில் துவங்கினேன். தேர்தல் பிரச்சாரத்திற்கான மாநில அளவிலான ஒரு குழுவை உருவாக்கும் பணியில் இறங்கினேன். கட்சியின் மாநில அளவிலான தலைவர்கள் அனைவரையும் சந்தித்தேன். மணிப்பூர் தேர்தல் பிரச்சாரத்தின் போது தேர்தல் விவாதப் புள்ளியை எங்களால் தீர்மானிக்க முடியாமல் போனதால், இம்முறை மிகவும் கவனமாக இருந்தோம். மணிப்பூர் முதல்வராக இருந்தவர் அங்கே உருவாக்கிய இனக்குழுக்களுக்கு இடையிலான உணர்வுரீதியான விவாதம் தான் மணிப்பூர் தேர்தலின் மையப்புள்ளியாக இருந்தது. அது போல, திரிபுராவில் என்னென்ன மாதிரியான பிரச்சனைகள் எழுப்பப்பட வாய்ப்பு இருக்கிறது என்று முன்கூட்டியே ஆலோசித்தோம். அதில் நான் அதிகமான கவனத்தையும் செலுத்தினேன்.

திரிபுராவுக்கான கட்சியின் பொறுப்பாளராக இருந்த சுனில் தியோதர் ஏற்கனவே நிறைய வேலைகளை களத்தில் செய்திருந்தார். அவர் மகாராஷ்டிராவில் ஆர்எஸ்எஸ் ஊழியராக

இருந்தவர். 1990களில் கட்சியின் வளர்ச்சிக்காக வடகிழக்கு மாநிலங்களில் ஏராளமான வேலைகளைச் செய்தவர்.[16] நான் திரிபுராவுக்கு செல்வதற்கு ஓராண்டுக்கு முன்பிருந்தே அவர் திரிபுராவில் தங்கியிருந்து தேர்தலுக்கான தயாரிப்புப் பணிகளில் ஈடுபட்டு வந்திருந்தார். மாநிலம் முழுவதும் பலவிதமான வேலைகளை செய்வதற்காக பல்வேறு குழுக்களை உருவாக்கி வைத்திருந்தார். நான் அதுவரை பார்த்த பாஜக மாநில பொறுப்பாளர்கள் அனைவரும் அவர்களுக்கு பொறுப்பாக வழங்கப்பட்ட மாநிலங்களில் இருக்கும் உள்ளூர் தலைவர்களிடம் வேலைகளைக் கொடுத்துவிட்டு அவற்றை கண்காணிக்கும் வேலையினை மட்டுமே செய்வார்கள். ஆனால் சுனில் தியோதர் முற்றிலும் மாறுபட்டவர். அவரே தேர்தல் பிரச்சாரப் பணிகளை முன்னின்று தலைமையேற்று நடத்தினார். அதனால் திரிபுரா மக்களுக்கே அவருடைய முகம் பழக்கப்பட்ட முகமாக மாறியிருந்தது. அவ்வப்போது திரிபுரா மாநில முதல்வராக இருந்த சிபிஐ(எம்) இன் மாணிக் சர்க்காரையே தன்னுடைய உரைகளில் நேரடியாகத் தாக்கிப் பேசினார் சுனில் தியோதர்.

மகாராஷ்டிராவிலிருந்து திரிபுரா தேர்தலுக்கு வேலை செய்வதற்காகவே முப்பது பேர் கொண்ட ஒரு குழுவையும் தன்னுடனே அழைத்துக்கொண்டு வந்திருந்தார் சுனில் தியோதர். அவர்களில் பெரும்பாலானோர் தியோதரின் 'மை ஹோம் இந்தியா' என்கிற அரசு சாரா அமைப்பில் அவருடன் பணிபுரிந்தவர்களாகத் தான் இருந்தனர்.[17] தேர்தல் முடியும் வரையிலும் திரிபுராவிலேயே தங்கியிருக்க அவர்கள் அறிவுறுத்தப்பட்டிருந்தனர். திரிபுரா தேர்தல் களத்தில் மற்ற அனைத்துக் கட்சிகளுக்கும் மாநில அளவிலான தலைவர்களுக்கு உதவும் ஊழியர்களைவிடவும் பாஜகவிற்கு அதிகமானோர் வேலை பார்த்தனர். அதுவும் 'மை ஹோம் இந்தியா' அமைப்பைச் சேர்ந்தவர்களாக இருந்தனர். "அந்த 'மை ஹோம் இந்தியா' என்கிற அமைப்பு மட்டும் ஒரு கட்சியாக நின்று திரிபுராவில் தனியாகத் தேர்தலைச் சந்தித்தால், காங்கிரசை விட அதிகமான வாக்குகளை அவர்கள் வாங்கிவிடுவார்கள்" என்று ஊடக நண்பர்கள் சிலரிடம் நான் வேடிக்கையாகக் கூட சொல்லியிருக்கிறேன்.

தியோதரும் அவருடைய குழுவினரும் களத்தில் பிரம்மாண்டமான வேலைகளையெல்லாம் செய்திருந்தனர்.

நாங்கள் திரிபுரா சென்று சேர்கிறவரையிலும் சமூகவலைத்தள பக்கங்களை நிர்வகிப்பதையும் பிரச்சார உத்திகளைத் திட்டமிடுவதையும் அவர்கள் தான் செய்துவந்தனர். அவர் அழைத்து வந்த அவரது அமைப்பின் ஊழியர்கள் அவருடைய பிம்பத்தை உயர்த்திக்காட்டுவதிலும் அதிக கவனம் செலுத்தினர். திரிபுரா தேர்தலில் பங்கெடுக்கப்போகிற பாஜக தலைவர்களின் பிம்பத்தை உயர்த்துவது குறித்தெல்லாம் அவர்கள் பெரிதாகக் கவலைப்படவில்லை. அதேபோல் நாங்கள் ஏற்கனவே டெல்லியில் இருந்துகொண்டே செய்த திட்டமிடலுக்கு ஏற்பவும் தியோதரின் குழுவினர் வேலை செய்யவில்லை. அதனால் மாநிலத்தின் தேர்தல் பிரச்சாரத் திட்டமிடல் பணியினை அவர்களிடமிருந்து பறித்துக்கொள்ள வேண்டியது அவசியம் என்று கருதினோம். இதனால் எனக்கும் தியோதருக்கும் இடையில் உரசல் ஏற்பட்டது. ஆனால் கட்சியின் நன்மைக்காகத் தான் நாங்கள் இருவருமே செயல்படுகிறோம் என்கிற புரிதல் மட்டும் எங்களுக்குள் இருந்தது. அதனால், இரு குழுக்களும் ஒருங்கிணைந்து சமூக ஊடகங்களில் செயலாற்றுவது என்றும், அதில் ஏதேனும் பிரச்சனை என்றால் இறுதி முடிவெடுக்கும் அதிகாரம் எங்கள் குழுவிடம் இருக்கும் என்றும் ஒரு ஒப்பந்தத்திற்கு வந்து சேர்ந்தோம்.

நாங்கள் ஏற்கனவே பல்வேறு வகையிலான தகவல்களை டிஜிட்டலாக திரட்டி வைத்திருப்பதால், சமூக ஊடகங்கள், தொலைக்காட்சிகள், செய்தித்தாள்கள், கட்சியின் துண்டுப்பிரசுரங்கள் போன்றவற்றில் செய்யப்பட வேண்டிய பிரச்சாரத்தை எங்களுடைய கட்டுப்பாட்டில் வைத்துக்கொண்டோம். களத்தில் நேரடியாக இறங்கி, செய்ய வேண்டிய பிரச்சார உத்திகளைத் தீர்மானிக்கும் பணியினை தியோதரிடம் கொடுத்துவிட்டோம். ஆனால், இதில் எந்தக் குழுவாக இருந்தாலும், அவர்கள் தயாரிக்கும் பிரச்சார செய்திகள் அனைத்தும் இராம் மாதம் மற்றும் மாநில பாஜக தலைவரான பிப்லாப் குமார் தேபும் ஒப்புதல் வழங்க வேண்டும் என்கிற உடன்பாட்டுடன் தான் வேலை செய்தோம்.

பழங்குடி மக்களின் ஆதரவு கிடைத்தால் மட்டுமே திரிபுராவில் வெல்லமுடியும் என்பதை பாஜக அறிந்தே வைத்திருந்தது. கடந்த காலத் தேர்தல்களில் பழங்குடி மக்களின் வாக்குகள் தான் சிபிஐ(எம்) கட்சியின் பலமாக இருந்திருக்கிறது என்றாலும்

கூட, சிபிஐ(எம்) ஆட்சியின் மீது பழங்குடி மக்களுக்கு சிறிய அதிருப்தி உருவாகியிருப்பதை எங்களது கள ஆய்வு முடிவுகள் தெரிவித்திருந்தன. அதனாலேயே தான் பூர்வகுடி திரிபுரா மக்கள் முன்னணி (IFPT) என்கிற புதிய பழங்குடி மக்களின் கட்சி கூட உருவாகியிருந்தது. பழங்குடி மக்களுக்கென திப்ராலாந்து[18] என்கிற தனி மாநிலக் கோரிக்கையையும் அவர்கள் முன்வைத்தனர். பழங்குடி மக்கள் வாழும் பகுதிகளில் திவிப்ரா பூர்வகுடி தேசியவாதக் கட்சி (INPT) என்கிற மற்றொரு கட்சியும் செயல்பட்டு வருகிறது. ஆனால் பழங்குடி மக்களிடையே அக்கட்சிக்கான செல்வாக்கு குறைந்துகொண்டே வந்தது. ஆக, பூர்வகுடி பழங்குடி மக்கள் முன்னணியுடனோ அல்லது இரண்டு பழங்குடி கட்சிகளுடன் இணைந்தோ ஒரு கூட்டணியை அமைக்க வேண்டிய கட்டாயத்தில் பாஜக இருந்ததை நாங்கள் உணர்ந்தோம். அப்படியொரு கூட்டணி அமைத்துவிட்டால், திரிபுராவைப் பிளவுபடுத்தும் பிரிவினைவாதக் கூட்டணி என்று எங்கள் மீது மாணிக் சர்க்கார் முத்திரை குத்திவிடுவார் என்றும் அறிந்திருந்தோம். பல்லாண்டுகால வன்முறைக்குப் பிறகு மாநிலத்தில் அமைதியைக் கொண்டு வந்ததே சிபிஐ(எம்) இன் மிகப்பெரிய சாதனை என்பது அக்கட்சியுடைய முதன்மையான பிரச்சாரமாக இருந்து வந்திருக்கிறது. அந்த சூழலில் திரிபுராவில் ஒரு பிரிவினையை முன்வைத்து மீண்டும் அதனைக் கலவர பூமியாக பாஜக மாற்றிவிடும் என்கிற பிரச்சாரப் புள்ளி சிபிஐ(எம்) க்கு கிடைத்துவிடும். அதேவேளையில் திரிபுராவில் வாழ்கிற 70% வங்காள மக்களும் ஒற்றுமையாக ஒருங்கிணைந்து சிபிஐ(எம்) க்கு வாக்களிக்கும் நிலைப்பாட்டை எடுக்கவும் வாய்ப்பு இருக்கிறது என்பதையும் புரிந்தே வைத்திருந்தோம்.

ஒரு திருப்புமுனை

களத்தில் மீண்டும் பல்வேறு மிகவிரிவான ஆய்வுகளும் கருத்துக்கணிப்புகளும் நடத்தினோம். அதன்மூலம் பல்வேறு பிரச்சனைகளின் மீது மாநிலம் முழுவதும் வாழும் மக்கள், என்னென்ன மாதிரியான கருத்துகளைக் கொண்டிருக்கிறார்கள் என்கிற விவரத்தைத் திரட்டினோம். எங்களைப் பிரிவினைவாதக் கட்சி என்று சிபிஐ(எம்) முத்திரை குத்துவதற்கு முன்னரே, தேர்தல் பிரச்சாரத்தின் மையப் புள்ளியை வேறொரு பக்கமாக திசைதிருப்பும் முயற்சியில் நாங்கள் இறங்கினோம். எங்களிடம்

இருந்த தகவல்களின் படி, மாநிலத்தின் ஒட்டுமொத்த வாக்காளர்களில் 15.1% பேர் பதினெட்டு முதல் இருபத்தைந்து வயதினர் என்றும், 43.1% பேர் முப்பத்தைந்து வயதுக்கும் குறைவானவர்கள் என்பதையும் தெரிந்துகொண்டோம். இந்த வயதை உடையவர்களுக்கு திரிபுராவில் அமைதியைக் கொண்டு வந்தது சிபிஐ(எம்) தான் என்பது அதிகமாகத் தெரிந்திருக்க வாய்ப்பில்லை. 2004 ஆம் ஆண்டிலிருந்து திரிபுராவில் தொடர்ச்சியாக வன்முறை குறைந்து மிக அமைதியான மாநிலமாக மாறியிருக்கிறது. ஆனால் முப்பத்தைந்து வயதுக்கும் குறைவாக உடையவர்களின் நினைவுக்கு எட்டிய வாழ்க்கை முழுவதும் அமைதியான திரிபுராவைத் தான் பார்த்திருப்பார்கள்.[19] அந்த அமைதியை யார் கொண்டு வந்தது என்கிற வரலாறு எல்லாம் பெரிதாகத் தெரிந்துவைத்திருக்க மாட்டார்கள். திரிபுரா எப்போதும் அமைதியான மாநிலமாகத் தானே இருந்துவருகிறது என்பது போன்ற மாயை அவர்களுக்கு ஏற்பட்டிருக்கும். சிபிஐ(எம்) அதற்காக எதுவும் சிறப்பாக செய்திருக்கவில்லை என்று தான் நினைத்துக் கொண்டிருப்பார்கள்.

எங்களுடைய பிரச்சாரத்தைத் துவங்குவதற்கு இந்த ஒரு தகவல் பெரும் வாய்ப்பைக் கொடுத்தது. தன்னுடைய கடந்த கால சாதனைகளை அடிப்படையாகக் கொண்டே மானிக் சர்க்காரின் பிரச்சார உத்தி அமைந்தது. ஆனால் எப்படியான எதிர்காலம் திரிபுராவுக்கு பாஜகவால் வழங்கமுடியும் என்கிற புள்ளியில் பாஜகவின் பிரச்சாரத்தை வடிவமைத்தோம். எங்கள் கட்சியின் மாநிலத் தலைவர் நாற்பத்தியாறு வயதேயான இளைஞர் தான் என்பதால், மாநிலத்தின் இளைஞர்கள் மத்தியில் அவரை அதனடிப்படையில் கொண்டு சேர்த்தோம். திரிபுராவில் 20% பேர் வேலை இல்லாதவர்களாக இருந்தனர். இந்தியாவிலேயே அது அதிகமான எண்ணிக்கையாக இருந்தது. அதிகமான இளைஞர்களைக் கொண்டிருக்கும் திரிபுராவின் தேர்தல் பிரச்சாரத்தில் வேலை வாய்ப்பையே மையப்புள்ளியாக மாற்றினோம்.[20] முப்பத்தைந்து வயதுக்குக் குறைவான வாக்காளர்கள் அனைவரையும் அப்படித்தான் எங்களுடைய பிரச்சாரத்தை காதுகொடுத்து கேட்கவைத்தோம். மணிப்பூர் தேர்தலில் செய்தது போலவே, திரிபுராவிலும் மானிக் சர்க்கார் அரசுக்கு எதிரான 100 குற்றச்சாட்டுகளைத் தயாரிக்க முயற்சி செய்தோம். ஆனால் எங்களுடைய முயற்சியில் நாங்கள்

தோல்வியுற்றோம். மானிக் சர்க்கார் அரசுக்கு எதிராக இவ்வளவு பெரிய எண்ணிக்கையில் சொல்லிக்கொள்ளும்படியான குற்றச்சாட்டுகளை எங்களால் தயாரிக்கவே முடியாது என்பதைப் புரிந்துகொண்டோம்.

மானிக் சர்க்கார் தலைமையிலான சிபிஐ(எம்) அரசு, மிகச்சிறப்பான அரசாகவும் மிகுந்த நேர்மையான அரசாகவும் இருந்து வந்தது. அதனால் அரசு செயல்படும் விதத்தைப் பேசாமல், எதையெல்லாம் இந்த அரசு செய்யத் தவறியது என்று கண்டுபிடிக்கத் துவங்கினோம். பொதுவாக மற்ற மாநிலத் தேர்தல் பிரச்சாரத்தின் போது மாநிலம் முழுமைக்குமான புள்ளிவிவரங்களை எடுத்தால், நிறையக் குற்றச்சாட்டுகள் எங்களுக்குக் கிடைக்கும். ஆனால் திரிபுராவில் அப்படிப் பொதுவான குற்றச்சாட்டுகள் இல்லாமல் போனதால், ஒவ்வொரு குறிப்பிட்ட நிகழ்வுகளையும் கையில் எடுத்தோம். எங்காவது ஒரு வன்புணர்வு நடந்தாலோ, எங்காவது ஒரு கொலை நடந்தாலோ, எங்காவது ஒரு அரசியல் காரணத்தைக் கொண்ட தாக்குதல் நடைபெற்றாலோ, அதையே ஒட்டுமொத்த மாநிலத்தின் நிலவரமாகப் பிரச்சாரம் செய்தோம். கொல்கத்தாவை தலைமையிடமாகக் கொண்டு இயங்கிய ரோஸ் வேலி சீட்டுக் கம்பெனி, திரிபுராவில் 15000 கோடி ரூபாய்க்கும் மேல் ஏழை எளிய மக்களின் பணத்தை ஏமாற்றிவிட்டு திரிபுராவிலிருந்து தப்பியோடியது.[21] காங்கிரஸ் கூட அந்த சம்பவத்தை சுட்டிக்காட்டி திரிபுரா அரசின் மீது குற்றச்சாட்டு வைத்திருந்தது. ஆனால் அதெல்லாம் பெரியளவில் மக்களிடையே தாக்கத்தை ஏற்படுத்தவும் இல்லை, சிபிஐ(எம்) இன் மீது மக்களுக்கு கோபத்தை உண்டாக்கவும் இல்லை. ஆனால் இதைக் கையில் எடுக்கவேண்டும் என்று நாங்கள் உறுதிபூண்டோம். அதற்கு ஒரு காரணம் இருந்தது. திரிபுராவின் நான்கில் ஒரு குடும்பம் இந்த சீட்டுக்கம்பெனியால் பாதிக்கப்பட்டு பணத்தை இழந்திருந்தது. மானிக் சர்க்காரும் ரோஸ் வேலியின் தலைமை நிர்வாகிகளும் இணைந்து இருப்பது போன்ற புகைப்படங்களை பரவலாகப் பரப்பிவிட்டதில் திரிபுரா மக்களுக்கு ஒரு உணர்வுப்பூர்வமான கோபம் வந்ததைப் பார்க்க முடிந்தது.

அதேபோல திரிபுரா பழங்குடி மக்கள் முன்னணி என்கிற கட்சியுடன் பாஜக கூட்டணியை அறிவித்தால், நிச்சயமாக

அதை எந்த வகையில் சிபிஐ(எம்) மக்களிடையே பிரச்சாரம் செய்யும் என்று நாங்கள் ஏற்கனவே யூகித்திருந்ததால், அதற்கேற்ப கூட்டணியை அறிவிக்கிறபோதே நாங்கள் தயாராகத்தான் இருந்தோம். பழங்குடி மக்கள் முன்னணியின் ஊழியர்கள் மற்றும் பாஜகவின் தொண்டர்கள் ஆகியோர் கைகுலுக்கிக்கொண்டும், இரு கட்சிகளின் கொடிகளைப் பறக்கவிட்டபடி மகிழ்ச்சியாக இருப்பது போன்றும் பல புகைப்படங்களை எடுத்து பரப்பினோம். இதன்மூலம் திரிபுராவை பிளவுபடுத்த பாஜக முயற்சிக்கவில்லை என்றும், பழங்குடி மக்களையும் திரிபுராவின் பெரும்பான்மையாக இருக்கும் வங்காள மக்களையும் இணைக்கிற வேலையைத் தான் பாஜக செய்கிறது என்கிற பிம்பத்தையும் உருவாக்கினோம். மாறாக, சிபிஐ(எம்) தான் அம்மக்களைப் பிரித்தாளும் சூழ்ச்சியைச் செய்கிறது என்றும் பிரச்சாரம் செய்தோம்.[22] நாங்கள் பழங்குடி மக்கள் முன்னணியுடன் (IFPT) கூட்டணி வைத்தது பல வங்காள வாக்காளர்களுக்குப் பிடிக்காமல் தான் போகும் என்று கணித்திருந்தோம். அதுவும் முப்பத்தைந்து வயதுக்கு மேற்பட்ட வங்காளி மக்களுக்கு இது நிச்சயமாக வெறுப்பைத் தான் கொடுக்கும் என்றும் நாங்கள் அறிந்தே வைத்திருந்தோம். அது பெரியளவுக்கு எங்களுக்கு பாதிப்பைத் தராதவண்ணம் பார்த்துக்கொள்ள வேண்டும் என்று சில முன்தயாரிப்புகளையும் மேற்கொண்டிருந்தோம். வங்காளிகள் வாழும் பகுதிகள் எங்கும் எங்களுடைய கூட்டணி குறித்து பெரிய விளம்பரமெல்லாம் செய்துகொள்ளவில்லை. அதேபோல தேர்தல் முடிகிறவரையிலும் தனிமாநிலக் கோரிக்கையை ஒத்திப்போடுமாறு பழங்குடி மக்கள் முன்னணியிடமும் வாக்குறுதி வாங்கியிருந்தோம்.[23] வங்காளி மக்கள் வாழும் பகுதிகளில் பிரச்சாரம் செய்கையில் பழங்குடி மக்கள் முன்னணியின் கொடியைப் பயன்படுத்துவதையும் தவிர்த்தோம். பழங்குடி மக்கள் அதிகமாக வாழும் பகுதிகளில் மட்டுமே, பாஜகவும் பழங்குடி மக்கள் முன்னணியும் கூட்டணியில் இருப்பதாகக் காட்டிக்கொண்டோம்.

பழங்குடி மக்கள் அதிகமாக வாழும் பகுதிகளில் செயல்படும் வாட்சப் குழுக்களிலும் பேஸ்புக் பக்கங்களிலும் எங்களுடைய கூட்டணி குறித்து பெரியளவில் பிரச்சாரம் செய்தோம். அதேபோல வங்காளிகள் வாழும் பகுதிகளில் இருப்போரின் வாட்சப் குழுக்களில் பாஜகவை மட்டுமே முன்னிறுத்தி

பிரச்சாரம் செய்தோம். இந்த இருவேறுபட்ட பிரச்சார உத்தியில் மிகக்கவனமாக இருந்தோம். அதே போல் பொதுவாக பாஜக பேசும் வங்காளதேச அகதிகள் குறித்தோ, இந்துக்களுக்கும் முஸ்லிம்களுக்கும் இடையில் வெறுப்பை உருவாக்கும் பேச்சுக்களையோ இம்முறை பாஜக தலைவர்கள் திட்டமிட்டுத் தவிர்த்தனர். திரிபுராவின் ஒற்றுமைக்கு பங்கம் விளைவிக்கிற எந்தப் பேச்சையும் பேசாமல் கவனமாகப் பிரச்சாரம் செய்யவேண்டும் என்று முடிவு செய்யப்பட்டிருந்தது.

திரிபுரா மக்களால் எளிதாகத் தொடர்புபடுத்திப் பார்க்கிற வகையில் எட்டு முக்கியமான வாக்குறுதிகளை எங்களுடைய தேர்தல் அறிக்கையில் குறிப்பிட்டுருந்தோம். வேலை வாய்ப்பை உருவாக்குவது, வீடு கொடுப்பது, இளைஞர்களுக்கு செல்போன்கள் கொடுப்பது உள்ளிட்டவை அதில் அடங்கும். ஆனால், ஏழாவது ஊதியக்குழுவின் பரிந்துரைப்படி மாநில அரசு ஊழியர்களின் ஊதியத்தை உயர்த்தித் தருவோம் என்கிற ஒரு வாக்குறுதி தான் தேர்தல் பிரச்சாரத்தில் முக்கியமான திருப்பத்தை ஏற்படுத்தியது. திரிபுரா ஒரு சிறிய மாநிலம் என்பதால் அந்த அரசினால் ஏழாவது ஊதியக்குழுவின் பரிந்துரைப்படியெல்லாம் ஊதியம் வழங்கிவிட முடியாது. அதனால் மற்ற மாநிலங்களைக் காட்டிலும் திரிபுராவில் பணிபுரியும் அரசு ஊழியர்களின் ஊதியம் 30 முதல் 50 சதவிகிதம் வரையிலும் குறைவுதான். திரிபுராவில் 1.6 இலட்சம் அரசு ஊழியர்களும் 52000 த்திற்கும் மேற்பட்ட ஓய்வூதியம் பெறுபவர்களும் இருக்கின்றனர். பாஜக ஆட்சிக்கு வந்து, அதன் வாக்குறுதிப்படி ஏழாவது ஊதியக்குழுவின் பரிந்துரைப்படி ஊதியத்தை உயர்த்தினால், அவர்கள் அனைவரின் ஊதியமும் ஒன்றரை மடங்கிலிருந்து இரண்டு மடங்கு வரை உயர வாய்ப்பிருக்கிறது.[24]

அந்த ஒரு வாக்குறுதியால் மட்டுமே இரண்டு இலட்சம் குடும்பங்களுக்கு மேல் பாஜகவுக்கு ஆதரவளிக்கும் நிலையினை ஏற்படுத்த முடிந்தது. திரிபுராவின் ஒட்டுமொத்த வாக்காளர் எண்ணிக்கையே 26 இலட்சம் தான். ஆக இரண்டு இலட்சம் குடும்பங்களின் வாக்குகள் என்பது மிகப்பெரிய எண்ணிக்கையாக இருந்தது. காங்கிரசில் இருந்து பாஜகவிற்குத் தாவிய ஆறு எம்எல்ஏக்களும் பாஜகவில் ஏற்கனவே இருப்பவர்களும் கூட சிபிஐ(எம்) கட்சிக்கு அரசு ஊழியர்களின் மத்தியில்

இருக்கும் பெரும் ஆதரவு குறித்து எங்களை முன்கூட்டியே எச்சரித்திருந்தனர். அரசு ஊழியர்கள் எப்படியெல்லாம் சிபிஐ(எம்) கட்சிக்கு தேர்தல் காலத்தில் உதவியிருக்கிறார்கள் என்கிற கடந்தகாலக் கதைகளையும் எங்களுக்குச் சொல்லியிருக்கிறார்கள். ஏழாவது ஊதியக்குழு பரிந்துரையை அமல்படுத்துவோம் என்று கூறிய எங்களது வாக்கினை நம்பி, சிபிஐ(எம்) அரசு அமைவதைவிடவும் பாஜக ஆட்சி அமைவதைத் தான் அரசு ஊழியர்கள் விரும்பத் துவங்கினர். இதேபோன்ற வாக்குறுதியை அம்மாநிலத்தில் மட்டுமே ஆட்சியமைக்க வாய்ப்பிருக்கிற சிபிஐ(எம்) ஆல் நிச்சயமாகக் கொடுக்கமுடியாது. மத்தியில் ஆட்சியிலிருக்கிற பாஜகவின் உதவியில்லாமல் அந்த கோரிக்கையை நிறைவேற்றவே முடியாது. அதனால் பாஜகவால் மட்டுமே அந்த ஊதிய உயர்வு சாத்தியம் என்கிற நம்பிக்கையையும் சேர்த்தே பிரச்சாரம் செய்தோம்.

பாஜக உருவாக்கும் ஒவ்வொரு பிரச்சார செய்தியும் இலட்சக்கணக்கான மக்களிடம் உடனடியாக சென்று சேர்ந்தது. அதற்கேற்ற வசதியும், செல்வாக்கும், பணபலமும் பாஜகவிடம் இருந்தது. பேஸ்புக் பக்கங்களின் வழியாகவும், பேஸ்புக் விளம்பரங்களின் மூலமாகவும், எண்ணற்ற வாட்சப் குழுக்களை உருவாக்கிவைத்திருப்பதன் பலனாகவும் பாஜகவால் பிரச்சார செய்திகளை மக்களிடம் கொண்டு சேர்ப்பது எளிதாக இருந்தது. மாநிலம் முழுவதுமுள்ள மக்களின் செல்போன் எண்களை காசு கொடுத்து வாங்கிவிட்டோம். அதனால் நாங்கள் நினைக்கிற செய்தியை அனைத்து செல்போன் எண்களுக்கும் உடனுக்குடன் குறுஞ்செய்தியாக அனுப்ப முடிந்தது. அதேபோல் பாஜகவின் பிரபலமான தலைவர்களின் குரலிலேயே பதிவு செய்யப்பட்ட குரல் பதிவுகளையும் தானியங்கி அழைப்புகள் வாயிலாக அந்த எண்களுக்கு எங்களுடைய பிரச்சார செய்திகளை கொண்டு சேர்த்தோம். சுனில் தியோதரின் குழுவினர் மாநிலம் முழுவதிலும் இருந்து பகுதிவாரியாக ஓராண்டாகவே களத்தில் வேலை செய்து, எண்ணற்ற செல்போன் தொடர்பு எண்களை சேகரித்து வைத்திருந்தனர். அவற்றை வைத்து வாக்குச்சாவடி அளவிலான வாட்சப் குழுக்களை எல்லாம் உருவாக்க முடிந்தது. பாஜகவின் தலைமை நினைத்தால், அடுத்த சில நிமிடங்களிலேயே இந்த ஒட்டுமொத்த வலைப்பின்னலையும் பயன்படுத்தி, மாநிலத்தின் பெருவாரியான வாக்காளர்களிடம் எந்தவொரு செய்தியையும் கொண்டு சேர்த்துவிட முடியும் என்கிற நிலையை உருவாக்கி

வைத்திருந்தோம். ஆனால் சிபிஐ(எம்) கட்சிக்கோ இதெல்லாம் எட்டாத உயரமாகவே இருந்தது. அவர்கள் காலங்காலமாக எப்படித் தெருத்தெருவாக இறங்கிப் பிரச்சாரம் செய்தார்களோ, அப்படித்தான் செய்துகொண்டிருந்தார்கள். ஒரு செய்தியை ஒட்டுமொத்த மாநிலத்திற்கும் கொண்டு செல்வது அவர்களுக்கு எளிதானதாக இருக்கவில்லை.

வெற்றி முழக்க வாசகம்

மணிப்பூர் தேர்தலில் வாக்காளர்களுக்கு பணம் கொடுக்க வேண்டியிருந்தது. ஆனால் திரிபுராவில் அப்படியான பழக்கமே இல்லை. வாக்காளர்களுக்கு காசு கொடுத்த வாக்களிக்கச் சொல்லிக் கேட்கும் பண்பாட்டினை திரிபுராவில் கம்யூனிஸ்ட்டுகள் உருவாக்கவில்லை. அப்படிச் செய்வது தவறு என்கிற எண்ணத்தை அவர்கள் உருவாக்கி வைத்திருந்தார்கள். அது பாஜகவுக்கும் நன்மையாகத தான் இருந்தது. அதிகமான பணத்தை அதற்கு செலவிட வேண்டியிருக்கவில்லை. அதற்கு பதிலாக தொலைக்காட்சிகளிலும் செய்தித்தாள்களிலும் பிரச்சார வாகனங்களின் மூலமாகவும் விளம்பரங்கள் செய்வதற்கு பாஜக அதிகமாக செலவிட்டது. சிபிஐ(எம்) செலவிட்ட தொகையைவிடவும் பலமடங்கு அதிகமாக பாஜக செலவிட்டது. அதனால் பாஜக தீர்மானிக்கும் செய்திகளும் குற்றச்சாட்டுகளும் தான் மாநிலம் முழுவதும் முதன்மை பெற்றுக்கொண்டே இருந்தன. அவற்றுக்கெல்லாம் பதில் சொல்லக்கூட இன்னபிற கட்சிகளுக்கு நேரம் கொடுக்காமல், அடுத்தடுத்து புதிய பிரச்சார செய்திகளை பரப்பிக்கொண்டே இருந்தோம்.[25]

மாநிலத்தின் பல முக்கியமான எழுத்தாளர்களையும் கவிஞர்களையும் கல்வியாளர்களையும் சந்தித்து ஒரு வரியில் மக்களை ஈர்க்கும் முழக்கமொன்றை உருவாக்க முயற்சித்தோம். ஆனால் பல வாரங்களாகியும் எங்களுக்குப் பிடித்தவகையில் ஒரு முழக்கத்தை நாங்கள் கண்டடையவில்லை. பல அறிவுஜீவிகளின் வீட்டிற்குச் சென்று, பல மணிநேரத்தை செலவிட்டு வங்காளி கவிதைகளைக் கேட்டது தான் மிச்சம். ஆனால் எதுவுமே சரிவரவில்லை. எங்களது முதல்வர் வேட்பாளரான பிப்லாப் குமார் ஒரு முழக்கத்தை தேர்ந்தெடுத்து எங்களிடம் காட்டினார். அது பெரிதாக எங்களை ஈர்க்கவில்லை. இருப்பினும் நாட்கள்

நகர்ந்துகொண்டே போனதால், அந்த முழக்கத்துடனேயே தேர்தலை சந்திக்கலாம் என்ற முடிவுக்கு வந்துவிட்டோம். 'சலோ பல்தாய்' (மாற்றத்தைக் கொண்டுவருவோம்) என்பது தான் அந்த முழக்கம். வெளியிடப்பட்டதுமே அம்முழக்கம் மாநிலம் முழுவதிலும் பேசுபொருளானது.

அந்த முழக்கத்தை தேர்ந்தெடுத்த விதமே தற்செயலானது தான். மக்களை ஈர்க்கக்கூடிய வகையில் ஒரு வரியில் ஒரு முழக்கத்தை உருவாக்க முடியாமல் நாங்கள் மாநில பொதுச்செயலாளரான பிரதிமா பௌமிக்கிடம் புலம்பிக் கொண்டிருந்தோம். அப்போது தான் அம்மாநிலத்தைச் சேர்ந்த இளம் பொறியியல் பட்டதாரியும் எங்களுடைய தேர்தல் மேலாண்மைக்கு உதவுவதற்காக எங்களுடன் இணைந்து பணிபுரிந்தவருமான இராகேஷ் தேய் இந்த முழக்கத்தை எங்களிடம் பரிந்துரைத்தார். அதுதான் எங்களுடைய முழக்கமாக மட்டுமல்லாமல் திரிபுராவின் மூலைமுடுக்கெல்லாம் பரவிய முழக்கமாகவும் மாறியது. அந்த முழக்கத்தை எங்களுக்குக் கொடுத்த இராகேஷ் தேயின் பெற்றோர் இருவருமே சிபிஐ(எம்) இன் அதிகாரப்பூர்வ உறுப்பினர்கள் ஆவர். சிபிஐ(எம்) இன் வாக்குச்சாவடிக் குழுவின் தலைவராகவும் அவருடைய அப்பா இருந்தார். இருப்பினும் 2014இல் மோடி அலையினால் ஈர்க்கப்பட்டு பாஜகவில் இணைந்திருந்தார் இராகேஷ் தேய். மணிப்பூர் தேர்தலின் போதே என்னையும் என்னுடன் பணிபுரிந்த சேதியையும் ட்விட்டரில் இராகேஷ் தேய் தொடர்புகொண்டார். திரிபுரா தேர்தல் பிரச்சாரத்திற்காக முதன்முதலாக எங்கள் குழுவில் இணைந்தவர் இராகேஷ் தேய் தான். நாங்கள் நினைப்பதை உள்ளூர் மொழியில் மொழிபெயர்க்கும் பணியினை அவர் செய்தார். பாஜக மாநில செயலாளரான பிரதிமா பௌமிக்கிற்கு இராதேஷ் தேய் கூறிய அந்த வாசகம் மிகவும் பிடித்துப்போனது. அதே போல எங்களுடைய வரைகலை நிபுணருக்கும் பிடித்துவிட்டது. உடனடியாக பேஸ்புக் மற்றும் வாட்சப்களில் பரப்புவதற்கு ஏற்றவாறு பல பிரச்சார விளக்கப்படங்களை எங்களுக்கு வடிவமைத்துக் கொடுத்துவிட்டார்.

மாநிலம் முழுவதும் எங்களுடைய முழக்க வாசகத்தை மக்கள் அதிகளவில் சமூக ஊடகங்களில் பகிரத் துவங்கிவிட்டனர். பெரியளவிற்கு நாங்கள் முயற்சியெடுக்காமலேயே பாஜகவின் அடையாளமாகவே அந்த வாசகம் மாறிப்போனது. அந்த

வாசகத்தை வண்ணப்படங்களாக அச்சிட்டு ஆட்டோக்களின் பின்னால் ஒட்டினோம். தொலைக்காட்சி விளம்பரங்களிலும் இணைத்தோம். மாநிலம் முழுவதிலும் சுற்றிக்கொண்டிருந்த பிரச்சார வாகனங்களில் ஒலிபரப்பப்பட்ட பிரச்சாரப் பாடல்களிலும் அந்த வாசகம் இடம்பெற்றது. தற்செயலாக உருவாக்கபட்ட அந்த வெற்றி முழக்கவாசகம் தான், “ஆப்கி பார் மோடி சர்க்கார்” என்கிற வாசகத்திற்குப் பின்னர் மிகப் பிரபலமான ஒன்றாகிப் போனது. சிலநேரம் அரசியலில் பெரிய திட்டமிடலெல்லாம் இல்லாமல் கூட சில முயற்சிகள் மிகப்பெரிய வெற்றி பெற்றுவிடும் என்பதற்கு காட்டுத்தீ போல பரவிய அந்த வாசகமும் ஒரு உதாரணமாகியது.

திரிபுரா தேர்தலில் 60 தொகுதிகளில் 35 இல் வென்று தனிப்பெரும்பான்மையைப் பெற்றது பாஜக. அதுமட்டுமில்லாமல் பாஜகவின் கூட்டணிக் கட்சியான பழங்குடி மக்கள் முன்னணி (IPFT) போட்டியிட்ட ஒன்பது தொகுதிகளில் எட்டில் வென்றது.[26] 2014இல் பாராளுமன்றத் தேர்தலில் வென்றதைப் போலவே, நேர்மறையான வாக்குறுதிகளால் வென்ற தேர்தல் இது. தான் கொடுத்த வாக்குறுதிகளை பாஜக நிச்சயமாக நிறைவேற்றும் என்று முழுமையாக நம்பி வாக்களித்து, ஒரு மகாவெற்றியை திரிபுரா மக்கள் பாஜகவிற்கு பரிசளித்திருக்கின்றனர். மக்களின் தேவை என்னவாக இருந்திருக்கிறது என்பதை எங்களது தரவு பகுப்பாய்வு தான் அழகாகக் கண்டுபிடித்துக் காட்டியது. அதன்படி நாங்கள் வாக்குறுதிகளையும் பிரச்சார உத்திகளையும் வடிவமைத்தோம். மாநிலத்தின் ஒவ்வொரு விதமான மக்கள் குழுவிற்கும் ஒவ்வொரு விதமாகத் திட்டமிட்டு ஒரு பிரச்சாரத்தை நடத்தினோம். தரவுகளை வைத்துக்கொண்டு எதை வேண்டுமானாலும் செய்யலாம் என்பதை எங்களுக்கு முழுமையாக உணர்த்திய தேர்தல் அது.

நுண் இலக்கு

இருவேறு மக்கள் குழுக்களுக்கு இருவேறு செய்திகளைக் கொண்டு சேர்ப்பதை தொழிற்நுட்பம் சாத்தியமாக்கியிருக்கிறது. சமூக ஊடகங்களில் இருக்கும் மக்களில் ஒவ்வொருவருக்கும் ஒவ்வொருவிதமான தேவைகளும் விருப்பங்களும்

இருக்கும். அதற்கேற்ற செய்திகளை அந்த சமூக ஊடகத்தில் அவர்களுக்குக் காட்டினால், அனைத்து மக்களையும் தங்கள் பக்கம் ஈர்த்துவிடலாம் என்பதை அரசியல் கட்சிகள் உணரத்துவங்கிவிட்டார்கள். ஒரு நிலப்பரப்பில் வெவ்வேறு சாதியினரும் மதத்தினரும் வாழும்போதும், அவரவர் மதத்திற்கும் சாதிக்கும் ஏற்றவாறு தகவல்களைக் காண்பித்தால், அனைவரின் ஆதரவையும் பெற்றுவிடமுடியும். இது ஏதோ யாருமே முயற்சி செய்யாத ஒரு வழிமுறையெல்லாம் இல்லை. ஏற்கனவே கேம்பிரிட்ஜ் அனலிட்டிகா நிறுவனம் இப்படியாகச் செய்து தான் அமெரிக்கத் தேர்தலில் முடிவுகளை மாற்ற முடிந்திருக்கிறது என்கிற செய்தி வெளியாகி இருக்கிறது. அதனைத் தொடர்ந்து பிரிட்டன், ஜெர்மன் உள்ளிட்ட உலகின் பல்வேறு நாடுகளில் விசாரணை நடத்தத் துவங்கியிருக்கிறார்கள். மக்களின் விருப்பு வெறுப்புகளைப் புரிந்துகொண்டு அதற்கேற்ப பிரச்சாரம் செய்யப்பட்டதற்கும் பேஸ்புக் நிறுவனத்திற்கும் இதில் நேரடியான தொடர்பு இருக்கிறதா என்றெல்லாம் பல விசாரணைகள் நடந்துவருகின்றன.[27] [28] [29] கேம்பிரிட்ஜ் அனலிட்டிகா இந்தியாவில் நடைபெற்ற தேர்தல்களிலும் அப்படியான தில்லுமுல்லுகளை செய்திருக்கிறதா என்று விசாரிப்பதற்கு மத்திய புலனாய்வுத் துறையிடம் இந்தியாவின் தகவல் தொழிற்நுட்பத் துறை அமைச்சரே பரிந்துரை செய்திருக்கிறார்.[30]

தேர்தல் முடிவுகளில் தரவு பகுப்பாய்வும் சமூக ஊடகங்களும் பெரும் பங்கு வகிக்கின்றன என்பதற்குப் போதுமான ஆதாரங்கள் இருக்கின்றன. 2012 ஆம் ஆண்டு ஒபாமாவின் தேர்தல் பிரச்சாரத்தை காரோல் டேவிட்சன் என்பவர் தான் ‘ஒபாமா ஃபார் அமெரிக்கா’ என்கிற பிரச்சாரக் குழுவின் மூலமாக மேற்பார்வை செய்தார்.[31] ஒரு குறிப்பிட்ட சமூகத்தைச் சார்ந்த மக்களுடைய பேஸ்புக் பயனர் கணக்குகளை பேஸ்புக்கின் வழியாகப் பெற்றதாகவும், அதனால் அந்த குறிப்பிட்ட சமூகத்தினரிடம் மட்டுமே பிரத்யேகமாக தயாரிக்கப்பட்ட பிரச்சார செய்திகளைக் கொண்டுசேர்க்க முடிந்ததாகவும் 2018 ஆம் மார்ச் மாதத்தில் அவர் பதிவிட்ட ஒரு ட்விட்டர் பதிவில் தெரிவித்திருக்கிறார். பேஸ்புக்கை இப்படித்தான் நாங்கள் பயன்படுத்துகிறோம் என்கிற தகவலை ஒருமுறை பேஸ்புக் நிர்வாகமே கண்டுபிடித்துவிட்டது. அவர்கள் ஆச்சர்யப்பட்டார்களேயொழிய, தடைபோடவும் இல்லை,

எங்களைத் தடுக்கவும் இல்லை. ஒவ்வொரு வாக்காளரும் வேறு எந்தெந்த வாக்காளருடன் தொடர்பில் இருக்கிறார் என்பதையும், அவர்களை தனித்தனியாக எப்படியெல்லாம் அணுகினால் நமக்கான வாக்காளராக மாற்றலாம் என்பதை எளிதான விளக்கப்படங்களை உருவாக்கிப் பார்ப்பதற்கு பேஸ்புக் வழியாக சேகரிக்கப்பட்ட தகவல்கள் உதவின.

பேஸ்புக்கை சிறப்பாகப் பயன்படுத்திய விதத்தினால் தான் 2016 ஆம் ஆண்டு அமெரிக்கத் தேர்தலில் டொனால்ட் ட்ரம்பே வெற்றி பெற்றார் என்று பல்வேறு பத்திரிக்கையாளர்களும் ஆய்வாளர்களும் வாதிடுகின்றனர். தேர்தல் பிரச்சாரத்தின் போதே ஹிலாரி கிளிண்டனை விட 16 மில்லியன் டாலர் அதிகமாக சமூக ஊடகப் பிரச்சாரத்திற்கு ட்ரம்ப்பின் பிரச்சாரக் குழு செலவிட்டது குறிப்பிடத்தக்கது. ஹிலாரி கிளிண்டன் 28 மில்லியன் டாலரையும் டொனால்ட் ட்ரம்ப் 44 மில்லியன் டாலரையும் பேஸ்புக் விளம்பரத்துக்கு மட்டுமே செலவிட்டதாக பேஸ்புக் நிர்வாகத்திற்குள் மட்டுமே பகிரப்பட்ட ஒரு வெள்ளை அறிக்கையில் குறிப்பிடப்பட்டிருக்கிறது.[32] பேஸ்புக்கில் விளம்பரம் செய்வதற்கு அதிகமாக செலவிட்டதோடு மட்டுமல்லாமல், கேம்பிரிட்ஜ் அனலிட்டிகா நிறுவனத்தின் உதவியோடு பேஸ்புக்கில் இருக்கும் பயனர்களில் ஒவ்வொருவருக்கும் என்னென்ன மாதிரியான விளம்பரங்களைக் காட்டினால் அவர்களை ட்ரம்புக்கு வாக்களிக்க வைக்கமுடியும் என்கிற தகவல்களையும் திரட்டியிருக்கின்றனர். இப்படியாக ட்ரம்புக்கு ஆதரவாக வாக்களிப்போரின் எண்ணிக்கையை பேஸ்புக்கைப் பயன்படுத்தி உயர்த்தியிருக்கின்றனர். அது மட்டுமில்லாமல் 59 இலட்சம் வேறு வேறு விளம்பரங்களை சமூக ஊடகத்தில் பரப்பியிருக்கின்றனர்.[33] மிகச்சிறிய வேறுபாடுகளுடன் ஒவ்வொரு விதமான விளம்பரமாக வெளியிட்டு ஒவ்வொன்றிற்கும் என்னென்ன மாதிரியாக மக்கள் நடந்துகொள்கிறார்கள் என்பதையும் கண்காணித்திருக்கிறார்கள். அதற்கேற்ப சரியான விளம்பரத்தை சரியான நபர்களிடம் கொண்டு சேர்த்திருக்கிறார்கள். ஏறத்தாழ ஒரேமாதிரியான குணங்களைக் கொண்ட பல்வேறு மக்கள் குழுக்களிடம், மிகச்சிறிய வேறுபாட்டுடன் பல்வேறு விளம்பரங்களைக் காட்டும்போது அவர்களின் நடவடிக்கை எப்படி இருக்கிறது என்பதைக் கண்காணித்து, எந்த மாதிரியான விளம்பரத்தை

அவர்கள் விரும்புகிறார்கள் என்பதைக் கண்டறிவதற்கு பன்முகப் பரிசோதனை என்று பெயர்.

பேஸ்புக்கில் ட்ரம்பின் விளம்பரங்களில் 84% வெறுமனே ஏதோ செய்திகளை மட்டும் தெரிவிக்கிற விளம்பரங்களாக இல்லாமல், அவற்றைப் பார்க்கிறவர்களை எதையாவது செய்ய வைக்கிற விளம்பரங்களாக இருந்தன. அது ஏதாவது கேள்விக்கு விடையளிப்பதாக இருக்கலாம், விளையாட்டு போன்றதாக இருக்கலாம். ஆக, ஏதோவொரு வகையில் பார்வையாளர்களையும் ஈடுபடுத்துகிற விதத்தில் அந்த விளம்பரங்களை வடிவமைத்திருந்தனர். ஆனால் ஹிலாரி கிளிண்டனின் விளம்பரங்களோ 66000 வேறுவேறு விளம்பரங்கள் மட்டுமே பேஸ்புக்கில் வெளியாகின. ஹிலாரியின் விளம்பரங்களில் 56% மட்டுமே பார்வையாளர்களையும் எதையாவது செய்ய வைக்கிற விளம்பரங்களாக இருந்தன.

பேஸ்புக்கின் உள்சுற்றுக்காக மட்டுமே வெளியிடப்பட்டிருந்த இந்த வெள்ளை அறிக்கையின் மூலம் எந்தளவிற்கு பேஸ்புக்கை அரசியல்வாதிகள் பயன்படுத்திக் கொள்கின்றனர் என்பது தெளிவாகவே தெரிகின்றது. பேஸ்புக் என்கிற தளமே இப்படியான ஒரு விளம்பர உத்திக்காகத் தான் வடிவமைக்கப்பட்டிருக்கிறது. ஒருவரின் விருப்பு, வெறுப்பு, மற்றும் அடையாளங்களை வைத்துக்கொண்டு, அதற்கேற்ப அவருக்குத் தகுந்தாற்போன்ற விளம்பரங்களைக் காட்டி வளைப்பது தானே பேஸ்புக்கின் இயல்பே. அரசியல் விளம்பரங்களின் மூலமாக பேஸ்புக் உள்ளிட்ட சமூக ஊடகங்களுக்கு கோடிக்கணக்கில் கிடைக்கிற வருவாயின் காரணமாக, அதனை மகிழ்ச்சியுடன் ஏற்பார்களே தவிர, அதில் எந்த மாற்றத்தையும் செய்ய முன்வரமாட்டார்கள். இதில் அதிக வருவாயைக் கொடுக்கக்கூடிய அரசியல் கட்சிக்காக ஒருபக்க சார்பாகவும் பேஸ்புக் இயங்கிக் கொண்டிருக்க வாய்ப்பிருக்கிறது என்பது தான் பெருத்த கவலையைக் கொடுக்கிறது.

ஒபாமாவின் தேர்தல் பிரச்சாரத்திற்கு பேஸ்புக்கை அவர்கள் பயன்படுத்திய விதத்தை கண்டும்காணாமல் பேஸ்புக் அனுமதித்ததாக டேவிட்சன் கூறியதுகூட இதைத் தான் உறுதிப்படுத்தியிருக்கிறது.

"நாங்கள் தேர்தல் பிரச்சாரத்திற்குத் தேவையான ஆட்களை வேலைக்கு எடுத்தவுடன், பேஸ்புக் நிறுவனத்தைச்

சேர்ந்தவர்கள் எங்களுடைய அலுவலகத்திற்கு வந்தார்கள். மற்ற யாருக்கும் கிடைக்காத பல உதவிகளை எங்களுக்குச் செய்தார்கள். அவர்கள் எங்களுக்கு ஆதரவாக இருந்தார்கள் என்பது தான் அதற்கான முக்கியமான காரணமாகும்"

என்று டேவிட்சன் தன்னுடைய டிவிட்டர் பக்கத்தில் தெரிவித்திருக்கிறார். மக்களின் கருத்துகளை அப்படியே பிரதிபலிப்பதாகக் காட்டிக்கொள்ளும் சமூக ஊடகங்கள் இவ்வாறு ஒருபக்கசார்பாக இருக்கையில், ஜனநாயகத்தின் அடிப்படை மீதே முக்கியமான கேள்விகள் எழுகின்றன. மக்களுடைய கருத்துகளும் விருப்பங்களும் அவர்களுக்குத் தெரியாமலேயே மாற்றியமைக்கப்படுகின்றன.

நான் அமெரிக்காவின் மிச்சிகனில் இருக்கும்போது, ஒரு கணிப்பொறி ப்ரோகிராமரிடம் பேசிக்கொண்டிருந்தேன். அப்போது, "ஏராளமான அமெரிக்க இணைய நிறுவனங்களால் நமக்கு பலவற்றையும் இலவசமாக எப்படி வழங்க முடிகிறது?" என்று அவரிடம் கேட்டேன். அதற்கு அவர் கூறிய பதில் மிகமுக்கியமானது.

"எது விற்பனைப் பொருள் என்பதில் உனக்குத் தெளிவு இருந்தால் இந்தக் கேள்வியையே கேட்டிருக்கமாட்டாய். அந்த நிறுவனங்கள் வழங்கும் சேவைகளெல்லாம் விற்பனைப் பொருட்களே அல்ல. அவர்களைப் பொறுத்தவரை அந்த சேவைகளைப் பயன்படுத்தும் பயனாளிகள் தான் உண்மையான விற்பனைப் பொருட்கள். அந்த நிறுவனங்களுக்கு விளம்பரம் கொடுப்பவர்களிடம், அந்த நிறுவனத்தின் சேவையைப் பயன்படுத்தும் பயனாளிகளை விற்றுவிடுவார்கள். ஆக, அவர்கள் நம்மை விற்றுத்தான் வருமானம் பார்க்கிறார்கள். அவர்கள் எந்தளவுக்கு சிறப்பாக அவர்களுடைய பயனாளிகளிடம் விளம்பரங்களைக் கொண்டு சேர்க்கிறார்களோ, அந்தளவுக்கு பெரிய வெற்றிகரமான சமூக ஊடகமாக வலம்வருவார்கள். ஆக, மக்களின் தனிநபர் விவரங்களை சேகரித்து, அவற்றை ஆராய்ந்து, அதற்கேற்ப திட்டமிட்டு விளம்பரங்களையும் பிரச்சார செய்திகளையும் அவர்களது மனதிற்குள் ஆழமாகக் கொண்டு சேர்க்கிற இந்த நவீன சமூக ஊடக விளம்பர முறை இப்போதைக்கு காணாமல் போக வாய்ப்பே இல்லை.

பேஸ்புக், ஸ்னாப்சாட், வாட்சப், இன்ஸ்டாகிராம், கூகிள் உள்ளிட்ட சமூக ஊடகத்தளங்களை அரசியல் இலாபத்திற்காகப்

பயன்படுத்துவது நிச்சயமாகக் குறையப்போவதில்லை. அதிலும் அந்த சமூக ஊடகத் தளங்களின் பயனாளர் எண்ணிக்கை அதிகரித்துக் கொண்டே இருக்கும் இந்த வேளையில், அரசியல் ஆதாயத்திற்காக அவை பயன்படுத்தப்படுவதும் அதிகரிக்கத்தான் செய்யும். சீனாவிலிருந்து இறக்குமதியாகும் விலைகுறைந்த செல்போன்களாலும், தொலைதொடர்புத் துறையில் ரிலையன்ஸ் ஜியோவின் வருகையால் மலிவு விலையில் கிடைக்கும் இணைய சேவையினாலும் சமூக ஊடகத் தளங்களும் அதன்மூலம் அரசியல் விளம்பரங்களும் பலமடங்கு அதிகரித்திருக்கின்றன.[34]

இந்தியாவில் சமூக ஊடகங்களில் பெரும்பாலான கட்சிகள் கால்பதித்து விட்டபோதிலும், தரவு பகுப்பாய்வினைக் கையாள்வதற்கு தனி நிறுவனங்களை வைத்தோ அல்லது தானே ஒரு குழுவை வைத்தோ பல பெரிய கட்சிகள் இயங்கிவந்தாலும், தேர்தல் வெற்றிக்கு இவற்றின் தேவையையும் முக்கியத்துவத்தையும் முதன்முதலாக உணர்ந்த கட்சி இந்தியாவிலேயே பாஜக தான். 2014 ஆம் ஆண்டு தேர்தலுக்கு முன்பாகவே சமூக ஊடகங்களில் தன்னுடைய இருப்பிடத்தை பாஜக பலமாக உருவாக்கிக் கொண்டது. சமூக ஊடகங்களைப் பயன்படுத்துவது குறித்து மோடியே தனிப்பட்ட முறையில் அதிக கவனமும் செலுத்தினார்.[35]

தகவல் சேகரிக்கும் பணிகளுக்கும் சமூக ஊடக விளம்பரங்களுக்கும் கோடிக்கணக்கில் பாஜக செலவிட்டது. 'மிஸ்ட் கால் பிரச்சாரம்' மூலமாக ஒரேயொரு மிஸ்ட் கால் கொடுத்து பாஜகவில் இணையலாம் என்று மிகப்பிரம்மாண்டமாக பிரச்சாரம் செய்து, ஏராளமான மக்களின் அலைபேசி எண்களையும் பாஜக சேகரித்தது. பாஜகவின் பிரச்சார செய்திகளைக் கொண்டு செல்வதற்காக ஏராளமான பேஸ்புக் பக்கங்கள் உருவாக்கப்பட்டன. அதிகாரப்பூர்வமாக கட்சியுடன் தொடர்பில் இல்லாதவர்களையும் தன்னுடைய வலைப்பின்னலுக்குள் கொண்டுவந்து, அவர்களின் பேஸ்புக் பக்கங்களையும் பாஜக பயன்படுத்திக்கொண்டது.

பாஜகவின் அதிகாரப்பூர்வ பேஸ்புக் பக்கங்களின் மூலமாகவும் அதிகாரத்திற்கு அப்பாற்பட்ட பேஸ்புக் வழியாகவும் கோடிக்கணக்கில் செலவு செய்து விளம்பரங்கள் செய்யப்பட்டன. அதன்மூலம் தான் விரும்பிய மக்கள்

கூட்டத்திடம், தான் சொல்ல நினைத்த செய்திகளை எளிதில் பாஜக கொண்டு சேர்க்க முடிந்தது. 2014 ஆம் ஆண்டு நடந்த பொதுத்தேர்தலுக்காக 2013-2014 ஆம் ஆண்டுகளில் பேஸ்புக், ட்விட்டர் உள்ளிட்ட சமூக ஊடகங்களில் இப்படியாகத் தொடர் பிரச்சாரங்கள் மேற்கொள்ளப்பட்டன. அதுவே தேர்தலுக்குத் தேவையான ஒரு அடித்தளத்தை அமைத்துக்கொடுத்தது.

காங்கிரஸ் கட்சிக்கு எதிராக இணையத்திலும் களத்திலும் ஒரு பெரிய எதிர்மறைப் பிரச்சாரத்தை பாஜக மேற்கொண்டது. 2ஜி, நிலக்கரி, மற்றும் காமன்வெல்த் விளையாட்டுப் போட்டிகள் ஆகியவற்றில் ஊழல் நடைபெற்றதாக காங்கிரஸ் கட்சி குற்றஞ்சாட்டப்பட்டு தனிமைப்படுத்தப்பட்டது. இராபர்ட் வதேரா, சோனியா காந்தி மற்றும் ப.சிதம்பரம் உள்ளிட்டோர் மீதும் குற்றச்சாட்டுகளை முன்வைத்து, காங்கிரஸ் கட்சி மீதும் காந்தி குடும்பத்தின் மீதும் ஒரு திட்டமிட்ட வெறுப்பு விதைக்கப்பட்டது.

இந்தியாவின் முக்கியமான பிரச்சனைகள் குறித்து எதுவுமே வாய் திறக்காத மௌனப் பிரதமர் என்று அப்போதைய பிரதமராக இருந்த மன்மோகன் சிங்கைத் தாக்கியே திட்டமிட்டு உருவாக்கப்பட்ட பிரச்சாரங்களும் நல்ல பலனைக் கொடுக்க ஆரம்பித்தன. அனைத்துத் தரப்பு மக்களின் அன்றாட உரையாடல்களிலும் அது இடம்பெறத் துவங்கியது.[36] தீவிர அரசியலில் நான் பணியாற்றத் துவங்கிய பின்னர் தான், இப்படியான பொதுக்கருத்துகள் தானாகவே இயல்பாக உருவாக முடியாது என்பதைப் புரிந்துகொண்டேன். தொடர் முயற்சியும் திட்டமிட்ட செய்திப் பரப்பலும் தான் இதுபோன்ற கருத்துகளை மக்களின் பொதுப்புத்தியில் ஆழமாகப் பதியவைக்கிறது என்றும் எனக்குப் புரிந்தது.

'சர்ஜிகல் ஸ்ட்ரைக்' என்கிற அரிதான வார்த்தையை எல்லாம் கூட இந்தியாவின் அனைத்துத் தரப்பு மக்களிடமும் கொண்டு சேர்க்கும் அளவிற்கு பிரச்சாரங்கள் வீரியமிக்கவை என்பதை எனக்குப் புரியவைத்தது. இந்தியாவில் ஏறத்தாழ யாருக்குமே தெரிந்திருக்காத ஒருவார்த்தை, 2016 ஆம் ஆண்டு அக்டோபர் மாதத்தில், இந்திய எல்லையைத் தாண்டிச்சென்று பயங்கரவாதிகளை அழிப்பதற்கான தாக்குதலை நடத்திவிட்டதாக பிரதமர் மோடி அறிவித்தார். அப்போது தான் 'சர்ஜிகல் ஸ்ட்ரைக்' என்கிற வார்த்தையே

மக்களுக்குத் தெரியவந்தது, அது பிரபலமாகவும் ஆனது. இந்திய இராணுவ முகாம் இருந்த காஷ்மீரின் உரி என்கிற இடத்தில் பயங்கரவாதிகளின் தாக்குதலால் பத்தொன்பது இந்திய இராணுவ வீரர்கள் கொல்லப்பட்டனர்.[37] அதற்குப் பழிக்குப்பழி வாங்குவதற்காகவே 'சர்ஜிகல் ஸ்ட்ரைக்' நடத்தப்பட்டதாக மக்களிடம் சொல்லப்பட்டது.

அந்தத் தாக்குதலை சிலாகித்து வீடியோக்கள், விவாதங்கள், விளக்கப்படங்கள் என தொடர்ச்சியாக அனைத்துத் தொலைக்காட்சிகளும் காட்டிக் கொண்டே இருந்தன. இதனை மாபெரும் சாதனையாகவும் தேசத்திற்கே பெருமை சேர்த்தது போலவும் சமூக ஊடகங்களில் பாஜக பிரச்சாரம் செய்தது. சர்ஜிகல் ஸ்ட்ரைக் நடைபெற்றது குறித்து காங்கிரஸ் கட்சி சந்தேகங்களை எழுப்பியது. ஆனால், இந்திய இராணுவ வீரர்களை காங்கிரஸ் அவமானப்படுத்துகிறது[38] என்றும், தேசவிரோதிகள் நிறைந்திருக்கிற கட்சி தான் காங்கிரஸ் என்றும் பாஜக தலைவர்கள் பதிலடி கொடுக்க ஆரம்பித்துவிட்டனர். உண்மை என்னவென்றால், இதற்கு முன்பு பல்வேறு சர்ஜிகல் ஸ்ட்ரைக்குகளை முந்தைய அரசுகள் கூட நடத்தியிருக்கின்றன. ஆனால் இப்போது பாஜக ஆட்சியில் இருப்பதால், இந்த சர்ஜிகல் ஸ்ட்ரைக்கை தன் அரசியல் இலாபத்திற்காக பெரிய விளம்பரமாக்கிவிட்டது. இதுதான் இந்திய வரலாற்றிலேயே முதன்முதலாக நடத்தப்பட்ட சர்ஜிகல் ஸ்ட்ரைக் என்பது போன்ற பிம்பத்தை மக்களிடையே பாஜக திட்டமிட்டே உருவாக்கிவிட்டது.[39] அப்படியாக சமூக ஊடகங்கள், தொலைக்காட்சிகள், செய்தித்தாள்கள் என அனைத்துவகையான ஊடகங்களிலும் விடாமல் தொடர்ச்சியாக பிரச்சாரம் செய்யப்பட்டது. ஏதோ அசாதாரண சாதனையை இந்தியா செய்துவிட்டது என்று மக்களை உணரவும் வைத்துவிட்டது.

இதுபோன்ற பலவிதமான பிரச்சாரங்களை பாஜக தொடர்ச்சியாக செய்துவந்திருக்கிறது. ஒவ்வொரு முறையும் புதிய எதிரிகளை அடையாளம் காட்டி, அவர்களின் மீது வெறுப்பைக் காட்டுவதற்கு மக்களைத் தூண்டியிருக்கிறது. ஒருகட்டத்தில் பேஸ்புக் மற்றும் ட்விட்டரில் பாஜகவைப் போலவே மற்ற கட்சிகளும் நுழைந்து செயல்பட ஆரம்பித்ததும், அங்கே பாஜகவிற்கு இருந்த செல்வாக்கு சரிய ஆரம்பித்தது. பீஃப் ஜனதா பார்ட்டி, இந்தியா எதிர்க்கிறது, ஹியூமன்ஸ் ஆஃப்

இந்துத்துவா, துருவ் ராத்தே போன்ற பாஜக எதிர்ப்புப் பக்கங்களும் ட்விட்டர் கணக்குகளும் பிரபலமாகத் துவங்கின. வொயர், ஃவின்ட், மற்றும் ஸ்க்ரால் உள்ளிட்ட பல்வேறு இணைய செய்தித்தளங்களும் சமூக ஊடகங்களில் பாஜக கொண்டிருந்த ஏகபோகத்தை அடித்து நொறுக்கத் தொடங்கின.

வாட்சப் தேர்தல்கள்

தான் கோலோச்சிவந்த பேஸ்புக்கிலும் ட்விட்டரிலும் இன்னபிற கட்சிகள் நுழைந்துவிட்டாலும், பிரச்சாரப் போட்டியில் மற்ற அனைவரையும் விட ஒருபடி மேலே சென்றது பாஜக. பேஸ்புக்கைவிடவும் தனக்குத் தேவையான மக்களைக் குறிவைத்து பிரச்சாரம் செய்வதற்கு ஏதுவாக மற்றொரு சமூக ஊடகம் வந்தவுடன் அதனை கெட்டியாக பாஜக பிடித்துக்கொண்டது. அது தான் வாட்சப். அதன்மூலம் ஒரு குறிப்பிட்ட செய்தியை ஒரு குழுவிலும், மற்றொரு மாறுபட்ட செய்தியை வேறொரு குழுவிற்கும் அனுப்பிவிடமுடியும். மக்களின் பொதுப்புத்தியில் இருக்கிற நம்பிக்கைகளைக் கண்டறிந்து, அதே நம்பிக்கைகளை பாஜகவும் கொண்டிருப்பதாக செய்திகளை உருவாக்கி வாட்சப்பில் பரப்பும்போது, தன்னுடைய விருப்பமும் பாஜகவின் விருப்பமும் ஒன்றாக இருக்கிறதே என்று நினைக்கத் துவங்கிவிடுவார்கள். அப்படியே பாஜக தான் தங்களுடைய கட்சி என்கிற எண்ணமும் இயல்பாகவே அவர்களுக்கு உருவாகிவிடும். உத்தரப்பிரதேசத்தில் பசுவைக் கொல்வதை எதிர்ப்பதைப் போன்ற செய்திகளைப் பரப்பிக்கொண்டே, வட கிழக்கு மாநிலங்களில் அதுகுறித்து பாஜக அமைதியாக இருக்கும் வாய்ப்பை வாட்சப் கொடுக்கிறது. ஒருசில பகுதிகளில் அதிதீவிர இந்துத்துவ கருத்துக்களைப் பேசிக்கொண்டே, வேறுசில பகுதிகளில் அதைத்தவிர்த்து வளர்ச்சி குறித்து மட்டுமே பேசும் தந்திரத்தையும் வாட்சப் குழுக்களின் உதவியால் பாஜகவுக்கு சாத்தியமாகிறது. மக்களை பல்வேறு குழுக்களாக்கி, ஒவ்வொரு குழுவுக்கும் தனித்தனியாகத் திட்டமிட்டு வெவ்வேறு விதமாக செய்திபரப்பும் உத்தி இது. அதற்கு முன்னெப்போதையும் விட பாஜகவிற்கு வாட்சப் மிகவும் வசதியாகிப்போனது.

2014 ஆம் ஆண்டு பாராளுமன்றத் தேர்தல் பிரச்சாரத்தின் போது பேஸ்புக்கும் ட்விட்டரும் தான் சமூக ஊடகங்களில் பாஜகவின் முதன்மையான பிரச்சார ஆயுதங்களாக இருந்தன. அதிகளவிலான தேர்தல் நிதியும் உழைப்பும் அங்கு தான் செலவிடப்பட்டன. அந்தத் தேர்தல் பிரச்சாரத்தின் போது, நாடு முழுவதிலுமுள்ள கட்சி ஊழியர்களையும் ஆதரவாளர்களையும் செயல்வீரர்களையும் ஒரு வலைப்பின்னலாக இணைப்பதற்காக 9000 முதல் 10000 வாட்சப் குழுக்கள் வரை உருவாக்கப்பட்டன. அதனைத் தாண்டி வாட்சப்பை பிரச்சாரத்திற்கெல்லாம் பெரியளவிற்கு பாஜக பயன்படுத்தவில்லை. 2016 ஆம் ஆண்டின் துவக்கத்தில் தான் மாநிலங்களின் சட்டமன்றத் தேர்தல்களில் வாட்சப்பை பாஜக பயனபடுத்தத் துவங்கியது. இன்று வாட்சப் தான் பாஜகவின் மிகமுக்கியமான தேர்தல் பிரச்சார ஆயுதமாக இருக்கிறது.

> "இனிவரும் தேர்தல்கள் செல்போன்களில் தான் நடக்கப்போகின்றன. இன்னும் சொல்லப்போனால், அவற்றை வாட்சப் தேர்தல்கள் என்றே என்னால் சொல்ல முடியும்" [40]

என்று எக்கனாமிக் டைம்ஸ் இதழுக்கு அளித்த பேட்டியில் பாஜகவின் தகவல் தொழிற்நுட்பப் பிரிவின் தலைவரான அமித் மால்வியா கூறியிருக்கிறார்.

2018 ஆம் ஆண்டு மே மாதத்தில் கர்நாடக மாநிலத்தில் தேர்தல் நடைபெற்றது. அதன் பிரச்சாரத்திற்காக ஒரு பிரம்மாண்ட வலைப்பின்னலைக் கொண்ட சுமார் 20000 வாட்சப் குழுக்களை பாஜக உருவாக்கியது. 2014 ஆம் ஆண்டிற்குப் [41] பிறகு நடைபெற்ற ஒவ்வொரு மாநிலத் தேர்தலுக்கு முன்பாகவும், இதே போன்ற மிகப்பெரிய வலைப்பின்னலை அந்தந்த மாநிலங்களில் பாஜக உருவாக்கிக் கொண்டே வந்தது. இதன்மூலம் இலட்சக்கணக்கான வாட்சப் குழுக்களை நாடு முழுவதிலும் பாஜக உருவாக்கி வைத்துவிட்டது. எந்தவொரு பிரச்சார செய்தியையும் அத்தனை இலட்சம் வாட்சப் குழுக்களின் மூலமாக கோடிக்கணக்கான மக்களிடம் நினைத்த நேரத்தில் கொண்டு செல்லும் திறனை பாஜக பெற்றுவிட்டது. மற்ற அனைத்து எதிர்க்கட்சிகளுக்கும் இல்லாத அளவிற்கு இது பாஜகவிற்கு சாதகமாக இருந்தது. காங்கிரசும் இன்னபிற கட்சிகளும் தங்களுடைய கருத்துகளையும் வாதங்களையும் மக்களிடையே கொண்டு செல்வதற்கு காலங்காலமாகப் பயன்படுத்தும் பிரச்சார ஊடகங்களைத் தான்

தொழிற்நுட்பமும் தரவுகளும் | 117

நம்பியிருக்க வேண்டியிருந்தது. அவர்களால் பாஜக உருவாக்கிய பிரம்மாண்ட வாட்சப் வலைப்பின்னலை எதிர்கொள்ளவே முடியவில்லை என்றுதான் சொல்லவேண்டும்.

2018 ஆம் ஆண்டு ஆகஸ்ட் மாதத்தில் பாஜக மற்றும் காங்கிரஸ் கட்சிகளின் சமூக ஊடகப் பக்கங்களை பின்தொடர்ந்தவர்களின் எண்ணிக்கை:

பாஜக:

    பேஸ்புக்: 1.46 கோடிப் பேர்
    யூட்யூப்: 4.5 இலட்சம் பேர்
    ட்விட்டர்: 1 கோடிப் பேர்

நரேந்திர மோடி:

    பேஸ்புக்: 4.27 கோடிப் பேர்
    யூட்யூப்: 10 இலட்சம் பேர்
    ட்விட்டர்: 4.36 கோடிப் பேர்

இராகுல் காந்தி:

    பேஸ்புக்: 18 இலட்சம் பேர்
    யூட்யூப்: 27,814 பேர்
    ட்விட்டர்: 74.5 இலட்சம் பேர்

காங்கிரஸ்:

    பேஸ்புக்: 48 இலட்சம் பேர்
    யூட்யூப்: 1,35,457 பேர்
    ட்விட்டர்: 45.2 இலட்சம் பேர்

காங்கிரசின் மாநில அளவிலான சமூக ஊடகப் பக்கங்களின் நிலை, இதைவிடப் பரிதாபமான நிலையில் இருந்தன.

அதேவேளையில் வாட்சப்பைத் தாண்டியும் புதிய வாய்ப்புகளை பாஜக தேடிக்கொண்டே தான் இருந்தது. 'நமோ செயலி' அல்லது 'நரேந்திர மோடி செயலி' என்று ஒரு புதிய செயலியை உருவாக்கி, அதனை மிகத்தீவிரமாக மக்களிடையே கொண்டு சேர்க்கத் துவங்கியது. வாட்சப் இயங்கும் விதத்தில் ஏதேனும் மாற்றம் கொண்டுவரப்பட்டாலும் கூட, அதைச் சமாளிக்கத்

தயாராக இருக்க வேண்டும் என்பதற்காகவே நமோ செயலியை பாஜக அறிமுகப்படுத்தியது.

2018 ஆம் ஆண்டு[42] ஏப்ரல் மாதத்திலேயே ஆன்டிராய்டில் மட்டும் 50 இலட்சம் பேருக்கும் மேல் நமோ செயலியை தரவிரக்கம் செய்து பயன்படுத்தத் துவங்கியிருந்தனர். அதேபோல ஜியோ செல்போன்களுக்கான செயலிகளைத் தரவிறக்கும் இடத்திலும் கூட நமோ செயலி இலவசமாக வழங்கப்பட்டது. நாடுமுழுவதிலும் 4 கோடி ஜியோ செல்போன்கள் விற்கப்பட்டிருப்பது குறிப்பிடத்தக்கது.[43] நாடு முழுவதிலும் அரசின் திட்டங்களின் மூலமாக வழங்கப்படும் செல்போன்கள் அனைத்திலும் நமோ செயலியை நிரந்தரமாக நிறுவியே வழங்குவதற்கான பணியையும் பாஜக துவக்கியிருக்கிறது. 2018 ஆம் ஆண்டு ஜூலை மாதத்தில் சன்ச்சார் கிரந்தி திட்டம் என்கிற ஒரு திட்டத்தை சட்டீஸ்கர் மாநில அரசு அறிவித்தது. அதன்படி, 50 இலட்சம் செல்போன்களை அரசு நிதியில் விநியோகிப்பதற்காக அரசு திட்டமிட்டது. நமோ செயலியையும் பாஜகவின் சட்டிஸ்கர் மாநில முதல்வரின் பெயரிலான இராமன் சிங் செயலியையும் அந்த செல்போன்கள் அனைத்திலும் நிறுவியே வழங்கப்போவதாக செய்திகள் வருகின்றன.[44] தொழிற்நுட்பத்திலும் பிரச்சார செய்திகளை மக்களிடம் எளிதாக உடனுக்குடன் கொண்டு செல்வதிலும் இது போன்ற தொலைநோக்குப் பார்வை தான், தேர்தல் போட்டியில் மற்ற கட்சிகளை விடவும் எப்போதும் முன்னே செல்வதற்கு பாஜகவிற்கு பெரிதும் உதவியிருக்கிறது. அதன்மூலம் அன்றாடம் இந்த தேசத்தில் கருத்துகளையும் விவாதங்களையும் உருவாக்குவது பாஜகவாகவே இருக்கிறது. மற்றவர்கள் எல்லாம் பாஜக உருவாக்கிய கருத்துகளுக்கு வெறுமனே பதில் சொல்லும் ஆட்களாக மட்டுமே இருக்கமுடிகிறது.

சமீபகாலங்களில் வாட்சப் குழுக்களை உருவாக்கும் நடைமுறையில் கூட பாஜக சில மாற்றங்களை செய்து வருகிறது. முன்பெல்லாம், வெளியே காசு கொடுத்து மொத்தமாக வாங்கிய தொடர்பு எண்களையோ அல்லது கட்சியின் பல்வேறு நிகழ்ச்சிகளில் சேகரிக்கப்பட்ட தொடர்பு எண்களையோ இணைத்துத் தான் வாட்சப் குழுக்கள் உருவாக்கப்பட்டன. ஆனால் இப்போதெல்லாம் சமூகப் பொருளாதாரப் பின்னணியையும் வாழ்விடத்தையும்

தொழிற்நுட்பமும் தரவுகளும் | 119

வைத்து அதற்கேற்றவாறு குழுக்கள் உருவாக்கப்படுகின்றன. ஒவ்வொரு செல்போன் எண்ணும் அதற்கேற்ற குழுக்களில் இணைக்கப்படுகின்றன. அதன்மூலம் ஒவ்வொரு குழுவிற்கும் தகுந்தாற்போன்ற பிரச்சாரங்களை மேற்கொள்வது கட்சிக்கு எளிதாக இருக்கும்.[45]

பாஜக இன்றைக்கு பிரம்மாண்டமான வலைப்பின்னலை உருவாக்கியிருக்கிறது. அதே போன்ற வலைப்பின்னலை மற்ற கட்சிகளும் கூட, தரவு பகுப்பாய்வு நிறுவனங்களின் உதவியுடன் இனிவரும் காலங்களில் உருவாக்கிவிட முடியும்.

வாக்காளர்களின் பின்னணியை அறிதல்

தேர்தல் ஆணையத்தின் பொதுத்தளம் உள்பட பல்வேறு பொதுத்தளங்களில் ஏராளமான தகவல்கள் கொட்டிக்கிடக்கின்றன. அவற்றை வைத்தே தரவு பகுப்பாய்வாளர்களால் மக்களை பல குழுக்களாக பிரித்து அதற்கேற்ப தனித்தனியாக பிரச்சாரம் செய்ய உதவமுடியும். பொதுத்தளத்தில் எளிதில் கிடைக்கிற வாக்காளர் பட்டியலை வைத்துக்கொண்டே, ஒரு வாக்காளரின் பெயர், வயது, ஊர், அப்பா பெயர், அவர் வாக்களிக்கப்போகிற வாக்குச்சாவடி, வாக்காளர் எண் போன்ற தகவல்களை தரவு பகுப்பாய்வாளர்களால் எளிதாக கணிப்பொறி ப்ரோகிராம் எழுதி பெற்றுவிடமுடியும். உத்தரப்பிரதேசம், பீகார் உள்ளிட்ட இந்தியாவின் பெரும்பாலான பெரிய மாநிலங்களில் 70 சதவிகிதத்திற்கும் மேலான வாக்காளர்களின் சாதியை அவர்களின் பெயரை வைத்தே கண்டுபிடித்துவிடலாம்.[46] கணிப்பொறி ப்ரோகிராமை உருவாக்கி, வாக்காளர்களின் குடும்பப் பெயரை வைத்தே சாதியையும் மதத்தையும் தெரிந்துகொள்ளலாம். ஆனால் அதில் சில சிக்கல்களும் இல்லாமல் இல்லை.

ஒரே மாநிலத்தில் வேறுவேறு பகுதிகளில் வாழும் வேறுவேறு சமூக மக்கள் ஒரே குடும்பப் பெயரை சிலநேரம் வைத்திருப்பதைப் பார்க்கலாம். அப்போது அவர்களின் சரியான சாதியைக் கண்டுபிடிப்பது கொஞ்சம் கடினமாக இருக்கும். யாதவ், பஸ்வான், சிங், அகர்வால் மற்றும் சுக்லா போன்ற பெயர்களை வைத்து அவர்களின் சாதியை பெரும்பாலான மாநிலங்களில் எளிதாகக் கண்டுபிடித்துவிடலாம். ஆனால்

ஒரு சில மாநிலங்களில் பல்வேறு சாதியினர் ஒரே மாதிரியான பெயர்களைப் பயன்படுத்துகின்றனர். உதாரணத்திற்கு பீகாரில் பூமிகார் சாதியினரும் பாசி சாதியினரும் ‘சவுத்ரி’ என்கிற ஒரே பெயரைத் தான் பயன்படுத்துவார்கள். ஒரு பெரிய அரசியல் கட்சியால் இப்பிரச்சனையை எளிதாக அணுகமுடியும். மற்ற இயக்கங்களுக்கு இல்லாத ஒரு பெரிய சொத்து அரசியல் கட்சிகளுக்கு இருக்கிறது. அது என்ன தெரியுமா? அடிமட்டத் தொண்டர்களின் இலவச உழைப்பு. துண்டுப்பிரசுரம் கொடுப்பதையும் கொடிகளைக் கட்டுவதையும் தாண்டி, வேறு ஏதாவது வேலை கொடுத்தால் அதனை செய்வதற்கு இலட்சக்கணக்கான தொண்டர்கள் மனமுவந்து முன்வருவார்கள். ஒரே மாதிரியான பெயரைக் கொண்ட இருவேறு சாதியினர் வாழும் தொகுதிகளைச் சேர்ந்த தொண்டர்களின் உதவியோடு, வாக்காளர் பட்டியலில் இருக்கும் அவர்களுடைய ஊரைச் சேர்ந்தவர்களின் சாதியைக் கண்டுபிடித்துவிடலாம். ஒரு குறிப்பிட்ட சாதியைச் சேர்ந்தவர்கள் என்னென்ன மாதிரியான பெயர்களை எல்லாம் வைப்பார்கள் என்று அவர்களைக் கேட்டாலே மிகத் தெளிவாகச் சொல்லிவிடுவார்கள். அந்தக் குறிப்பையெல்லாம் கணிப்பொறி ப்ரோகிராமுக்கு கொடுத்துவிட்டோமானால், பிரச்சனை எளிதாகத் தீர்ந்துவிடும்.

இதையெல்லாம் செய்வதற்கு மற்ற அனைத்துக் கட்சிகளை விடவும் பாஜகவுக்கு அதிகமான தன்னார்வத் தொண்டர்கள் இருந்தனர். ஆனால் அது கொஞ்சம் கொஞ்சமாக குறைந்துகொண்டே இருக்கிறது என்பது தனிக்கதை. சில ஆண்டுகளுக்கு முன்னர் இந்தியாவிலேயே பாஜகவால் மட்டும் தான் ‘பன்ன பிரமுக்’ என்பவர்களை நியமித்து தேர்தலை எதிர்கொள்ள முடிந்தது. வாக்காளர் பட்டியலில் ஒவ்வொரு பக்கத்திலும் சுமார் 30 வாக்காளர்களின் பெயர்கள் இருக்கும். வாக்காளர் பட்டியலில் இருக்கிற ஒவ்வொரு இரண்டு பக்கங்களும் ஒரு தன்னார்வத் தொண்டரின் பொறுப்பாக ஒப்படைக்கப்படும். அந்த இரண்டு பக்கங்களில் இருக்கக்கூடிய 60 வாக்காளர்களிடம் தொடர்ந்து பேசி, பிரச்சாரம் செய்து, அவர்களை பாஜகவுக்கு வாக்களிக்க வைத்திட வேண்டும்.[47] அது தான் ஒவ்வொரு பன்ன பிரமுக்கின் வேலை. அதாவது கிட்டத்தட்ட நாடு முழுவதிலுமுள்ள எல்லா வாக்காளர்களையும் தொட்டுவிடும் அளவிற்கான ஒரு மாபெரும் திட்டம் இது. இதே முறையை பின்னாளில் காங்கிரஸ் கட்சியும் 2017 ஆம்

ஆண்டு நடைபெற்ற பஞ்சாப் சட்டமன்றத் தேர்தலில் முயற்சி செய்தது. அவர்கள் "பேஜ் இன்சார்ஜ்" என்கிற பெயரில் பன்ன பிரமுக்கைப் போலவே நியமித்தார்கள். அதே வழிமுறையை பின்னர் 2017 ஆம் ஆண்டு நடைபெற்ற குஜராத் தேர்தலின் போதும் பின்பற்றியது காங்கிரஸ் கட்சி.[48]

ஒவ்வொரு வாக்காளரின் சாதியையும் மதத்தையும் வாக்காளர் பட்டியலில் இருக்கும் பெயரை வைத்தோ, அல்லது கட்சி ஊழியர்களின் உதவியை வைத்தோ கண்டறிந்துவிட்டபின், அடுத்தபடியாக வாக்காளர்களின் அலைபேசி எண்களைக் கண்டுபிடிக்கவேண்டும். நிதி, சுகாதாரம் மற்றும் வேறு சில மிகமுக்கியமான துறைகளைத் தவிர வேறெங்கும் கிட்டத்தட்ட தகவல் பாதுகாப்பு சட்டங்களே கிடையாது. அதனால் யாருடைய தொலைபேசி எண்களையும் பெறுவதற்கு தகவல் தொடர்பு நிறுவனங்களில் மிக உயரிய பதவியில் இருக்கும் அதிகாரிகளின் உதவியெல்லாம் கூட தேவைப்படாது. தகவல் தொடர்பு நிறுவனங்களில் வேலை பார்க்கும் தொழிலாளர்களிடமோ அல்லது சிம் கார்டு விற்பனையாளர்களிடமோ தொடர்பு வைத்து தொலைபேசி எண்களை வாங்குவதற்கு 'தகவல் இடைத்தரகர்கள்' ஏராளமாக இருக்கின்றனர்.[49]

இவற்றைத் தாண்டி வாக்காளரின் பின்னணி குறித்து வேறு ஏதாவது தகவல்கள் கிடைத்தால் அவற்றையும் சேகரித்து வைத்துக்கொள்ளலாம். உதாரணத்திற்கு வாக்காளரின் சமூகப்பொருளாதார நிலைகுறித்த தகவல் கிடைத்தால் அதுவும் பயன்படும். நிலப்பத்திரங்கள், வறுமைக்கோட்டுக்கு கீழே உள்ளவர்களின் பட்டியல்கள், தேசிய மாதிரி கணக்கெடுப்பு அமைப்பின் கணக்கெடுப்புகள், மக்கள் தொகை கணக்கெடுப்பு தகவல்கள் போன்றவற்றில் இருந்தும் வாக்காளர்களின் சமூகப் பொருளாதாரம் குறித்த தகவல்கள் நமக்குக் கிடைக்கும். இன்னும் எளிமையாகப் பார்த்தால், ஒருவரின் மின்சார இரசீதுகள் கூட ஒருவரின் பொருளாதார நிலையை நமக்கு உணர்த்திவிடும். அதனால் அதுபோன்ற தகவல்களும் உதவிகரமாக இருக்கும்.

ஒருவரின் பொருளாதார நிலைக்கும் அவர் வீட்டில் மின்சார உபயோகத்திற்கும் நேரடியான தொடர்பு இருக்கிறது. அதிகமான வருமானம் இருப்பவர்கள் அதற்கேற்ப மின்சாரத்தை அதிகமாகப் பயன்படுத்தும் பொருட்களை வைத்திருப்பார்கள். அதனால்

அவர்களது மின்சாரப் பயன்பாடும் அதிகமாக இருக்கும். அதனை அவர்களது மின்சார இரசீதில் கண்டுபிடித்துவிடலாம். அதுவே வசதியில்லாதவர்களாக இருந்தால் அவர்களிடம் விலையுயர்ந்த பொருட்கள் இருக்காது. அதனால் மின்சாரப் பயன்பாடும் குறைவாகத் தான் இருக்கும். வறுமைக்கோட்டுக்குக் கீழே வாழ்பவர்களின் பட்டியலை எடுத்தால், மிகமோசமான வறுமையில் வாடுபவர்களைக் கண்டுபிடித்துவிடலாம். அதுவே மின்சார இரசீதுகளை எடுத்துக்கொண்டால், அதிகமான மக்கள் வாழும் நகரங்களில் வாழும் ஒரு வாக்காளரை பணக்காரரா அல்லது நடுத்தர வர்க்கமா என்று கண்டுபிடித்துவிடலாம். ஒரு வாக்காளர் பட்டியலை எடுத்துப்பார்த்தால் எல்லோரும் ஒன்று போலவும் தோன்றும். ஆனால் அவர்களின் வயது, மதம், சாதி மற்றும் பொருளாதார நிலையை அடையாளங்கண்டு அதற்கேற்ப அவர்களை வகைப்படுத்தினால், அதற்கேற்றாற் போல் பிரச்சார செய்திகளை கொண்டு செல்வதற்கு நமக்கு வசதியாக இருக்கும். வறுமைக் கோட்டுக்கு கீழே வாழ்பவருக்கும் வசதியாக வாழ்பவருக்கும் ஒரேமாதிரியான பிரச்சார செய்தியைக் கொண்டுபோனால், இருவரில் ஒருவரின் வாக்கு மட்டுமே தான் கிடைக்க வாய்ப்பு இருக்கிறது. அல்லது இருவரின் வாக்குகளும் கூட கிடைக்காமல் போகலாம். அதுவே, வசதிபடைத்தவருக்குத் தெரியாமல் ஏழைக்குத் தேவையான வாக்குறுதியை ஏழைக்கு மட்டுமே தனியாகக் கொடுத்தால், அவர் நிச்சயமாக வாக்களிப்பார். அதேபோல வசதியாக வாழ்பவருக்குத் தகுந்தாற்போல் வேறு வாக்குறுதியை அவருக்கு மட்டுமே தெரிவது போன்று கொடுக்க வேண்டும். இரண்டு செய்திகளும் வேறுவேறு நபர்களுக்கு சென்று சேர்வதால், இரு வாக்குறுதிகளும் ஒன்றுக்கு ஒன்று முரணாக இருந்தாலும் கூட பாதிப்பில்லை. இப்படியான ஒரு தேர்தல் பிரச்சார முறை உலகின் வேறெந்த நாட்டிலும் வருவதற்கு முன்னரே இந்தியாவில் வந்துவிட்டது.

மக்களுக்கே தெரியாமல் மக்களை குழுக்களாக அரசியல் கட்சிகள் பிரித்துவைத்து வேறுவேறு விதமாகப் பிரச்சாரம் செய்வதால் அரசியல் கட்சிகளால் என்ன சாதிக்க முடியும் என்பதை உத்தரப்பிரதேசத்தை உதாரணமாகக் கொண்டுபார்ப்போம். அப்போது எளிதில் புரியும்.

ஒரு கட்சிக்கு (கட்சி-1) உத்தரப்பிரதேசத்தில் ஏற்கனவே ஆதிக்க சாதியினரின் வாக்குகள் நிச்சயமாகக் கிடைக்கும்

என்கிற சூழல் இருப்பதாக வைத்துக்கொள்வோம். ஆனால் மற்ற சாதியினரின் வாக்குகளும் கிடைத்தால் தானே தேர்தலில் வெற்றிபெறமுடியும். உத்தரப்பிரதேசத்தில் பிற்படுத்தப்பட்ட சாதியைச் சேர்ந்தவர்கள் ஏறத்தாழ 44 சதவிகிதம் பேர் இருக்கிறார்கள். அவர்களில் யாதவர்கள் 11 சதவிகிதமும், இன்னபிற பிற்படுத்த சாதியினர் 31 சதவிகிதமும் ஆவர். யாதவர்கள் ஏற்கனவே மற்றொரு கட்சிக்குத் தான் (கட்சி-2) வாக்களிப்பார்கள் என்றும் அவர்களை வேறு கட்சிக்கு வாக்களிக்க வைக்கமுடியாது என்றும் வைத்துக்கொள்வோம். அந்த யாதவரல்லாத 31 சதவிகித வாக்காளர்களைத் தான் எப்படியாவது கட்சி-1 க்கு வாக்களிக்க வைக்க வேண்டும். இதைச் செய்வதற்கு ஒரு எளிதான வழிமுறை இருக்கிறது. யாதவர்கள் அல்லாத சாதியினருக்கு யாதவ சாதியினர் மீது ஒரு வெறுப்பை உருவாக்கினால், யாதவர்கள் வாக்களிக்கும் கட்சிக்கு யாதவரல்லாத பிற்படுத்தப்பட்ட சாதியினர் நிச்சயமாக வாக்களிக்கவே மாட்டார்கள். ஆக அந்த 31 சதவிகித வாக்குகளை கட்சி-1 க்கு உறுதிப்படுத்துவது கடினமானதாக இருக்காது.

அப்படியான ஒரு பிரச்சாரத்தை செய்வதற்கு வாட்சப் குழுக்கள் தான் மிகச்சரியாக நமக்கு உதவும். நாம் பல்வேறு வழிகளில் திரட்டிய தகவல்களைக் கொண்டு யாதவரல்லாத பிற்படுத்தப்பட்ட வகுப்பைச் சேர்ந்த பதினெட்டு முதல் நாற்பது வயது வரையிலான ஏழை மற்றும் நடுத்தர வர்க்கத்தினரை மட்டுமே இணைத்து தனியான வாட்சப் குழுக்களை உருவாக்க வேண்டும். அதே போல அந்த வாட்சப் குழுக்களில் இருக்கிற தொலைபேசி எண்களைக் கொண்டவர்களின் பேஸ்புக் பக்கத்தில் மட்டும் தெரிவது போன்ற விளம்பரங்களை பேஸ்புக்கில் தெரியவைக்கவேண்டும். பேஸ்புக்கில் அதிகமாகப் பிரபலமாகாத ஒரு விளம்பர முறை இது. ஆனால் அதுதான் மிகத்துல்லியமாக நமக்குத் தேவையானவர்களிடம் நாம் கொண்டு செல்ல நினைக்கிற செய்தியைக் கொண்டு சேர்க்கும்.[50]

கல்வி மற்றும் வேலைவாய்ப்புகளில் பிற்படுத்தப் பட்டோருக்கான இடஒதுக்கீட்டில் மற்ற சாதிகளுக்கு வாய்ப்பே தராமல் யாதவர்களே அனைத்தையும் எடுத்துக்கொள்கிறார்கள் என்கிற செய்தியை பலவடிவங்களில் யாதரவல்லாத பிற்படுத்தப்பட்ட சாதியினர் இருக்கிற எல்லா வாட்சப் குழுக்களுக்கும் தொடர்ந்து அனுப்பினால், நிச்சயமாக அதற்கு

பலன் கிடைக்கும். இரண்டு-மூன்று மாதங்கள் தொடர்ந்து அதே வாதத்தை முன்வைத்து வாட்சப் செய்திகள் அனுப்பிக்கொண்டே இருந்தால், அம்மக்களின் அன்றாட விவாதப் பொருளாக அது மாறிவிடும். யாதவர்கள் தான் தங்களுடைய அனைத்து உரிமைகளையும் பறித்துக்கொள்கிறார்கள் என்று யாதவரல்லாத இதர பிற்படுத்தப்பட்ட சாதியைச் சேர்ந்த மக்கள் நம்பிவிடுவார்கள். அதன்பிறகு, யாதவர்கள் வாக்களிக்கும் கட்சி-2 க்கு வாக்களிக்காமல் வேறொரு கட்சிக்கு வாக்களித்தால் யாதவர்களுக்கு அது நல்ல பாடமாக அமையும் என்று நினைக்க ஆரம்பித்துவிடுவார்கள். அதுவே கட்சி-1 க்கான வாக்குகளாக தானாகவே மாறிவிடும்.

இந்தளவுக்குத் திட்டமிட்டு குழுக்களாக மக்களைப் பிரித்து பிரச்சாரம் செய்யமுடியும் என்று கேம்பிரிட்ஜ் அனலிட்டிகா நிறுவனமே கூட கனவிலும் நினைத்துப் பார்த்திருக்க முடியாது. ஆனால் இந்தியாவிலோ வெறும் கனவாக மட்டுமில்லாமல், அது உண்மையாகவே நடத்தியும் காட்டப்பட்டிருக்கிறது. இங்குதான் ஃபேக் செய்திகளும் களத்தில் இறக்கிவிடப்படுகின்றன. ஒரு குறிப்பிட்ட மக்கள் குழுவை ஏமாற்றுவதற்கு உண்மையான தரவுகளும் செய்திகளும் சிலநேரம் போதாமல் இருக்கிறது. அதனால் எந்த எதிரியைக் காட்டி ஒரு மக்கள் குழுவைத் தூண்டுகிறோமோ, அந்த எதிரியை வெறுப்பதற்கேற்ப பல பொய்யான ஃபேக் செய்திகளையும் பரப்பவேண்டியிருக்கிறது. ஒரு பொதுவான எதிரியைக் குறித்து ஏராளமான பொய்செய்திகளைத் தயாரித்து, அந்த எதிரியை எந்த மக்கள் குழுவினர் எதிர்க்க வேண்டும் என்று நாம் விரும்புகிறோமோ, அவர்கள் இணைந்திருக்கிற வாட்சப் குழுக்களில் தொடர்ந்து அனுப்பிக்கொண்டே இருக்கவேண்டும். அதுவும் அச்செய்தியைப் பரப்புகிற கட்சியை ஆதரித்தாலேயொழிய அந்த பொதுஎதிரியை வீழ்த்திவிட முடியாது என்பதையும் அச்செய்திகளில் சேர்த்தே பரப்பப்படும். இச்செய்திகளைப் பரப்பும் கட்சியின் எதிர்க்கட்சிகள் தான் அந்த பொது எதிரியின் நெருங்கிய நண்பர்கள் என்பதையும் தெளிவாக அக்குழுவினருக்கு சொல்லிவிட வேண்டும். அப்போது தான் இச்செய்திகளைப் பரப்பும் கட்சிக்கு சிந்தாமல் சிதறாமல் வாக்குகள் வந்துவிழும்.

4

ஃபேக் செய்திகளும் திட்டமிட்ட பிரச்சாரமும்

2017 ஆம் ஆண்டின் ஜனவரி மாதத்திற்கும் 2018 ஆம் ஆண்டின் மே மாதத்திற்கு இடையில் மட்டுமே 'குழந்தைகளைக் கடத்துபவர்கள் சுற்றிக்கொண்டிருக்கிறார்கள்' என்று பரப்பப்பட்ட ஃபேக் செய்திகளின் தாக்கத்தில் முப்பது பேருக்கும் மேலான அப்பாவிகள், கும்பல் வன்முறையால் அடித்தே கொல்லப்பட்டிருக்கின்றனர்.[1] 2018 ஆம் ஆண்டு ஜூன் மாதம் 28 ஆம் தேதியன்று ஒரு குழந்தையைக் கடத்தி, கொன்று, சிறுநீரகத்தை திருடியதாகக் குறைகூறப்பட்டு திரிபுராவில் மூன்று பேர் அடித்தே கொல்லப்பட்டனர். இதில் பெரிய துயரம் என்னவென்றால், அப்படியான கும்பல் வன்முறையால் கொல்லப்பட்ட ஒருவர், 'வதந்திகளை நம்பவேண்டாம்' என்று ஊர் ஊராகச் சென்று மக்களுக்கு பிரச்சாரம் செய்யும் பணியைச் செய்வதற்காக உள்ளூர் அரசு நிர்வாகத்தால் நியமிக்கப்பட்டவர். 'வதந்திகளை நம்பவேண்டாம்' என்று சொல்ல வந்தவரையே வதந்தியை நம்பி அடித்துக் கொன்றிருக்கின்றனர். அதன்பின்னர் அது தேசியளவில் தலைப்புச் செய்தியானது. சமூக ஊடகங்களில் (முக்கியமாக வாட்சப் வழியாக) பரப்பப்பட்ட வதந்திகளின் விளைவால் நடத்தப்பட்ட கொலைகள் தான் அவை.[2]

பேஸ்புக் நிறுவனத்தின் ஒரு செயலியான வாட்சப்பிற்கு இந்தியாவில் மட்டுமே 20 கோடிக்கும் மேற்பட்ட பயனாளர்கள் உள்ளனர். அதிலும் உலக நாடுகளிலேயே வாட்சப் பயனாளர்கள் அதிகமான உள்ள நாடு இந்தியா தான்.[3] ஏராளமான மக்களின் வாழ்க்கையில் பிரிக்கமுடியாத அங்கமாக வாட்சப் மாறிவிட்டது.

வாட்சப் குழுக்கள் வழியாக தேர்தல் பிரச்சாரம் செய்வதும் வாக்காளர்களுக்கு செய்திகளைப் பகிர்வதும் ஒரு மிக முக்கியமான பிரச்சார வழிமுறையாக அரசியல் கட்சிகளுக்கு மாறியிருக்கிறது. பேஸ்புக்கிலும் ட்விட்டரிலும் ஏராளமான செய்திகள் பதிவிடப்பட்டுக்கொண்டே இருக்கின்றன என்பதால் அங்கே பதியப்படுகிற செய்திகள் எல்லோர் கண்ணிலும் படுவதற்கான வாய்ப்புகள் மிகமிகக் குறைவுதான். ஆனால் வாட்சப் குழுவில் அனுப்பப்படும் செய்திகள் பெரும்பாலானோரால் பார்க்கப்படுவதற்கான வாய்ப்புகள் மிகமிக அதிகம்.

ஒரு குறிப்பிட்ட மக்களை மிகத்துல்லியமாக இலக்காக்கி பிரச்சாரம் திட்டமிடுவதற்கும், கட்சி ஊழியர்களை ஒருங்கிணைத்து வேலைப்பிரிவினையை செய்வதற்கும் வாட்சப் ஒரு பயனுள்ள அரசியல் தளம் என்பதை நான் ஆரம்பத்திலேயே தெரிந்துகொண்டேன். ஆனால், வாட்சப்பைப் பயன்படுத்துவதில், மேல்தட்டு இந்தியர்களிலிருந்து மற்ற பெரும்பாலான வாக்காளர்கள் முற்றிலும் மாறுபட்டு இருப்பதைத் தான் என்னால் புரிந்துகொள்ளவே முடியவில்லை. நூற்றுக்கும் மேற்பட்ட வாட்சப் குழுக்களில் என்னைப் பலரும் இணைத்திருக்கிறார்கள். அந்தக் குழுக்களிலெல்லாம் ஏராளமான செய்திகள் வந்துகொண்டே தான் இருக்கும். அதனால் அவற்றில் வரும் செய்திகளைப் பார்ப்பதைக் கூட நான் நிறுத்திவிட்டேன். எனக்குத் தெரிந்து தேர்தல் ஆலோசனைக் களத்தில் பணிபுரிந்த என்னுடைய நண்பர்கள் எல்லோரும் என்னைப் போன்று தான் வாட்சப் குழுக்களைப் பார்த்தார்கள். வாட்சப் குழுக்களில் போட்டோக்களும் வீடியோக்களும் வந்துகொண்டே இருக்கும் என்பதால், தானாகவே அவற்றைத் தரவிறக்கும் வசதியையே கூட பயன்படுத்தாமல் நீக்கி இருப்பார்கள். எங்களைப் பொறுத்தவரையில் யாராவது எங்களை ஏதாவது வாட்சப் குழுவில் இணைத்தால் அதனைத் தொல்லையாகத் தான் பார்த்தோம். அதனால் அது எப்படி மக்களிடையே பிரபலமாகும் என்கிற ஒரு சந்தேகம் இருந்துகொண்டே தான் இருந்தது. ஆனால், கிராமப்புற மற்றும் நகர்ப்புற மக்களோ தங்களை ஏதேனும் வாட்சப் குழுவில் யாராவது இணைத்தால் அதை விரும்பி ஏற்பதைப் பார்க்க ஆச்சர்யமாக இருந்தது.

தேர்தல் வேலைக்காக திரிபுரா மற்றும் மத்திய பிரதேசத்தின் கிராமங்களுக்கெல்லாம் பயணித்தபோது, அரசியல் தொடர்பான

வாட்சப் குழுவில் இணைக்கப்பட்டாலே ஏதோ அரசியல் அதிகாரத்தின் உள்ளடித் தகவல்களைத் தெரிந்துகொள்ளும் வாய்ப்பு கிடைத்திருப்பதாகவே அம்மக்கள் கருதிக்கொண்டதைப் பார்க்கமுடிந்தது. ஏராளமான செய்திகள் வருவதைக் கண்டு எரிச்சல் அடையாமல், தங்களுக்கு ஏதோ நம்பத்தகுந்த உயர்மட்டத்திலிருந்து நேரடியாக செய்தி வந்திருப்பதாக நினைத்து ஆர்வத்துடன் படித்தனர். இந்தியாவின் கிராமங்கள் வெகுவேகமாக மின்சாரம் பெற்றுக்கொண்டிருப்பதாகவும், நேரு-காந்தி குடும்பங்கள் எதுவும் படிக்காமலேயே அதிகம் படித்திருப்பதாக பொய்சொல்லி ஏமாற்றியதாகவும் வரும் செய்திகளையெல்லாம் மிகப்பெரிய ஆர்வத்துடன் தான் வாட்சப்பில் மக்கள் படித்தனர். மிகச்சிலருக்கே கிடைக்கக்கூடிய தகவல்கள் எல்லாம் தங்களுக்குக் கிடைப்பதாக அவர்கள் உணர்ந்தனர். பின்னர் அத்தகவல்களை அப்படியே தங்களது அன்றாட உரையாடல்களிலும் விவாதங்களிலும் மற்றவர்களுடன் பகிர்ந்துகொள்ள ஆரம்பித்தனர். இன்னும் சொல்லப்போனால் அவர்கள் வாட்சப்பில் படித்தவற்றை, தங்களுடைய விவாதங்களில் ஆணித்தரமாக முன்வைத்து மற்றவர்களின் வாயை அடைக்கவும் செய்தனர். அரசியல் வாட்சப் குழுவில் இணைந்திருப்பதன் மூலம், தன்னைப் போல் ஒத்தகருத்துடைய பலருடனும் இணைந்திருப்பதாகவும் அவர்களுக்கு ஒரு உணர்வையும் அது கொடுத்தது. இது தான் வாட்சப்பை சக்திவாய்ந்த ஒரு அரசியல் பிரச்சார ஊடகமாக மாற்றியது.

பொதுமக்களின் கருத்தை மாற்றியமைக்கும் வழிகளாக நாஜி ஜெர்மனியின் பிரச்சார மந்திரியாக இருந்த ஜோசப் கோயபல்ஸ் பல மேற்கோள் முத்துக்களை உதிர்த்திருக்கிறார்.

> "ஒரு பொய்யை நீ திரும்பத்திரும்ப சொல்லிக்கொண்டே இருந்தால், மக்கள் நிச்சயமாக அதனை உண்மை என்று நம்பிவிடுவார்கள். ஒருகட்டத்தில் அப்பொய்யைச் சொன்ன நீயே கூட நம்பத் துவங்கிவிடுவாய்"

> "நாம் யாருடைய மனதை மாற்றுவதற்காக பொய்ப்பிரச்சாரங்கள் செய்கிறோமோ, அவர்களுக்கு நாம் சொல்லித்தான் அனைத்தையும் நம்புகிறார்கள் என்று நினைப்பே வராமல், தாங்களாகவே சுயமாகவே தான் சிந்திக்கிறார்கள் என்ற நிலைக்குக் கொண்டுவர

வேண்டும். அப்போது தான் நாம் செய்யும் பரப்புரை மிகச்சிறப்பாக வேலை செய்யும்"

என்பன போன்ற பல அரிய முத்துக்களை கோயபல்ஸ் கூறியதாக சொல்லப்படுகிறது.[4 5] இதையெல்லாம் கோயபல்ஸ் தான் சொன்னார் என்றோ அல்லது அப்படி ஒரு மனிதர் இருந்தார் என்றோ இந்திய அரசியல்வாதிகளில் பெரும்பாலானோர்க்கு தெரியாமல் கூட இருக்கலாம். ஆனால் இந்தியாவின் பெரும்பாலான வெற்றிகரமான அரசியல்வாதிகளுக்கு, அன்றாட நடைமுறை அரசியலில் கோயபல்சின் இக்கருத்துகள் நிச்சயமாக புதிதாக இருக்காது.

மக்களிடையே செல்வாக்கைப் பெறுவதற்கான கலையே அரசியல் செய்வதின் மையமாக இருக்கிறது. ஒரு தலைவரோ அல்லது கட்சியோ சிறப்பான திட்டங்களைக் கண்டறிந்து அவற்றை வெற்றிகரமாக நிறைவேற்றுவதே ஆட்சி செய்வதற்குத் தேவைப்படும் அடிப்படைக் கூறாகும். அது தான் தேர்தல்களிலும் வெற்றியை ஈட்டித்தரும். ஆனால் அந்த செயல்பாடுகளும் திட்டங்களும் மக்களிடையே பெருத்த வரவேற்பைப் பெறாமல் போனால், தேர்தல் வெற்றி சாத்தியமில்லை. மக்களின் உணர்வுகளைத் தூண்டி அவர்களை ஈர்க்காமல் போனால், வளர்ச்சியும் நல்லாட்சியும் அரசியல் வெற்றிக்குப் பயன்படாமலேயே வீணாகத்தான் போகும்.

"பொருளாதார செயல்பாடுகளையும் சாதனைகளையும் கொண்டெல்லாம் தேர்தல்களில் என்றும் வெற்றிபெற்றுவிடமுடியாது. மக்களின் உணர்வுகளின் மீதேறி தான் தேர்தல்களை வெல்லமுடியும்"

என்று 2018 ஆம் ஆண்டு ஜூன் மாதம் குவின்ட் இதழுக்கு அளித்த பேட்டியில் பாஜக தலைவர் சுப்பிரமணிய சாமி தெரிவித்தார்.[6]

அதாவது, தேர்தல்களில் வெல்லவேண்டுமென்றால் ஒரு கட்சிக்கோ அல்லது அரசியல் தலைவருக்கோ மக்களிடையே கருத்துருவாக்கம் செய்யும் திறமை இருக்க வேண்டும். தன்னுடைய கருத்தையே மக்களின் கருத்தாக மாற்றும் வல்லமை இருக்க வேண்டும். தேர்தலில் வெற்றிபெற மட்டுமில்லாமல், தேர்தலில் வெற்றிபெற்றபின்னரும் அது தேவைப்படுகிறது. ஏனெனில், இந்த அமைப்பு முறையின் சட்டதிட்டங்களில்

எந்தவொரு மாற்றத்தைக் கொண்டுவருவதற்கும் மக்களின் ஆதரவு தேவையாக இருக்கிறது. கடந்த சில ஆண்டுகளாகவே, மக்களின் பொதுக்கருத்தையும், அவர்களின் அன்றாட உரையாடல்களையும் தீர்மானிப்பதில் சமூக ஊடகங்கள் பெரும்பங்கு வகிக்கின்றன. பேஸ்புக் பக்கங்கள், ட்விட்டர் கணக்குகள், வாட்சப் குழுக்கள் என பல்வேறு புதிய வழிகளின் மூலமாக மக்களின் பொதுக்கருத்தை பாஜக தீர்மானித்தது. நாட்டின் மிகமுக்கியமான பிரச்சனையாக எது விவாதிக்கப்பட வேண்டும் என்பதையே கூட பாஜக தான் முடிவுசெய்தது. அதனைத் தொடர்ந்து இன்றைக்கு நமோ செயலியை (நரேந்திர மோடி செயலி) எல்லா செல்போன்களிலும் கட்டாயமாக நிறுவும் வேலைகளில் இறங்கியிருக்கின்றனர். இதன்மூலம் பேஸ்புக்கையோ, ட்விட்டரையோ, வாட்சப்பையோ எதிர்காலத்தில் முழுமையாக நம்பியிருக்க வேண்டியதில்லை என்பதே அவர்களின் இலக்காக இருக்கிறது.

சமூகத்தில் ஏற்கனவே நிலவும் பக்கசார்பான கருத்துகளைப் பயன்படுத்திக்கொள்ளல்

குழந்தைக் கடத்தல் குறித்து பரப்பப்பட்ட வதந்திகளால் நாடு முழுவதிலும் பல அப்பாவிகள் கொல்லப்பட்டது தற்செயலான ஒன்றாக இருக்கலாம். அதன்மூலம் யாரும் எவ்வித அரசியல் ஆதாயமோ பெற்றிருக்க வாய்ப்பில்லாமல் இருந்திருக்கலாம். அத்தகைய வதந்திகள் திட்டமிட்டு பரப்பப்பட்ட ஒன்றாக இல்லாமல்கூட இருக்கலாம். ஆனால் அந்த வதந்திகள் அனைத்தும் மக்களிடையே ஒரு பரபரப்பை உருவாக்கி, விசாரணையின்றி அப்பாவிகளை கொலை செய்யுமளவிற்குத் தூண்டியிருக்கிறது என்பது குறிப்பிடத்தக்கது. வாட்சப் மூலமாக செய்திகளைப் பகிர்வதால் சமூகத்தில் பெரும் அதிர்வுகளை ஏற்படுத்தமுடியும் என்பதற்கு மிகத்தெளிவான உதாரணம் இது தான்.

'வாட்சப் தன்னுடையை கடமையையும் பொறுப்பையும் தட்டிக்கழிக்க முடியாது' என்று வாட்சப் நிறுவனத்திற்கு இந்திய தகவல் தொழிற்நுட்பத் துறையின் அமைச்சர் இரவிஷங்கர் பிரசாத் ஒரு கடிதம் எழுதினார். 2018 ஆம் ஆண்டு ஜூன் மாதத்தில் துவங்கி பல்வேறு அறிக்கைகளையும் வெளியிட்டார்.[7]

வாட்சப் நிறுவனம் மூன்று மாற்றங்களை செய்வதற்கான பரிந்துரையை வழங்கியது.

- ஒரு செய்தி புதிதாக எழுதப்பட்டதா அல்லது பகிரப்பட்டதா என்பதைக் குறிப்பதற்கு ஒரு குறியீட்டை அறிமுகப்படுத்துவது முதலாவது மாற்றமாகும்.
- ஃபேக் செய்திகள் குறித்த பிரச்சாரத்தை பலவடிவங்களில் மேற்கொள்ள வாட்சப் நிறுவனம் முன்வந்தது இரண்டாவது மாற்றமாகும்.
- ஒரே செய்தியை ஒருவர் எத்தனை பேருக்குப் பகிரலாம் என்கிற வரைமுறையை அறிமுகப்படுத்துவது மூன்றாவது மாற்றமாகும்.[8]

வாட்சப்பில் பரப்பப்படும் ஃபேக் செய்திகளை தடுப்பதற்கு அந்த நிறுவனம் உண்மையிலேயே விரும்புவதைப் போன்று தெரியவில்லை. அதற்காக முன்மொழிந்த தீர்வுகளும் போதுமானதாக இல்லை. வாட்சப் எப்படியெல்லாம் பயன்படுத்தப்படுகிறது, என்னென்ன மாதிரியான குழுக்களெல்லாம் உருவாக்கப்பட்டிருக்கின்றன என்பன போன்ற தகவல்கள் வாட்சப்பிற்குத் தெரிந்திருக்கவே வாய்ப்புகள் அதிகம். அதனைத் தடுப்பதற்கு எடுக்கிற எந்த முடிவுகளும் வாட்சப்பின் வளர்ச்சியைத் தடுக்கலாம் என்று எண்ணி, வேண்டுமென்றே வாட்சப் நிறுவனம் அமைதியாக இருந்திருக்கலாம். அதனால் தனக்கு எவ்வித பாதிப்பையும் ஏற்படுத்திவிடாத மிகச்சிறிய மாற்றங்களை மட்டுமே செய்ய வாட்சப் முன்வந்திருக்கிறது.

"இது உண்மையாக இருந்தால்" என்றோ, "எனக்குப் பகிரப்பட்டதை அப்படியே பகிர்கிறேன்" போன்ற வார்த்தைகளைக் கொண்ட வாட்சப் பகிரல்களைப் பெறுபவர்கள், அச்செய்திகளின் நம்பகத்தன்மையைக் கேள்வி கேட்பதே இல்லை. இது எங்களுடைய அனுபவத்தில் நாங்கள் தெரிந்துகொண்டது. செய்தித்தாள்கள் மற்றும் வானொலிகள் வழியாகவும் வாட்சப் நிறுவனம் ஃபேக் செய்திகள் குறித்த விழிப்புணர்வு விளம்பரங்களை வெளியிட்டது. ஆனால் உண்மையில் ஃபேக் செய்திகள் பரப்பப்படுகிற தங்களுக்குச் சொந்தமான வாட்சப்பில் எவ்வித நடவடிக்கையும் வாட்சப் நிறுவனம் எடுக்கவே இல்லை என்பது தான் வேடிக்கையாக

இருக்கிறது.⁹ வாட்சப்பில் தனக்கு வருவதை அப்பாவியாகப் பகிரும் மக்களுக்கு, பத்திரிக்கைகளில் வரும் வாட்சப் நிறுவனத்தின் விளம்பரங்களெல்லாம் போய்ச் சேர வாய்ப்பே இல்லை.

மூன்றாவது நடவடிக்கையாக பரிந்துரைக்கப்பட்ட நடவடிக்கையும் கூட மிகப்பெரிய அளவிற்கு ஃபேக் செய்திகளைத் தடுத்திடாது. பெரும்பாலான மக்கள் தங்களுக்கு வரும் செய்திகளை குடும்ப உறுப்பினர்கள் கொண்ட குழுவுக்கும், நண்பர்களைக் கொண்டு ஒரு சில குழுக்களுக்கும் தான் அனுப்புவார்கள். அந்த ஒரு சில குழுக்களிலேயே ஏகப்பட்ட பேர் உறுப்பினர்களாக இருப்பார்கள். அவர்கள் ஒவ்வொருவரும் கூட அவர்கள் அங்கம் வகிக்கிற ஒருசில குழுக்களுக்கு அனுப்பினாலே மேலும் நூற்றுக்கணக்கானோரை அந்த ஃபேக் செய்தி சென்றடைந்துவிடும். ஆக, வாட்சப் நிறுவனத்தின் இந்த நடவடிக்கையும் பெருமளவுக்கு ஃபேக் செய்தியைப் பரப்புவதைத் தடுத்திட முடியாது. அதைத்தாண்டி, ஒருவர் தனக்கு வருகிற செய்தியை பிரதியெடுத்து மற்றவர்களுக்கு அனுப்பினால், அது புதிய செய்தியாகத் தான் கணக்கெடுக்கப்படும். ஏற்கனவே அதே செய்தியை அப்படியே பகிர்ந்த கணக்கில் வராது. ஆக, ஃபேக் செய்தியைப் பரப்பவேண்டும் என்று நினைத்துவிட்டால், வாட்சப் நிறுவனத்தின் இந்த நடைமுறைகளால் எல்லாம் அதைத் தடுக்க முடியாது. மேலும், தங்களுக்கு வரும் செய்திகளை பொய்யான வதந்திகள் என்று நினைத்து பொதுமக்களில் யாரும் அதனை அடுத்தவருக்குப் பகிர்வதில்லை. அவற்றைப் படித்து, முழுமையாக அதை ஏற்றுக்கொண்டு, அடுத்தவர்களுக்கும் பயன்படும் என்று நம்பித்தான் பெரும்பாலானவர்கள் வாட்சப்பில் பொய்யான வதந்திகளைக்கூட மனப்பூர்வமாகப் பகிர்கிறார்கள். மக்களுக்கு ஏற்கனவே சமூகம் குறித்து மனதில் இருக்கிற பொதுப்புத்தியை ஒத்திருக்கும் எந்தச் செய்தியையும் அப்படியே உண்மை என்று நம்பிவிடுவார்கள். அப்படியான வாட்சப் செய்திகளின் உண்மைத்தன்மையை அவர்கள் கேள்விகேட்காமல் அடுத்தவர்களுக்கும் பகிர்ந்துவிடுகிறார்கள்.

உதாரணத்திற்கு, 'முஸ்லிம்கள் இந்தியாவின் எதிரிகள்' என்றும் 'அவர்கள் தேசவிரோதிகளாகத்தான் இருப்பார்கள்' என்றும் நம்புகிறவர்கள் தான் வலதுசாரி வாட்சப்

குழுக்களில் பெரும்பாலும் இருப்பார்கள். பாஜகவை ஆதரிக்கும் அப்படியான ஏராளமானவர்களைச் சந்தித்து நான் உரையாடியிருக்கிறேன். 'முஸ்லிம்களை நீங்கள் வெறுக்கிறீர்களா?' என்று கேட்டால், பெரும்பாலும் "ஆமாம்" என்று தயங்காமல் பதிலளிப்பார்கள். அதேபோல, 'முஸ்லிம்கள் இந்தியாவிற்கு விசுவாசமாக இருப்பதில்லை என்று நினைக்கிறீர்களா?' என்று கேட்டாலும், ஏறத்தாழ அனைவருமே 'ஆம்' என்று தான் யோசிக்காமல் சொல்வார்கள். முஸ்லிம்கள் மீது இந்தியாவின் பெரும்பான்மையான இந்து மக்களுக்கு ஒரு நம்பிக்கையின்மை இருப்பதாக பல்வேறு அதிகாரப்பூர்வமற்ற கணக்கெடுப்பு ஆய்வுகள் தெரிவிக்கின்றன. 2017 ஆம் ஆண்டில் வளரும் சமூகங்களின் ஆய்வு மையம் (CSDS) நடத்திய கருத்துக்கணிப்பின்படி, 13 சதவிகித இந்துக்கள் மட்டுமே முஸ்லிம்களை அதிதீவிர தேசபக்தியுடையவர்களாகக் கருதினர். ஆனால் அதே கருத்துக்கணிப்பினை முஸ்லிம்களிடம் நடத்தியபோது, 77 சதவிகித முஸ்லிம்கள் அதிதீவிர தேசபக்தியுடையவர்களாகத் தங்களை அடையாளம் காட்டினர்.[10]

ஆக, இப்படியான முன்முடிவுகளால் ஏற்கனவே முஸ்லிம்கள் மீது அவநம்பிக்கையில் இருக்கிறவர்களிடம் முஸ்லிம்கள் குறித்தான எந்தப் பொய்யான தகவல்களையும் வாட்சப் செய்தியாகப் பகிர்ந்தாலும், அவர்கள் நம்புவதற்குத் தயாராகவே இருக்கின்றனர். 'பாகிஸ்தானுக்கு ஆதரவான முழக்கங்களை இந்திய முஸ்லிம்கள் எழுப்பினார்கள்' என்றோ, அல்லது 'மக்களைக் கொன்றார்கள்' என்றோ, அல்லது 'ஆடு-மாடுகளைக் கடத்தினார்கள்' என்றோ, அல்லது 'பெண்களை வன்புணர்ந்தார்கள்' என்றோ, அல்லது வேறு 'ஏதோவொரு குற்றங்களை நிகழ்த்தினார்கள்' என்றோ வாட்சப்பில் செய்தி வந்தால், சந்தேகக் கேள்வியே கேட்காமல் நம்பும் நிலையில் இருக்கிறார்கள். அவர்கள் ஏற்கனவே முஸ்லிம்கள் குறித்து கொண்டிருக்கிற மதிப்பை ஒத்ததாக இச்செய்திகள் இருப்பதால் அப்படியே நம்பிவிடுகிறார்கள். அவற்றை நம்புவதோடு மட்டுமில்லாமல், முஸ்லிம்கள் இந்தியாவுக்கு எந்தளவுக்கு துரோகம் செய்கிறார்கள் என்று மற்றவர்களுக்கும் தெரியவேண்டும் என்றும், பாஜகவை ஆதரித்தால் மட்டுமே முஸ்லிம்களிடம் இருந்து இந்துக்களுக்கு பாதுகாப்புக் கிடைக்கும் என்றும் கருதி, தனக்குத் தெரிந்த அனைவருக்கும் அச்செய்திகளை பகிர்ந்துவிடுகின்றனர். இப்படித்தான் சமூக ஊடகங்கள் வழியாக வதந்திகள் பரவுகின்றன.

அச்செய்திகளைப் பெறும் ஒவ்வொருவரும் அவற்றை நம்பி அடுத்தடுத்து பலபேருக்கு அனுப்பிக்கொண்டே இருக்கின்றனர். அவை மக்களின் வாழ்க்கையில் கலவரத்தையும் பெரும் இழப்பையும் ஏற்படுத்துகின்றன.

2018 ஆம் ஆண்டு செப்டம்பர் மாதம் 2 ஆம் தேதியன்று, 'இசுலாமிய பயங்கரவாதிகளால் ஒரு ஏழைப் பிச்சைக்காரர் தாக்கப்பட்டார்' என்று 'இமாம்ஆஃப்பீஸ்' என்கிற ட்விட்டர் கணக்கில் இருந்து ட்விட்டரில் ஒரு வீடியோ பகிரப்பட்டது. உடனே அந்த வீடியோவை 'ஒரு நாகா இந்து சாமியார் தாக்கப்பட்டார்' என்று 1.98 இலட்சம் பேரால் ட்விட்டரில் பின்தொடரப்படுகிற கோய்னா மித்ரா என்கிற ஒரு நடிகை பகிர்ந்தார். அதன்பிறகு, அதே வீடியோவை, 'உத்தரகாண்ட் மாநிலத்தில் ஒரு நாகா இந்து சாமியாரை முஸ்லிம் கும்பல் தாக்கிவிட்டது' என்று தலைப்பிட்டு பல்வேறு வலதுசாரி டிவிட்டர் கணக்குகளில் இருந்து பகிரத் துவங்கிவிட்டனர். இது முற்றிலும் பொய்யான தகவல் என்று தேராதூனின் காவல்துறை கண்காணிப்பாளர் ட்விட்டரிலேயே செய்தி வெளியிட்டார். இணையத்தில் வலதுசாரிகள் பரப்பிய வதந்தியை முறியடிக்கும் விதமாக 'ஆல்ட் நியூஸ்' என்கிற இணையதளமும் ஆதாரங்களுடன் ஒரு கட்டுரையை வெளியிட்டது.[11]

அந்த சம்பவம் உண்மையிலேயே நடந்த பகுதியின் காவல் ஆய்வாளரும், தேராதூனின் காவல் கண்காணிப்பாளரும் இணைந்து அந்த வதந்திகுறித்து தெளிவுபடுத்தினர். மிகுந்த குடிப்பழக்கமுள்ள ஒருவர் வீடு வீடாகச் சென்று கலாட்டா செய்வதை வாடிக்கையாகக் கொண்டிருந்திருக்கிறார். ஒருமுறை ஒருவீட்டிற்குள் நுழைந்து, 'சாப்பிடுவதற்கு உணவு வேண்டும்' என்று கேட்டிருக்கிறார். அவ்வீட்டில் இருந்த பெண்மணி பரிதாபப்பட்டு தேனீரும் பிஸ்கட்டும் கொண்டுவருகையில், அப்பெண்மணியிடம் தவறாக நடக்க முயன்றிருக்கிறார். இதுபோல பலவீடுகளில் அவர் வாடிக்கையாகவே செய்திருக்கிறார். இம்முறை அப்பெண்ணின் சகோதரர் சுபம் என்பவரும் அவருடைய நண்பரும் இணைந்து, அத்துமீறி வீட்டில் நுழைந்தவரை அடித்திருக்கின்றனர். இது தான் உண்மையாக நடந்த நிகழ்வு.[12]

இதில் மதம் எங்கேயும் வரவில்லை. அடித்தவரோ அடிவாங்கியவரோ யாருமே முஸ்லிம் இல்லை. ஆனால் இந்த

வீடியோ சமூக ஊடகங்களுக்கு வருகையில் முஸ்லிம்களை தீயவர்கள் ஆக்கிவிட்டனர். எந்தக் கேள்வியும் கேட்காமல், பல்லாயிரக்கணக்கானோர் அந்த வீடியோவைப் பகிர்ந்து, முஸ்லிம்களுக்கு எதிரான தங்களது கோபத்தையும் வெளிப்படுத்திவிட்டனர். இந்த வீடியோ வெளியான ஒருசில மணிநேரத்திலேயே காவல்துறை உண்மையை வெளிக்கொண்டுவந்துவிட்டது. அந்த வீடியோ குறித்த உண்மைகளை, 'உண்மைகண்டறியும் இணையதளமான ஆல்ட்நியூசும்' ஆதாரங்களுடன் செய்திவெளியிட்டுவிட்டது. ஆனால் அதற்குள்ளாகவே முஸ்லிம்களை கொடூரமானவர்களாக முத்திரைகுத்தி அந்த வதந்தி ஏராளமானோரிடம் சென்று சேர்ந்துவிட்டது. ஏற்கனவே அந்த வதந்தி யாரிடமெல்லாம் சென்று சேர்ந்ததோ அவர்களிடமெல்லாம் உண்மையையும் கொண்டு சேர்க்க வழியேதும் இல்லை. வலதுசாரி ட்விட்டர் கணக்குகளால் பகிரப்படுகிற செய்திகளைப் பகிர்கிற பெரும்பாலானோர் ஆல்ட்-நியூஸ் என்கிற உண்மையறியும் இணையதளத்தையோ காவல்துறையின் அறிக்கையையோ படித்திருக்க வாய்ப்பு மிகமிகக்குறைவு தான்.

உண்மைக்கும் பொய்க்குமான போட்டி

பொதுவாக இங்கே பரப்பப்படுகிற ஒவ்வொரு ஃபேக் செய்தியுடனும் கொஞ்சம் உண்மையும் கலந்திருக்கும். அனுதினமும் பல்வேறு குற்றங்கள் நடக்கின்றன. ஒரு சில குற்றங்களைச் செய்தவர்கள் பிறப்பின் அடிப்படையில் கிருத்துவர்களாகவோ இந்துக்களாகவோ இருப்பார்கள். அதே போல அவற்றில் சில குற்றங்களைச் செய்தவர்கள் பிறப்பின் அடிப்படையில் முஸ்லிம்களாகவும் இருக்கத்தானே செய்வார்கள். அப்படியான குற்றங்களின் செய்திகளை மட்டும் தனியாகப் பிரித்தெடுத்து அதில் சில போலியான வீடியோக்களையும் போலியான படங்களையும் இணைத்து, ஒரு குற்றவாளி முஸ்லிமாக இருந்தால் நிச்சயமாக மதத்தின் காரணமாகத்தான் அந்தக் குற்றமே நிகழ்த்தப்பட்டிருக்கும் என்று செய்தி பரப்பப்பட்டு விடுகின்றது. ஏற்கனவே மக்களின் பொதுப்புத்தியை ஒட்டியே ஃபேக் செய்திகள் பரப்பப்படுவதாலும், குற்றம் உண்மை என்பதாலும், அதனைச்

செய்தவர்கள் குறித்து சேர்க்கப்பட்டிருக்கிற பொய்களை மக்கள் எளிதில் நம்பிவிடுகின்றனர்.

எந்தக் கேள்வியும் கேட்காமல் நம்பிவிடும் மக்கள் கூட்டத்திடம் தான் ஃபேக் செய்திகள் அதிகமாகப் பரப்பப்படுகின்றன. ஆனால் அது உண்மையல்ல, வெறும் ஃபேக் செய்திதான் என்கிற விளக்கங்களை அதே மக்கள் கூட்டத்திடம் கொண்டு செல்வதற்கு வழியில்லை. ஃபேக் செய்திகளைக் கேள்விகேட்கும் மிகச்சிலரிடம் மட்டும் தான் அதுதொடர்பான உண்மைகள் சென்று சேர்கின்றன. ஆக, மிகப்பெரிய கூட்டத்திடம் பொய்யும், மிகச்சிறிய கூட்டத்திடம் உண்மையும் சென்றடைகின்றன. இதில் முதலாம் மக்கள் கூட்டமோ, தேசவிரோத முஸ்லிம்களிடம் இருந்து இந்தியாவைக் காப்பாற்ற வேண்டும் என்று உண்மைத்தன்மை குறித்து கவலைப்படாமல் ஃபேக் செய்திகளைப் பரப்புகின்றனர். இரண்டாவது கூட்டமோ அதுதொடர்பான உண்மைகளைத் தேடிக்கண்டுபிடிக்கின்றனர். ஒரு செய்தியை ஃபேக் என்று அடையாளங்கண்டுவிட்ட பிறகும் கூட, அது தன்னுடைய வேலையைத் தொடர்ந்து செய்வது தான் அருவருப்பான உண்மையாக இருக்கிறது. வதந்திகளைப் பரப்புகிறவர்களை பேஸ்புக்கிலும் ட்விட்டரிலும் ப்ளாக் செய்யும் வசதி இருக்கத்தான் செய்கிறது. ஆனால், அவர்கள் பரப்பும் செய்திகள் நமக்கு மட்டும் தான் வராதே தவிர, அவற்றை விரும்பி ஏற்கிறவர்களுக்கு தொடர்ந்து போய்ச் சேர்ந்துகொண்டே தான் இருக்கும்.

பேஸ்புக்கும் கூகுளும் பின்பற்றும் வழிமுறைகளின் படி, ஒருவரின் கடந்தகால இணைய செயல்பாடுகள் மற்றும் தேடுதல்களின் அடிப்படையில் தான் அவருக்கான தகவல்களைக் காட்டும். ஒருவர் தொடர்ச்சியாக வலதுசாரி இணையதளங்களில் அதிக நேரம் செலவிடுவதும், அதுதொடர்பான பதிவுகளை அதிகமாக வாசிப்பதுமாகவே கடந்தகாலத்தில் இருந்தால், அதே போன்ற செய்திகளும் பதிவுகளும் தான் நிகழ்காலத்திலும் எதிர்காலத்திலும் சமூக ஊடகங்களில் அவருக்கு மிக அதிகமாகக் காட்டப்படும். இடதுசாரிக் கருத்தாளர்கள் மற்றும் லிபரல் கொள்கையாளர்கள் மத்தியில் சுற்றிக்கொண்டிருக்கும் ஃபேக் செய்திகள் தொடர்பான உண்மைகள் எதுவுமே, வலதுசாரிக் கருத்துகளை நம்பும் கூட்டத்தினரின் பார்வையில் காட்டப்படவே மாட்டாது.[13]

இவைதான் வலதுசாரிகளின் ஃபேக் செய்திகள் பரப்பப்படும் வழிமுறைகளாகும். நான் வலதுசாரிகளுடன் தான் மிகநெருக்கமாகவும் அதிகமாகவும் வேலை செய்திருக்கிறேன் என்பதால் என்னால் உறுதியாக அவற்றைச் சொல்லமுடிகிறது. ஒவ்வொரு வாரமும் பல்லாயிரக்கணக்கான ஃபேக் செய்திகளை வாட்சப், பேஸ்புக் மற்றும் ட்விட்டர் வழியாகப் பரப்பிக் கொண்டே இருக்கின்றனர். அவை, மக்களிடையே மத, சாதி மற்றும் இன்னபிற அடையாளங்களுக்கு இடையில் மிகப்பெரிய பிளவுகளை உண்டாக்கிக் கொண்டே இருக்கின்றன. ட்விட்டரில் இதுபோன்று வதந்திகளைப் பரப்பியும், பொதுவெளியிலேயே மற்றவர்களைக் கேலியும் கிண்டலும் செய்து கேவலமாக எழுதியும் வருகிற ஏராளமான ட்விட்டர் கணக்குகளை அதிகாரப்பூர்வமாகவே பிரதமர் நரேந்திர மோடி பின்தொடர்கிறார். அதில் வேடிக்கை என்னவென்றால், 'பிரதமர் நரேந்திர மோடியாலேயே பின்பற்றப்படுகிறவர்'[14] என்று ட்விட்டர் சுயவிவரத்தில் அந்த ஃபேக் செய்தியைப் பரப்புபவர்கள் தங்களைக் குறித்து பெருமைபொங்க எழுதியிருப்பார்கள்.

தாங்கள் பகிர்வதும் பரப்புவதும் ஃபேக் செய்திதான் என்று அறியாமலேயே செய்துவிடுபவர்களும் உண்டு தான். அதனாலேயே ஒருவர் தெரிந்தே பரப்புகிறாரா அல்லது அறியாமையினால் பரப்புகிறாரா என்பதை நிரூபிப்பதும் கடினமாகிறது. அந்த காரணத்தினால் தான் ஃபேக் செய்தியைப் பரப்புபவர்கள் மீதான சட்டப்பூர்வ நடவடிக்கைகளும் கூட குழப்பம் மிகுந்ததாக இருக்கிறது. ஃபேக் செய்தியைப் பரப்பிய ஒருவரை காவல்துறை விசாரிக்கையில், தெரியாமல் பரப்பிவிட்டதாக பதில் கூறினாலும் அது பொய்யென்று நிரூபிக்கமுடியாத சூழல் நிலவுகிறது. அதுவே ஃபேக் செய்திகளைப் பரப்புவோருக்கு சாதகமாகவும் அமைந்துவிடுகிறது.

வாக்காளர்களின் கருத்தை மாற்றியமைத்து, தேர்தலில் யாருக்கு வாக்களிக்கவேண்டும் என்பதையே தீர்மானிக்கிற வல்லமை ஃபேக் செய்திகளுக்கு உருவாகியிருக்கிறது. அத்தகைய சூழலில் ஒரு கட்சி மட்டும் தொடர்ச்சியாக ஃபேக் செய்திகளைப் பரப்பி, அதனால் ஆதாயமடைந்து தேர்தல்களில் வெற்றிபெற்றுக்கொண்டே இருந்தால்,

அதற்கு எதிராக தோல்வியடைந்து கொண்டே இருக்கிற கட்சிக்கும் ஃபேக் செய்தி உருவாக்கிப் பரப்புவதைத் தவிர வேறு வழியென்ன இருக்கிறது. அதனால் ஃபேக் செய்திகள் இப்போதைக்கு ஒழியப்போவதில்லை. இன்னும் சொல்லப்போனால் தொழிற்நுட்ப வளர்ச்சியின் உதவியோடு ஃபேக் செய்திகளும் வளரத்தான் போகின்றன. ஃபேக் செய்திகளின் உண்மைத்தன்மையைப் பார்க்காமல் அப்படியே ஏற்றுக்கொள்வதற்கு ஏற்கனவே பொதுப்புத்தியில் இருக்கிற பக்கசார்பான கருத்துகளும் காரணமாக இருக்கின்றன. இப்படியான சூழல் இருக்கிற வரையிலும் ஃபேக் செய்திகளை உருவாக்குபவர்களுக்கு கொண்டாட்டம் தான்.

முன்னாள் பிரதமர் வாஜ்பாய் மறைந்த அடுத்தநாளே மோடி சிரித்துக்கொண்டே மகிழ்ச்சியில் இருப்பது போன்ற ஒரு புகைப்படத்தை காங்கிரஸ் தலைவர் ப்ரிஜேஷ் கலப்பா ட்விட்டரில் பகிர்ந்தார். வாஜ்பாய் இறந்ததோ மாலை 5.05 மணிக்கு[15] தான். வாஜ்பாய் இறப்பதற்கு முன்பு, மதியம் 2.45 மணிக்கே மருத்துவமனை சென்று வாஜ்பாயை மோடி பார்த்துவிட்டு வந்திருந்தார். அதேபோல உத்தரப்பிரதேச முதல்வர் யோகி ஆதித்யநாத்தின் வீட்டு வாசலில் போராட்டம் செய்த வேலையில்லாத இளைஞர்களை காவல்துறை அடித்துவிரட்டியதாக பல்வேறு பேஸ்புக் பக்கங்கள் செய்தி வெளியிட்டன. ஆனால், அந்த வீடியோவே 2018 ஆம் ஆண்டு ஜூன் மாதம் 12 ஆம் தேதியன்று அலிகார் என்னும் இடத்தில் வேறொரு சூழலில் எடுக்கப்பட்டது என்பது உறுதிசெய்யப்பட்டது.[16]

ஃபேக் செய்திகள் உருவாக்கப்படுவதன் மையப் பிரச்சனையை தீர்க்காவிட்டால், காங்கிரஸ் மற்றும் பாஜகவுக்கு இடையில், ஃபேக் செய்திகளை உருவாக்கும் அரசியல் போட்டியே கூட உருவாகலாம். அதுவே இணைய ஆயுதப் போராக மாறிவிடவும் வாய்ப்பு உண்டு. ஃபேக் செய்திகளால் தான் பாஜக அசுர வளர்ச்சியடைகிறது என்பதை அறிந்து, இனி ஒவ்வொரு கட்சியும் வாட்சப்பிலும், பேஸ்புக் பக்கங்களிலும், இன்னபிற சமூக ஊடகங்களிலும் தங்களது கட்சிக்கு சாதகமாக பல்வேறு ஃபேக் செய்திகளை உருவாக்குவார்கள். அக்கட்சிகளின் தொண்டர்களும் ஊழியர்களும் கூட அத்தகைய செய்திகளைப் பரப்புவதிலேயே முழுவீச்சாக இறங்கிவிடுவார்கள்.

அரசியல் வன்முறைகள், அப்பட்டமான ஊழல்கள், பணமும் மதுவும் கொடுத்துப்பெறுகிற வாக்குகள், கள்ள வாக்குகள் போடுவதற்காக தேர்தல் வாக்குச்சாவடிகளையே ஆக்கிரமிப்பது என்றிருக்கிற இந்திய அரசியலில் ஃபேக் செய்திகள் பரப்பினால் வாக்குகள் கிடைக்குமென்றால் நிச்சயமாக அதை நோக்கியே பெரும்பாலான கட்சிகள் நகரத்தான் செய்வார்கள். அதனால் அவர்கள் ஃபேக் செய்திகளை பரப்பாமல் இருப்பதற்கு வாய்ப்பே இல்லை.

ஃபேக் செய்திகள் என்பது இந்தியாவின் பிரச்சனை மட்டுமேயல்ல. உலகம் முழுக்கவுள்ள ஜனநாயக நாடுகளின் தேர்தல்களில் மக்களின் கருத்தை மாற்றியமைக்கிற வேலையை இந்த ஃபேக் செய்திகள் செய்கின்றன. செய்திகளைப் பெறுவோரால் அதன் உண்மைத்தன்மையை அறிந்துகொள்ளமுடியாத நிலையில், அச்செய்திகள் எளிதாகப் பரவிவிடுகின்றன. ஃபேக் செய்திகளின் வடிவத்தைக் கூட கண்டறிவது கடினமாகிக் கொண்டிருக்கிறது. வெறும் எழுத்து வடிவத்தில் துவங்கி, பின்னர் படங்களாக மாறி, ஒலிவடிவங்களிலும் வலம்வந்து, தற்போது வீடியோக்களாகவும் ஃபேக் செய்திகள் பரவத் துவங்கியிருக்கின்றன. 'டீப் ஃபேக்' என்கிற புதிய தொழிற்நுட்பத்தின் மூலமாக ஒருவரின் பல புகைப்படங்களை இணைத்து, அவர் எப்படியான முகபாவங்கள் எல்லாம் கொடுப்பார் என்பதை அறிந்து, அதனுடன் வேறு ஏதோவொரு ஒலியை இணைத்து, அந்த ஒலிக்கு ஏற்ப உதட்டசைவுகளையும் சரியான முகபாவங்களையும் அமைத்து, ஒரு வீடியோவினை உருவாக்கிவிட முடியும். இப்படியாக உருவாக்கப்படுகிற வீடியோக்கள் உண்மையான வீடியோக்களைப் போன்று மிகமிகத் துல்லியமாக இருக்கும்.[17] இத்தொழிற்நுட்பம் அதிகளவில் பரவலாக வர ஆரம்பித்துவிட்டால், ஃபேக் செய்திகளைக் கண்டறிவது மிகக்கடினமாக இருக்கப்போகிறது.

அபத்தங்கள் சூழ் தூசிமேகம்

2016 ஆம் ஆண்டில் நடைபெற்ற அமெரிக்க அதிபர் தேர்தல் குறித்து பஸ்ஃபீட் ஒரு ஆய்வு நடத்தியது. அதன்படி, நம்பத்தகாத வட்டாரத்திலிருந்தோ அல்லது எங்கிருந்து

வந்திருக்கிறது என்றோ தெரியாத இடத்திலிருந்து வரும் செய்திகளைக் கூட எவ்விதத் தயக்கமும் இன்றி சமூக ஊடகங்களில் மக்கள் பகிர்ந்திருக்கின்றனர். அத்தகைய செய்திகள் தான் நம்பத்தகுந்த வட்டாரத்திலிருந்து வந்த செய்திகளைக் காட்டிலும் அதிமான அளவிற்கு சமூக ஊடகங்களில் முன்னணியில் இருந்திருக்கின்றன.[18] 'ஹிலாரி கிளிண்டன் நேரடியாக ஐஎஸ்ஐஎஸ் அமைப்புக்கு ஆயுதங்கள் விற்றார்', 'டொனால்ட் ட்ரம்பை போப் பிரான்சிஸ் ஆதரித்தார்' என பல்வேறு ஃபேக் செய்திகள் சமூக ஊடகங்களில் பரவலாகப் பகிரப்பட்டன.[19] 75 சதவிகிதமான நேரங்களில் ஃபேக் செய்தித்தலைப்புகளினால் அமெரிக்க மக்கள் ஏமாற்றப்பட்டிருக்கின்றனர் என்கிறது ஒரு ஆய்வு. 'ட்ரம்ப்பை போப் பிரான்சிஸ் ஆதரித்தார்' என்கிற செய்தியை முற்றிலும் உண்மையென்று 60 சதவிகிதத்திற்கும் மேலான அமெரிக்கர்கள் நம்பியிருக்கின்றனர்.[20] ஹிலாரியின் ஆதரவாளர்களில் 45 சதவிகிதமானோரும், ட்ரம்ப் ஆதரவாளர்களில் 75 சதவிகிதமானோரும் அச்செய்தியை உண்மையென்று நம்பியிருக்கின்றனர். தங்களுடைய பொதுப்புத்தியில் ஏற்கனவே இருக்கிற கருத்துக்கு ஒத்துப்போவதைப் போன்ற எந்த செய்தியையும், அது பொய்யாக இருந்தாலும் மக்கள் நம்பிவிடுகின்றனர். ஃபேக் செய்திகள் பரப்புவதை 'அபத்தங்களும் அழுக்கும் பரவிய மேகம்' என்கிறார் முன்னாள் அமெரிக்க அதிபரான பராக் ஒபாமா.[21] 'தொடர் வளர்ச்சியை நோக்கி நகர்ந்துகொண்டிருக்கிற ஃபேக் செய்திகளை எதிர்த்து இவ்வுலகம் போராட வேண்டும்' என்றார் பிரஞ்சு அதிபர் இம்மானுவேல் மெக்ரோன்.[22] ஆக, இதுவொரு ஒரு உலகளாவிய பிரச்சனையாக இருக்கிறது என்பதைப் புரிந்துகொண்டேன். பல்வேறு தொழிற்நுட்ப வல்லுநர்களுடன் உரையாடிவந்திருப்பதால், அரசியல்வாதிகளோ சமூகக்கல்வியோ இதனைத் தீர்க்க முன்வரப்போவதில்லை என்றும், ஏதாவதொரு தொழிற்நுட்ப வளார்ச்சியின் மூலமாக மட்டுமே தீர்க்கமுடியும் என்றும் உறுதியாக நம்புகிறேன்.

உண்மையறியும் இணையதளங்களின் உதவியுடன், ஃபேக் செய்திகளை தானாகவே நீக்கிவிடும் வழிமுறைகளை உருவாக்குவது பேஸ்புக், ட்விட்டர் போன்ற சமூக ஊடக நிறுவனங்களுக்கு கடினமான வேலையெல்லாம் இல்லை. வாட்சப் இயங்கும் விதம் இதில் கொஞ்சம்

மாறுபடுகிறது. எவரொருவரும் இன்னொரு தனிநபருக்கோ அல்லது குழுவிற்கோ அனுப்பும் அனைத்து செய்திகளும் அனுப்புபவராலும் பெறுபவராலும் மட்டுமே வாசிக்க முடிவதைப் போன்ற மறையாக்கத் தொழிற்நுட்பத்தை (என்க்ரிப்சன்) வாட்சப் கொண்டிருப்பதாக அந்நிறுவனம் கூறுகிறது. அப்படியெனில், வாட்சப்பில் இருதனி நபர்களுக்கு இடையிலான உரையாடலில் இதனை அமல்படுத்துவது கொஞ்சம் சிக்கலானது தான். வாட்சப் குழுக்களில் இருப்பவர்களில் ஒருவரையொருவர் தெரிந்திருக்கவோ வாய்ப்பில்லை. இன்னும் சொல்லப் போனால் தாங்கள் இணைந்திருக்கிற அரசியல் வாட்சப் குழுக்களுடைய அட்மின்களின் அலைபேசி எண்களைக் கூட தங்களுடைய செல்போனில் சேமித்து வைத்திருக்கமாட்டார்கள். அதனால் வாட்சப் குழுக்கள் என்பது ஏற்கனவே பாதுகாப்பற்ற ஒரு தளமாகத்தான் இருக்கிறது. ஒரு வாட்சப் குழுவில் பதிவிடுகிற எந்தச் செய்தியும் யாரென்றே தெரியாமல் அக்குழுவில் இருக்கிற ஏராளமானோரால் பார்க்கமுடிகிறது. அதனால் வாட்சப் குழுக்களை மட்டும் மறையாக்கம் (என்க்ரிப்சன்) செய்யாமல் விட்டால், அவற்றை வாட்சப் செயலியே வாசித்து ஃபேக் செய்திகளைக் கண்டறிந்துவிடலாம். ஃபேக் செய்தி தான் என்று உறுதிசெய்யப்பட்டுவிட்டால் அவற்றைப் பரவாமல் தடுக்கலாம். ஃபேக் செய்தியில்லை என்று தெரிந்துவிட்டால், அதன்பின்னர் அச்செய்திகளை மறையாக்கம் செய்துகொள்ளலாம்.

ஒரே அலைபேசி எண்ணைக் கொண்டு, அறிமுகமில்லாத பலரை இணைத்து, ஏராளமான வாட்சப் குழுக்கள் உருவாக்க முயற்சித்தால், அந்த அலைபேசி எண்ணைத் தானாகவே வாட்சப் நிறுவனம் தடைசெய்ய ஆரம்பித்திருக்கிறது. ஆனால், இது புதிதாக உருவாக்கப்படுகிற வாட்சப் குழுக்களுக்கு மட்டுமே பொருந்தும். ஏற்கனவே அரசியல் கட்சிகளால் உருவாக்கப்பட்டு பயன்பாட்டில் இருக்கிற இலட்சோபலட்சம் வாட்சப் குழுக்களுக்கு எந்த பாதிப்பும் இல்லை. அதனால் ஏற்கனவே உருவாக்கப்பட்டிருக்கிற வாட்சப் குழுக்களின் மூலமாக ஃபேக் செய்திகளைப் பரப்பி அரசியல் ஆதாயம் பெற்றுக்கொண்டிருக்கிற கட்சிகளுக்கு வாட்சப் நிறுவனத்தின் இப்புதிய வழிமுறை நன்மையைத் தான் தரும். இந்தியாவைப் பொறுத்தவரையில் பாஜக தான் நாடு முழுவதிலும் அதிகமான வாட்சப் குழுக்களை நேரடியாகவும் மறைமுகமாகவும்

உருவாக்கி நிர்வகித்து பலனடைந்து வருகிறது. வாட்சப் நிறுவனத்தின் இப்புதிய வழிமுறையால், வேறெந்த கட்சியும் பாஜகவைப் போன்று வாட்சப் குழுக்களை உருவாக்கமுடியாமல் போகிறது. அது பாஜகவுக்கு சாதகமானதாகத்தான் மாறியிருக்கிறது.

பேஸ்புக்கிலும் ட்விட்டரிலும் மற்ற கட்சிகளைவிடவும் பாஜகவை அதிகமானோர் பின்தொடர்வது குறித்து புள்ளிவிவரங்களுடன் முந்தைய அத்தியாயத்தில் குறிப்பிட்டிருந்தேன். அதுவே மற்ற கட்சிகளுக்கு இல்லாத ஒரு பலமாக இருக்கிறது. காங்கிரஸ் கட்சியின் பிரச்சாரத்தைவிட பத்து மடங்கு அதிகமான மக்களிடம் பாஜகவால் எந்தக் கருத்தையும் கொண்டு சேர்க்க முடியும் என்றால், நல்ல கருத்தேயானாலும் காங்கிரஸ் முன்வைக்கும் வாதங்கள் மக்களிடையே எடுபடாமல் தானே போகும். ஃபேக் செய்திகளை விடவும், ஃபேக் செய்திகளைத் தோலுரிக்கும் செய்திகள் மிகவும் குறைவான மக்களைச் சென்றடைவதற்கு ஒப்பானது இது. இத்தகைய வேறுபாடுகள் சமூக ஊடகங்களில் மட்டுமேயல்லாமல், பத்திரிக்கை மற்றும் தொலைக்காட்சி ஊடகங்களிலும் கூட இருக்கிறது. ஒரு தொலைக்காட்சி நிறுவனத்தைத் துவங்கி நடத்துவதற்கு தேவைப்படும் மிகப்பெரிய முதலீட்டின் காரணமாக, அவற்றின் முதலாளிகளாக அரசியல்வாதிகளும் மிகப்பெரிய கார்ப்பரேட் நிறுவனங்களும் தான் பெரும்பாலும் இருக்கின்றனர். தங்களுடைய நேரடி வருமானத்திற்கு மட்டுமேயல்லாமல், அரசியல் ஆதாயத்திற்காகவும் தான் தொலைக்காட்சி நிறுவனங்களை நடத்துவதையோ அல்லது அதில் முக்கியப் பங்குதாரர்களாக இருப்பதையோ செய்கிறார்கள்.

ஒரு பொய்யின் ஆயுட்காலம்

2016 ஆம் ஆண்டு பிப்ரவரி மாதம் 12 ஆம் தேதி டெல்லியில் உள்ள ஜவகர்லால் நேரு பல்கலைக்கழக (ஜேஎன்யூ) வளாகத்திற்குள் டெல்லி காவல்துறையினர் நுழைந்தனர். ஜேஎன்யூ மாணவர் சங்கத் தலைவரான கன்னையா குமாரை தேசத்துரோக வழக்கில் கைதுசெய்வதற்காக அங்கே சென்றிருந்தனர். இந்திய நாடாளுமன்றத் தாக்குதலில்

ஈடுபட்டதாக அஃப்சல் குருவுக்கு தூக்குதண்டதனை வழங்கப்பட்டதைக் கண்டித்து ஜேஎன்யூ வளாகத்தில் நடத்தப்பட்ட ஒரு நிகழ்வில் தேசவிரோத முழக்கங்களை எழுப்பியதாக கன்னையா குமார் மீது ஒரு குற்றச்சாட்டைப் பதிவு செய்தது காவல்துறை. சமூக ஊடகங்களில் மிகப்பரவலாகப் பரவி, ஜீ செய்தித் தொலைக்காட்சியிலும் ஒளிபரப்பப்பட்ட ஒரு வீடியோவை ஆதாரமாகக் கொண்டுதான் அவ்வழக்கு பதிவுசெய்யப்பட்டது. ஜேஎன்யூ பல்கலைக்கழக மாணவர்களான உமர் காலித் மற்றும் அனிர்பன் பட்டாச்சார்யா ஆகியோரும் அதே வழக்கில் கைதுசெய்யப்பட்டனர்.[23]

பிப்ரவரி 15 ஆம் தேதியன்று பட்டியாலா நீதிமன்றத்திற்கு வழக்கின் முதல் விசாரணைக்காக கன்னையா குமார் அழைத்துவரப்பட்டார். அங்கே நீதித்துறையையே கேலிக்குள்ளாக்கும் நிகழ்வுகளெல்லாம் நடந்தன. வக்கீல் உடைகளை அணிந்துகொண்டு சிலர் அந்த நீதிமன்ற வாசலில் நின்றபடியே கன்னையா குமாருக்கு எதிரான முழக்கங்களை எழுப்பிக் கொண்டிருந்தனர். செய்தி சேகரிக்க வந்த பத்திரிக்கையாளர்கள், வழக்கு விசாரணைக்கு வந்திருந்த ஜேஎன்யூ மாணவர்கள் மற்றும் ஆசிரியர்கள் ஆகியோரை 'பயங்கரவாதிகள்' என்று குறிப்பிட்டு, வக்கீல் ஆடைகளில் வந்திருந்தவர்கள் தாக்கினர். அவர்கள் மீது எந்த நடவடிக்கையும் எடுக்காமல் காவல்துறையினர் அங்கே அமைதியாக நின்றுகொண்டிருந்தனர். நீதிமன்றத்திற்கு வெளியே தாக்கிக் கொண்டிருந்தவர்களில் பாஜக எம்பியான ஓ.பி.ஷர்மாவும் ஒருவர். ஆனால் பின்னர் அதுகுறித்து பதிலளிக்கையில், தன்னை யாரோ அடித்ததாகவும், அதற்கு பதிலடி கொடுக்கவே தானும் தாக்கியதாகவும் அவர் கூறியிருந்தார்.[24] அன்றைய தினம், கன்னையா குமாரை மேலும் இரண்டு நாட்கள் நீதிமன்றக் காவலில் வைக்குமாறு நீதிமன்றம் உத்தரவிட்டது. அவர் மீண்டும் இரண்டு நாட்கள் கழித்து பிப்ரவரி 17 ஆம் தேதியன்று நீதிமன்றத்திற்கு அழைத்துவரப்பட்டார். அன்றும் வக்கீல் ஆடைகளில் வந்திருந்தவர்கள் மாணவர்களையும் பத்திரிக்கையாளர்களையும் மீண்டும் தாக்கினர். காவல்துறையினரும் அமைதியாக நின்றிருந்தனர். வக்கீல் ஆடையில் வந்திருந்த கும்பலைச் சேர்ந்தவர்கள் கன்னையா குமாரையும் தாக்கினார்கள். அவர்களில் இருவர் நீதிமன்ற வளாகத்திற்குள்ளேயே நுழைந்து, இரண்டு

ஜேஎன்யூ மாணவர்களை அடித்த கொடுமையும் வீடியோவில் பதிவாகியிருக்கிறது. நீதிமன்ற வளாகத்திற்குள்ளேயே தைரியமாகத் தாக்கிவிட்டு, அவர்களில் ஒருவர் எந்த பதட்டமும் இல்லாமல் வெளியே வந்தார். 'அதோ அவர் தான் தாக்கினார். அவரைத் தப்பிக்கவிடாதீர்கள்' என்று கன்னையா குமாரும் கைகாட்டி அங்கு கூடியிருந்த மக்களிடம் குறிப்பிட்டார்.[25]

இத்தாக்குதல்களை விசாரிக்க உச்சநீதிமன்றமே ஒரு குழுவை அமைத்தது. கன்னையா குமாருக்கு போதுமான பாதுகாப்பு வழங்குமாறு உச்சநீதிமன்றம் ஆணையிட்டிருந்த போதும் கூட, நீதிமன்ற வளாகத்திற்குள் செல்வதற்கு தொடர்பற்ற இருவருக்கு அனுமதியளித்ததோடு மாணவர்களை அந்த இருவரும் தாக்கியதையும் காவல்துறையினர் அமைதியாக வேடிக்கை பார்த்தனர் என்று அந்த விசாரணைக் குழு தெரிவித்தது. அத்தாக்குதலுக்கு வீடியோ ஆதாரமும், நேரில் பார்த்த சாட்சியங்களும் இருந்தபோதிலும் யார் மீதும் எந்த நடவடிக்கையும் எடுக்கப்படவில்லை.[26] நீதிமன்ற வளாகத்தில் தாக்குதல் நடத்தியவர்கள் மீது நடவடிக்கை எடுக்க வேண்டும் என்று தாக்கல் செய்யப்பட்ட மனுவைக் கூட, 2018 ஆம் ஆண்டு ஜனவரி மாதத்தில் உச்சநீதிமன்றம் தள்ளுபடி செய்துவிட்டது. 'இதை விசாரித்தால் நமக்கு எதுவும் கிடைக்கப்போவதில்லை. இறந்துபோன குதிரையை மீண்டும் அடிப்பதற்கு சமமாகத் தான் இருக்கும்' என்று கூறி, ரஞ்சன் கோகாய் மற்றும் ஆர். பானுமதி ஆகியோரைக்கொண்ட உச்சநீதிமன்ற பெஞ்ச் அக்கோரிக்கையை நிராகரித்தது.[27]

அன்று நடந்த தாக்குதல், அதைத் தொடர்ந்த விசாரணை, தாக்குதலை நடத்தியவர்கள் விசாரிக்கப்படாதது என அனைத்தும் தற்போது மறக்கடிக்கப்பட்டுவிட்டன. ஆனால் அந்தத் தாக்குதலில் இருந்து, 'கன்னையா குமாரும் இன்னபிற ஜேஎன்யூ மாணவர்களும் தேசவிரோதிகள்' என்கிற குற்றச்சாட்டு மட்டும் நாடு முழுவதும் பரப்பப்பட்டது. 'அவர்கள் இந்தியாவின் எதிரிகள்' என்கிற செய்தியை மக்களிடையே கொண்டு சென்றனர். இந்திய அரசியல் வரலாற்றில் ஒரு புதுவகையான வெறுப்புப் பிரச்சாரத்தின் துவக்கமாக அது இருந்தது. உறுதிசெய்யப்படாத ஒரு குற்றச்சாட்டை வைத்துக்கொண்டு இந்தியாவின் தொலைக்காட்சிகள், அரசியல்வாதிகள், பத்திரிக்கைகள் மற்றும் சமூக ஊடகங்கள் என அனைத்தும்

இணைந்து கன்னையா குமார் மற்றும் சில மாணவர்களை தேசவிரோதிகள் என இந்திய மக்களை நம்பவைக்கும் முயற்சியில் இறங்கினர். தங்களுடைய அன்றாட வாழ்க்கைப் பிரச்சனைகளுக்குக் காரணமான எதிரிகள் யாரென்று கூட யோசிக்காமல், கன்னையா குமாரும் ஜேஎன்யூ மாணவர்களும் தான் இந்தியாவின் மிகமுக்கியமான எதிரிகள் என்று வெகுஜன இந்திய மக்களை நினைக்கவைத்தது தான் இப்பொய்ப் பிரச்சாரத்தின் மாபெரும் வெற்றியாகும். ‘பாரத மாதாவை அவமதிக்கும் எவரையும் இந்த நாடு பொறுத்துக்கொள்ளாது’ என்று கூறி மத்திய மனிதவள வளர்ச்சித்துறை அமைச்சராக இருந்த ஸ்மிரிதி இரானி ஒரு நாடகமாடினார்.[28] செய்தித் தொலைக்காட்சிகளும் தங்களுடைய பங்கிற்கு வெறுப்புப் பிரச்சாரத்தைக் கட்டவிழ்த்துவிட்டன. ஒட்டுமொத்தமாக மாணவர் சங்கங்களே தேசவிரோத அமைப்புகள் தான் என்று முத்திரை குத்தும் அளவிற்கு தொலைக்காட்சிகள் செய்தி பரப்பின.

2016 ஆம் ஆண்டு மார்ச் மாதம் 2 ஆம் தேதியன்று கன்னையா குமாருக்கு இடைக்கால பிணை வழங்கப்பட்டது. அவர் தேசவிரோதி என்பதற்கான எந்த உறுதியான ஆதாரமும் சமர்ப்பிக்கப்படவில்லை. அவர் தேசவிரோத முழக்கங்களை எழுப்பியதற்கான ஆதாரம் எதையும் டெல்லி அரசால் நியமிக்கப்பட்ட சிறப்பு நீதிமன்றம் கண்டுபிடிக்கவில்லை. ‘கன்னையா குமாருக்கு எதிரான ஆதாரங்கள் எதுவும் காணப்படவில்லை’ என்று புதுடெல்லியின் மாவட்ட நீதிபதி தெரிவித்தார். ‘பாகிஸ்தான் ஜிந்தாபாத்’ என்று அவர் முழங்கியதாக சொல்லப்பட்டது குறித்தும் சந்தேகம் இருப்பதாக அவருடைய அறிக்கையில் தெரிவித்தார். ஜீ செய்தித் தொலைக்காட்சியில் ஒளிபரப்புவதற்கு முன்னர் அவர்களுக்குக் கிடைத்த வீடியோவில் ‘பாகிஸ்தான் ஜிந்தாபாத்’ என்கிற வார்த்தைகளே இல்லை என்றும், ஜேஎன்யூ பாதுகாப்பு ஊழியர் ஒருவரால் பதிவு செய்யப்பட்ட வீடியோவிலும் அந்த வார்த்தைகள் இல்லை என்றும் தெரிவிக்கப்பட்டது. மேலும், ஜீ தொலைக்காட்சி வேண்டுமென்றே திட்டமிட்டு பாகிஸ்தான் ஆதரவு முழக்கங்களை கன்னையாகுமார் கூறியதாக செய்தி வெளியிட்டுக்கொண்டே இருந்திருக்கிறது என்று அறிக்கையில் தெளிவாகக் கூறப்பட்டிருக்கிறது.[29] சில வெறுப்பூட்டும் முழக்கங்களை அந்தப் போராட்டக் களத்திற்கு

வெளியே, பல்கலைக்கழகத்திற்கு தொடர்பில்லாதவர்கள் தான் எழுப்பினார்கள் என்று பல்கலைக்கழகத்தால் நியமிக்கப்பட்ட விசாரணைக்குழுவும் அறிவித்திருக்கிறது. அதுவும் முகமூடி அணிந்துகொண்டு, ஜேஎன்யூ பல்கலைக்கழகத்திற்கும் அதன் மாணவர்களுக்கும் பிரச்சனையை உருவாக்கவேண்டும் என்று திட்டமிட்டே யாரோ இத்தகைய செயலில் ஈடுபட்டிருக்கிறார்கள் என்பதையும் அந்த விசாரணைக் குழு உறுதி செய்தது.[30]

ஜீ செய்தித் தொலைக்காட்சியில் வெளியிடப்பட்ட வீடியோவை ஆதாரமாகக் கொண்டுதான் முதல் தகவல் அறிக்கையே பதிவுசெய்யப்பட்டிருக்கிறது. அதைவைத்துத் தான் ஜேஎன்யூ மாணவர்கள் பலரும் கைது செய்யப்பட்டனர். பாஜகவின் மாணவர் அமைப்பான அகில பாரதிய வித்யார்த்தி பரிஷத்தைச் (ஏபிவிபி) சேர்ந்தவர்கள் தான் ஜீ செய்தித் தொலைக்காட்சியை கன்னையா குமாரின் போராட்ட நிகழ்வு நடந்த இடத்திற்கே அழைத்து வந்திருக்கிறார்கள். அவர்கள் அங்கிருந்து எடுத்த வீடியோவை தங்களுடைய தொலைக்காட்சியில் ஒளிபரப்பும் போது, ‘இந்தியாவை ஒழிப்போம்’ என்றும் ‘பாகிஸ்தான் ஜிந்தாபாத்’ என்றும் கன்னையாகுமார் முழங்கியதாக செய்தி வெளியிட்டுவிட்டார்கள். அந்த வீடியோக்கள் தான் அவர் மீது முதல் தகவல் அறிக்கை பதிவு செய்யுமளவிற்கு கொண்டு சென்றன.[31] ஆனால், அந்த வீடியோக்களில் வேண்டுமென்றே திட்டமிட்டு சில மாற்றங்களை செய்தும், சில இடங்களில் குரல் சரியாகக் கேட்காதது போலவும், அந்த இடங்களிலெல்லாம் தேசவிரோத முழக்கங்களை கன்னையா குமார் எழுப்பியது போன்றும் ஜீ செய்தித் தொலைக்காட்சி வெளியிட்டிருக்கிறது என்பது விசாரணையின் முடிவில் தெரியவந்திருக்கிறது.

2016 ஆம் ஆண்டு பிப்ரவரி மாத இறுதியில் கன்னையா குமார் விவகாரத்தில் ஜீ தொலைக்காட்சி ஒருதலைப்பட்சமாக நடந்துகொண்டதாகக் குற்றஞ்சாட்டி, ஜீ தொலைக்காட்சியில் பணிபுரிந்த விஷ்வா தீபக் என்கிற செய்தித் தயாரிப்பாளர் வெளியேறினார்.

“மக்களிடையே வெறுப்பைப் பரப்புவதற்காகவே, பாகிஸ்தான் ஜிந்தாபாத் என்கிற முழக்கமே இல்லாத ஒரு வீடியோவை திரும்பத்திரும்ப ஒளிபரப்பி பொய் சொன்னோம். பாகிஸ்தான் ஜிந்தாபாத் என்று கன்னையா குமாரும் மற்ற மாணவர்களும் சொல்லாத போதும் அவர்கள் தான் தேச விரோத

முழக்கங்களை எழுப்பினார்கள் என்று தொடர்ச்சியாக செய்தி வெளியிட்டிருக்கிறோம்" என்று விஷ்வா தீபக் தன்னுடைய பதவிவிலகல் கடிதத்தில் தெரிவித்திருக்கிறார்.[32]

வீடியோவைத் திருத்தி பொய்யாக வெளியிட்டு, வெறுப்பை விதைத்த காரணத்திற்காக ஜீ செய்திகள், நியூஸ் எக்ஸ் மற்றும் இந்தியா நியூஸ் ஆகிய செய்தித் தொலைக்காட்சி நிறுவனங்களின் மீது நடவடிக்கை எடுக்க வேண்டும் என்று டெல்லி நீதிமன்றத்தில் டெல்லி அரசு ஒரு வழக்குப்போட்டது.[33] ஹைதராபாத்தில் இருக்கும் உண்மைக் கண்டறியும் ஆய்வுக்கூடத்திற்கு மொத்தமாக ஏழு வீடியோக்கள் அனுப்பப்பட்டன. அதில் இரண்டு வீடியோக்களில் மாற்றம் செய்யப்பட்டிருப்பதாகவும், ஆடியோ இல்லாத இடங்களில் ஆடியோவை இணைத்திருப்பதாகவும் கண்டறியப்பட்டிருக்கிறது.

ஆனால் இந்த உண்மைகளெல்லாம் பெரிதாக எதையும் சாதித்துவிடவில்லை. ஜேஎன்யூ கைது நடவடிக்கைகளின் மூலம், தேசிய அளவில் புதிய எதிரிகளை மக்களின் முன்பு வைத்துவிட்டனர். 'தேசவிரோதி' 'தேசத்தைத் துண்டாடும் கும்பல்', 'அர்பன் நக்சல்' போன்ற பல புதிய வார்த்தைகள் பயன்பாட்டிற்கு வந்துவிட்டன. இவையெல்லாம் உண்மைகளை விடவும் மிகவீரியமாக மக்களிடையே பரவிவிட்டன. அரசியல் என்பதே மக்களின் பொதுக்கருத்தை மாற்றியமைப்பதும், நினைவில் நிற்கிற வாசகங்களை அவர்களின் மனதில் விதைப்பதுமாகிவிட்ட காரணத்தால், அவற்றைச் செய்து பெயரை வாங்கிவிடும் கட்சி தான் தேர்தலில் மிகப்பெரிய வெற்றிகளைப் பெறமுடியும் சூழலும் உருவாகியிருக்கிறது.

திருத்தியமைக்கப்பட்ட ஒரு வீடியோவை வெளியிட்டு, வெறுப்புப் பிரச்சாரத்தைச் செய்த தொலைக்காட்சிகளுக்கு எங்கேயும் எந்த தண்டனையும் கிடைத்துவிடவில்லை. நீதிமன்ற வளாகத்திலேயே மாணவர்களைத் தாக்கியதற்காகவும் எவரும் கைதுசெய்யப்படவில்லை. பாதுகாப்பு வழங்கவேண்டிய காவல்துறையே அமைதியாக இருந்ததற்கு, காவல்துறையைச் சார்ந்த எவருக்குக்கும் தண்டனை கிடைக்கவில்லை. அந்த நிகழ்வின் மூலமாகக் கிடைத்த பெயரினால், இன்று மோடி அரசினை எதிர்ப்பவர்களில் கன்னையா குமாரும் முக்கியமானவராக மாறியிருக்கிறார். பீகாரில்

ஃபேக் செய்திகளும் திட்டமிட்ட பிரச்சாரமும் | 147

லாலு பிரசாத் யாதவின் இராஷ்ட்ரிய ஜனதாதளக் கட்சியின் உதவியுடன் இந்திய கம்யூனிஸ்ட் கட்சியின் வேட்பாளராக பீகாரின் பெகுசராய் நாடாளுமன்றத் தொகுதியில் 2019 இல் போட்டியிடவும் அவர் தயாராகி வருகிறார்.[34]

இந்த ஒட்டுமொத்த அத்தியாயத்திலும் பாதிக்கப்பட்டது யார் தெரியுமா? உண்மை தான். கன்னையா குமார் உள்ளிட்ட ஜேஎன்யூ மாணவர்கள் அனைவரும் தேசவிரோதிகள் தான் என்றும், இந்திய மக்களின் வரிப்பணத்தில் இயங்கும் ஜேஎன்யூவில் படித்துக்கொண்டு, இந்தியாவுக்கு எதிராக முழக்கம் எழுப்புகிறார்கள் என்றும் இன்று வரையிலும் நான் சந்திக்கிற ஏராளமானோர் என்னிடம் கூறுகின்றனர். அந்தளவுக்கு உண்மைகளைவிட பொய்களைத் திட்டமிட்டு மிகப்பரவலாக பரப்பியிருக்கின்றனர்.

ஃபேக் செய்திகளும் அவற்றை வைத்து உருவாக்கப்படும் கட்டுக்கதைகளும் தொடர்ச்சியாக திட்டமிட்டு மக்களிடையே பரப்பப்பட்டுக்கொண்டே இருக்கின்றன. ஆனால் அவற்றில் இருக்கும் உண்மைகளைக் கண்டறிந்து மக்களிடம் சேர்ப்பது மிகப்பரவலாக நடைபெறுவதில்லை. ஒரு ஃபேக் செய்தியின் உண்மைத்தன்மை வெளியாவதற்குள், அடுத்த இன்னொரு புதிய ஃபேக் செய்தி வெளியாகி ஏராளமான மக்களை அந்த புதிய ஃபேக் செய்தியில் கவனம் கொள்ள வைக்கிறது. அதனால் இப்படியான ஃபேக் செய்திகளை உருவாக்குபவர்கள், பழைய ஃபேக் செய்தியின் உண்மைத்தன்மை குறித்து யோசிக்கக்கூட மக்களை விடுவதில்லை. அப்படியே அந்த உண்மையைக் கேட்க நேரிட்டாலும், ஒட்டுமொத்த பிரச்சனையில் ஒரு சிறிய பகுதி மட்டுமே பொய்யென்றும், அந்த ஃபேக் செய்தி சொல்ல வந்த மையக்கருத்தில் எவ்வித மாற்றமும் இல்லையென்றும் மக்கள் நம்பிவிடுகின்றனர். தங்களுடைய மனதில் இருக்கிற நம்பிக்கைக்கும் பக்கசார்பான கருத்தியலுக்கும் ஒத்துப்போகிற மாதிரியான செய்திகளை, பொய்யாக இருந்தாலும் மக்கள் நம்பிவிடுகின்றனர். அதில் ஏதேனும் திருத்தத்தை முன்வைக்கும் கருத்து உண்மையாகவே இருந்தாலும் கூட, அவற்றை ஏற்றுக்கொள்வதில் மக்கள் தயக்கம் காட்டுகின்றனர் என்பதற்கு வரலாற்றில் பல உதாரணங்கள் இருக்கின்றன.

இதற்குத் தெளிவான ஒரு உதாரணத்தைச் சொல்கிறேன். 1971 ஆம் ஆண்டு அமெரிக்காவின் ஸ்டான்ஃபோர்ட் பல்கலைக்கழகம்

ஒரு உளவியல் ஆய்வுக்கான பரிசோதனையை நடத்தியது. 'ஸ்டான்ஃபோர்ட் சிறை சோதனை' என்கிற பெயரில் நடத்தப்பட்ட மிகப்பிரபலமான ஒரு சோதனை முயற்சி அது. சமூகத்தில் தங்களுடைய இடத்திற்கு ஏற்ப மக்கள் எவ்வாறு செயல்படுகிறார்கள் என்பதை பரிசோதித்துப் பார்க்கும் முயற்சியில் செய்யப்பட்ட ஆய்வு அது. பல்கலைக்கழக வளாகத்திலேயே செயற்கையாக ஒரு சிறையை பேராசிரியர் பிலிப் ஜிம்பார்டோ தலைமையிலான ஆய்வாளர்கள் குழு அமைத்தது. கல்லூரி மாணவர்களையே கைதிகளாகவும் சிறைக்காவலர்களாகவும் அந்த சிறைக்குள்ளே ஆய்வுக்காக அனுப்பி வைக்கப்பட்டனர். அவர்களுக்கு வழங்கப்பட்ட பாத்திரத்திற்கு ஏற்ப அவர்கள் மாறத்துவங்கினர். சிறைக்காவலர்களாக உள்ளே சென்றவர்கள் போகப்போக, அந்த பாத்திரத்திற்கு ஏற்ப சிறைக்கைதிகளாக இருக்கிற மாணவர்களை அதிகாரத்தொனியிலேயே நடத்தினர். சிறைக்கைதிகளாக இருந்த மாணவர்களும் அடங்கி நடக்க ஆரம்பித்துவிட்டனர். இந்த சமூகத்தில் மக்களுடைய நடத்தைகளை தீர்மானிப்பதில் அவர்களின் இயல்பான குணாதிசயங்களைக் காட்டிலும், தாங்கள் வாழும் சூழல் மற்றும் அதிகாரத்தில் இருப்பவர்களைப் பொறுத்து மாறுபடுகிறது என்று அந்தப் பரிசோதனையின் முடிவில் தெரிவித்திருந்தனர்.[35]

அந்தப் பரிசோதனை செய்யப்பட்டதில் இருந்தே, உலகெங்கிலும் உள்ள கல்லூரிகளில் உளவியல் வகுப்புகளில் அதனைக் கற்றுத்தருகின்றனர். அது உண்மைதான் என்று இன்றும் பெரும்பாலான மக்கள் நம்பிக்கொண்டு தான் இருக்கின்றனர். அமெரிக்க ஈராக்கின் அபு க்ராய்ப்பில் உள்ள அமெரிக்க இராணுவச் சிறைச்சாலையில் நடக்கிற நிகழ்வுகளை மையமாக வைத்து திரைப்படங்கள் கூட எடுக்கப்பட்டிருக்கின்றன. ஆனால் உண்மை என்னவென்றால் ஸ்டான்ஃபோர்ட் சிறை பரிசோதனை ஆய்வு முடிவுகள் அனைத்துமே பொய்யாக உருவாக்கப்பட்டவை தான். அதே போன்று நடத்தப்பட்ட பிபிசி சிறை ஆய்வு உள்ளிட்ட வேறு சில ஆய்வுகளின் முடிவுகள் முற்றிலும் மாறுபட்டதாகத் தான் இருந்தன.

ஸ்டான்ஃபோர்ட் சிறை பரிசோதனை ஆய்வில் சிறைக்காவலர்களாக சிறைக்குள் அனுப்பப்பட்ட

மாணவர்கள் தனக்குக் கிடைத்திருக்கிற அதிகாரத்தின் காரணமாக தன்னிச்சையாகவே அதிகாரத் தொனியில் நடந்துகொள்ளவில்லை. அவர்களுக்கு மேலே சிறை அதிகாரிகளாக அந்தப் பரிசோதனையில் பங்குபெற்ற தலைமை ஆய்வாளரான பேராசிரியர் ஜிம்பார்டோ உள்ளிட்ட பேராசிரியர்கள் கொடுத்த ஆணைகளால் தான் அவ்வாறு நடந்துகொண்டார்கள்.

‘நீங்கள் சிறைக்காவலர்கள். இந்த பரிசோதனைக்கு உதவும் வகையில் கடுமையாக நடந்துகொள்ளுங்கள்’ என்று சிறைக்காவலர்களாக அந்தப் பரிசோதனையில் ஈடுபட்ட மாணவர்களிடம், சிறை அதிகாரியாக இருந்த பேராசியர் டேவிட் ஜாஃப்பே அடிக்கடி கூறுயிருக்கிறார். அந்த ஆய்வின்போது பதிவுசெய்யப்பட்ட வீடியோவில் இதனைக் காணலாம். ‘அந்தப் பரிசோதனையில் தங்களிடம் அப்படியான அதிகாரத் தொனியைத் தான் பேராசிரியர்கள் எதிர்பார்த்தார்கள் என்பதால் தான் அப்படியாக நடந்துகொண்டோம்’ என்று பல்வேறு மாணவர்கள் பின்னர் தெரிவித்திருந்தனர்.

அந்த ஸ்டான்ஃபோர்ட் சிறை பரிசோதனை ஆய்வே பொய்யாக நடத்தப்பட்டு, பொய்யான முடிவுகளை உலகிற்கு சொல்லியிருக்கிறது என்றாலும் கூட, அது உண்மை என்பது போலவே உலகெங்கிலுமுள்ள உளவியல் கல்வி வகுப்புகளில் பாடமாக மாறியிருக்கிறது. ஏன் அப்படி? மனிதர்களின் நடத்தைகள் எவ்வாறு கட்டமைக்கப்படுகின்றன என்று காலங்காலமாக மக்கள் கொண்டிருக்கிற கருத்திற்கு ஒத்துப்போகிற எதையும் கேள்வி கேட்காமல் ஏற்கிறார்கள். உளவியல் குறித்து இன்று சந்தையில் கிடைக்கும் கிட்டத்தட்ட அனைத்து அறிமுக நூல்களிலும் ஸ்டான்ஃபோர்ட் சிறை பரிசோதனை ஆய்வினை விளக்கியிருக்கின்றனர் என்று 2014 மற்றும் 2015 ஆம் ஆண்டுகளில் ரிச்சர்ட் கிரிசும் ஜேரட் பார்டல்சும் தெரிவித்தனர். அந்தப் பரிசோதனை முடிவுகள் குறித்த விமர்சனங்களைக் கூட பெரும்பாலான நூல்கள் கொண்டிருக்கவில்லை என்கின்றனர். அந்தப் பரிசோதனை குறித்த பல புதிய உண்மைகள் வெளிவந்தபோதும், அவையெல்லாம் மக்களின் முன்முடிவுகளை மாற்றமுடியாமல் போயிருக்கின்றன.[36]

இதுகுறித்து 'ஒரு பொய்யின் ஆயுட்காலம்' என்கிற தலைப்பில் கலிபோர்னியா பல்கலைக்கழகத்தில் ஆய்வுப் பட்டம் வாங்கியவரும் செயற்கை நுண்ணறிவு ஆய்வாளருமான பென் ப்ளம் ஒரு கட்டுரை எழுதியிருக்கிறார்.

> *"நாம் எதை நம்ப விரும்புகிறோமோ அதனைச் சொல்லியிருப்பதால் தான் ஸ்டர்ன்ஃபோர்ட் சிறை பரிசோதனை ஆய்வின் முடிவுகள் பொய்யென்றாலும் கூட நாம் நம்புகிறோம். நம்முடைய தவறான செயல்பாடுகளுக்கு பல நேரங்களில் நாமே பொறுப்பில்லை என்றும், நாம் அதற்கு பொறுப்பேற்க முடியாது என்றும் முழுமனதோடு நம்புகிறோம். அதனால் தான் ஜிம்பார்டோவின் கூற்றை ஏற்கிறோம். அதுமட்டுமில்லாமல், எந்த சூழலிலும் நாம் தெரிந்தே குற்றமிழைக்கவில்லை என்று நம்புவது நமக்கு ஒரு மனநிம்மதியையும் தருகிறது. சந்தர்ப்ப சூழலால் தான் நாம் எந்தத் தவறையும் செய்கிறோம் என்றும் அதனால் நம்முடைய செயல்களுக்கும் தோல்விகளுக்கும் நாம் எந்தவகையிலும் காரணமில்லை என்றும் நினைத்துக்கொள்வது மனிதர்களுக்கு எளிதாக இருக்கிறது. நாம் நம்பினால் மட்டுமே நம்முடைய பாவங்களை மன்னிக்கப்போவதாகச் சொல்லும் ஆதிகாலத்து கோஸ்பலைப் போல, நவீன அறிவியல் காலத்திலும் நம்பவைக்கும் முயற்சி தான் நம்மை ஏமாற்றுவதற்காகவே தயாரிக்கப்பட்ட ஸ்டான்ஃபோர்ட் சிறை பரிசோதனை முடிவுகள்."* [37]

வெகுஜன மக்களை இலக்காக்குதல்

தங்களுடைய கருத்தினை மக்களிடம் கொண்டு செல்வதற்கு அரசியல் கட்சிகளின் மிகமுக்கியமான ஆயுதங்களாக சமூக ஊடகங்கள் மாறியிருந்த போதும், வெகுஜன ஊடகங்கள் தான் மக்களின் அன்றாட உரையாடல்களை தீர்மானிப்பதில் முதன்மையான பங்கினை வகிக்கின்றன. சட்டம், சட்டமியற்றும் இடம், அதிகாரிகளின் நிர்வாகம் என ஒரு சமூகத்தின் மூன்று தூண்களாக இருப்பவையும் ஒழுங்காக வேலை செய்கிறதாவென சரிபார்த்து மக்களிடம் தெரிவிக்கிற பணியைச்

செய்ய வேண்டியிருப்பதால் ‘நான்காவது தூண்’ என்று ஊடகங்கள் அழைக்கப்படுகின்றன. அதனால், மக்களுக்கு உண்மைகளை தெரிவிக்க வேண்டிய கடமையும் பொறுப்பும் ஊடகங்களுக்கு இருக்கிறது.

> *“இந்த பூமியிலேயே மிகுந்த சக்திவாய்ந்ததாக ஊடகங்கள் தான் இருக்கின்றன. வெகுமக்களின் மனதையும் மூளையையும் அவர்கள் கட்டுப்பாட்டில் வைக்க முடிவதால், அப்பாவியைக் குற்றவாளியாகவும் குற்றவாளியை அப்பாவியாகவும் மாற்றும் வல்லமை அவர்களிடம் இருக்கிறது”*

என்று ஆப்பிரிக்க-அமெரிக்க சமூக உரிமைப் போராளி மால்கம் எக்ஸ் கூறியதாகச் சொல்வார்கள்.[38] அது இன்று வரையிலும் உயிர்ப்புடன் கூடிய உண்மையாகத் தான் இருந்து வருகிறது.

பொருளாதாரப் பிரச்சனைகள், வேலைவாய்ப்பின்மை, சில குறிப்பிட்ட ஊழல்கள் போன்றவற்றையெல்லாம் புறக்கணித்துவிட்டு, ‘அர்பன் நக்சல்கள்’ மற்றும் ‘தேசவிரோத ஜேஎன்யூ மாணவர்கள்’ போன்ற தலைப்புகளிலேயே அனுதினமும் அனைத்துத் தொலைக்காட்சிகளும் விவாதங்கள் நடத்திக்கொண்டிருக்கின்றன. அதனால், அர்பன் நக்சல்களின் ஊடுறுவல் தான் நாட்டின் முக்கியமான பிரச்சனை போலிருக்கிறது என்று வெகுமக்கள் நிச்சயமாக நம்பிவிடுவார்கள். அதைத்தான் தங்களது அன்றாட உரையாடல்களாக மாற்றிக்கொள்வார்கள். இதன்மூலம் அரசியல் முக்கியத்துவம் வாய்ந்தவையாக ஊடகங்கள் மாறிவிடுகின்றன. அதனால் தான் ஊடக நிறுவனங்களுக்கும் அரசியல் கட்சிகளுக்கும் இடையிலான நெருக்கமான உறவு உலகெங்கிலும் உருவாகிறது.

செய்திகளை செய்திகளாகத் தருவதில் ஊடகங்களிடம் இருக்க வேண்டிய நியாயமான நிலை இல்லாமல் போயிருப்பதாக பல விமர்சகர்களும் தொடர்ந்து எழுதி வருகின்றனர்.[39] ஊடகங்கள் வலதுசாரிகளுக்கு ஆதரவாக செயல்படுவதாக இடதுசாரிகளும், இடதுசாரிகளுக்கு ஆதரவாக செயல்படுவதாக வலதுசாரிகளும் ஒருவர்மீது மற்றொருவர் குற்றச்சாட்டு வைப்பதைப் பார்க்கமுடிகிறது. ஊடகங்கள் தங்களுக்கு எதிராக சொல்லும் எதுவும் உண்மையாக இருக்காது என்று மக்களிடையே பிரச்சாரம் செய்வதற்கு இந்த நிலைப்பாடு அவர்களுக்கு

உதவுகிறது. இணையத்தில் இவ்விரு கருத்தியலுக்கும் ஆதரவாக எழுதும் தனித்தனி இணையப் பத்திரிக்கைகள் இருக்கத்தான் செய்கின்றன என்றாலும் கூட, வெகுமக்கள் ஊடகமான தொலைக்காட்சிகள், பத்திரிக்கைகள் உள்ளிட்டவை வலதுசாரித் தத்துவத்திற்கு ஆதரவாகத் தான் செயல்படுகின்றன.

இந்தியாவின் பல பெரிய ஊடகங்களின் நேரடியான முதலாளிகளாக அரசியல்வாதிகளே இருப்பது பிரச்சனைக்குரியதாகும். 2018 ஆம் ஆண்டு ஆகஸ்ட் மாதத்தில், 'ஒளிபரப்புப் பார்வையாளர் ஆய்வு கவுன்சில்' என்கிற அமைப்பு வெளியிட்ட தகவலின் அடிப்படையில் இந்தியாவில் அதிகமானோரால் பார்க்கப்படும் ஆங்கில தொலைக்காட்சிகளாக ரிபப்ளிக் டிவி, டைம்ஸ் நவ், சிஎன்என் நியூஸ்18, இந்தியா டுடே டெலிவிசன் மற்றும் என்டிடிவி 24/7 ஆகியவை குறிப்பிடப்பட்டிருக்கின்றன. அதேபோல ஆஜ் தக், நியூஸ்18 இந்தியா, ஜீ நியூஸ், ஏபிபி நியூஸ் மற்றும் இந்தியா டிவி[40] ஆகியவை அதிகமானோரால் பார்க்கப்படும் இந்தி செய்தித் தொலைக்காட்சிகளாக இருக்கின்றன. இவற்றில் பெரும்பாலானவற்றின் முதலாளிகள் நேரடி அரசியலில் இருக்கிறார்கள் என்பது குறிப்பிடத்தக்கது.

இந்தியாவில் அதிகமானோரால் பார்க்கப்படும் ஆங்கில செய்தித் தொலைக்காட்சியில் பாஜகவின் மாநிலங்களவை எம்பியான இராஜீவ் சந்திரசேகர் மிகப்பெரிய முதலீடு செய்திருக்கிறார்.[41] கேரள தேசிய ஜனநாயகக் கூட்டணியின் துணைத்தலைவராகவும் இருக்கிறார். அதே வேளையில், கேரளாவின் ஏசியாநெட் நியூஸ் நெட்வர்க், கர்நாடகாவின் சுவர்னா நியூஸ் மற்றும் கன்னட பிரபா உள்ளிட்ட பல தென்னிந்தியத் தொலைக்காட்சிகளிலும் மிகமுக்கியமான பங்குதாரராக அவர் இருக்கிறார்.[42] தொழிலதிபராகவோ ஒரு தொலைக்காட்சியின் முதலாளியாகவோ அரசியல்வாதிகள் இருக்கக்கூடாதா என்ற கேள்வி இயல்பாகவே நமக்கு எழலாம். ஆனால் அவர்களின் நடவடிக்கைகளே அக்கேள்விக்கான பதிலாக அமைகின்றன. ஜூப்பிடர் கேபிடல் என்கிற நிறுவனத்தின் மூலமாகத்தான் இராஜீவ் சந்திரசேகர் ஊடகங்களில் முதலீடு செய்து ஆதிக்கம் செலுத்துகிறார். அந்த நிறுவனம் முதலீடு செய்திருக்கிற அனைத்து ஊடகங்களுக்கும், 2016 மார்ச் மாதம் 21 ஆம் தேதியன்று இராஜீவ் சந்திரசேகரின் நிர்வாக முகமாக இருக்கிற அமித் குப்தா ஒரு கடிதம்

எழுதியிருக்கிறார். அரசியல்வாதிகள் ஊடகங்களில் முதலீடு செய்வதற்கான மிகமுக்கியமான காரணத்தை அக்கடிதத்தில் இருந்து நாம் புரிந்துகொள்ளலாம்.

ஆசிரியர் குழுவில் இருக்கும் அனைவரும் வலதுசாரிக் கருத்தியலைக் கொண்டவர்களாக இருக்க வேண்டும். வேலைக்கு ஆட்களை எடுக்கும்போதே இதனை முறையாக சரிபார்க்க வேண்டும். அவர்கள் தேசபக்தியைப் பேசுபவர்களாகவும், இராணுவ நடவடிக்கைகளுக்கு ஆதரவானவர்களாகவும், இராஜீவ் சந்திரசேகரின் கொள்கைகளுக்கும் எண்ணங்களுக்கும் ஒத்துப்போகிறவர்களாகவும், மிகமுக்கியமாக தேசியம் மற்றும் ஆட்சிசெய்யும் முறை குறித்து இராஜீவ் சந்திரசேகரின் கருத்தை நன்கு உள்வாங்கியவராகவும் இருக்க வேண்டும். 'இவற்றையெல்லாம் சரிபார்த்துவிட்டுத் தான் எவரொருவரையும் வேலைக்கு எடுத்தோம்' என்கிற ஒப்புதல் சான்றிதழை மனிதவள மேலாளர்களும், பணியமர்த்தல் மேலாளர்களும் இராஜீவ் சந்திரசேகருக்கு அனுப்பிவைக்க வேண்டும்" என்று அக்கடிதத்தில் குறிப்பிடப்பட்டிருந்தது.[43]

பென்னட் கோலெமன் அன்ட் கம்பெனி லிமிட்டட் என்கிற நிறுவனம் தான் டைம்ஸ் நவ் குழுமம் என்று அழைக்கப்படுகிறது. ஒரு ஜெயின் குடும்பத்தினர் தான் டைம்ஸ் நவ் குழுமத்தின் முதலாளிகளாக இருக்கின்றனர். டைம்ஸ் ஆஃப் இந்தியா, நவபாரத் டைம்ஸ், எக்கனாமிக் டைம்ஸ், மும்பை மிரர் உள்ளிட்ட ஏராளமான பத்திரிக்கைகளும் மற்றும் பல தொலைக்காட்சிகளும் அக்குழுமத்திற்கு சொந்தமாக இருக்கின்றன. இந்தியாவிலேயே மிகப்பெரிய ஊடக நிறுவனமாகவும் அக்குழுமம் இருக்கிறது. அர்னாப் கோஸ்வாமி வேலைபார்த்த காலத்தில் ஒரு பாஜக ஆதரவு ஊடகமாக டைம்ஸ் நவ் உருவெடுத்தது. பின்னர் அர்னாப் கோஸ்வாமி அங்கிருந்து வெளியேறி இராஜீவ் சந்திரசேகருடன் இணைந்து ரிபப்ளிக் டிவி ஆரம்பித்துவிட்டார். இருப்பினும் பாஜக ஆதரவு நிலைப்பாட்டை டைம்ஸ் நவ் அதன் பின்னும் தொடர்ந்து வருகிறது. பாஜகவுக்கு எதிரான பார்வையாளர்களைக் கவர்வதற்காகவே, தனியாக மும்பை மிரர் என்கிற தொலைக்காட்சியைத் துவங்கியது அக்குழுமம். அதில் அவ்வப்போது ஆளும் அரசுக்கு எதிரான செய்திகளும் வரும்.[44] இதேபோன்று, ஒரே ஊடகக் குழுமத்திலிருந்து ஒவ்வொரு

கருத்தியலுக்கும் ஏற்றவாறு தனித்தனி தொலைக்காட்சி சானல்களைத் துவக்குவது இனிவரும் காலத்தில் இயல்பானதாக மாறலாம். தங்களுக்குப் பிடித்த கருத்தியலைப் பேசும் தொலைக்காட்சியைப் பார்த்துக்கொள்ளும் வசதியை பார்வையாளர்களுக்கு கொடுக்கும் வியாபாரத் தந்திரம் தான் அது. எல்லா மக்களையும் பல தொலைக்காட்சி சானல்களின் மூலமாக கவர்ந்து இலாபம் பார்க்கவும் முதலாளிகளுக்கு வசதியாக இருக்கும். காசு கொடுத்து தொலைக்காட்சி சானல்களைப் பார்க்கும் நடைமுறையை நோக்கி நகர்ந்து கொண்டிருப்பதால், தங்களுடைய அரசியல் நம்பிக்கைக்குத் தகுந்த தொலைக்காட்சி சானலுக்கு மட்டும் காசு கொடுத்து பார்க்கும் வழக்கம் மக்களிடையே பெருகும் நிலை ஏற்படும்.

சிஎன்என் நியூஸ்18 மற்றும் நியூஸ்18 இந்தியா ஆகிய இரு செய்தி சானல்களும் நெட்வர்க் 18 குழுமத்திற்கு சொந்தமானவை. அதனை முகேஷ் அம்பானியின் ரிலயன்ஸ் இன்டஸ்ட்ரீஸ் லிமிடட் நிறுவனம், 2014இல் விலைக்கு வாங்கிவிட்டது.[45] அதேபோல 2015 இல் ஈடிவி நெட்வர்க்கின் ஒட்டுமொத்த சானல்களையும் 2053 கோடி ரூபாய்க்கு முகேஷ் அம்பானி வாங்கிவிட்டார். இதன்மூலம் ஏராளமான மாநில செய்தித் தொலைக்காட்சி சானல்களும் அவருடைய கட்டுப்பாட்டில் வந்தன. நாடு முழுவதிலும் 15க்கும் மேற்பட்ட மொழிகளில் செய்தித் தொலைக்காட்சி சானல்கள், அக்குழுமத்திற்கு சொந்தமாக இருக்கின்றன.[46]

ஜீ நியூசையும் இந்தியா டிவியையும் கூட பாஜகவிற்கு நெருக்கமாக இருப்பவர்கள் தான் நடத்துகின்றனர். 2016 ஆம் ஆண்டு ஹரியானாவில் பாஜக எம்எல்ஏக்களின் உதவியுடன் மாநிலங்களவைத் தேர்தலில் சுயேச்சையாக வென்று எம்பியானார் ஜீ தொலைக்காட்சியின் உரிமையாளரான சுபாஷ் சந்திரா.[47] இந்தியா டிவியின் உரிமையாளரான இரஜத் சர்மாவும் பாஜகவின் நிதியமைச்சரான அருண் ஜேட்லியும் டெல்லி பல்கலைக்கழகத்தில் படித்த காலத்திலிருந்தே நண்பர்களாகவும் பாஜகவின் மாணவர் அமைப்பான ஏபிவிபியிலும் இருந்து வந்திருக்கின்றனர். மேலும் பல ஊடகங்களில் முதலீடு செய்திருக்கும் பல நிறுவனங்களின் முதலீட்டாளராக அதானி குழுமத்தின் கௌதம் அதானியும் இருக்கிறார். அதேபோல முகேஷ் அம்பானிக்கு நெருக்கமானவர்கள் பலரும் பல்வேறு

ஊடகங்களில் முதலீடு செய்திருக்கின்றனர். சமீபகாலங்களில் என்டிடிவியில் அதிகாரம் செலுத்த வந்திருக்கும் மகேந்திர நஹதாவின் இன்னொரு நிறுவனத்திற்கு இந்தியா டிவியில் பெரும் முதலீடு இருக்கிறது.[48]

கடன் கொடுத்தும் பங்குகளை மறைமுகமாக வாங்கியும் விஷ்வபிரதான் கமர்சியல் லிமிடட் (விபிசிஎல்) என்கிற நிறுவனத்தையும் கட்டுப்பாட்டில் வைத்திருக்கிறார் முகேஷ் அம்பானி. அந்த நிறுவனமும் என்டிடிவியில் முக்கியமான பங்குதாரராக இருக்கிறது. முகேஷ் அம்பானிக்கு நெருக்கமாக இருப்பவரும் ரிலயன்ஸ் ஜியோவின் நிர்வாகக் குழு உறுப்பினருமான மகேந்திர நஹதாவின் நிறுவனமான விபிசிஎல், என்டிடிவி இன் 52 சதவிகிதப் பங்குகளை வைத்திருக்கிறது என்கிற உண்மையினை இந்திய பங்கு மற்றும் பரிவர்த்தை வாரியம் (SEBI) கண்டறிந்திருக்கிறது. இதுகுறித்து விரிவான விளக்கம் கேட்டு விபிசிஎல் நிறுவனத்திற்கு கடிதமும் எழுதியிருக்கிறது.

மத்திய அரசை இன்று வரை என்டிடிவி விமர்சிக்கத் தயங்காமல் இருக்கிறது என்றாலும் கூட, அந்த நிலைப்பாட்டில் எப்போது வேண்டுமானாலும் மாற்றம் வரலாம்.[49] செபியின் கண்டறிதல் உண்மையாக இருக்கும்பட்சத்தில், என்டிடிவியே ரிலயன்ஸின் முழுமையான நேரடிக் கட்டுப்பாட்டில் வரும்போது, ஒட்டுமொத்த ஊடகக் கட்டுப்பாடும் ரிலயன்ஸ் குழுமத்திடம் வந்துவிடும் என்பதில் சந்தேகமே இல்லை.

இந்தியா டுடேவையும் ஆஜ் தக்கையும் லிவிங் மீடியா குழுமம் தான் வைத்திருக்கிறது. அதன் உரிமையாளராக ஆரோன் பூரி இருந்துவந்தார். 2017 ஆம் ஆண்டு அக்டோபர் மாதத்தில் அந்த நிறுவனத்தை தன்னுடைய மகள் கல்லீ பூரியிடம் ஒப்படைத்துவிட்டார். அக்குழுமத்திற்கும் அரசியல்வாதிகளுக்கும் வெளிப்படையான தொடர்புகள் இருப்பதாக இப்போதைக்கு எந்த ஆதாரமும் கிடைக்கவில்லை.

2018 ஆம் ஆண்டு ஆகஸ்ட் மாதத்தில் பிரதமர் மோடியுடன் சத்திஸ்கரிலிருந்து ஒரு விவசாயப் பெண் வீடியோ கான்பரன்சிங் மூலம் பேசினார். அதில் மோடி அரசின் நடவடிக்கைகளினால் தன்னுடைய விவசாய வருமானம் கடந்த சில ஆண்டுகளில் இரண்டு மடங்காக உயர்ந்திருப்பதாக மகிழ்ச்சிபொங்க தெரிவித்தார். ஏபிபி நியூஸ் தொலைக்காட்சியில் 'மாஸ்டர்ஸ்ட்ரோக்' என்கிற

ஒரு நிகழ்ச்சியில் மோடியின் வீடியோ உரையாடல் குறித்த உண்மைகளை வெளிக்கொண்டு வந்தார் அந்த நிகழ்ச்சியின் நெறியாளரான புன்யா பிரசுன் பாஜ்பாய். பாஜககாரர்கள் சொல்லிக்கொடுத்ததைத் தான் அப்படியே மோடியுடன் அந்த விவசாயப் பெண் பேசினார் என்கிற உண்மையை அந்த நிகழ்ச்சியில் ஆதாரங்களுடன் போட்டு உடைத்தார். உடனே பாஜகவின் மூத்த அமைச்சர்கள் புன்யா பிரசுன் பாஜ்பாயை விமர்சித்தார்கள். பிரதமரை அவமதிக்கிற ஒரு நிகழ்ச்சியை ஒளிபரப்பியதாக ஏபிபி குழுமத்தையும் தாக்கிப் பேசினார்கள்.[50] இறுதியில் புன்யா பிரசுன் பாஜ்பாயும், அந்த நிகழ்ச்சியின் நிர்வாக இயக்குநரான மிலிந்த் கான்டேகரும் தங்களது பணிவிலகல் கடிதத்தைக் கொடுத்துவிட்டு ஏபிபி குழுமத்திலிருந்தே வெளியேறிவிட்டனர். பாஜக அரசின் மீது காட்டமான விமர்சனங்களை வைக்கும் ஏபிபி செய்தித் தொலைக்காட்சி சானலிலேயே இதுதான் நிலைமையாக இருக்கிறது.

மத்திய தகவல் மற்றும் ஒளிபரப்புத் துறை அமைச்சகத்தின் நேரடிக் கண்காணிப்பில் 200 பேர் கொண்ட ஊடகக் கண்காணிப்புக் குழு உருவாக்கியிருப்பதாகவும், பாஜகவுக்கு எதிராக ஒளிபரப்பப்படும் அனைத்து நிகழ்ச்சிகளையும் கண்காணித்து அறிக்கை அளிக்கவேண்டிய பணியை அவர்களுக்கு வழங்கியிருப்பதாகவும் ஏபிபி தொலைக்காட்சியில் இருந்து வெளியேறிய புன்யா பிரசும் பாஜ்பாய் விரிவான கட்டுரையொன்றை எழுதிக் குற்றஞ்சாட்டினார்.

> *'மோடியின் பிம்பத்திற்கு ஊடகங்களில் எந்தக் களங்கமும் வராமல் பார்த்துக்கொள்ள வேண்டும் என்கிற ஒரேயொரு வேலை தான் கடந்த நான்காண்டுகளில் அந்த கண்காணிப்புக் குழுவிற்கு கொடுக்கப்பட்டிருக்கிறது. அதற்காக அனைத்து செய்தித் தொலைக்காட்சி சானல்களையும் இடைவிடாமல் கண்காணிக்கிற வேலையை அவர்கள் செய்துவருகிறார்கள்'*

என்று தன்னுடைய கட்டுரையில் பாஜ்பாய் குறிப்பிட்டிருக்கிறார்.[51]

கொல்கத்தாவைத் தலைமையிடமாகக் கொண்டு இயங்கும் ஆனந்தபஜார் பத்திரிக்கை குழுமத்தின் ஒரு அங்கமாகத் தான் ஏபிபி தொலைக்காட்சி சானல் இருந்து வருகிறது. அரசியல் தொடர்பில்லாமல் இயங்கிவரும் மிகச்சில நிறுவனங்களில் ஏபிபியும் ஒன்றாக இருந்துவருகிறது. ஆனாலும் அரசியல்

அதிகாரத்தில் இருப்பவர்களின் தாக்குதலுக்கு ஆளாகி அவ்வப்போது இதுபோன்ற இழப்புகளை சந்திக்க நேரிடுகிறது.

பாஜகவைச் சேர்ந்த அரசியல்வாதிகளாலோ அல்லது பாஜகவிற்கு நெருக்கமானவர்களாலோ தான் பெரும்பாலான தொலைக்காட்சி சானல்கள் நடத்தப்படுகின்றன. பாஜகவுடன் நேரடித் தொடர்பு இல்லையென்றாலும் கூட ஆளும் அரசுடன் நெருக்கமாக இருப்பதால் கிடைக்கக்கூடிய இலாபத்தைக் கணக்கில் வைத்து, பாஜகவுக்கு நெருக்கமாக இருக்கிற ரிலயன்ஸ் போன்றவர்களின் தொலைக்காட்சி சானல்களும் பாஜகவுக்கு ஆதரவான நிலைப்பாட்டில்தான் இருக்கின்றன. இத்தகைய சூழலில் அரசை நேர்மையாக விமர்சிக்கிற தொலைக்காட்சி சானல்களும் ஏறத்தாழ இல்லாமல் போகிற நிலை ஏற்படுகிறது.

'புன்யா பிரசுன் பாஜ்பாயின் வாதம் உண்மையாக கூட இருக்க வேண்டிய அவசியம் இல்லை. ஆனால் அவருக்கு ஏற்பட்டிருக்கிற பாதிப்பே கூட பாஜக சொல்வதைக் கேட்காதவர்களுக்கு அது தான் நிலை என்பதை உணர்த்துகிறதே'

என்று ஏசியா டைம்சின் நேர்காணலில் நான் குறிப்பிட்டிருக்கிறேன்.[52] சுதந்திரமாக செயல்படுவதற்கான உரிமையினை அரசியலமைப்புச் சட்டம் வழங்கியிருக்கிற போதும், தனக்கு எதிராகக் கருத்து சொல்பவர்களை அடித்துநொறுக்கும் அரசும், அரசியல் மற்றும் பொருளாதார இலாபத்தை மட்டுமே நோக்கமாகக் கொண்டு இயங்கும் தொலைக்காட்சி நிறுவனங்களும் இருக்கையில், சுதந்திரத்துடன் இயங்கும் நியாயமான ஊடகங்கள் இருக்க வாய்ப்பே இல்லாமல் தானே போகும்.

ஊடகங்களின் அனைத்துத் தவறுகளுக்கும், அரசியல் நோக்கத்தைக் கொண்டவர்களின் ஆதிக்கம் மட்டுமே காரணம் என்று சொல்லி, மற்ற காரணங்களைப் புறந்தள்ளிவிடமுடியாது. உண்மையை நேர்மையாகப் பேசும் நிகழ்ச்சிகளை நடத்துவதை விடவும், மக்களின் உணர்வுகளைத் தூண்டி அவர்களைப் பார்க்க வைக்கிற நிகழ்ச்சிகளை நடத்தும் வழக்கத்தை சந்தைப் பொருளாதாரத்தினால் உருவாகியிருக்கும் போட்டிதான் துவக்கிவைத்திருக்கிறது. செய்திகளைச் சேகரித்து மக்களுக்கு வழங்குவது வெகுவாகக் குறைந்து, பல்வேறு அரசியல்

கட்சிகளைச் சார்ந்தவர்களை ஒன்றாக உட்காரவைத்து, செய்திகள் குறித்தான விவாதங்களை நடத்துவதற்கே அதிக முக்கியத்துவம் கொடுக்கப்படுகின்றன. வல்லுநர்களின் கருத்தை முன்வைத்து விவாதிக்காமல், பல தலைப்புகளில் அதிகமான அறிவைப் பெற்றிருக்காத செய்தித் தொடர்பாளர்களை வைத்தே விவாதங்கள் நடத்தப்படுகின்றன.[53] சிறியளவிலான முதலீட்டைக் கொண்டு நிகழ்ச்சிகளை நடத்தி பெரியளவிலான இலாபத்தைப் பார்க்க வேண்டும் என்கிற இலாபவெறியும் இதில் அடக்கம். விவசாயிகள் போராட்டத்தையோ, வங்கிகளின் நிதிநெருக்கடியையோ செய்தித் தொகுப்பாக வெளியிட வேண்டுமென்றால், அதற்கு ஏராளமான களஆய்வுகள் செய்யவேண்டியிருக்கும். அதற்கேற்ற வகையில் பயணம் செய்து, தங்கி, தகவல்களைத் திரட்ட வேண்டியிருக்கும். ஆனால், நான்கு அரசியல்வாதிகளை அரங்கில் உட்காரவைத்து ஏதாவது உணர்ச்சிகரமான தலைப்பைத் தேர்ந்தெடுத்து அவர்களைப் பேசவைப்பதற்கு அதிகமான உழைப்போ பணமோ செலவாகிவிடாது.

முறையாக ஆய்வு செய்தும் செய்தி சேகரித்தும் ஒளிபரப்பவேண்டியது தான் செய்தித் தொலைக்காட்சிகளின் முக்கிய பணியாகும். ஆனால் அத்தகைய நிகழ்ச்சிகளெல்லாம் இந்தியாவின் அனைத்துத் தொலைக்காட்சிகளிலும் மிகமிகக் குறைவாகத்தான் இருக்கின்றன. அதற்கு பதிலாக விவாத நிகழ்ச்சிகள் தான் அதிகமாக இடம்பெறுகின்றன. அதுவும், விவாத நிகழ்ச்சிகளில் பங்கெடுப்போர் ஒருவரையொருவர் கடுமையாகத் தாக்கிப்பேசி, அதுவே மிகப்பெரிய பரபரப்பான நாடகமாக மாற வேண்டும் என்பது அந்நிகழ்ச்சியைத் தயாரிப்பவர்களின் எதிர்பார்ப்பாக இருக்கிறது.

சுனெத்ரா சௌத்ரியுடன் ‘செயற்படாச் சொத்துக்கள்’ குறித்தான ஒரு விவாதத்திற்கு என்னை என்டிடிவியில் இருந்து அழைத்திருந்தார்கள். அது தான் ஒரு தொலைக்காட்சி விவாதத்தில் கலந்துகொள்வதற்காக எனக்கு விடுக்கப்பட்ட முதல் அழைப்பு. நான் அப்போது திரிபுராவில் இருந்தேன். முதலில் அந்த அழைப்பை ஏற்க மறுத்தேன். ஆனால் அந்த நிகழ்ச்சியில் பாஜக சார்பாக யாராவது ஒருவராவது பேசியாக வேண்டும் என்கிற நிர்பந்தம் இருந்ததால், இறுதியாக ஸ்கைப் வழியாக அந்நிகழ்ச்சியில் கலந்துகொள்ள

ஒப்புக்கொண்டேன். அதேபோல, திரிபுரா தேர்தல் முடிவுகள் அறிவிக்கப்பட்டுக் கொண்டிருந்த நாளில் ஏற்பாடு செய்யப்பட்ட விவாத நிகழ்ச்சியிலும் பங்கு கொண்டேன். அன்றைய தினம் காலை பத்து மணி முதல் இரவு பத்து மணி வரையிலும், இராஜ்ய சபா தொலைக்காட்சி அலுவலகத்திற்கும் என்டிடிவி அலுவலகத்திற்கும் இங்குமங்குமாக சென்றுவந்துகொண்டிருந்தேன். அரசியல் ஆய்வாளர்களுடனும் அரசியல்வாதிகளுடனும் விவாதங்களில் கலந்துகொண்டேன். அதேபோல திரிபுரா தேர்தலில் என்னுடைய பங்கு குறித்தான நேர்காணலிலும் பங்கெடுத்தேன். அன்றில் இருந்து பாராளுமன்ற ஒத்திவைப்புகள், உத்தரப்பிரதேச இடைத்தேர்தல் முடிவுகள், ஃபேக் செய்திகள், ஒவ்வொரு வேட்பாளரும் ஒன்றுக்கும் மேற்பட்ட தொகுதிகளில் போட்டியிடாமல் தடுப்பதற்கான தேர்தல் ஆணையத்தின் ஆலோசனை போன்ற பல்வேறு தலைப்புகளில் நடத்தப்பட்ட விவாதங்களில் கலந்துகொண்டிருக்கிறேன். நான் கலந்துகொண்ட பெரும்பாலான தலைப்புகள் எனக்கு உகந்ததான தலைப்பாகவே இருந்தன. ஆனாலும் அவ்வப்போது, ஒரு வலதுசாரி கருத்தியலாளர் தேவைப்படுகிறார் என்பதாலேயே எனக்குத் தொடர்பில்லாத தலைப்பாக இருந்தபோதும் சில விவாதங்களில் என்னைப் பேச அழைத்தனர்.

நான் தொலைக்காட்சி செய்திகள் பார்ப்பதை நிறுத்தி வெகுகாலம் ஆகிவிட்டது. அதற்கு பதிலாக பத்திரிக்கை செய்திகளை வாசிப்பதையும், தேர்தல் நேரத்தில் என்னுடைய குழுவினரால் தயாரிக்கப்பட்ட செய்திகளைப் படிப்பதையும் மட்டுமே நான் அதிகம் விரும்புவேன். விவாதங்களில் கலந்துகொள்வதற்கு முன்னர், நான் கலந்துகொள்ளப்போகும் நிகழ்ச்சியின் முந்தைய சில விவாதங்களை மட்டும் பார்த்துவிட்டு எப்படியான விவாதத்தை அங்கே மேற்கொள்வார்கள் எனத் தெரிந்துகொள்வேன். ஒன்று மட்டும் எனக்குத் தெளிவாகப் புரிந்தது. எந்தப் பிரச்சனை குறித்துப் பேசுவதாக இருந்தாலும், அப்பிரச்சனை குறித்தோ அதன் பின்னணி குறித்தோ, அதில் கலந்து கொள்ளும் பேச்சாளர்கள் பெரும்பாலும் ஒன்றுமே தெரியாமல் தான் பேசிக்கொண்டிருந்தார்கள். தாங்கள் சார்ந்திருக்கிற கட்சி ஒன்றை ஆதரிக்கிறதா அல்லது எதிர்க்கிறதா என்பதை மட்டுமே தெரிந்துகொண்டு, எதையாவது பேசிக்கொண்டிருந்தார்கள்.

ஒரு சில சானல்கள் மட்டும் தான், ஓரளவுக்காவது விவாதத் தலைப்பையொட்டி அதில் அதிகமான அறிவைப் பெற்றவர்களை அழைத்து விவாதம் செய்தன. ஆனால் வெறுமனே கட்சியின் செய்தித் தொடர்பாளர்களையும், தலைப்பின் பின்னணி குறித்து எதுவும் தெரியாத முன்னாள் இராணுவத்தினரையும், அந்தத் தலைப்பு தொடர்பான எந்தப் பணியிலும் வேலைசெய்திருக்காத பத்திரிக்கையாளர்களையும், பரபரப்புக்காக சத்தம்போட்டு பிரச்சனை செய்பவர்களையுமே அழைத்து விவாதங்களை நடத்தும் தொலைக்காட்சிகளைத் தான் அதிகமான மக்கள் பார்ப்பதாகப் புள்ளிவிவரங்கள் தெரிவிக்கின்றன.

பொதுவாகவே இந்தியாவில் தொலைக்காட்சி விவாதங்களில் பேசப்படும் விவாதக் கருத்துகளெல்லாம் பதினைந்து நிமிடங்கள் கூகிளில் தேடினாலே கிடைக்கக்கூடிய தகவல்களைத் தாண்டி எதுவுமில்லை. இதன் மூலம், நம் காலத்து செய்தி நிறுவனங்களெல்லாம் மக்களுக்கு செய்திகளை சேகரித்துக் கொடுப்பதற்கு பதிலாக, செய்திகள் என்கிற பெயரில் பொழுதுபோக்கு நிகழ்ச்சிகளைத் தான் கொடுக்கின்றன என்பது எனக்கு நன்றாகப் புரிந்தது. என்டிடிவி தொலைக்காட்சியில் பணிபுரியும் செய்தி நெறியாள்கையாளரான இரவிஷ் குமார் மட்டும் தான், என்னுடைய கருத்தை ஒத்ததான கருத்தை வெளிப்படையாகத் தெரிவித்திருக்கிறார். தொலைக்காட்சி விவாதங்கள் குறித்து அவர் தொடர்ச்சியாக விமர்சனங்கள் வைத்து வருகிறார். தொலைக்காட்சி விவாதங்கள் மிகப்பெரிய விபரீதங்களாக உருவெடுத்திருப்பதால், அவற்றைப் பார்ப்பதை மக்கள் நிறுத்திவிடவேண்டும் என்று அவர் பரிந்துரைக்கும் அளவிற்கு சென்றிருப்பது எனக்கு பெருமகிழ்ச்சியளிக்கிறது.[54]

ஏறத்தாழ அனைத்து ஆங்கிலத் தொலைக்காட்சி சானல்களின் விவாதங்களிலும் தொடர்ச்சியாகக் கலந்துகொள்கிற பலருடன் நான் பேசிவிட்டேன். அவர்களுடன் நிகழ்ச்சியில் கேமராவுக்கு முன்னால் பேசுவதற்கும் கேமராவுக்கு வெளியே பேசுவதற்கும் பெரிய வேறுபாடு இருப்பதை என்னால் உணரமுடிகிறது. கேமராவுக்கு முன்னே நிகழ்ச்சி நடக்கையில் மட்டுமே எதிரிகளைப் போல் அடித்துக்கொள்வது நாடகத்தன்மை வாய்ந்ததாகத் தான் இருக்கிறது. பல பிரச்சனைகளில் அரசு தவறான பாதையில் தான் செல்கிறது என்றோ இதுவொரு

செயல்படாத அரசாக இருக்கிறது என்றோ பாஜகவிலிருந்து பேசவரும் பெரும்பாலானவர்கள் கேமராவுக்கு வெளியே பேசுகையில் ஒப்புக்கொள்கிறார்கள். ஆனால், கேமராவுக்கு முன்போ மிகக்கடுமையாக பாஜகவுக்கு முட்டுக்கொடுத்து பொய்யான ஒரு விவாதத்தை நடத்துகிறார்கள். காங்கிரஸ் சார்பாகப் பேசவரும் பேச்சாளர்களும் அதேபோலத்தான். கடந்த காலத் தவறுகளை கேமராவுக்கு வெளியே ஒப்புக்கொள்வதையும், கேமராவுக்கு முன்போ தவறுகளே செய்யாத ஒரு கடந்தகாலத்தைப் பேசுவதையும் இயல்பாக்கி இருக்கிறார்கள். அதேபோல கேமராவுக்கு முன்னால் விவாத நிகழ்ச்சிகளில், எதிர்தரப்புப் பேச்சாளர்களை வேண்டுமென்றே மோசமான வார்த்தைப் பிரயோகத்தால் தாக்குவதையும் வழக்கமாக வைத்திருக்கிறார்கள். அதன்மூலம் அவர்கள் பிரபலமாவதோடு, ட்விட்டரிலும் அதிகமானோரால் பின்தொடரப்படுவார்கள் என்கிற நம்பிக்கையில் அவ்வாறு செய்கிறார்கள். தொலைக்காட்சி விவாதங்களில் உண்மையான கருத்துகளை நேர்மையாக முன்வைக்கும் பேச்சாளர்களைப் பார்ப்பது அரிதிலும் அரிதானதாக இருக்கிறது. அதிலும் அரசியல் பின்னணியில் இருந்து வருபவர்களாக இருந்தும், ‘சமூக ஆர்வலர்’, ‘கருத்தாளர்’ போன்ற புதிய அடையாளங்களுடன் நடுநிலையாளர்களைப் போல விவாதத்தில் கலந்துகொள்பவர்களிடம், நேர்மையான வாதங்களை நிச்சயமாக எதிர்பார்க்கவே முடியாது.

இந்தியாவில் இன்றைக்கு செய்திகள் என்கிற பெயரில் ஒளிபரப்பப்படுகிறவற்றில் பெரும்பாலும் அப்பட்டமான பக்கசார்புடைய பிரச்சாரங்கள் என்பதுதான் வருத்தத்திற்குரிய உண்மையாகும். மக்கள் எதை விரும்புகிறார்களோ, எதை ஆதரிக்கிறார்களோ, அவற்றைச் சுற்றி நடப்பது மட்டுமேயல்ல அரசியல். எவை குறித்தெல்லாம் மக்கள் விவாதிக்கிறார்கள், எவற்றையெல்லாம் அவர்கள் கண்டுகொள்வதில்லை என்பதைப் பொறுத்தும் இன்றைய அரசியல் களம் தீர்மானிக்கப்படுகிறது. அவற்றை முடிவுசெய்வதில் தொலைக்காட்சிகளுக்கு மிகப்பெரிய பங்கும் இருக்கிறது. தொலைக்காட்சி விவாதங்களின் தலைப்பும், அதன் உள்ளடக்கமும் தொடர்ந்து அரசின் தவறுகளையும் பிழைகளையும் கொஞ்சமும் பேசாமல், எதிர்க்கட்சிகளையே எப்போதும் குற்றஞ்சாட்டுவதைப் போலவே வடிவமைக்கப்பட்டிருந்தால், அது நிச்சயமாக

அரசியல் ஆதாயத்திற்காகத்தான் செய்யப்படுகிறது என்பதைப் பார்வையாளர்கள் புரிந்துகொள்ள வேண்டும்.

கேமராவுக்கு முன்பும் கேமராவுக்கு வெளியேயும் மாறுபட்ட கருத்துகளைக் கொண்டிருப்பவர்களால் நடத்தப்படுவதால், தொலைக்காட்சி விவாதங்களில் முன்வைக்கப்படும் எந்த விவாதக் கருத்துக்களின் மீதும் எனக்கு நம்பிக்கையே இல்லை. இன்னும் எளிமையாகச் சொல்லவேண்டும் என்றால், தொலைக்காட்சி விவாதங்கள் அனைத்தும் மேடை நாடகங்களுக்கு ஒப்பானதாகவே இருக்கின்றன. கேமராவுக்கு முன்னால் பார்வையாளர்களைக் கவர்வதற்காக, தன்னுடைய சிறந்த நடிப்பை வெளிக்காட்டும் நடிகர்களாகத் தான் தொலைக்காட்சி விவாதங்களில் கலந்துகொள்ளும் பெரும்பாலானவர்கள் நடந்துகொள்கிறார்கள். தொலைக்காட்சி விவாதங்களில் எதிர்க்கருத்தை முன்வைப்பவர்கள் மீது மிகக்கடுமையான முறையில் உரக்க சண்டைபோட்டும், தகாத வார்த்தைகளை எல்லாம் உபயோகித்தும் பேசுபவர்கள் அனைவரும் தங்களுடைய அரசியல் இலாபத்திற்காகவும் பிரபலமாக வேண்டும் என்கிற வெறியினாலும் தான் அவ்வாறு நடந்துகொள்கிறார்கள் என்கிற உண்மையினை பார்வையாளர்கள் நிச்சயமாக தெரிந்துகொள்ள வேண்டும். என்டிடிவியைச் சேர்ந்த இரவிஷ் குமார் சொன்னதைப் போல, தொலைக்காட்சி விவாதங்களை பார்ப்பதையே முற்றிலுமாக மக்கள் நிறுத்தவேண்டும். சமூக ஊடகங்களில் இருந்து கூட கொஞ்சம் தள்ளியிருப்பது நல்லது என்பேன் நான். தத்துவங்களின் அடிப்படையிலான அரசியல் முரண்களால் இத்தகைய பரப்புரைப் பிரச்சாரங்கள் நடக்கவில்லை என்றும், உலக அரசியல் இயங்கும் முறையாகவே இது மாறிப்போயிருக்கிறது என்றும் நாம் புரிந்துகொள்ள வேண்டியது மிகமிக அவசியம்.

5

ஒரு தேர்தலை வெல்வது

அரசியல்வாதிகளின் அனைத்து செயல்பாடுகளுக்கும் நேரடியாக ஒரேயொரு நோக்கம் தான் இருக்கிறது. எப்படியாவது தேர்தலில் வென்றுவிட வேண்டும் என்பது தான் அது. இதனை, இரண்டாண்டுகள் அரசியலில் நேரடியாக வேலைசெய்த பிறகு நான் உணர்ந்து தெரிந்துகொண்டிருக்கிறேன். தங்களுடைய தொகுதி மக்களுக்கு நல்லபடியாக உதவ வேண்டும் என்று நினைக்கிற பல அரசியல்வாதிகள் இருக்கத்தான் செய்கிறார்கள். ஆனால் அதெல்லாம் கூட அவர்களின் அரசியல் வேலைகளில் ஒருசிறிய அங்கமாகத்தான் இருக்கும். உண்மையில் தேர்தல்களில் வெல்வது மட்டும் தான் ஒரு அரசியல்வாதியின் முதன்மையான குறிக்கோளாக இருக்கிறது.

முன்பெல்லாம் ஊழல்களின் மூலமாக சொத்துக்களை சேர்த்ததாக கூறப்பட்ட சில அரசியல்வாதிகளின் ஆடம்பர வாழ்க்கையை அதிர்ச்சியாகவும் ஆச்சர்யமாகவும் பார்த்திருக்கிறேன். ஆனால் என்னுடைய அரசியல் அனுபவத்தில் மற்றொரு விதமான அரசியல்வாதிகளும் ஆபத்துமிக்கவர்களாக நான் உணர்கிறேன். அரசியலில் தவறான வழிகளில் கோடிக்கணக்கில் சொத்துக்களை சேர்த்துக்கொண்டே, எளிமையான வாழ்க்கையை வாழ்வதைப் போன்று நாடகமாடிக் கொண்டு, அயல்நாடுகளுக்கு செல்லும்போது மட்டும் சராசரி இந்தியரின் ஆண்டு வருமானத்தை விடவும் அதிகமான விலைக்கு ஆடைகள்

அணிந்துகொண்டு செல்பவர்கள் தான் அரசியலில் அதிகான எண்ணிக்கையில் இருக்கிறார்கள்.

பெரும்பாலான அரசியல்வாதிகளின் பேச்சுக்கும் வாழ்க்கைமுறைக்கும் மிகப்பெரிய வேறுபாடுகள் இருக்கின்றன. மற்ற மதத்தினரின் மீது எந்தக் காழ்ப்புணர்ச்சியும் கொண்டிருக்காத இந்துத்துவ ஆதரவாளர்கள் பலரையும் நான் சந்தித்திருக்கிறேன். அவர்களைப் பொறுத்தவரையில், மற்ற மதங்களுடன் முரண்பாடெல்லாம் கொண்டிருக்காமல், தங்களுடைய மதமும் கலாச்சாரமும் வலுப்பெற வேண்டும் என்று மட்டுமே நினைப்பார்கள். ஆனால் தேர்தல் பிரச்சார மேடைகளில் ஏறியதும், அதே மனிதர்கள் முஸ்லிம்களுக்கு எதிரான மிகக்கொடூரமான வெறுப்புப் பேச்சுகளைப் பேசுவார்கள். அதேபோல தனிப்பட்ட வாழ்க்கையிலும் தங்களுடைய வியாபாரத்திலும் சாதியை பெரிதாகக் கண்டுகொள்ளாமல் இயங்கிக்கொண்டிருப்பவர்கள், அரசியல் மேடைகளில் ஏறிவிட்டால் சாதிப்பெருமையை முன்னிறுத்தியே வாக்குக் கேட்பார்கள்.

அரசியலில் பல ஆண்டுகளாக இருப்பவர்களோடு பயணித்து உரையாடியதில், பெரும்பான்மையான இந்தியர்களில் இருந்து மாறுபட்டு அவர்கள் வேறொரு உலகில் வாழ்வதைப் பார்க்க முடிந்தது. அரசியல் விளையாட்டின் விதிமுறைகளை அவர்கள் நன்கு புரிந்துவைத்திருக்கிறார்கள். அரசியலில் வளர்ந்து உச்சத்தை அடையவேண்டுமென்றால், அந்த வழிமுறைகளைப் பின்பற்றியே ஆகவேண்டும் என்பதிலும் உறுதியாக இருக்கிறார்கள். அந்தப் பாதையில் வேகமாக வளராவிட்டால், எப்படியும் வேறொருவர் அதனைச் செய்யத்தானே போகிறார் என்கிற நினைப்பும் அவர்களிடம் காணமுடிந்தது. தங்களுடைய செயல்பாடுகள் அனைத்தும் குறைந்தபட்ச நேர்மையுடனாவது இருக்கின்றனவா என்று சிந்தித்துப் பார்க்கக் கூட அவர்கள் தயாராக இல்லை. பல நேரங்களில் சாதியோ, மதமோ, பணமோ கூட முக்கியமில்லை அவர்களுக்கு. சமூகத்தில் அதிகாரமும், அங்கீகாரமும் மரியாதையும் கிடைக்கவேண்டும் என்பது தான் அவர்களின் முக்கியமான ஆசையாக இருக்கிறது.

2017 ஆம் ஆண்டு மார்ச் மாதத்தில் மணிப்பூர் சட்டமன்றத் தேர்தல் முடிவுகள் வெளியானபோது, அத்தேர்தல் வெற்றிக்கு தாங்கள் தான் காரணம் என்று ஆளாளுக்கு

அடித்துக்கொண்டதைப் பார்க்க முடிந்தது. ஒவ்வொரு தேர்தலின் வெற்றிக்குப் பின்னரும், வெற்றியை மகிழ்ச்சியாகக் கொண்டாடுவதைக் காட்டிலும், அந்த வெற்றியின் காரணகர்த்தா யார் என்கிற சண்டை தான் முக்கியத்துவம் பெறும். இதெல்லாம் புரியாத புதியவனாகவும், தேர்தல்களை பின்னால் இருந்து மேலாண்மை வேலை செய்து கவனிக்கும் அரசியல் ஆலோசகனாக நான் இருந்தபடியால், அந்த வெற்றியில் பங்கு கேட்கும் சண்டையில் நான் இருக்கவில்லை. அதனாலேயே இந்த சண்டைகளை வேடிக்கைப் பார்க்கவும் புரிந்துகொள்ளவும் வாய்ப்பு கிடைத்தது. உள்ளூர் தலைவர்கள், தேசியளவிலான தலைவர்கள், தொண்டர்கள், தேர்தல் வியூகங்களைத் திட்டமிட்டவர்கள், தேர்தல் ஆலோசகர்கள் என பலரும் தேர்தல் பிரச்சாரத்திற்காக உழைத்திருப்பார்கள். ஆனால் இதில் எந்த சம்பந்தமும் இல்லாத சிலர், எல்லா தொலைக்காட்சி கேமராக்கள் முன்பும் தோன்றி நேர்காணல் வழங்குவார்கள், எல்லா பத்திரிக்கைகளிலும் தங்களுடைய பெயரையும் படத்தையும் பதிவு செய்வார்கள்.

கட்சியின் தேர்தல் வெற்றிக்காக ஒவ்வொரு கட்சிக்காரரும் தாங்கள் செலுத்திய உழைப்பையும், கட்சியின் வெற்றிக்கு உதவிய விதத்தையும் தேர்தலுக்குப் பிறகு விரிவாக விளக்கியதைப் பார்த்திருக்கிறேன். கட்சித் தலைவர்களின் பார்வைக்கு இதெல்லாம் தெரிந்தால் தான், தனக்கான முக்கியத்துவம் தேர்தல் முடிந்தபிறகும் கட்சியில் கிடைக்கும் என்று நம்பினார்கள். கட்சியின் மேலிடம் தங்களை கவனிக்காதா என்று இடைமட்டக் கட்சித்தலைவர்கள் ஏங்கினார்கள். தேர்தல் பிரச்சார ஆலோசகர்களோ தங்களது நிறுவனத்திற்கு தனியான ஒரு பெயரை உருவாக்க நினைத்தார்கள். அப்போது தான் அடுத்தடுத்த தேர்தல்களிலும் அரசியல் கட்சிகள் தங்களை நாடி வருவார்கள் என்று எதிர்பார்த்தார்கள்.

தங்களுடைய வேலையைப் பற்றி பேசும்போதும் கூட, 'எல்லாம் பிரதமர் மோடியின் தலைமையும் அத்யாக்ஷியின் (அமித்ஷாவை பாஜகவில் அப்படித்தான் அழைப்பார்கள்) வியூகமும் தான் தேர்தல் வெற்றிக்கு முக்கியக் காரணம்' என்று சொல்லி முடிக்கிற நிலைமைக்கு வந்துவிட்டார்கள். கட்சியின் அடிமட்டத் தொண்டர் முதல் உயர்மட்டத் தலைவர்கள் வரையிலும் அனைவருமே பிரதமர் மோடியும் கட்சித் தலைவர்

அமித்ஷாவும் தான் எல்லா வெற்றிகளுக்கும் மூலகாரணம் என்றனர்.

திரிபுரா சட்டமன்றத் தேர்தல் முடிவுகள் வெளியானபோதும் அதேதான் நடந்தது. மற்ற கட்சிகளிலும் கூட இதுபோன்று நிகழ்வதைப் பார்க்கமுடியும். காங்கிரசின் ஒவ்வொரு வெற்றிக்கும் இராகுல் காந்தியே காரணம் என்பது போலவும், அக்கட்சி தோல்வியடையும் போது இராகுல் காந்திக்கு பொறுப்பில்லாதது போலவும் சொல்லப்படும். பகுஜன் சமாஜ் கட்சியில் மாயாவதியும், சமாஜ்வாதி கட்சியில் அகிலேஷ் யாதவும் அந்தந்தக் கட்சிகளுடைய வெற்றிகளின் காரணகர்த்தாக்களாக கௌரவும் வழங்கப்படும். வட இந்தியாவில் மட்டுமல்லாமல், சில தென்னிந்திய மாநிலங்களில் கூட அதுதான் நிலைமை. அதிமுகவின் முதல்வரான ஜெ.ஜெயலலிதாவைக் குறிக்கும் வகையில் சொல்லப்படும் ‘புரட்சித் தலைவி அம்மா’ என்கிற வாக்கியத்துடன் முடிவுபெறாத எந்தவொரு அதிமுக எம்பியின் பேச்சையும் பாராளுமன்றத்தில் கேட்கவே முடியாது. பெரும்பாலான கட்சிகளில் தலைமைக்குத் தலைவணங்கிப் போகும் இறையாண்மையே வழக்கமாகி இருக்கிறது. ஒரு சில கட்சிகளில் தலைமுறை தலைமுறையாக ஒரே குடும்பத்தின் வாரிசுகளுக்கே அக்கட்சியின் தலைமைப் பதவி வழங்கப்படும். ஒரு தலைமுறையிலிருந்து அடுத்த தலைமுறைக்கு அப்பதவி கடத்தப்படும் போது, வாரிகளுக்கு இடையிலான சண்டைகள் கூட வருவதைப் பார்க்கலாம்.

ஏறத்தாழ அனைத்து பெரிய கட்சிகளிலும் தலைவராக இருப்பவரை சாகச நாயகராக உருவகப்படுத்தி வைத்திருப்பார்கள். கட்சியிலுள்ள அனைவரும் அவருக்கு மரியாதை கொடுத்து தலைவணங்கி ஏற்றுக்கொள்ள வேண்டும் என்பது எழுதப்படாத விதியாக இருக்கும். அந்தத் தலைவரின் கருத்து தான் கட்சியின் இறுதிக்கருத்தாக இருக்கும். அதனை மீறி கட்சியில் எவரும் எதுவும் கேட்டுவிடமுடியாது. இப்படியான எல்லையில்லா அதிகாரம் படைத்திருக்கும் கட்சித் தலைவர்களுக்கு படைத்தளபதிகளாக நம்பிக்கைக்குரியவர்கள் சிலர் இருப்பார்கள். கட்சித் தலைவருக்கு மிகநெருக்கமாக பலகாலமாக இருந்துவருவார்கள். அவர்களிடத்திலும் பணமும் செல்வாக்கும் அதிகாரமும் குவிந்துகிடக்கும். சிலவேளைகளில்

அவர்கள் அங்கம் வகிக்கும் கட்சிகளில் எந்தப் பதவியும் கூட இல்லாமலேயே இத்தகைய இமாலய அதிகாரத்தை அவர்கள் வைத்திருப்பார்கள். உதாரணத்திற்கு, அமித்ஷா, அருண் ஜேட்லி, தேசிய பாதுகாப்பு ஆலோசகரான அஜித் தோவல் மற்றும் சில அதிகாரிகள் என ஒரு குறிப்பிட்ட சிலர் மட்டும் மோடிக்கு மிக நெருக்கமான படைத்தளபதிகளாக இருந்துவருகின்றனர். குஜராத் முதல்வராக இருந்த போதிருந்தே அவருடன் நெருக்கமாக இருந்த அதிகாரிகளை, அவர் பிரதமராகப் பதவியேற்றபின்னர் டெல்லிக்கு அழைத்துக்கொண்டு வந்துவிட்டார். மோடியின் நெருங்கிய வட்டத்தில், ஆர்எஸ்எஸ் அமைப்பின் சில ஊழியர்களும் அடக்கம்.

அரசியல் புரவலர்கள்

ஒருவர் அரசியலில் வளரவேண்டுமென்றால், கட்சியின் உச்சத்தில் இருக்கும் தலைவருடைய நம்பிக்கைக்குரியவர்களின் ஆதரவோ அல்லது அவர்களின் கீழே இருக்கிற அடுத்தகட்டத் தலைவர்களின் அரவணைப்போ அவசியம். அரசியலில் மிகப்பெரிய வளர்ச்சியடைந்த ஒவ்வொருவருக்கும், இப்படியான உதவிகள் நிச்சயமாகக் கிடைத்திருக்கும். இல்லாவிட்டால், அரசியலில் வளர்ந்து உயர்மட்டத்திற்குச் செல்வதெல்லாம் சாத்தியமே இல்லாத ஒன்றாகும்.

உத்தரப்பிரதேச முன்னாள் முதல்வரான முலாயம் சிங் யாதவின் கதையும் கூட இதற்கு ஒரு உதாரணம். ஜஸ்வந்த்நகர் என்கிற உத்தரப்பிரதேச சட்டமன்றத் தொகுதி எம்எல்ஏவாக இருந்த நாது சிங் என்பவர், ஒரு மல்யுத்தப் போட்டியில் சண்டையிட்டுக்கொண்டிருந்த முலாயம் சிங் யாதவைப் பார்த்தார். அந்த நட்பு அங்கிருந்து துவங்கித் தொடர்ந்தது. 1967இல் நடைபெற்ற தேர்தலில் அதே தொகுதியில் தனக்குப் பதிலாக சோசலிசக் கட்சியின் சார்பாகப் போட்டியிட இளம் ஆசிரியராக இருந்த முலாயம் சிங் யாதவைப் பரிந்துரைத்தார் நாது சிங்.[1] அதன்பின்னர் மாபெரும் சோசலிசத் தலைவர்களாக இருந்த இராம் மனோகர் லோகியா மற்றும் இராஜ் நரேன் ஆகியோரைத் தன்னுடைய அரசியல் வழிகாட்டிகளாக முலாயம் சிங் யாதவ் ஏற்றுக்கொண்டார்.[2] நரேந்திர மோடிக்கும் கூட இது பொருந்தும். ஆர்எஸ்எஸ்- இன் ஆதரவை மட்டுமே

பெற்றிருந்தாலும், தன்னுடைய அரசியல் வாழ்க்கையே முடிந்திருக்கக் கூடிய ஒரு தருணத்தில் பாஜகவின் மூத்த தலைவரான அத்வானியினால் காப்பாற்றப்பட்டதாலேயே இன்று வளர்ந்து வந்திருக்கிறார் மோடி. குஜராத் கலவரத்தினை தடுக்க முடியாமல் இருந்தபோதும், அக்கலவரத்தில் மோடியும் உடந்தையாக இருக்கலாம் என்கிற தகவல்கள் வந்துகொண்டிருந்த போதும், மோடியை குஜராத் முதல்வர் பதவியைவிட்டு விலகுமாறு கேட்டுக்கொள்வதற்கே வாஜ்பாய் விரும்பியதாக சொல்லப்படுகிறது. அப்போது அத்வானி தான் வலுவான வாதங்களை முன்வைத்து மோடியைக் காப்பாற்றியதாகக் கட்சியின் உள்ளே இருப்பவர்கள் கூறுகிறார்கள்.[3]

ஆக, கட்சியின் கடைநிலைத் தொண்டராக இருக்கும் எவருக்கும் கட்சியில் வளரவேண்டுமென்றால் அதன் உயர்மட்டத்தில் இருப்போரின் உதவி நிச்சயமாகத் தேவைப்படுகிறது. உயர்மட்டத் தலைவர்களை எதற்கெடுத்தாலும் வியந்தோத வேண்டிய கட்டாயத்திற்கும் தள்ளப்படுகிறார்கள். கட்சிக்குள்ளோ, கட்சிக்கு வெளியிலோ, ஆட்சியமைத்தால் அரசிலோ, அரசு வேலையோ, கீழ்மட்டத் தேர்தலில் போட்டியிடுவதற்கோ, அல்லது வாக்குகளைப் பெறுவதற்கோ கூட தலைவர்களின் தயவு தேவைப்படுகிறது.

விரல்விட்டு எண்ணக்கூடிய அரசியல்வாதிகளால் தான் தங்களுடைய சொந்த செல்வாக்கை மட்டுமே வைத்துக்கொண்டு சுயேச்சையாகவே தங்களது தொகுதிகளில் வெல்ல முடிகிறது. ஒருசிலரால் மட்டும் தான் எந்தக் கட்சியில் இருந்தாலும் அவர்கள் போட்டியிடுகிற தொகுதிகளில் வெற்றியை ஈட்டமுடிகிறது. ஆனால் தங்களுடைய தொகுதிகளில் செல்வாக்கு மிக்கவர்களாக வெளியே சொல்லிக்கொண்டாலும், சரியான கட்சியின் அடையாளம் இல்லாவிட்டால் பெரும்பாலான எம்எல்ஏக்களும் எம்பிக்களும் தேர்தலில் வெற்றிபெற்றிருக்கவோ எதிர்காலத்தில் வெற்றிபெறவோ முடியாது என்கிற உண்மையை அறிந்து தான் வைத்திருப்பார்கள்.

2014 இல் நடந்த மக்களவைத் தேர்தலும் அதற்குப் பின்னரான பெரும்பாலான தேர்தல்களும் கட்சியின் பெயரும் அடையாளமும் எவ்வளவு முக்கியம் என்பதை உணர்த்துகின்றன. இந்தக் காலகட்டத்தில் நாடு முழுவதிலும் நடைபெற்ற பல்வேறு தேர்தல்களில் வெற்றி பெற்ற பாஜக

வேட்பாளர்களுக்கு உள்ளூரில் எந்த செல்வாக்கும் இல்லை. இன்னும் சொல்லப்போனால் அவர்களின் பெயர்கள் கூட யாருக்கும் பெரிதாக தெரிந்திருக்க வாய்ப்பில்லை. பாஜக சார்பாக தேர்தலில் நின்றார்கள் என்கிற ஒரே காரணத்தால் தான், அவர்களெல்லாம் இன்றைக்கு எம்பிக்களாகவும் எம்எல்ஏக்களாகவும் ஆகியிருக்கிறார்கள். மோடியை வெற்றி பெற வைப்பதற்காக பாஜக என்கிற கட்சிக்கு வாக்காளர்கள் வாக்களித்தார்கள். அதற்காக அவர்கள் வாக்களித்த வேட்பாளர் யார் என்பதையெல்லாம் பார்க்கவில்லை.[4] இதனை 2018 ஆம் ஆண்டு நடைபெற்ற திரிபுரா சட்டமன்றத் தேர்தலில் நேரடியாக களத்திலேயே கவனித்தேன். இருபத்தைந்து ஆண்டுகளாக அவர்கள் பார்த்து வந்திருந்த ஒரே ஆட்சியான சிபிஐ(எம்) அரசுக்கு மாற்றாக பாஜகவைக் கொண்டு வரவேண்டும் என்று முடிவு செய்த மக்கள், யாரென்றே தெரியாத பாஜக வேட்பாளர்களுக்கெல்லாம் வாக்களித்தனர். இந்திய அரசியலில் எந்தவொரு தொகுதியையும் கட்சிகள் தான் வெல்கின்றனவே தவிர, அதில் போட்டியிடுகின்ற வேட்பாளர்கள் அல்ல.

பதினாறாவது மக்களவைத் தேர்தலில் தேர்ந்தெடுக்கப்பட்ட 543 எம்பிக்களில் வெறுமனே மூன்று பேர் தான் சுயேச்சையாகப் போட்டியிட்டு வென்றவர்கள். 2017இல் நடைபெற்ற உத்தரப்பிரதேச சட்டமன்றத் தேர்தலிலும் 404 எம்எல்ஏக்களில் வெறும் மூன்று பேர் மட்டும் தான் சுயேச்சையாக வெற்றிபெற்றவர்கள். நாடு முழுவதிலுமுள்ள அனைத்து மாநிலங்களிலும் இதே நிலைதான். சுயேச்சையாக தேர்தலில் வெல்வதென்பது மிகவும் அரிதானதும் கடினமானதும் என்பதை இதன்மூலம் நாம் தெரிந்துகொள்ளலாம். மக்களின் பரவலான நம்பிக்கையைப் பெற்றவர்கள் கூட, சுயேச்சையாக தேர்தலில் நின்றால் தோற்றுப்போவதையும் நாம் பார்க்கிறோம். பெரிய கட்சியைச் சேர்ந்தவர்களோ அல்லது குறிப்பாக ஆட்சியைப் பிடிக்கும் வலிமை கொண்ட கட்சியைச் சேர்ந்தவர்களோ தேர்தலில் வெல்வது தான் தங்களுக்கு நல்லதாக அமையும் என்று வாக்காளர்களும் நம்புகின்றனர்.

கட்சி சார்பாகப் போட்டியிடும் வேட்பாளர்களைத் தேர்ந்தெடுக்கும் முடிவுகளை உயர்மட்டத் தலைவர்கள் தான் எடுக்கிறார்கள். தங்களுக்கு விசுவாசமாகவும் பயபக்தியோடும் அடிபணிந்து நடக்கும் கட்சிக்காரர்களுக்குத் தான் அவர்கள் அந்த

வாய்ப்பினைக் கொடுக்கிறார்கள். அதனால் தான் ஒரு கட்சியின் தலைமைப் பொறுப்பில் இருப்பவர்களுக்கு அக்கட்சியைச் சேர்ந்த மற்ற அனைவரும், பெரியளவுக்கு துதிபாடிக் கொண்டே இருக்கிறார்கள். தலைவர்களின் முட்டாள்தனமான செயல்பாடுகளுக்கும் முட்டுக்கொடுக்கும் நிலைக்குத் தள்ளப்படுகிறார்கள். இந்திய அரசியல் சூழலில் அரசியல் கட்சிகளின் தலைவர்களை ஆக்கப்பூர்வமாக விமர்சிக்கிற உரிமை, அக்கட்சியைச் சேர்ந்தவர்களுக்கு பெரும்பாலும் இருப்பதே இல்லை. தொலைக்காட்சி விவாதங்களில் பேசவருகிற கட்சிகளின் அதிகாரப்பூர்வ பேச்சாளர்களிடம் கேமராவுக்கு வெளியே பேசிப் பார்த்திருக்கிறேன். அப்போது, அவர்களுடைய கட்சித் தலைமை மீதும் கட்சித் தலைவர்கள் மீதும் ஏராளமான ஆக்கப்பூர்வமான விமர்சனங்களை வைப்பதைப் பார்த்திருக்கிறேன். ஆனால் அவற்றையெல்லாம் அவர்களால் கட்சிக்குள்ளும் தலைவர்களிடமும் சொல்லிவிடவே முடியாத சூழல் நிலவுகிறது. விமர்சனங்களை முன்வைத்தாலே, தலைமையைக் குற்றஞ்சாட்டுவதாக நினைத்துக்கொண்டு, விமர்சனம் வைப்பவரின் அரசியல் எதிர்காலத்தையே கேள்விக்குறியாக்கிவிடும் நிலைதான் இருக்கிறது. அதனால் அத்தகைய முயற்சியில் எந்த அரசியல்வாதியும் இறங்க முற்படுவதே இல்லை. கட்சியின் தவறுகளை விமர்சனங்களாக தலைமையிடம் சொல்லாமல் போவதாலேயே, கட்சியின் தற்போதைய உண்மையான நிலையைக் கூட தலைமையில் இருப்பவர்கள் தெரிந்துகொள்ளாமல் போய்விடுகிறார்கள். கட்சியின் தலைமை எடுக்கிற அனைத்து முடிவுகளையும், தலைமையைச் சுற்றியிருப்பவர்கள் எப்போதும் பாராட்டிக் கொண்டே இருந்தால், மோசமாக தோற்கிற சூழலில் கட்சி இருந்தாலும் கூட, தேர்தலில் வெற்றி பெற்றுவிடலாம் என்கிற போலியான நம்பிக்கையை கட்சியின் தலைமைக்குக் கொடுத்துவிடுகிறது.

அப்படியான போலியான நம்பிக்கையில் பல தலைவர்கள் பல தேர்தல்களில் மிகமோசமாகத் தோற்ற வரலாறெல்லாம் கூட இருக்கிறது. கட்சி ஊழியர்களின் பயத்தையும் விமர்சனத்தையும் குறைகளையும் கேட்டறிந்து, களஅரசியலின் உண்மையான நிலைமையைத் தெரிந்துகொண்டு, அதற்கேற்ப கட்சியின் நிலைப்பாட்டினை மாற்றியமைத்து மீண்டு வந்தவர்கள் மிகமிகக் குறைவே.

அரசியல் கட்சியுடைய தலைவரின் மேலாதிக்கத்திற்கு உதாரணமாக திரிணாமுல் காங்கிரஸ் கட்சியின் எம்பியான தினேஷ் திரிவேதி எனக்கொரு கதை சொன்னார். அவர் 1980 களில் இருந்தே அரசியலில் இருக்கிற ஒரு மூத்த தலைவர். 1990இல் ஜனதாதளக் கட்சியின் சார்பாக மாநிலங்களவை எம்பியானார். 2009 ஆம் ஆண்டிலிருந்து தொடர்ந்து திரிணாமுல் காங்கிரஸ் கட்சியின் மக்களவை எம்பியாக இருந்து வருகிறார்.[5] டெல்லியில் இருக்கிற எம்பிக்களுக்கான விடுதியிலிருக்கும் அவருடைய வீட்டில் ஏற்பாடு செய்யப்பட்டிருந்த ஒரு தேநீர் விருந்திற்காக என்னையும் அழைத்திருந்தார். அப்போது நான் எம்பிக்களுடன் லேம்ப் என்கிற அமைப்பின் சார்பாக பயிற்சிக்காலத்தில் இருந்தேன். 2012 ஆம் ஆண்டில் மத்திய அமைச்சர் பதவியில் இருந்து விலகவேண்டிய நிலைக்கு அவர் ஆளானது குறித்து விவாதம் சென்றது. அவர் மத்திய இரயில்வே அமைச்சராக இருந்தபோது, இரயில் கட்டணங்களை உயர்த்தப்போவதாக கட்சிக்குள்ளும் கூட்டணிக்குள்ளும் குறிப்பால் உணர்த்தியிருக்கிறார். அப்போது யாரும் எந்த எதிர்ப்பும் தெரிவிக்கவே இல்லையாம். ஆனால் ஒரு மத்திய அமைச்சராக அதனை அதிகாரப்பூர்வமாக அவர் அறிவித்தபோது, அனைவரும் மிகக்கடுமையாக எதிர்த்திருக்கின்றனர்.

எளிய மக்களின் விருப்பத்திற்கு மாறாக இரயில் கட்டணம் உயர்த்தப்பட்டதாக கண்டனங்கள் வரத்துவங்கியது. விமர்சனங்கள் பரவலானதும், தினேஷ் திரிவேதியை மத்திய இரயில்வே அமைச்சர் பதவியிலிருந்து விலகுமாறு திரிணாமுல் காங்கிரஸ் கட்சியின் தலைவர் மம்தா பேனர்ஜி கேட்டுக்கொண்டார். அவரும் உடனே பதவி விலகிவிட்டார்.[6]

மம்தாவை எதிர்த்து அவர் எந்தக்கேள்வியும் கேட்காதது குறித்து தேநீரைப் பருகிக்கொண்டே அவரிடம் கேட்டேன். அந்தக் கேள்வியை நான் அவரிடம் கேட்ட காலத்தில் மோடியின் தலைமையிலான அரசு ஆட்சியில் இருந்தது. அப்போது தான் இரயில் கட்டணங்களையும் உயர்த்தியிருந்தது மோடி அரசு. என்னுடைய கேள்விக்கு தினேஷ் திரிவேதி அளித்த பதில் தான் அரசியலில் மிகமுக்கியமான பாடமென்று நினைக்கிறேன். தன்னை இரயில்வே அமைச்சராக்கியதே மம்தா தான் என்பதால் அவர் சொன்னதை அப்படியே பின்பற்றியதாக என்னுடைய கேள்விக்கு பதிலளித்தார். அவர் வகித்த அமைச்சர்

பதவியே அவருடையதல்ல என்பதில் அவர் தெளிவாகவே இருந்தார். எந்த ஜனநாயக முறையையும் பின்பற்றாமல் கட்சியின் தலைமை எடுக்கிற எந்த முடிவையும் எதிர்த்துக் கேள்விகேட்காமல் அமைதியாக பதவிவிலகுவதே சரியென்று அவர் நினைத்திருக்கிறார்.[7]

மக்களின் வாக்குகளைவிடவும், கட்சித் தலைமையின் கண்ணசைவில் தான் எம்பிக்களும், எம்எல்ஏக்களும், கேபினட் அமைச்சர்களும் கூட உருவாகிறார்கள். அதிலும் ஒவ்வொரு துறையின் அமைச்சரும் நியமிக்கப்படுவதற்கு முன்னர் ஏகப்பட்ட லாபி நடக்கிறது. கட்சித் தலைமையிடம் தனக்கு ஒரு பதவி வேண்டும் என்றால், கட்சித் தலைமையிடம் கெஞ்சிக் கேட்கலாம். ஆனால், அதற்கு மேல் வேறு எதையும் கட்சித் தலைமையைத் தாண்டி செய்துவிடமுடியாது. கட்சித் தலைமையின் முடிவில் தான் அனைத்தும் அடங்கியிருக்கிறது. இலட்சக்கணக்கிலோ கோடிக்கணக்கிலோ தொண்டர்களைக் கொண்டிருந்தாலும், ஒரு குறிப்பிட்ட சிலரிடம் மட்டுமே ஒட்டுமொத்த அதிகாரமும் குவிந்துகிடக்கிறது. அதனால் தான், இந்த அமைப்புமுறையையே மாற்றியமைத்து மக்களுக்கு உருப்படியாக எதையாவது செய்துவிடவேண்டும் என்று விரும்பி அரசியலுக்கு வருபவர்களாலும் கூட எதையும் சாதிக்க முடியாமல் போகிறது. இத்தகைய அமைப்புமுறையை கொண்டிருக்கிற அரசியல் சூழலில் அதற்கு தலைவணங்கி, அடங்கிப்போனால் தான் எவரொருவரும் வென்றிட முடியும் என்கிற நிலையும் இருக்கிறது.

மாற்றங்களை உருவாக்கவேண்டும் என்று நினைக்கிற போராட்ட குணமிக்கவர்களை வளரவிடாமல் இந்த அமைப்பு முறை தடுத்துவிடுகிறது. கட்சியின் படிநிலையினை மதித்து அதன் உச்சத் தலைமைக்கு தலைவணங்குவது மட்டுமே அரசியலில் வளர்வதற்கான ஒரே வழியாகிவிடுகிறது. பலகாலமாக இருக்கிற பழைய கட்சிகளில் மட்டுமல்லாமல் புதிதாக உருவாகிற கட்சிகளிலும் இதே நிலை தான். 2015 ஆம் ஆண்டில் டெல்லி சட்டமன்றத் தேர்தலில் ஒட்டுமொத்த தொகுதிகளான எழுபதில் அறுபத்தியேழை வென்று ஆம் ஆத்மி கட்சி ஆட்சியைப் பிடித்தது. மக்களின் போராட்ட அரசியலில் இருந்தே உருவான கட்சியாக இருந்தபோதும், ஆட்சியைப் பிடித்துவிட்ட பின்னர், கட்சியின் ஒட்டுமொத்த அதிகாரத்தை தன்னகத்தே

வைத்துக்கொள்ளும் முயற்சியில் தான் அரவிந்த் கெஜ்ரிவால் இறங்கினார். அதற்குக் கட்டுப்படாத மூத்த தலைவர்களான யோகேந்திர யாதவ் மற்றும் பிரசாந்த் பூசன் ஆகியோர், டெல்லியில் ஆட்சியைப் பிடித்த இரண்டே மாதங்களில் கட்சியை விட்டே விரட்டப்பட்டனர்.⁸

அதிலிருந்து ஆம் ஆத்மி கட்சியின் எம்எல்ஏக்கள் மற்றும் எம்பிக்களே அக்கட்சியின் தலைமை குறித்த அதிருப்தியைத் தெரிவிக்க ஆரம்பித்தனர். அரவிந்த் கெஜ்ரிவாலைக் கட்சியின் சர்வாதிகாரி⁹ என்றே அழைக்கும் அளவிற்கு அது சென்றிருக்கிறது. ஆனால் அரவிந்த் கெஜ்ரிவாலோடு ஒப்பிடுகையில் இந்தியாவின் மிகப்பெரிய கட்சிகளின் தலைவர்கள் எல்லாம் இமாலய உயரத்திற்கு சர்வாதிகாரம் செய்பவர்கள் என்பது தான் நிதர்சனமான உண்மை. இருப்பினும் மக்கள் போராட்டத்திலிருந்து உருவான கட்சியென்பதால் அக்கட்சியின் மீது மிகப்பெரிய எதிர்பார்ப்பு இருப்பதனால் உருவான விமர்சனம் தான் அது. முக்கியமான முடிவுகளை எடுக்கையில் கட்சியின் தலைமைக்கு கூடுதலான அதிகாரம் இருந்தால் கட்சியை ஒரு கட்டுப்பாட்டில் கொண்டு செல்லமுடியும் என்று நினைக்கிறார்கள். ஒரு உயர்மட்டக் குழுவின் ஒருங்கிணைந்த தலைமையின் வழிகாட்டுதலில் ஒரு கட்சி இயங்கவேண்டும் என்பது எழுத்தளவில் மிகச்சிறந்த வழிமுறையாக இருக்கலாம். ஆனால் அக்குழுவில் இருக்கும் ஒவ்வொருவருக்கும் ஒரு ஆதரவுக்கூட்டம் உருவாகி, நாளடைவில் அதுவே பல கட்சிகளாக உடைந்துவிடவும் வாய்ப்பிருக்கிறது.

அரசியலில் வெற்றிகரமான மனிதராக வேண்டுமென்றால், ஏற்கனவே வெற்றிகரமான ஒரு மனிதருடன் இணைந்துகொண்டு அவருடைய உதவியைப் பெற வேண்டும். திரிபுரா சட்டமன்றத் தேர்தலின் போது இதைக் கண்கூடாகப் பார்த்தேன். பாஜவின் திரிபுரா தேர்தல் பொறுப்பாளரான தியோதருக்கு நெருக்கமாக இருந்தால், தேர்தலில் போட்டியிட வாய்ப்பு கிடைத்துவிடும் என்று எண்ணி சிலர் அவருடனேயே இணைந்திருந்தார்கள். இன்னும் சிலரோ, பாஜகவின் திரிபுரா முதல்வர் வேட்பாளராக முன்னிறுத்தப்பட்ட பிப்ளப் குமார் தேபுடன் நெருக்கமாக இருந்து தேர்தலில் போட்டியிடும் வாய்ப்பினைப் பெற முயற்சித்தனர். தேர்தல் முடிந்தபிறகும் கூட இது போன்ற

குழுவாதம் தொடர்ந்து கொண்டே தான் இருந்தது. இரு குழுக்களில் அனைத்திலும் யாருக்கு அதிகமான அங்கீகாரம் கிடைக்கும் என்கிற போட்டியும் இருந்துகொண்டே இருந்தது.[10] இராம் மாதவின் தலையீட்டால் சில முரண்பாடுகள் தீர்க்கப்பட்டன. இதைத் தவிர்க்கத்தான் பெரும்பாலான கட்சிகளில் ஒரே தலைமையின் கீழ் ஒட்டுமொத்த கட்சியையும் கொண்டுவருகிறார்களோ என்று என்னை எண்ண வைத்தது.

அடையாள அரசியல்

தேர்தலில் போட்டியிடுவதற்கான சண்டை முடிந்தபின்னர், அடுத்தகட்டமாக உண்மையான போட்டிக்களம் தேர்தல் தான். அதில் வென்றாக வேண்டும். அடையாள அரசியல் என்பது இந்திய அரசியலின் மிகமுக்கியமான அம்சமாக இருந்துவருகிறது. சாதியும் மதமும் பெரும்பாலான தேர்தல்களில் மையப்பாத்திரத்தை வகிக்கின்றன. அதே போல மாநில மற்றும் மொழி உணர்வுகளும் கூட சில மாநிலங்களில் முக்கியமான காரணிகளாக தேர்தல்களில் இருக்கின்றன. சாதியும் மதமும் தேர்தல் வெற்றி தோல்விகளில் பங்கு வகிப்பதில் பலருக்கும் உடன்பாடு இருக்காது என்பதை அறிவேன். என்னுடைய கருத்தும் விருப்பமும் கூட அது தான். ஆனால் அரசியல் களத்தில் நான் கண்டவை எல்லாம் இதற்கு நேர்மாறானவை. சாதியைக் கொண்டும் மதத்தைக் கொண்டும் அரசியல் செய்கிற நடைமுறை அத்தனை எளிதாக இந்தியாவை விட்டு ஒழிந்துவிடுமா என்பது மிகப்பெரிய கேள்விக்குறி தான். அரசியல் இலாபத்திற்காக இது போன்று மக்களை ஏதாவதொரு வகையில் பிரித்து அரசியல் செய்வதென்பது உலகளாவிய நடைமுறையாகவே இருக்கிறது.

வரலாற்றுக்கு முந்தைய காலத்திலிருந்தே மனிதர்கள் குழுவாக வாழ்வதென்பது இருந்துகொண்டே தான் இருக்கிறது. அதையே தனக்கு சாதகமாகப் பயன்படுத்தி, அந்தந்த இனக்குழுவின் வாக்குகளைப் பெறுவதற்கேற்ப அரசியலில் பேசுவது வழக்கமாகியிருக்கிறது. ஒரு குழுவை இன்னொரு குழுவுக்கு எதிராகத் தூண்டிவிட்டு, ஒரு குழுவின் ஒட்டுமொத்த வாக்குகளையும் தனக்கே கிடைக்குமாறு செய்வது வரலாறு

நெடுகிலும் வெற்றிகரமான ஒரு உத்தியாகத் தான் இருந்து வருகிறது.

நான் பஞ்சாபில் வேலைசெய்தபோது, வலுவான உள்ளூர் தலைவர்கள் இல்லாமல் இருந்ததே ஆம் ஆத்மி கட்சியிடம் இருந்த மிகப்பெரிய குறையாக இருந்தது. ஹரியானாவைப் பிறப்பிடமாகக் கொண்டவரும், டெல்லி முதல்வரும், சீக்கியரல்லாத அகர்வால் என்னும் பனியா சாதியைச் சேர்ந்தவருமான அரவிந்த் கெஜ்ரிவால் தான் ஆம் ஆத்மி கட்சியின் ஒரே அடையாளமாக பஞ்சாப் தேர்தலில் முன்னிறுத்தப்பட்டார். ஆம் ஆத்மி கட்சியின் உள்ளூர் முகமாக இருந்த சுச்சா சிங் சோட்டேபூர் என்பவர் தேர்தலுக்கு சில மாதங்களுக்கு முன்னர் கட்சியிலிருந்து வெளியேறிவிட்டார்.[11] பஞ்சாபிற்கும் ஹரியானாவிற்கும் வரலாற்று ரீதியாகவே இருந்து வரும் முரண்பாடுகள் காரணமாக, ஹரியானாவில் பிறந்ததாலேயே அவரை பஞ்சாபிற்கு எதிரானவராக தேர்தல் களத்தில் பார்க்கப்பட்டார்.[12]

பஞ்சாபிற்கும் ஹரியானாவிற்கும் இடையிலான சட்லஜ் யமுனா இணைப்புக் கால்வாயின் நதிநீர் பங்கு தொடர்பான பிரச்சனை கூட, தேர்தல் காலத்தில் அதிகமான முன்னுரிமை பெற்றது.[13] இதனால், அரவிந்த் கெஜ்ரிவாலை முன்னிறுத்தாமல் பஞ்சாபிலேயே பிறந்த உள்ளூர் அரசியல் தலைவர்கள் ஆம் ஆத்மி கட்சிக்குத் தேவைப்பட்டனர்.

பீகார் தேர்தலின் போது, நிதிஷ் குமாரின் மரபணுவைப் பரிசோதித்துப் பார்க்க வேண்டும் என்று மோடி கருத்து கூறியபின்னர், அதை வைத்து தனக்கு சாதகமான ஒரு பிரச்சாரத்தைத் துவக்கினார் பிரசாந்த் கிஷோர். நித்திஷ் குமாருக்கும் மோடிக்கும் இடையிலான போட்டியினை பீகார் மக்களுக்கும் பீகாரைச் சாராத மக்களுக்கும் இடையிலான போட்டியாகவே பிரச்சாரம் செய்யப்பட்டது.[14] பீகாருக்கு தொடர்பில்லாத ஒரு கட்சியாகவே பாஜகவை நிதிஷ் குமாரும், லல்லு பிரசாத் யாதவும், காங்கிரசும் இணைந்த மகாகபந்தன் கூட்டணி பிரச்சாரம் செய்தது. பொதுவாகவே மாநில உணர்வுகளால் மக்கள் தூண்டப்படுவது, மற்ற மாநிலங்களைக் காட்டிலும் பீகாரில் குறைவு என்றாலும் கூட, இத்தகைய நிகழ்வு அத்தேர்தலில் நடந்தேறியது குறிப்பிடத்தக்கது.

1937இல் தமிழகத்தில் இந்தி எதிர்ப்புப் போராட்டத்தினை பெரியார் நடத்தினார். அவர் உருவாக்கிய பிராந்தியவாத உணர்வுகள் இன்றளவும் தமிழகத்தின் அரசியலைத் தீர்மானிக்கின்றன. சி.ராஜகோபாலாச்சாரி தலைமையிலான காங்கிரஸ் அரசு தமிழகப் பள்ளிகளில் இந்தியைக் கட்டாயப் பாடமாகத் திணிக்கும் வேலையில் இறங்கியது. அதனை எதிர்த்து பெரியாரும் அவரது இயக்கமும் வலுவாகப் போராடி தங்களுடைய மாநில மக்களின் உரிமைகளை உறுதிசெய்தனர். தனி திராவிட நாடு கோரிக்கையுடன் திராவிடர் கழகத்தை அவர் உருவாக்கினார். 1965இல் இந்தியை தேசிய மொழியாக அறிவிக்க முயற்சித்த மத்திய ஆட்சியாளர்களை எதிர்த்து மிக வலுவான போராட்டங்கள் தமிழகத்தில் நடைபெற்றன. அப்போராட்டங்கள் அனைத்தும், இந்தி எதிர்ப்பு இயக்கத்தை மேலும் வலிமையானதாக மாற்றின. அதன் தொடர்ச்சியாக பெரியாரின் கருத்தியலோடு ஒட்டியே பலகட்சிகள் தமிழகத்தில் உருவாகின. தங்களுடைய அடையாளங்களுக்கும் உரிமைகளுக்கும் எதிராக செயல்படுவதை அனுமதிக்காதவாறு வடஇந்தியக் கட்சிகளுக்கு எதிராக தென்னிந்தியக் கட்சிகள் பலவும் உருவாகின.[15]

இன்று இந்தியாவின் பெரும்பாலான கட்சிகள் தங்களுக்கென்று தனியான அடையாளங்கள் இருப்பதை முன்வைத்தே இயங்கி வருகின்றன. ஏதோவொரு சாதியை முன்னிறுத்தி சில கட்சிகளும், ஏதோவொரு மதத்தை முன்னிறுத்தி சில கட்சிகளும் அந்தந்த குழுக்களின் வாக்குகளை பெற்றுவிடும் நோக்கில் இயங்கிவருகின்றன. சிரோமனி அகாளிதளம் மற்றும் ஓவைசியின் அனைத்திந்திய மஜ்லிசே இத்திகாதுல் முசுலிமீன் கட்சியும் மத அடையாளங்களைக் கொண்ட கட்சிகளாக உருவாக்கப்பட்டன. பெரும்பான்மை சமூகத்தின் ஒடுக்குமுறைக்கு எதிராக சிறுபான்மை மதத்தின் மக்களை இணைக்கும் விதமாக இக்கட்சிகள் செயல்படுகின்றன. அம்மக்களின் பாதிப்புகளை சுட்டிக்காட்டித்தான் அவர்களை ஒருங்கிணைக்க முடிகிற சூழலில் இக்கட்சிகள் இருப்பது தான் ஒரே பிரச்சனையாக இருக்கிறது.

ஒரு இனக்குழுவின் ஒற்றுமையென்பது இயல்பாகவே நடப்பது அபூர்வமானது தான். ஒரு இனக்குழுவை மொத்தமாக ஒரு கட்சியின் வாக்காளர்களாக மாற்றுவதற்கு அவர்களின்

பொதுவான அடையாளங்களை நினைவுபடுத்தியே ஒருங்கிணைக்கிறார்கள். ஒரு சமூகத்தின் ஒட்டுமொத்த நலனையும் கருத்தில் கொண்டு செயல்படுபவர்களால் மட்டும் தான் அத்தகைய சமூகத்தின் மாபெரும் தலைவர்களாகவும் மாற முடிகிறது. தமிழ் மக்களின் அடையாளங்களும் உரிமைகளும் பறிக்கப்படுவதை சரியான முறையில் அம்மக்களிடம் எடுத்துரைத்துப் போராடியதால் தான் தமிழர்களின் மிகப்பெரிய தலைவரானார் பெரியார். பஞ்சாபி மொழி பேசும் மக்களை ஒருங்கிணைத்து ஒரே மாநிலமாக மாற்றக் கோரிப் போராடிய பஞ்சாபி சுப இயக்கத்தின் உதவியால் தான் சிரோமனி அகாளிதளம் மிகமுக்கியமான அரசியல் சக்தியாக மாறியது.[16] இரண்டு இயக்கங்களுமே அது உருவாக்கப்பட்ட சமூகத்து மக்களுக்கு ஏற்பட்ட புறக்கணிப்பையும் மறுக்கப்பட்ட நீதியையும் எதிர்த்துப் போராடியதால் தான் அம்மக்களை ஒருங்கிணைக்க முடிந்தது.

எந்த அடையாளத்தினால் ஒரு குறிப்பிட்ட சமூகம் ஒடுக்கப்படுகிறதோ, அதே அடையாளத்தைக் கொண்டே அவர்கள் அணிதிரட்டப்படும் போது தான், அவர்கள் முக்கியமான அரசியல் சக்தியாகவும் மாறுகிறார்கள். யாரால் ஒடுக்கப்படுகிறார்களோ அவர்களுக்கு எதிரான இயக்கமாகவும் அது உருவெடுக்கிறது. சில வேளைகளில் யாராவது புதிய எதிரிகளைக் கண்டுபிடித்து அவர்களால் தான் தாங்கள் ஒடுக்கப்படுகிறோம் என்கிற செய்தியை மக்களிடம் கொண்டு சேர்த்துவிட்டால், அதனை வெற்றிகரமாக செய்யும் அரசியல் கட்சிக்கும் ஆதரவு கூடிவிடும். அப்படித்தான் டொனால்ட் ட்ரம்புக்கான ஆதரவும் அதிகரித்தது. அமெரிக்காவின் பொருளாதாரப் பின்னடைவுக்கு மற்ற நாடுகளில் இருந்து குடியேறியவர்கள் தான் காரணம் என்று ஒரு புது எதிரியையும் அடையாளத்தையும் உருவாக்கி, அவர்களுக்கு எதிராக அமெரிக்கர்கள் ஒருங்கிணைய வேண்டும் என்ற ட்ரம்பின் கோரிக்கையே அவரை அமெரிக்காவின் அதிபராக்கியது.[17]

மற்ற நாடுகளிலிருந்து அமெரிக்காவில் குடியேறி வாழும் மக்களையே முழுக்க முழுக்க எதிரிகளாக ட்ரம்பின் பிரச்சாரங்கள் சித்தரித்தன. அவர்களால் தான் அமெரிக்கர்களுக்கு வேலை பறிபோவதாகவும் குற்றஞ்சாட்டினார்கள். ட்ரம்ப் வெற்றிபெற்றால் அமெரிக்காவிற்கும் மெக்சிகோவிற்கும்

இடையில் ஒரு பெரிய சுவர் எழுப்பப்படும் என்று ட்ரம்பின் பிரச்சாரங்களில் வாக்குறுதி கொடுக்கப்பட்டன. சுவரைக் கட்டுவோம்' என்று ட்ரம்ப்பின் பேரணிகளில் தொடர்ச்சியாக முழக்கங்கள் எழுப்பப்பட்டன.[18] 'அமெரிக்க வாழ்க்கை முறை'க்கு[19] அமெரிக்காவில் வாழும் முஸ்லிம்கள் பெரும் அச்சுறுத்தலாக இருப்பதாகக் கூறி ட்ரம்ப் ஆதரவாளர்கள் மத்தியில் ஒரு இஸ்லாம் வெறுப்பு விதைக்கப்பட்டது. தாராளவாத அமெரிக்கர்கள் இத்தகைய வெறுப்புப் பிரச்சாரத்திற்கு எதிர்ப்பு தெரிவித்தாலும், எப்படியும் அந்த தாராளவாத அமெரிக்கர்கள் ட்ரம்புக்கு வாக்களிக்கப் போவதில்லை என்பது ட்ரம்புக்குத் தெரியும். அதனால், அதையெல்லாம் கண்டுகொள்ளாமல் தன்னுடைய பிரச்சாரத்தின் வீரியத்தை இருமடங்காக்கினார் ட்ரம்ப். தேர்தலில் வாக்களிக்கும் ஒட்டுமொத்த வாக்காளர்களின் எண்ணிக்கையில் பாதிக்கும் சற்று குறைவானவர்கள் வாக்களித்தாலே ஒரு கட்சி நிச்சயமாக வெற்றிபெற்றுவிட முடியும். அதனால் அதற்கேற்ற எண்ணிக்கையிலான மக்களைக் கவர்ந்தாலே போதுமானது. இந்திய அரசியலிலும் அதே உத்தி அவ்வப்போது பயன்படுத்தப்படுகிறது.

தலித் மக்களின் வாக்குகள் என்பது இந்தியாவில் மிகமுக்கியமான வலிமையான வாக்குவங்கியாகும். 1984இல் தலித் மக்களின் நலனுக்காக பகுஜன் சமாஜ் கட்சியை கன்சிராம் துவக்கினார். உத்தரப்பிரதேசத்தில் தலித் மக்களின் ஒற்றுமை உறுதி செய்யப்பட்டது. அவருக்குப் பின்னர் அவருடைய கட்சியின் தலைமைப் பொறுப்பை ஏற்ற மாயாவதியின் தலைமையிலான அக்கட்சிக்குப் பின்னாலும் தலித் மக்கள் ஒருங்கிணைந்தனர். அதன்பலனாக 1995இல் அவர் உத்தரப்பிரதேசத்தின் முதல்வரானார். காலங்காலமாக தலித் மக்களுக்கு இழைக்கப்பட்ட கொடுமைகளும் அநீதிகளுமே அவர்களை இப்படியாக ஒருங்கிணைய வைத்திருக்கிறது.[20] 2014 இல் நடைபெற்ற மக்களவைத் தேர்தலில் ஒரேயொரு தொகுதியைக் கூட வெல்லமுடியாவிட்டாலும், உத்தரப்பிரதேசத்தில் மூன்றாவது பெரிய கட்சியாகவும் நாடு முழுவதிலும் 4.2 சதவிகித வாக்குகளையும் அக்கட்சியால் பெறமுடிந்திருக்கிறது. 282 தொகுதிகளை வென்றிருக்கிற பாஜகவால் கூட வெறுமனே 31.3 சதவிகித வாக்குகளைத் தான் பெற முடிந்தது என்பதும் குறிப்பிடத்தக்கது.[21]

இந்தியாவின் ஒட்டுமொத்த வாக்காளர்களில் 41 சதவிகிதமானோர் இதர பிற்படுத்தப்பட்ட சாதிகளைச் சேர்ந்த மக்களாக இருக்கின்றனர். அவர்களும் மற்றுமொரு வலுவான வாக்குவங்கியாகத் திகழ்கின்றனர். அவர்கள் பல்வேறு சாதிக் குழுக்களாகவும், ஒவ்வொரு சாதிக்குழுவும் வேறுவேறு கட்சிகளை ஆதரிப்பவையாக இருந்தாலும், அவர்கள் ஒரே வாக்குவங்கியாகப் பார்க்கப்படுவதற்கு அவர்களின் பொதுவான கோரிக்கைகளும் ஒரு காரணமாகும். 1979இல்[22] ஜனதா கட்சியின் ஆட்சியில் அமைக்கப்பட்ட மண்டல் கமிசனின் பரிந்துரைப்படி நியாயமான இடஒதுக்கீட்டினை இதர பிற்படுத்தப்பட்ட வகுப்பினருக்கு வழங்க வேண்டும் என்பது தான் அந்த மக்களின் பொதுவான கோரிக்கையாகும். அத்தகைய கோரிக்கையானது, மிகத்தெளிவான இலக்கைக் கொண்டதாகவும், காலங்காலமாக அவர்களுக்கு மறுக்கப்பட்ட உரிமைகளை உள்ளடக்கியதாகவும் இருக்கிறது. அடைவதற்கு ஏற்ற எளிமையான கோரிக்கையாக இருப்பதால், இதர பிற்படுத்தப்பட்ட வகுப்பைச் சாரந்த மக்களிடம் அக்கோரிக்கை சென்று சேர்வது கடினமானதாக இருக்கவில்லை. அம்மக்களின் வாக்குகளை முதன்மையான வாக்குவங்கியாகக் கொண்டே பல்வேறு மாநிலக் கட்சிகள் இயங்கி வருகின்றன.

இப்படியாக நாடு முழுவதிலும் பல்வேறு காரணங்களுக்காக சாதி ரீதியாக அணிதிரட்டப்பட்டு இயங்கும் மாநிலக் கட்சிகள் அனைத்தையும் வீழ்த்துவதற்காகவே, இராமர் கோவில் கட்டும் இயக்கத்தை அமைத்து, அதன்மூலமாக 'இந்து வாக்கு வங்கி' என்கிற முற்றிலும் புதிதான ஒன்றை பாஜக உருவாக்கியது. 1980களின் இறுதியில் துவங்கி, வேகமெடுத்த வளர்ச்சியின் காரணமாக 1992 ஆம் ஆண்டு டிசம்பர் 6 ஆம் தேதியன்று[23] அயோத்தியில் இருந்த பாபர் மசூதியையே இடிக்கும் அளவிற்கு சென்றது. தங்களுக்கு யாரோ ஒரு இனக்குழுவால் ஏதோ அநீதி நிகழ்த்தப்படுகிறது என்று சொல்லித்தான் வாக்கு வங்கிகளே உருவாக்கப்படுகின்றன என்பதால், இந்துக்கள் ஏமாற்றப்பட்டிருப்பதாகக் கூறுவதற்கு பாபர் மசூதியைப் பயன்படுத்திக்கொண்டார்கள். இராமர் கோவிலை இடித்துவிட்டு, முகலாய ஜெனரல் மிர் பாக்கியால் அதே இடத்தில் 1528 ஆம் ஆண்டு ஒரு மசூதியைக் கட்டிவிட்டதாக பரப்புரை செய்தனர்.

அப்போதிலிருந்து 'இந்துக்களுக்காக குரல்' கொடுக்கும் கட்சியாகத் தன்னையும் 'முஸ்லிம்களுக்கு ஆதரவான' கட்சிகளாக மற்றனைத்துக் கட்சிகளையும் முத்திரை குத்தத் துவங்கிவிட்டது பாஜக. 2014 ஆம் ஆண்டில் நடைபெற்ற தேர்தலில் மதரீதியான பிரச்சாரத்தைக் குறைவாக வைத்துக்கொண்டு, முழுக்க முழுக்க வளர்ச்சியை மையமாகக் கொண்டே பாஜக பிரச்சாரம் செய்தது. ஆனால் 2017 இல் நடந்த உத்தரப்பிரதேசத் தேர்தலின்போது ஒரு சோதனை முயற்சியாக, ஒரேயொரு தொகுதியில் கூட முஸ்லிம் வேட்பாளரைப் போட்டியிட வைக்காமல், மொத்தமுள்ள 400 தொகுதிகளில் 325 தொகுதிகளை வென்றது பாஜக. இந்து வாக்குவங்கியை தூசித்தட்டியெடுத்து முஸ்லிம்களுக்கு எதிராக பெரும்பான்மை இந்துக்களைத் தூண்டிவிட்டே தேர்தல்களில் வெல்லலாம் என்கிற நம்பிக்கையை உத்தரப்பிரதேசத் தேர்தல் பாஜகவிற்குக் கொடுத்திருக்கிறது.[24]

ஒட்டுமொத்த தேசத்தைப் பொறுத்தவரையிலும் சிறுபான்மையாக இருக்கிற ஒரு சமூகம், ஒரு குறிப்பிட்ட பகுதியில் மட்டும் பெரும்பான்மையாக இருப்பதற்கும் வாய்ப்பிருக்கிறது. இந்தியாவின் மக்கள் தொகையில் மிகக்குறைவான எண்ணிக்கையில் வாழ்ந்தாலும், நாகாலாந்து மாநிலத்திலும் மணிப்பூர் மாநிலத்திலும் அதிகமான எண்ணிக்கையில் நாகா பழங்குடி மக்கள் வாழ்கின்றனர். நாகாலாந்தில் ஆட்சியில் இருந்த நாகா மக்கள் முன்னணி என்கிற கட்சி, மணிப்பூரில் வாழும் நாகா பழங்குடி மக்களை ஒருங்கிணைத்து தனக்கான வாக்குவங்கியை அங்கேயும் உருவாக்கியது. இந்தியா என்கிற தேசத்தால் நாகா மக்கள் எந்தளவுக்குப் புறக்கணிக்கப்படுகிறார்கள் என்கிற ஒரு புள்ளியே அதற்குப் போதுமானதாக இருந்தது.

எஸ்சி/எஸ்டி சட்டத்தை நீர்த்துப் போகச் செய்யும் வண்ணம் உச்சநீதிமன்றம் சமீபத்தில் ஒரு தீர்ப்பினை வழங்கியிருக்கிறது. அதனைத் தொடர்ந்து அச்சட்டத்தை வலிமையாக்கும் நோக்கில் ஒரு மசோதாவை மத்திய அரசு நிறைவேற்றியிருக்கிறது. இதனால், நாடெங்கிலும் ஆதிக்க சாதிகளின் பிற்போக்குத்தனமான இயக்கங்களும் கூட போராட்டங்களை நடத்தத் துவங்கியிருக்கின்றன.

பல மாநிலங்களில் சிதறிக்கிடக்கிற நாகா மக்களை ஒருங்கிணைத்து, 'பெரும் நாகாலாந்து' என்கிற ஒரு தனி ஆளுகைப் பகுதியை உருவாக்குவது தான் அக்கட்சி முன்வைத்த இலக்கு.[25] நாடு முழுவதிலும் பல்வேறு சாதியினரும் இதுபோல ஒருங்கிணைந்து தங்களுக்கான கோரிக்கைகளை முன்வைத்துப் போராடத் துவங்கியிருக்கின்றனர்.[26] குஜராத்தில் பாட்டீதார் என்கிற சாதியினர் இந்திய சாதியப் படிநிலையில் முன்னேறிய சாதிகளின் பட்டியலில் வருகின்றனர். ஆனால் தங்களை இதர பிற்படுத்தப்பட்ட சாதிகளுடன் இணைத்து, இடஒதுக்கீடு வழங்கவேண்டும் என்று கோரி போராட்டங்கள் நடத்தினர். அதேபோல, ஹரியானாவிலும் முன்னேறிய சாதிகளின் பட்டியலில் இடம்பெற்றிருக்கும் ஜாட் சமூகத்தினரும், தங்களை ஓபிசி இடஒதுக்கீட்டுப் பட்டியலில் இணைக்க வேண்டும் என்று போராடினர்.[27]

பொருளாதார மந்தநிலை ஏற்படுகிற போதெல்லாம், அதற்கான பழியை புலம்பெயர்ந்து வாழும் மக்களின் மீது சுமத்திவிட்டு, தனக்கான வாக்குவங்கியை உருவாக்குவதும் ஒருவகையான உத்தியாக இருந்துவருகிறது. பிரிட்டன், ஜெர்மனி, இத்தாலி, பிரான்சு, அமெரிக்கா, கிரேக்கம், இந்தியா மற்றும் பல்வேறு இதர ஜனநாயக நாடுகளில் அரசியல் கட்சிகளுக்கு இது வெற்றிகரமாகக் கைகொடுத்திருக்கிறது. மகாராஷ்டிராவில் ஏராளமான தென்னிந்திய மக்கள் புலம்பெயர்ந்த காலகட்டத்தில், அவர்களால் மகாராஷ்டிர மக்களுக்கு பெரும் ஆபத்து நிகழ்வதாக அச்சத்தை உண்டாக்கி, மராத்திய மக்களின் வாக்குகளை பால்தாக்ரேவின் தலைமையில் உருவாக்கப்பட்ட சிவசேனா கட்சி தனதாக்கிக் கொண்டது. பின்னர், உத்தரப்பிரதேசம் மற்றும் பீகார் போன்ற மாநிலங்களில் இருந்து புலம்பெயர்ந்து மகாராஷ்டிர மாநிலத்திற்கு சென்றவர்களின் மீதும் அதே உத்தியைப் பயன்படுத்தி அவர்களைப் புதிய எதிரிகளாக்கி தனக்கான வாக்குவங்கியைத் தொடர்ந்து தக்கவைத்துக் கொண்டது சிவசேனா.[28]

வாக்குவங்கி அரசியல்

அடையாளங்களும் அரசியலும் இணைந்து மக்களிடையேவும் சமூகங்களிடையேவும் பிரிவினையை உண்டாக்கி அதனை மோதலாகவும் முரண்பாடாகவும் மாற்றிவிடுகிறது.

நாகா, குகிஸ் மற்றும் மெய்தி பழங்குடி மக்களுக்கிடையே வரலாற்றுரீதியாக இருந்துவருகிற வேறுபாடுகளை மணிப்பூர் தேர்தலின் போது தனக்குச் சாதகமாக முதலமைச்சர் இபோபி சிங் பயன்படுத்தினார். நாகா பழங்குடி மக்களுடன் இணைந்து கொண்டு மாநிலத்தை துண்டாக்க முயற்சிப்பதாக பாஜக குறித்து, மெய்தி பழங்குடி மக்களிடம் பிரச்சாரம் செய்தார்.

கடந்த ஒரு நூற்றாண்டு காலத்தில் திரிபுரா மாநிலத்தில் வாழும் மக்களிடையே மிகப்பெரிய மாற்றங்கள் நிகழ்ந்திருக்கின்றன. இருபத்தியோராம் நூற்றாண்டின் முதல் பாதியில் பழங்குடி மக்களே பெரும்பான்மையாக வாழ்ந்த ஒரு சமஸ்தானமாக இருந்து, பின்னர் இந்தியா விடுதலைபெற்றதும் திரிபுரா என்கிற மாநிலமாக அதனுடன் இணைந்து பெரும் மாற்றங்களை சந்தித்தது. அம்மாநிலத்தின் ஒட்டுமொத்த மக்கள் தொகையில் பழங்குடி மக்களின் எண்ணிக்கை 50 சதவிகிதத்தில் இருந்து 31 சதவிகிதமாகக் குறைந்தது. இரண்டுமுறை அதிக எண்ணிக்கையிலான மக்கள் புலம்பெயர்ந்து திரிபுராவுக்கு வந்ததே அதற்குக் காரணமாகும். முதல்முறையாக, இந்தியப் பிரிவினையின் போது, கிழக்கு பாகிஸ்தான் (இப்போதைய வங்காளதேசம்) பகுதியிலிருந்து புலம்பெயர்ந்து இந்தியாவில் இருக்கும் திரிபுராவுக்கு இந்து வங்காளிகள் வந்தனர். இரண்டாவது முறையாக, 1971இல் வங்காளதேசம் உருவாவதற்காக நடைபெற்ற போரின் போது, வங்காளதேசத்திலிருந்து அப்போது வாழ்ந்து கொண்டிருந்த மேலும் பல இந்து வங்காளிகள் திரிபுராவுக்குப் புலம்பெயர்ந்தனர்.

பெரும்பான்மையாக இருந்த பழங்குடி மக்கள் சிறுபான்மையாக மாறியதும் அம்மாநிலத்தில் ஒரு பிரச்சனையாக உருவெடுத்தது.[29] அரசுக்கு எதிரான கிளர்ச்சியாக அது மாறியது. 1970களில் துவங்கி 2004 ஆம் ஆண்டு வரையிலும் பழங்குடி மக்களுக்கும் வங்காள மக்களுக்குமான கொடூரமான கலவரம் நடந்துகொண்டிருந்தது. அக்கலவரத்தை முடிவுக்குக் கொண்டு வந்த சிபிஐ(எம்) தலைமையிலான அரசுக்கு பழங்குடி மக்கள் தொடர்ச்சியாக இருபது ஆண்டுகளுக்கும் மேலாக வாக்களித்து வந்திருக்கின்றனர்.

ஒட்டுமொத்த பழங்குடி மக்களின் குடும்பங்களில் வெறுமனே 4 சதவிகித குடும்பங்களில் உள்ளவர்கள் மட்டும் தான்

அரசு வேலையில் இருக்கின்றனர். வெறுமனே 3 சதவிகித பழங்குடி மக்கள் மட்டும் தான் 10000 ரூபாய்க்கும் மேலாக மாத வருமானத்தைக் கொண்டிருந்தனர். பழங்குடி மக்களின் மொழியும் கலாச்சாரமும் அழிந்துகொண்டே வந்திருக்கிறது. பழங்குடி மக்களின் முக்கியமான மொழியான கொக்போரோக்கின் எழுத்து வடிவம் முற்றிலுமாக வழக்கொழிந்து போய், வங்காளி எழுத்துக்களோ அல்லது ரோமன் எழுத்துக்களோ தான் பயன்பாட்டில் உள்ளன.[30] பழங்குடி மக்களின் அதிருப்திக்கு சமூகப் பொருளாதாரக் காரணங்களும் இருந்தன. அதனால் தான் திப்ராலாந்து என்கிற தனிமாநிலம் கோரி உருவான திரிபுரா பூர்வகுடி மக்கள் முன்னணிக்கு ஆதரவு அதிகரித்தது. திரிபுராவில் இருக்கும் வங்காள மக்களுக்கு எதிராக 2004க்கு முன்னர் ஆயுதப் போராட்டம் நடத்தியவர்கள் சிலரும் அக்கட்சியில் இருக்கின்றனர். அவர்களில் பலரை சந்திக்கும் வாய்ப்பு எனக்குக் கிடைத்தது. பழங்குடி அடையாளங்களை முன்னிறுத்தி அவர்களிடம் ஒருவிதமான அச்சத்தையும் பதற்றத்தையும் உருவாக்க முடிந்ததாலேயே, அக்கட்சிக்கென்று தனியான ஒரு வாக்குவங்கியை உருவாக்கமுடிந்திருக்கிறது என்பதை அவர்களிடம் பேசியதிலிருந்து நான் புரிந்துகொண்டேன். தங்களுடைய தனிமாநில கோரிக்கை நிச்சயமாக நிறைவேறாது என்பதை அவர்கள் அறிந்தே தான் வைத்திருந்தார்கள். ஆனாலும் அத்தகைய கோரிக்கையை முன்வைப்பதன் மூலம் பழங்குடி மக்கள் அனைவரையும் ஒரேவாக்கு வங்கியாக மாற்றி, ஒருசில விருப்பங்களை நிறைவேற்றிக்கொள்வதற்கு பயன்படுத்தவே அவர்கள் அக்கட்சியை நடத்துவதாக நான் பார்த்தேன்.

சாதியும் பழங்குடி அடையாளங்களும் இந்திய அரசியலின் மையப்புள்ளியாக இருந்துவருகின்றன. அது இப்போதைக்கு மறைவதற்கான வாய்ப்பு இருப்பதாகத் தெரியவில்லை. சாதிக் கணக்கீடுகளை செய்யாமல் எந்தக் கட்சியும் இங்கே எந்தத் தொகுதியிலும் போட்டியிடுவதில்லை.

சாதியாலும் பழங்குடி அடையாளங்களாலும் ஒடுக்கப்பட்டு விளிம்புநிலையில் இருக்கிற மக்களுக்கு இந்த அரசியல் நிர்வாகத்தில் பெரியளவுக்கு குரலும் அதிகாரமும் இருப்பதில்லை. இந்த அமைப்புமுறையினால் பெரிதும் பாதிக்கப்பட்டு அவர்கள் பலிகடா ஆக்கப்பட்டுவிடுகிறார்கள்.

தனிமனிதர்களாக அவர்களுக்கு எந்த முக்கியத்துவமும் இருப்பதில்லை. அதனால் தான் எதனால் ஒடுக்கப்படுகிறோமோ அதையே அடையாளமாக்கி குழுக்களாக மாறினால், ஓரளவுக்கு காதுகொடுத்து கேட்கப்படுகிறார்கள். தேர்தல்களுக்கும் அப்படியே பொருந்தும். தனிமனிதர்களாக இருந்தால் ஒவ்வொரு வாக்காகத் தான் பார்க்கப்படுவார்கள். அதுவே ஒரு அமைப்பாகவோ கட்சியாகவோ அத்தனை வாக்குகளையும் இணைத்தால், அதுவொரு வாக்கு வங்கியாக மாறி பலம்பொருந்தியவர்களாக மாறமுடிகிறது. அவர்களுக்குத் தேவையான கோரிக்கைகளையும் அமைப்பாக முன்வைக்க முடிகிறது. அவர்களின் வாக்கு வங்கியைப் பார்த்து பயந்து, பெரிய அரசியல் கட்சிகளும் அக்கோரிக்கைகளை பரிசீலிக்கும் நிலைக்குத் தள்ளப்படுகிறார்கள்.

அரசாங்கத்திற்கு அழுத்தம் கொடுப்பதற்கான குழுக்களை உருவாக்குவதற்கு அடையாள அரசியல் தான் அடிப்படையாக இருக்கிறது. வேலையில்லாத் திண்டாட்டம், வறுமை, நியாயமான கூலி கிடைக்காத நிலை, அரசின் திட்டங்கள் முறையாகச் சென்று சேராதது, அரசு அதிகாரிகளின் ஒடுக்குமுறை போன்ற பொதுவான பிரச்சனைகளை பெரும்பாலான ஒடுக்கப்பட்ட சாதிகள் அனுபவித்துக் கொண்டு தான் இருக்கிறார்கள். அதனால் அப்படியான சாதிகளைச் சேர்ந்த மக்கள், தாமே ஒருங்கிணைந்து வாக்குவங்கிகளாக மாறுவதற்கான வாய்ப்பு இருக்கிறது. இதுபோன்ற பொதுவான பிரச்சனைகளை முன்வைத்து சாதிகடந்து பல்வேறு சமூகத்தைச் சேர்ந்த மக்கள் ஒருங்கிணைந்து மிகப்பெரிய அழுத்தம் கொடுக்கிற அமைப்புகளாகவோ கட்சிகளாகவோ மாறலாம். ஆனால் அவர்கள் தனித்தனி சிறு குழுக்களாக நிற்கின்றார்கள்.

கல்வி நிலையங்களிலும் அரசு வேலைகளிலும் இதர பிற்படுத்தப்பட்டோருக்கு 27 சதவிகித இடஒதுக்கீட்டினை வழங்கவேண்டுமென்று கூறிய மண்டல் கமிசனின் பரிந்துரைகளை அமல்படுத்த முடிந்ததால், அதே போன்று ஒருங்கிணைந்து போராடுவதற்கான பெரும் உந்துசக்தியை அது கொடுத்தது. பல்வேறு சாதி மற்றும் பழங்குடிக் குழுக்களும், தங்களுக்கான தேவைகள் சிலவற்றை போராடி பெற்றிருக்கின்றனர். அதேபோல தலித் வாக்கு வங்கிகளைப் பயன்படுத்தியும், சில உரிமைகளை அவர்களால் பெற

முடிந்திருக்கிறது. சுயமரியாதையையும் சில அடிப்படை உரிமைகளையும் பெறுவதற்கு பகுஜன் சமாஜ் கட்சியின் பின்னால் ஒருங்கிணைந்து குரல் எழுப்பியதும் காரணமாக இருந்திருக்கிறது. வாக்கு வங்கிகளினால் கிடைக்கக்கூடிய பலன்களை அரசியல் கட்சிகள் உணர்ந்துகொண்டதால், ஒவ்வொரு மக்கள் குழுவிற்கும் ஏற்றபடியான வாக்குறுதிகளைக் கொடுத்து அவர்களின் ஒட்டுமொத்த வாக்குகளையும் வாங்கும் ஏற்பாடுகளையெல்லாம் செய்யத் துவங்கிவிட்டன.

அடையாள அரசியலை வெறுமனே மக்கள் குழுக்களுக்கிடையிலான சண்டைகளாக மட்டுமே பார்க்கிற மனப்பான்மை நகரத்தில் வாழும் மக்களுக்கு இருக்கிறது. ஆனால், இந்தியாவில் இன்றைக்கும் சாதி என்கிற அமைப்புமுறை நீடித்து உயிர்ப்போடு இருப்பதை கவனிக்காமல் விட்டுவிடுகிறோம். சாதியால் ஒடுக்கப்படுகிற மக்களுக்கு இந்த சாதிய அமைப்பில் எவ்வித உரிமைகளும் கிடைத்துவிடுவதில்லை. அதனால் அவர்கள் அமைப்பாக ஒருங்கிணைந்து தங்களுக்கான கோரிக்கைகளைத் தீர்மானித்து, போராடிப் பெறுவதற்கு அடையாள அரசியலே அவர்களுக்கு உதவுகிறது. இதர பிற்படுத்தப்பட்டோர் மற்றும் தலித் மக்களுக்கான உரிமைகள் பலவும் அப்படியாக சாத்தியமாகி இருக்கிறது. அதனால் அடையாள அரசியலை வெறுமனே, மக்களைப் பிரித்தாளும் அரசியல்வாதிகளின் உத்தியாக மட்டுமே பார்க்கமுடியாது. குரலற்றவர்களின் குரலாக பல அடையாள அரசியல் வாக்குவங்கிகள் செயல்பட்டிருக்கின்றன. தங்களுடைய அடையாளத்தை முன்வைத்து ஒருங்கிணைந்து போராடியிருக்காவிட்டால், அவர்கள் எப்போதும் போல புறக்கணிக்கப்பட்டே தான் வந்திருப்பார்கள்.

சாதிவாரியான தகவல்களை தொகுதிவாரியாக சேகரித்த போது, சட்டங்களாலோ தேர்தல் ஆணையத்தாலோ எல்லாம் அடையாள அரசியலை ஒழித்துவிடமுடியாது என்று புரிந்துகொண்டேன். இங்கிருக்கும் ஒவ்வொரு தனிமனிதரின் குரலுக்கும் சமமான மரியாதையும் அரசில் பங்கும் கிடைக்கும் போது தான், சாதியாக எவரும் தங்களை அடையாளப்படுத்திக்கொண்டு ஒன்றுகூடமாட்டார்கள் என்பது எனக்கு உறுதியாகத் தெரிந்தது.

ஒருங்கிணைந்து போராடி, வாக்கு வங்கியாக குரல் கொடுத்து, தங்களது நியாயமான கோரிக்கைகளை நிறைவேற்றப் போராடும்

அடையாள அரசியல் பெரும்பாலும் ஒடுக்கப்பட்ட சாதிகளிலோ பழங்குடி மக்களிலோ தான் சாத்தியமாகிறது. இத்தகைய சீரிய நோக்கத்தினை மதம் சார்ந்த அடையாள அரசியல் கொண்டிருப்பதாகத் தெரியவில்லை. அசாதுதீன் ஒவைசியின் அனைத்திந்திய மஜ்லிசே இத்திகாதுல் முசுலிமீன் கட்சியும் (AIMIM) பத்ருதின் அஜ்மலின் அகில இந்திய ஐக்கிய ஜனநாயக முன்னணியும் (AIUDF) முஸ்லிம் மக்களின் சமூகப் பொருளாதார பிரச்சனைகளுக்கு முக்கியத்துவம் கொடுக்காமல், இந்துக்களுக்கு எதிராக முஸ்லிம்களை அச்சமடையச் செய்து, அதன் மூலம் முஸ்லிம் மக்களை ஒருங்கிணைத்திருக்கின்றன.[31][32] முஸ்லிம்களின் மீது பயத்தை உருவாக்கி இந்துக்களின் வாக்குகளைப் பெறும் வேலையில் தீவிரமாக பாஜக இறங்கியிருக்கிறது. பாஜகவினால் முஸ்லிம்களுக்கு இருக்கிற பயத்தைப் பயன்படுத்தி பல எதிர்க்கட்சிகளும் முஸ்லிம் மக்களை ஒருங்கிணைந்த வாக்குவங்கியாக மாற்றுகின்றனர்.

'ஒவ்வொரு இந்துவும் ஐந்து குழந்தைகளையாவது பெற்றுக் கொள்ள வேண்டும்'[33] என்றும், 'இப்படியே முஸ்லிம்கள் அதிகரித்துக் கொண்டே போனால், இன்னொரு பாகிஸ்தான் உருவாவதைப் பார்க்கத் தான் போகிறோம்'[34] என்றும் பல பாஜக தலைவர்கள் வெளிப்படையாகவே பொதுவில் பேசத் துவங்கிவிட்டனர். 2011 ஆம் ஆண்டின் கணக்கெடுப்பின் படி இந்தியாவில் முஸ்லிம் மக்கள்தொகையின் வளர்ச்சிவிகிதம் வரலாற்றிலேயே இல்லாத அளவிற்கு குறைந்திருக்கிறது. இந்த நூற்றாண்டின் இறுதியில் நிலையான ஒரு விகிதத்தை முஸ்லிம் மக்கள்தொகை வளர்ச்சி எட்டிவிடும் என்று சச்சார் கமிட்டியின் அறிக்கை குறிப்பிட்டிருக்கிறது.[35] இதுபோன்ற எந்த உண்மைகளையும் கண்டுகொள்ளாமல், முஸ்லிம் மக்கள் அதிகரித்துக்கொண்டே இருப்பதாக பாஜகவினர் வதந்தி பரப்புகின்றனர்.

அடுத்த இருபது, இருபத்தியைந்து, முப்பது அல்லது ஐம்பது ஆண்டுகளில் இந்தியாவில் இந்துக்கள் எண்ணிக்கையைக் கடந்து முஸ்லிம்கள் அதிகமாகிவிடுவார்கள் என்று வாட்சப்பில் தொடர்ச்சியாக பரப்பப்பட்டுக் கொண்டே இருக்கிறது. அது முற்றிலும் பொய்யான ஒரு தகவல் என்பதற்கான ஆதாரங்கள் இருந்தபோதும் அவை கண்டுகொள்ளப்படுவதில்லை. முஸ்லிம் மக்கள்தொகை வளர்ச்சி விகிதம் குறைந்துகொண்டிருப்பதைக்

கூட புறந்தள்ளிவிட்டு, இன்றைய வளர்ச்சி விகிதத்தை அப்படியே வைத்துக்கொண்டு கணக்கிட்டால் கூட வேடிக்கையான விடைதான் நமக்குக் கிடைக்கும். 2011 ஆம் ஆண்டு கணக்கெடுப்பின்படி, முஸ்லிம் மக்கள்தொகையின் வளர்ச்சிவிகிதம் 24.6 சதவிகிதமாகவும், இந்து மக்கள்தொகையின் வளர்ச்சிவிகிதம் 16.8 சதவிகிதமாகவும் இருக்கிறது. அதைவைத்தே கணக்கிட்டால், 2274 ஆம் ஆண்டு தான் இந்தியாவில் முஸ்லிம்களும் இந்துக்களும் ஒரே அளவிலான மக்கள்தொகையைக் கொண்டிருப்பார்கள். அந்த கணக்கின்படி, அப்போது இந்தியாவின் மக்கள் தொகை எவ்வளவு இருக்கும் தெரியுமா? 13,000 கோடியாக இருக்கும். அதாவது இன்றைக்கு ஒட்டுமொத்த உலகின் மக்கள் தொகையை விடவும், 18 மடங்கு அதிகமாக இருக்கும். ஒட்டுமொத்த உலகில் இருக்கக்கூடிய இயற்கை வளங்களை வைத்துப் பார்த்தால், 1100 முதல் 1500 கோடி வரையிலான மக்கள் தொகையைத் தான் இந்த உலகத்தால் தாக்குப்பிடிக்க முடியும் என்று விஞ்ஞானிகள் தெரிவிக்கின்றனர்.[36] அதனால், 2274இல் 13000 கோடி மக்கள் தொகையை இந்தியா மட்டுமே அடையும் என்றும், அதில் சரிபாதி முஸ்லிம்கள் இருப்பார்கள் என்பதெல்லாம் வெறுமனே கற்பனைக் கனவன்றி வேறில்லை.

தேர்தல்களில் தொடர்ச்சியாக வெல்வதற்கு இந்து வாக்கு வங்கியை கவனமாகப் பராமரித்துப் பார்த்துக்கொள்ள வேண்டும் என்பதில் பாஜக கவனமாக இருக்கிறது. மக்களிடையே பிரிவினை எண்ணத்தை விதைப்பதன் மூலமாகவே பாஜகவுக்கு அதிகமான வாக்குகள் கிடைப்பதாக ஆய்வுகள் தெரிவிக்கின்றன.[37] அதனால் தான் கும்பல் வன்முறைகளில் ஈடுபடுபவர்களைக் கூட பாஜகவின் மத்திய அமைச்சர்களே பாராட்டி வாழ்த்தி மகிழ்கின்றனர். ஒரு கும்பல் வன்முறை வழக்கில் தண்டனை பெற்று, சிறைக்குச் சென்று, மேல்முறையீடு செய்து, 2018 ஆம் ஆண்டு ஜூலை மாதம் பிணையில் வெளியே வந்த அதிதீவிர வலதுசாரி பயங்கரவாத இயக்கத்தைச் சேர்ந்த எட்டு குற்றவாளிகளை பாஜக அமைச்சர் ஜெயந்த் சிங் வாழ்த்தி வரவேற்றுப் பாராட்டினார். அலிமுதின் என்பவர் ஒரு வாகனத்தில் மாட்டுக்கறியைக் கொண்டுசெல்கிறார் எனக்கூறி, அந்த எட்டுபேரும் அவரை அடித்தே கொன்ற வழக்கில், அவர்களுக்கு விரைவு நீதிமன்றம் தூக்கு தண்டனை வழங்கி உத்தரவிட்டது[38]. அதே போல

மதக்கலவரத்தைத் தூண்டியதாக குற்றஞ்சாட்டப்பட்டு நவதா சிறையில் அடைக்கப்பட்டிருந்தவர்களை, சிறைக்கே சென்று சந்தித்தார் மற்றொரு மத்திய அமைச்சரான கிரிராஜ் சிங். இந்துக்களை பீகார் அரசு ஒடுக்க முயற்சிப்பதாக பின்னர் அவர் குற்றஞ்சாட்டினார்.[39]

2019 ஆம் ஆண்டு மக்களவைத் தேர்தலுக்கு முன்னர் இந்துக்களின் வாக்குகளை ஒரே வாக்குவங்கியாக்கி, தனதாக்கும் முயற்சியில் ஈடுபட்டதற்கான மிகச்சில வெளிப்படையான உதாரணங்களே இவையாகும். அதேபோல, பாஜக மட்டும் மீண்டும் ஆட்சிக்கு வராமல் போனால் முஸ்லிம்கள் இந்தியாவை எடுத்துக்கொண்டுவிடுவார்கள் என்று வெகுமக்கள் ஊடகங்கள், சமூக ஊடகங்கள், மற்றும் மேடைப் பேச்சுகள் என பல்வேறு வழிகளிலும் மக்களிடம் பயத்தை உண்டாக்கினர். இதுவே பாஜகவின் சமூக ஊடகப் பிரச்சாரத்தின் முதுகெலும்பாகவும் மாறியிருப்பதைப் தெளிவாகப் பார்க்கலாம். பாஜகவின் இந்த மாபெரும் திட்டத்தைப் புரிந்துகொள்ளாமல், தங்களுடைய தேர்தல் வாக்குறுதிகள் குறித்தும், தேர்தல் ஊர்வலங்கள் குறித்தும், பாஜக அரசின் தவறுகள் குறித்தும் மற்ற அரசியல் கட்சிகளெல்லாம் சமூக ஊடகங்களில் பிரச்சாரம் செய்துகொண்டிருந்தார்கள். சுப்ரமணிய சாமி ஏற்கனவே சொன்னதைப் போல, நாட்டின் வளர்ச்சி குறித்தெல்லாம் பேசி 2014 தேர்தலைப்போல இன்னொரு தேர்தலை பாஜகவால் வென்றுவிடமுடியாது என்பதை பாஜக நன்றாகப் புரிந்து வைத்திருக்கிறது.

பழைய கதை, புதிய எதிரி

நாட்டின் வளர்ச்சி குறித்து அக்கறை இருப்பதாக அதிகாரப்பூர்வமாகக் காட்டிக்கொண்டே, சமூக ஊடகப் பக்கங்களில் இந்துத்துவக் கருத்துகளையே தேர்தலுக்கான மையப்புள்ளியாகக் கையாள்வதே பாஜகவின் திட்டம். பாஜகவை விட்டால் இந்துக்களுக்கு வேறு வழியே இல்லை என்பது போன்ற உணர்வினை வாக்காளர்களுக்கு உருவாக்கவேண்டும் என்று பாஜக நினைத்தது. 31 இலட்சம் பேரால் பின்தொடரப்படுகிற ‘வி சப்போர்ட் நரேந்திர மோடி’ (நாங்கள் நரேந்திர மோடியை ஆதரிக்கிறோம்) என்கிற

பக்கத்தின் முகப்புப் படமாக இருந்த பாஜகவின் சின்னத்தைத் தூக்கிவிட்டு, நரேந்திர மோடியும் இராமரும் சிவலிங்கமும் இருப்பதைப் போன்ற படம் வைக்கப்பட்டது. அதில் 'இந்து மதத்தைப் பாதுகாப்போம் - இந்தியாவைப் பாதுகாப்போம். 2019இல் பிரதமராக மோடியை ஆதரிப்போம்' என்றும் எழுதியிருந்தது.

இந்துமதம் மிகப்பெரிய ஆபத்தில் இருப்பதாகவும், அந்த ஆபத்திலிருந்து பாஜகவால் மட்டுமே இந்துமதத்தைக் காப்பாற்ற முடியும் என்றும் அந்த பேஸ்புக் பக்கத்தைப் பின்தொடரும் இலட்சக்கணக்கானோர் நம்புகின்றனர். அதனால் தான் இந்துமத சின்னங்களைப் பயன்படுத்தி பாஜகவிற்கு வாக்களிக்கக் கோரும் அந்த முகப்புப் படத்தை அவர்கள் எல்லோரும் வரவேற்றுப் புளகாங்கிதம் அடைந்தனர். அந்த முகப்புப் படத்திற்கு, 'ஜெய் ஸ்ரீராம்'[40] என்கிற கருத்து மிக அதிகமானோரால் பதிவிடப்பட்டதைப் பார்க்க முடிகிறது. அப்போதில் இருந்து, இராகுல் காந்தி ஒரு 'நல்ல இந்துவா? இல்லையா?' என்று தொலைக்காட்சி சானல்கள் விவாதம் நடத்தத் துவங்கிவிட்டன. நியூஸ்18 இந்தியா என்னும் செய்தித் தொலைக்காட்சியில் 'உண்மையான இந்துவுக்கும் பொய்யான இந்துவுக்கும் இடையிலான போட்டி' என்கிற தலைப்பில் ஒரு விவாத நிகழ்ச்சியே நடத்தப்பட்டது. 2018 ஆம் ஆண்டு செப்டம்பர் மாதத்தில்[41] இராகுல் காந்தி மானசரோவர் யாத்திரை சென்றபோது, அசைவ உணவை சாப்பிட்டாரா இல்லையா என்று அந்நிகழ்ச்சியில் அலசி ஆராய்ந்து விவாதிக்கப்பட்டது.

தலித்துகளும், நக்சல்வாதிகளும், முஸ்லிம்களும் இணைந்து பிரதமர் மோடியை 2019இல் வீழ்த்துவதற்கு முயல்வதாக தொலைக்காட்சிகளில் தொடர்ச்சியாக பேசப்பட்டது. ஜீ செய்திகள் தொலைக்காட்சியில் 'தாள் தொக் கே' என்கிற நிகழ்ச்சியில் 'மாவோயிஸ்டுகளும் தலித்துகளும் முஸ்லிம்களும் மோடிக்கு எதிராகக் கூட்டுசேர்ந்திருக்கிறார்கள்' என்கிற தலைப்பில் விவாதம் நடத்தப்பட்டது. 'இந்தியாவுக்கு எதிராக நக்சல்வாதிகளும் பயங்கரவாதிகளும் கைகோர்க்கிறார்களா?' என்கிற கேள்வியை அந்த நிகழ்ச்சியின் துணைத் தலைப்பாகக் காட்டினார்கள்.[42] தேசவிரோதிகள், அர்பன் நக்சல்கள், அறிவுஜீவிகள், பயங்கரவாதிகளுக்கு ஆதரவான மாணவர்கள் என மோடியை எதிர்க்கிற

அனைவருக்கும் அவரவர் சார்ந்திருக்கிற அமைப்பையொட்டி வெவ்வேறு பட்டப்பெயர்கள் சூட்டப்பட்டு பாஜகவுக்கும் இந்தியாவுக்குமான எதிரிகளாக சித்தரிக்கப்பட்டனர்.

நக்சல்களையும் பயங்கரவாதிகளையும் ஆதரிக்கும் தேசவிரோதிகளாக இந்தியாவின் அறிவுஜீவுகள் அனைவரும் முத்திரை குத்தப்பட்டனர். 'அர்பன் நக்சல்கள்' மற்றும் 'துக்தே கேங்க்' (தேசத்தை துண்டாடுபவர்கள்) போன்ற எளிமையான மனதில் நிற்கும் வாசகங்களை உருவாக்கி, பரப்புரைப் பிரச்சாரம் செய்யப்பட்டது. தங்களை தேசபக்தர்களாகக் கருதிக்கொள்ளும் மக்களின் வாக்குகளைப் பெறுவதற்கு இந்த வாதம் பாஜகவிற்கு போதுமானதாக இருந்தது.

அதேபோல, பணக்காரர்களின் ஊழல்களால் தான் ஏழைகள் ஏழைகளாகவே இருக்கிறார்கள் என்று கூறி ஏழைகளின் வாக்குகளையும் பெற பாஜக முயற்சித்தது. குறிப்பாக, கருப்புப்பண முதலைகளை ஒழிப்பதற்காகத் தான் பணமதிப்பிழப்பு நடவடிக்கையே மேற்கொள்ளப்பட்டதாக பாஜக பிரச்சாரம் செய்தது. மொத்தத்தில், சமூகப் பொருளாதார நிலைகளில் வெவ்வேறு படிநிலையில் இருக்கும் மக்களிடம், அவரவர் நிலைக்கேற்ப ஒரு புது எதிரியை உருவாக்கி, அந்த எதிரிகளையெல்லாம் ஒழிக்கவேண்டுமென்றால் பாஜகவிற்கு வாக்களித்தால் தான் முடியும் என்கிற பிம்பத்தை பாஜக கட்டமைத்தது. அப்படியான எதிரிகளை உருவாக்குவதற்காக மிகப்பிரம்மாண்டமான முறையில் பொய்களும் வதந்திகளும் ஃபேக் செய்திகளும் பரப்பப்பட்டன.[43] அமெரிக்காவில் 1950களில் பின்பற்றப்பட்ட மெக்கர்த்தியிசம் என்கிற தத்துவத்தை ஒத்ததாகத் தான் இருந்தது பாஜகவின் 'தேசவிரோதிகள்', 'அர்பன் நக்சல்கள்', 'துக்தே கேங்க்' போன்ற சொல்லாடல்களைப் பயன்படுத்திய விதம்.

அமெரிக்க ஆட்சியாளர்களின் தவறுகளைக் கேள்வி கேட்ட அமெரிக்க அறிவுஜீவிகள் அனைவரையும், 'கம்யூனிஸ்ட்டுகள்' என்று முத்திரை குத்தினார் அமெரிக்காவில் சென்னட்டராக இருந்த ஜோசப் மெக்கர்த்தி. அப்படியாக முத்திரை குத்தப்பட்டவர்கள் அனைவரும், அரசாலும் பல தனியார் குழுக்களாலும் சிறைப்பிடிக்கப்பட்டும், விசாரிக்கப்பட்டும் கொடுமைப்படுத்தப்பட்டனர். மெக்கர்த்தியால் தோற்றுவிக்கப்பட்ட வெறுப்பின் காரணமாக

பல்லாயிரக்கணக்கானோரின் வேலையும் வாழ்க்கையும் பறிபோனது. அவர்கள் மீது பொய்யான பழியை சுமத்தி, சமூகத்தில் பயமும் கோபமும் உருவாக்கப்பட்டது. அது முதலாக, எவ்வித ஆதாரமும் இல்லாமல் ஒருகுறிப்பிட்ட மக்களைக் குறிவைத்து பொய்ப்பிரச்சாரங்கள் பரப்பப்படுவதை 'மெக்கர்த்தியிசம்' என்று அழைக்கிறோம். அந்தளவிற்கு அந்த வார்த்தை உலகம் முழுக்க பிரபலமாகிவிட்டது. 1950களில் அமெரிக்காவில் செயல்படுத்தப்பட்ட மெக்கர்த்தியிசத்தில் இருந்து சற்றும் மாறுபடாத ஒரு பிரச்சார முறையைத் தான் இன்றைக்கு பாஜகவும் கையிலெடுத்திருக்கிறது. எவ்வித ஆதாரங்களும் இல்லாமலேயே பலரையும் 'தேசவிரோதிகள்', 'அர்பன் நக்சல்கள்', 'இந்துவிரோதிகள்' போன்ற வார்த்தைகளால் முத்திரை குத்துவதன் மூலம் பாஜக செய்வதும் மெக்கர்த்தியிசம் தான்.

பாஜகவை பல தேர்தல்களில் வெல்ல வைத்த உத்தியெல்லாம் 2019 தேர்தலுக்கு உகந்ததாக இருக்காது என்றும், பாஜக ஒரு புதிய வடிவில் பிரச்சாரம் செய்யப்போகிறது என்பதையும், திரிபுரா தேர்தலுக்குப் பிறகு நான் உணர்ந்துகொண்டேன். வடகிழக்கு மாநிலத் தேர்தல்களைப் பொருத்தவரையில் அவையெல்லாம் கிட்டத்தட்ட 2014 பாராளுமன்றத் தேர்தலைப் போன்றவை தான். பல காலமாக ஆட்சியிலிருந்த கட்சிகளை அப்புறப்படுத்துவதற்காக, நம்பிக்கை வார்த்தைகளை மக்களிடையே சரியாகக் கொண்டு சென்று வெற்றிபெற்ற 2014 ஆம் தேர்தலைப் போன்றவை தான் அவை. இந்தியாவின் பெரும்பாலான இன்னபிற மாநிலங்களில் ஆளும்கட்சியாகவோ, ஆளும் கூட்டணியாகவோ பாஜக தற்போது இருக்கிறது. ஏற்கனவே ஆள்கிற மாநிலங்களில் நடைபெறுகிற தேர்தல்களில், எதிர்கால நம்பிக்கைகளைக் கொடுத்தெல்லாம் வெற்றிபெறமுடியாது. தற்போதைய ஆட்சியில் செய்த சாதனைகளை சொல்லித்தான் வாக்கு கேட்க முடியும். அதுமட்டும் தான் தேர்தல் பிரச்சாரத்திற்கான ஒரேவழி. ஆனால் அந்தப் பாதையை பாஜக தேர்ந்தெடுக்கவில்லை. அதற்கு பதிலாக, கர்நாடகா மற்றும் குஜராத் தேர்தல் பிரச்சாரத்தின் போதே மக்களை மதரீதியாகப் பிளவுபடுத்தி, ஒரு வெறுப்புப் பிரச்சாரத்தினை செய்யத்துவங்கியதைப் பார்க்க முடிந்தது. கும்பல் படுகொலைகளையும் கலவரங்களையும் நிகழ்த்தியவர்களை வெளிப்படையாக மத்திய அமைச்சர்களே

பாராட்டுவதும், மக்களைப் பிளவுபடுத்தும் உரைகளை நிகழ்த்தி பிரதமர் மோடியே வெறுப்பை விதைப்பதுமான பிரச்சார பாணியை பாஜக தேர்ந்தெடுத்திருப்பது கண்கூடாகத் தெரிந்தது.

பாகிஸ்தானுடன் கைகோர்த்து, பாஜகவை தோற்கடிப்பதற்கான வேலையை காங்கிரஸ் கட்சி செய்துகொண்டிருப்பதாக குஜராத் தேர்தலின்போது பிரதமர் மோடி குற்றஞ்சாட்டினார். பாகிஸ்தான் உயரதிகாரிகளுடன் காங்கிரஸ் கட்சியின் தலைவர்கள் சந்தித்து இந்தியாவுக்கு எதிரான சதிவேலையில் ஈடுபடுவதாகவும் மோடி கூறினார்.[44] அது உண்மையாக இருக்குமானால், ஒட்டுமொத்த அதிகாரத்தையும் தன்னகத்தே வைத்திருக்கும் இந்தியாவின் பிரதமரான மோடி, அதுகுறித்து ஒரு அதிகாரப்பூர்வ விசாரணையை மேற்கொண்டிருக்கலாம் தானே? அதேபோல, கர்நாடக சட்டமன்றத் தேர்தலின்போது மற்றொரு பொய்யான குற்றச்சாட்டை முன்வைத்தார். பகத்சிங் சிறையில் இருந்தபோது, காங்கிரஸ் கட்சித்தலைவர்களில் ஒருவர் கூட சிறைக்கு சென்று பகத்சிங்கை சந்திக்கவில்லை என்றார் மோடி. ஜவஹர்லால் நேருவே நேரடியாக சிறைக்குச் சென்று பகத்சிங்கையும் பத்துகேஸ்வர் தத்தையும் சந்தித்தார் என்கிற எளிய உண்மையை, கூகிளில் தேடினால் கூட தெரிந்துகொண்டுவிடலாம்.[45] வரலாற்றின் மிகத்தெளிவான உண்மைகளைக் கூட அறிந்திருக்காத பிரதமராக இருக்கிறாரே என்று மோடி மீது ஏளனப் பார்வை தானே மக்களிடம் உருவாகியிருக்க வேண்டும். ஆனால் அதற்கு பதிலாக, இத்தகைய பொய்களின் மூலமாக பாஜகவிற்கு அரசியல் ஆதாயம் தான் கிடைத்தது.

தேர்தல் பிரச்சார காலகட்டத்தில், உண்மையாகவே விவாதிக்கப்பட்டிருக்க வேண்டியவை அனைத்தும் புறந்தள்ளப்பட்டன. அதற்கு பதிலாக, முற்றிலும் வேறொரு விவாதக்களத்திற்கு மக்களை இழுத்துச் சென்றுவிட்டார். வளர்ச்சியின்மை, அதிகரிக்கும் வேலைவாய்ப்பின்மை, வானுயர்ந்த எரிபொருள் விலைகள், இந்திய ரூபாயின் மதிப்பு சரிவு போன்ற பல்வேறு அத்தியாவசியப் பிரச்சனைகளில் இருந்து முற்றிலுமாக திசைதிருப்பிவிட்டன மோடியின் பொய்கள். இதன்மூலம் பாஜகவை பாதிக்கிற விவாதங்களை மோடியும் பாஜகவும் திட்டமிட்டே தவிர்த்திருக்கின்றனர். ஊழல் நாயகனாக அறியப்பட்டு பல்வேறு ஊழல்வழக்குகளில்

ஒரு தேர்தலை வெல்வது | 193

சிக்கி, கைது செய்யப்பட்டு, பின்னர் விடுவிக்கப்பட்ட பி.எஸ்.எடியூரப்பா தான் பாஜகவின் முதல்வர் வேட்பாளராக அறிவிக்கப்பட்டார்.[46] இதையெல்லாம் கேள்விகேட்பதற்கு பதிலாக, மோடியின் உரைகளில் தென்படும் வரலாற்றுப் பிழைகளை சுட்டிக்காட்டியே ட்விட்டரிலும் இன்னபிற சமூக ஊடகங்களிலும் தேவையற்ற விவாதங்கள் நடைபெற்றுக் கொண்டிருந்தன. குஜராத்திலும் இதே கதை தான். பாஜக அரசாங்கத்தின் தோல்விகள் குறித்து பேசாமல், மோடி குறிப்பிட்டதைப் போன்று காங்கிரஸ் தலைவர்கள் பாகிஸ்தான் அதிகாரிகளை சந்தித்தார்களா இல்லையா என்கிற விவாதம்தான் சூடுபிடித்து நடைபெற்றுக்கொண்டிருந்தன. இந்த உத்திகள் அனைத்தும் பாஜகவுக்கு மிகச்சிறப்பாகக் கைகொடுத்தன. அதனால், எதற்கெடுத்தாலும் இந்துக்களுக்கும் முஸ்லிம்களுக்குமான போராகவே தேர்தலை சித்தரித்து பாஜகவின் பேச்சாளர்கள் ஏதாவதொரு விவாதத்தைக் கிளப்பினர். தங்களை தேசியவாதிகளாகவும், எதிர்க்கட்சிகளை தேசவிரோதிகளாகும் சித்தரித்தனர். பாஜகவுக்கும் காங்கிரசுக்குமான தேர்தல் போட்டியை, இந்தியாவுக்கும் பாகிஸ்தானுக்குமான போட்டியாக மேடைகளில் விவரித்தனர்.

என்னைப் பொருத்தவரை பாஜகவில் நல்லதைவிட கெட்டதே மிக அதிகமாக இருப்பதை நான் உணர்ந்திருக்கிறேன். பாஜகவில் இருந்து விலகுவது என்று முடிவெடுத்து, இராம் மாதவிடம் தெரிவித்தேன். கட்சியில் இருந்து விலகுவதற்கான என்னுடைய காரணங்களை நிதானமாகக் கேட்டார். என்னை சமாதானப்படுத்த முடியாத நிலைக்கு நான் சென்றிருப்பதை அவர் உணர்ந்திருப்பார் என்று நினைக்கிறேன். அதனால் என்னை கட்சியிலேயே இருக்கவைக்க எந்த முயற்சியும் அவர் எடுக்கவில்லை. அப்படியே பேசிப் பிரிந்துவிட்டோம்.

'நான் ஏன் பாஜகவில் இருந்து விலகுகிறேன்' என்று நான் எழுதிய கட்டுரையொன்று சமூக ஊடகங்களில் மிகப்பரவலானது. அக்கடிதம் எழுதுவதற்கு இரண்டு மாதங்கள் முன்னர் தான், நான் இராம் மாதவை சந்தித்து விலகல் கடிதம் கொடுத்தேன். அந்த இரண்டு மாத இடைவெளியில், நான் பாஜகவில் இருந்து விலகினேன் என்பது மிகச்சிலருக்கு மட்டும் தான் தெரியும். அதையெல்லாம் பொதுவெளியில் எல்லோருக்கும் சொல்லவேண்டும்

என்று நான் நினைத்திருக்கவில்லை. பெட்ரோல் உள்ளிட்ட எரிபொருட்களின் விலை உயர்வு குறித்தும், தமிழ்நாட்டில் ஸ்டெர்லைட்டுக்கு எதிராகப் போராடிய மக்களில் பதிமூன்று பேரை சுட்டுக்கொன்றதைக் கடுமையாகக் கண்டித்தும் கட்டுரைகளையும் பேஸ்புக் பதிவுகளையும் எழுதிக்கொண்டு தான் இருந்தேன்.

பாஜகவுக்கு எதிராக நான் ஒவ்வொரு முறை எங்காவது எழுதும்போதெல்லாம், என்னுடைய நண்பர்களும், பாஜகவில் என்னுடன் பணியாற்றியவர்களும் என்னை அலைபேசியில் தொடர்புகொண்டு, ‘கட்சி மீது ஏன் கோபமாக இருக்கிறீர்கள்?’ என்று கேட்டுக் கொண்டே இருந்தார்கள். என் தரப்பு நியாயங்களையும் காரணங்களையும் நான் ஒவ்வொரு முறையும், ஆரம்பத்தில் இருந்தே விளக்க வேண்டியிருந்தது. ஐந்து அல்லது ஆறு முறைக்கு மேல் விளக்கிமுடித்தபோது, நான் சோர்ந்தே போனேன். அதனால் தான், ‘நான் ஏன் பாஜகவில் இருந்து விலகினேன்’ என்பதற்கான என்னுடைய காரணங்களைப் பட்டியலிட்டு என்னுடைய வலைத்தளத்தில் ஒரு கட்டுரையாக எழுதினேன்.[47] அங்கிருந்து எடுத்து, ப்ரிண்ட், வயர், ஸ்க்ரோல், க்விண்ட், யூத் கி ஆவாஸ், ஜன்தா கா ரிப்போர்டர், ஏபிபி நியூஸ், ஹஃப் போஸ்ட் இந்தியா, ஏசியா டைம்ஸ் மற்றும் ஏராளமான செய்தி இணையதளங்கள் அக்கட்டுரையை வெளியிட்டன. அக்கட்டுரையின் சுட்டியை பல்வேறு எதிர்க்கட்சிகளின் தலைவர்களும் ட்விட்டரில் பகிர்ந்தனர். இந்தி, மலையாளம், தெலுங்கு, வங்காளி மற்றும் மராத்தி உள்ளிட்ட மொழிகளிலும் அக்கட்டுரை மொழிபெயர்க்கப்பட்டது.

அக்கட்டுரையை திட்டமிட்டு ஒரு பிரச்சார நோக்கோடு நான் எழுதவில்லை. அதில் இருந்த என்னுடைய நேர்மையான கருத்து, பலதரப்பு மக்களின் மனதையும் தொட்டிருக்கிறது. அதனால் தான் அது பரவலான செய்தியானது. அதுமுதலே, என்னுடைய கருத்துடன் ஒத்துப்போகும் நூற்றுக்கணக்கான பாஜக ஆதரவாளர்களை நான் சந்தித்துவிட்டேன். 2014 ஆம் ஆண்டில் மோடியின் மாயவார்த்தைகளால் ஏமாற்றப்பட்டிருப்பதை என்னைப் போலவே பலரும் உணர்ந்திருப்பதை என்னால் பார்க்க முடிந்தது. பாஜகவிற்கு எதிராக இருக்கும் கட்சிகளில் இருந்து தான் எனக்கு ஆதரவு கிடைக்கும் என்று நான் நினைத்தேன். ஆனால் அதற்கு மாறாக,

பாஜகவிலிருந்தும், ஏபிவிபியிலிருந்தும், இன்னும் சொல்லப் போனால் ஆர்எஸ்எஸ் இயக்கத்திலிருந்துமே கூட பலபேர் என்னுடைய கருத்துக்கு ஆதரவளித்தனர்.

2014 ஆம் ஆண்டு தேர்தலுக்கு முன்னர், மிகவும் உறுதியோடு பாஜகவை ஆதரித்தவர்களெல்லாம், பாஜகவிற்கு மாற்றாக எந்தக் கட்சிக்கு வாக்களிக்கலாம் என்று யோசிக்கத் துவங்கியிருக்கிறார்கள். வளர்ச்சியை முன்னிறுத்தி வென்றுவிட்டு இந்துத்துவாவை திணிப்பதாலும், திட்டங்களை அமல்படுத்துவதில் தோல்வியைத் தழுவுவதாலும், அக்கட்சியின் ஆதரவாளர்களே மிகுந்த அதிருப்தியில் தான் இருக்கின்றனர். இந்த அமைப்பு முறையை மாற்றிக்காட்டுகிறேன் என்று வானளாவப் பேசிய ஒருவர், ஏற்கனவே அமலில் அந்த அமைப்பு முறையின் ஒரு அங்கமாக மாறிப்போயிருப்பதும் அதற்கு முக்கியக் காரணமாகும். அவருக்கு முன்பு ஆட்சியில் இருந்தவர்களையெல்லாம் மிஞ்சும் அளவிற்கு, இந்த அமைப்பு முறையைப் பயன்படுத்தி நன்றாக சுரண்டக் கற்றுக்கொண்டிருக்கிறார். மக்களைப் பிரித்தாளும் சூழ்ச்சியை நன்றாகப் பயன்படுத்தியும், வெறுப்பு கலந்த நாசகர பிரச்சாரத்தை செய்தும், அதனால் மக்களுக்கு ஏற்படும் கோபத்தில் குளிர்காய்ந்தும், தேர்தல் வெற்றிக்குப் பயன்படுத்தும் வழிமுறையை நன்றாகக் கற்றுக்கொண்டுவிட்டார்.

'நான் ஏன் பாஜகவில் இருந்து விலகினேன்' கட்டுரை (2018 ஜூன் மாதம் 17 ஆம் தேதி வெளியிடப்பட்டது)

இந்தியாவில் அரசியல் பேச்சுகள் மிகவும் தரம்தாழ்ந்து போயிருக்கின்றன. அதுவும் குறிப்பாக நான் வாழும் இந்த காலகட்டத்தில் தான் மிகமிக மோசமாகியிருக்கிறது. கட்சிவெறியென்பது உச்சத்திற்குப் போயிருக்கிறது. தாங்கள் சார்ந்திருக்கிற கட்சியின் தலைவர்கள் பேசுவது பொய்யான தகவல் தான் என்று தெரிந்தபோதும் கூட, அவற்றை கண்மூடித்தனமாகப் பரப்பும் மனநிலைக்கு மக்கள் தள்ளப்பட்டிருக்கிறார்கள். கட்சிகள், அதன் ஆதரவாளர்கள் மற்றும் வாக்காளர்கள் என அனைவரையும் இதில் குற்றஞ்சாட்ட வேண்டியிருக்கிறது.

சில குறிப்பிட்ட செய்திகளை மிகத்திறமையாக மக்களிடையே பரப்புரை செய்த காரணத்திற்காகவே பாஜகவை என்னால் தொடர்ந்து ஆதரிக்கமுடியாமல் போனது. நான் சொல்ல வந்ததை சொல்வதற்கு முன்னால், ஒன்றை மட்டும் தெளிவுபடுத்த விரும்புகிறேன். எந்தக்கட்சியும் மொத்தமாக மோசமும் இல்லை, முழுவதும் சிறப்பான கட்சியென்றும் எதுவும் இருப்பதாகத் தெரியவில்லை. இதுவரை ஆட்சியிலிருந்த ஒவ்வொரு கட்சியும் ஏதோவொரு வகையில் சில நல்லதையும் செய்திருக்கின்றன, சில கெட்டதையும் செய்திருக்கின்றன. அதேபோன்றதொரு அரசு தான் இதுவும்.

நல்லவை:

1. முந்தைய ஆட்சியைக் காட்டிலும், சாலைக் கட்டுமானம் தற்போது வேகமாக நடைபெறுகிறது. சாலைகளின் நீளத்தை அளக்கும் முறையில் மாற்றம் வந்திருக்கிறது என்றாலும் கூட, இப்போது வேகமாகத்தான் சாலைகள் அமைக்கப்படுகின்றன.

2. மின்சார இணைப்புகள் அதிகமாகியிருக்கின்றன. எல்லா கிராமங்களுக்கும் மின்சாரம் கிடைக்கத் துவங்கியிருக்கிறது. ஒரு நாளைக்கு மின்சாரம் கிடைக்கும் நேரமும் அதிகரித்திருக்கிறது. காங்கிரஸ் இதுவரையிலும் 5 இலட்சம் கிராமங்களுக்கு மின்சாரம் கொடுத்திருக்கிறது. மேலும் 18000 கிராமங்களுக்கு மின்சாரம் கொடுத்து காங்கிரசின் பணியை மோடி தொடர்ந்திருக்கிறார். இந்தியா சுதந்திரம் அடைந்ததிலிருந்து ஒருநாளைக்கு சராசரியாக மின்சாரம் வழங்கப்படும் நேரம் அதிகரித்துக்கொண்டே தான் வந்திருக்கிறது. அது மோடியின் ஆட்சிக்காலத்திலும் அதிகரித்திருக்கிறது.

3. மந்திரிகள் அளவிலான நேரடி ஊழல் குறைந்திருக்கிறது. (காங்கிரஸ் தலைமையிலான ஐக்கிய முற்போக்குக் கூட்டணி முதன்முறையாக 2004 முதல் 2009 வரையிலும் ஆட்சியில் இருந்தபோதும், ஊழல் மிகக்குறைவாகத்

ஒரு தேர்தலை வெல்வது | 197

தான் இருந்தது.) ஆனால் கீழ்மட்ட ஊழல் இன்றும் அப்படியே தான் இருக்கிறது. இன்னும் சொல்லப்போனால் முன்பை விட அது மேலும் அதிகரித்திருக்கிறது. அரசு அதிகார அலுவலகங்களில் நடைபெறுகிற ஊழல்கள் தடுக்கப்படவே இல்லை.

4. சுவச் பாரத் திட்டம் நிச்சயமாக வெற்றியடைந்திருக்கிறது - நிறைய புதிய கழிவறைகள் கட்டுப்பட்டிருக்கின்றன. தூய்மை என்கிற வார்த்தை மக்களின் மனங்களில் பரவலாகப் பதிவாகியிருக்கிறது.

5. உஜ்வாலா யோஜனா என்பது ஒரு சிறப்பான முன்னெடுப்பாகும். முதல் சிலிண்டரும் அடுப்பும் இலவசமாக வழங்கப்படுகிறது. ஆனால் அதன்பிறகு மக்கள் தான் பணம் செலுத்த வேண்டும். ஒரு சிலிண்டருக்கு மேல் இரண்டாவது சிலிண்டரை எத்தனை பேர் வாங்குகிறார்கள் என்பதைப் பொறுத்திருந்து தான் பார்க்க வேண்டும். அதுவும் ஒரு சிலிண்டரின் விலை ஏறத்தாழ இருமடங்காகி, 800 ரூபாய்க்கும் மேல் விற்கப்படுகிற இன்றைய சூழலில் மிகவும் கடினம் தான்.

6. வடகிழக்கு மாநிலங்களை இணைப்பதற்குத் தேவையான பேருந்துகள், சாலைகள், விமானங்கள் ஆகியவை அதிகரித்திருக்கின்றன. முக்கியமாக வெகுமக்கள் செய்தித் தொலைக்காட்சிகளில் வடகிழக்கு மாநிலங்கள் குறித்து அதிகமாகவும் விவாதிக்கப்படுகின்றன

7. பதிவுசெய்யப்பட்ட வழக்குகளை வைத்துப் பார்க்கையில், மாநிலக் கட்சிகளின் ஆட்சியில் இருந்ததைவிடவும் சட்டம்-ஒழுங்கு நிலைமை முன்னேறியிருப்பதாகத் தெரிகிறது

மோசமானவை:

தேசங்களையும் அது இயங்குவதற்குத் தேவையான அமைப்புகளையும் கட்டமைப்பதற்கு பல பத்தாண்டுகளோ நூற்றாண்டுகளோ கூட தேவைப்படும். அப்படியாக

உருவாக்கி வைக்கப்பட்டிருந்த பலவற்றையும் பாஜக அழித்திருக்கிறது என்பதே அதன் மிகப்பெரிய தோல்விக்கு உதாரணமாகும்.

1. தேர்தல் நிதிப்பத்திரம் - நம் நாட்டின் அரசியல் கட்சிகளை கார்ப்பரேட்டுகளும் அந்நிய சக்திகளும் விலைகொடுத்து வாங்கி, ஊழலை சட்டப்பூர்வமாக அங்கீகரிப்பதற்காகவே உருவாக்கப்பட்ட நடைமுறை தான் இது. 'நாங்கள் 1000 கோடி ரூபாய்க்கு உங்களுடைய கட்சியின் தேர்தல் நிதிப்பத்திரத்தை வாங்குகிறோம். அதற்கு பிரதிபலனாக நீங்கள் தேர்தலில் வெற்றிபெற்றதும் எங்களுக்குத் தகுந்தாற்போன்ற சட்டத்தை அமல்படுத்தவேண்டும்' என்று எந்த கார்ப்பரேட் கம்பெனியும் எந்தவொரு அரசியல் கட்சியிடமும் பேரம் பேசமுடியும். அதுவும், அந்த 1000 கோடியை யார் கொடுத்தார்கள் என்று கூட யாரிடமும் சொல்லவேண்டிய அவசியமும் இல்லை. இனி தேர்தலில் வெற்றி பெறும் கட்சிகள், ஆட்சியமைத்ததும் நிறைவேற்றும் எந்த சட்டத்தையும் சந்தேகக் கண்கொண்டு தான் பார்க்கவேண்டியிருக்கும். ஆக, ஊழல் என்பதே தண்டனைக்குரிய குற்றமில்லாமல் தான் போகும். அதனால் தான் மந்திரிகள் மட்டத்தில் ஊழல் குறைந்திருப்பதாக தோற்றமளிக்கிறது. அமெரிக்காவைப் போன்று நேரடியாகக் கண்டுபிடிக்க முடியாத மாதிரியான ஒரு திட்டத்தை உருவாக்கி, ஊழலை சட்டப்படி அங்கீகரிக்கும் ஒரு நடைமுறையாக மாற்றியிருக்கிறது பாஜக அரசு.

2. திட்டக் கமிசன் அறிக்கைகள் - அரசு திட்டங்களெல்லாம் சரியாகச் செயல்படுத்தப்படுகின்றனவா என்று அறிந்துகொள்ள திட்டக்கமிசனின் அறிக்கைகள் தான் பெரும் உதவியாக இருந்துவந்தன. திட்டக்கமிசனே ஒழிக்கப்பட்டுவிட்டதால், இனிமேல் அரசாங்கம் கொடுக்கிற தகவல்கள் மட்டும் தான் இருக்கப்போகின்றன. ஆக, நேர்மையான விமர்சனமோ, உண்மையான தகவல்களோ நமக்குக் கிடைப்பதற்கான வாய்ப்பே ஏறத்தாழ இல்லை. (அது உண்மையான தகவல்களை கொண்டிருக்கிறதா இல்லையா என்பதைத்

தெரிவிக்கும் சிஏஜி இன் அறிக்கைகள் எல்லாம் வருவதற்கு வெகுகாலம் ஆகிவிடும்.) நிதி ஆயோக் என்று புதிதாக உருவாக்கப்பட்டிருக்கிற அமைப்பிற்கு இப்படியான அறிக்கைகளை உருவாக்குவது கட்டாயமல்ல. அரசின் சுயவிளம்பர நோக்கிற்காகவே உருவாக்கப்பட்ட அமைப்பு தான் நிதி ஆயோக்.

3. சிபிஐ மற்றும் அமலாக்கப் பிரிவை முறைகேடாகப் பயன்படுத்துதல் - நான் பார்த்தவரையில் அரசியல் காரணங்களுக்காகவே அவை பயன்படுத்தப்பட்டு வருகின்றன. மோடியையோ அல்லது அமித்ஷாவையோ யாராவது எதிர்த்துப் பேசினாலே, அவர்கள் மீது சிபிஐ மற்றும் அமலாக்கப்பிரிவுகள் ஏவப்பட்டுவிடுகின்றன. மக்களாட்சியின் முக்கிய அம்சமான கருத்துரிமையை இது ஒன்றே கொன்று போட்டுவிடுகிறது.

4. அருணாச்சலப் பிரதேசத்தின் முன்னாள் முதல்வரான கலிகோ புல்லின் தற்கொலைக் குறிப்பு, நீதிபதி லோயாவின் மரணம், சொரபுதீனின் கொலை போன்றவற்றை விசாரிக்கத் தவறியதும், ஒரு பெண்ணை வன்புணர்வு செய்ததாக குற்றஞ்சாட்டப்பட்டிருந்த ஒரு எம்எல்ஏவைப் பாதுகாத்ததும், அப்பெண்ணின் அப்பாவைக் கொன்றதாக குற்றஞ்சாட்டப்பட்ட அந்த எம்எல்ஏவின் உறவினர் மீது ஓராண்டுக்கும் மேலாக முதல் தகவல் அறிக்கை கூட பதியாமல் விட்டதும் அரசியல் காரணங்களுக்காக செய்யப்பட்ட மிகப்பெரிய தவறுகளாகும்

5. பணமதிப்பிழப்பு - படுதோல்வியில் முடிந்த திட்டம் என்றாலும், பாஜக அத்தோல்வியினை ஒப்புக்கொள்ள மறுப்பதைத் தான் அதைவிடப் பெரிய தோல்வியாகப் பார்க்கிறேன். பயங்கரவாதத்தை ஒழிக்கவும், காகிதப் பணத்தின் தேவையைக் குறைக்கவும், ஊழலைத் துடைத்தெறியவும் அமல்படுத்தப்பட்டதாக கூறிய அனைத்துமே அபத்தமான பொய்ப் பிரச்சாரப் பரப்புரைகள் தான். உண்மையிலேயே இந்தியாவின் தொழில்துறையையும், வியாபாரத்தையும் ஒட்டுமொத்தமாக இத்திட்டம் அழித்துவிட்டது.

6. ஜிஎஸ்டி செயல்படுத்தியவிதம் - அவசரகதியில் அமல்படுத்தப்பட்டதால் வியாபாரத்தில் பெரும் இழப்புகளை ஏற்படுத்தியது. சிக்கலான திட்ட வடிமைப்பு, வெவ்வேறு பொருட்களுக்கு வெவ்வேறு வரிவிகிதம், மிகச்சிக்கலான தாக்கல்முறை போன்ற பல்வேறு பிரச்சனைகள் அதில் இருக்கின்றன. போகப்போக தானாகவே அது சரியாகலாம் தான். ஆனால் அந்த நிலை வருவதற்குள்ளாக, பெரும் இழப்புகளை பொருளாதாரம் சந்தித்துவிடும். ஜிஎஸ்டியை அமல்படுத்தியவிதத்தில் மிகுந்த திமிர்த்தனத்தோடு பாஜக நடந்துகொண்டிருக்கிறது. ஆனால் அதனை ஒப்புக்கொள்ளவும் அவர்கள் தயாராக இல்லை.

7. வீண்பெருமைக்காக வெளியுறவுக் கொள்கையையே குழப்பிவைத்திருப்பது - நம்மைச் சுற்றியுள்ள நாடுகளான இலங்கையில் துறைமுகமும், வங்காளதேசத்துடனும் பாகிஸ்தானுடனும் வியாபார உறவும் சீனாவுக்கு இருக்கிறது. அதே போல இந்தியாவின் புதிய வெளியுறவுக் கொள்கையினால் மாலத்தீவிலும் இந்தியத் தொழிலாளர்களுக்கு விசா கொடுக்கப்படுவதில்லை. ஆனால், '2014 க்கு முன்பு உலக நாடுகளிலெல்லாம் இந்தியர்களுக்கு மரியாதையே இருந்ததில்லை' என்றும், 'தற்போது உலகளவில் மிகப்பெரிய அளவுக்கு இந்தியர்கள் மதிக்கப்படுகிறார்கள்' என்றும் உலக நாடுகளை சுற்றிக்கொண்டே மோடி சொல்லி வருகிறார். இதுவொரு முட்டாள்தனமான பேச்சு. இந்தியாவின் பொருளாதார வளர்ச்சியும், இந்திய தகவல்தொழிற்நுட்பத் துறையின் பங்களிப்பும் தான், அயல் நாடுகளில் இந்தியர்களுக்கான மரியாதையைப் பெற்றுக்கொடுத்திருக்கிறது. இதெல்லாம் மோடியின் வருகைக்கு முன்பே நடந்தது தான். மோடியால் இந்த மரியாதையெல்லாம் ஒரு சிட்டிகை கூட கூடியிருக்கவில்லை. இன்னும் சொல்லப்போனால், இந்தியாவில் மோடி ஆட்சிக்கு வந்தபிறகு மாட்டுக்கறியை முன்வைத்து நிகழ்த்தப்படும் கும்பல்படுகொலைகளாலும் பத்திரிக்கையாளர்கள்

எதிர்கொள்கிற அச்சுறுத்தல்களாலும் சர்வதேச அளவில் இந்தியர்களின் மரியாதை வெகுவாகக் குறையத் துவங்கியிருக்கிறது.

8. பல்வேறு திட்டங்களின் தோல்வியும், அதனை திருத்திக்கொள்ளாமையும் - சன்சாத் ஆதர்ஷ் கிராம யோஜனா, மேக் இன் இந்தியா, ஸ்கில் டெவலப்மண்ட், ஃபசல் பீமா (இதன் மூலம் தனியார் காப்பீடு நிறுவனங்களுக்குக் கொண்டுபோய் அரசு பணத்தை நிரப்புவதையும் கவனிக்க வேண்டும்) போன்றவையெல்லாம் மிகப்பெரிய தோல்வியடைந்த திட்டங்களாக இருந்தபோதும், அதனை ஒப்புக்கொள்ளவோ, ஒப்புக்கொண்டு சரிசெய்யவோ பாஜக தயாராகவே இல்லை. அதேபோல வேலைவாய்ப்பின்மை அதிகரித்திருப்பதையும், நெருக்கடியான சூழலில் விவசாயிகள் வாழ்ந்துகொண்டிருப்பதையும் பாஜக ஒப்புக்கொள்ளவே இல்லை. இன்னும் சொல்லப்போனால், இந்த அரசின் திட்டங்களாலும் முடிவுகளாலும் தான் மக்கள் அவதிப்படுகின்றனர். ஆனால், எல்லா பிரச்சனைகளையும் எதிர்கட்சிகளின் சதியாக மட்டுமே பாஜக பிரச்சாரம் செய்கிறது

9. பெட்ரோல் மற்றும் டீசலின் அதிகப்படியான விலையுயர்வு - மோடியும், பாஜக அமைச்சர்களும், இன்னபிற பாஜக ஆதரவாளர்களும் பெட்ரோல் மற்றும் டீசல் விலை அதிகமாக இருப்பதாகக் கடந்த காலத்தில் காங்கிரஸ் அரசை மிகக்கடுமையாக விமர்சித்திருக்கின்றனர். ஆனால் தற்போது கச்சா எண்ணையின் விலை சர்வதேசச் சந்தையில் குறைந்திருக்கிற போதும், இந்தியாவில் பெட்ரோல் மற்றும் டீசல் விலை அதிகரித்துக் கொண்டே போகிறது. அதனை நியாயப்படுத்தி பாஜகவினர் பேசிகொண்டிருப்பது ஒருதுளிகூட ஏற்றுக்கொள்ளக்கூடியதாக இல்லை.

10. மிகமுக்கியமான அடிப்படைப் பிரச்சனைகளான கல்வி மற்றும் சுகாதாரத்தில் கவனம் செலுத்தாமை - கல்வியில் எந்தவித முன்னெடுப்புகளும் செய்யாதது

இந்த அரசின் மிகப்பெரிய தோல்வியாகும். அரசு பள்ளிகளின் தரம் குறைந்துகொண்டே போகிறது (வருடாந்திர கல்வி நிலை அறிக்கைகளில் இது தெளிவாகக் குறிப்பிடப்பட்டுள்ளது). இருப்பினும் அதனை சரிசெய்வதற்கு, எந்த நடவடிக்கையும் எடுக்கப்படவில்லை. அதேபோல தொடர்ச்சியாக 4 ஆண்டுகளாக சுகாரத்துறையில் இந்த அரசு எதையுமே செய்யவில்லை. அதன்பின்னர் ஆயுஷ்மான் பாரத் என்கிற திட்டத்தை அறிவித்தார்கள். அப்படியொரு திட்டத்தை அறிவிப்பதற்கு பதிலாக அமைதியாகவாவது இருந்திருக்கலாம் என்கிற அளவுக்கு அத்திட்டம் எனக்கு அச்சத்தை தான் கொடுத்தது. சுகாதாரத்தில் அமெரிக்காவைப் போன்றதொரு மோசமான நிலைக்குத் தான் இத்தகைய காப்பீட்டுத் திட்டங்களெல்லாம் நம்மை அழைத்துச் செல்லும் (மைக்கேல் மூர் இயக்கிய சிக்கோ என்கிற திரைப்படத்தைப் பார்க்கவும்).

11. விமர்சனத்தை முன்வைக்கும் ஊடகங்கள் தொடர்ச்சியாக அவமானப்படுத்தப்படுவது - இந்த அரசின் தவறுகளை விமர்சிக்கும் எந்தவொரு ஊடகமும் பத்திரிக்கையாளரும் காங்கிரசிடம் காசு வாங்கிக்கொண்டு தான் செயல்படுகிறார்கள் என்று குற்றஞ்சாட்டுவது வாடிக்கையாகிவிட்டது. முன்வைக்கப்படும் விமர்சனத்திற்கு முக்கியத்துவம் கொடுக்காமல், அந்த விமர்சனத்தை வைத்த தனிமனிதர்களைத் தாக்கிவிட்டு உண்மையான பிரச்சனைகளை கண்டுகொள்ளாமல் விடுவதே பாஜகவின் வழக்கமாகிப் போயிருக்கிறது.

12. கடந்த 70 ஆண்டுகளில் இந்தியாவில் எதுவுமே நடக்காதது போன்ற மாயையை உருவாக்குவது - இத்தகைய செயல் முற்றிலும் தவறானது என்பதுடன் அத்தகைய மனநிலை தேசத்திற்கே ஆபத்தானதாகும். இத்தகைய பொய்ப் பிரச்சாரத்தினை செய்வதற்காக 4000 கோடி ரூபாய்க்கும் மேலான இந்திய மக்களின் வரிப்பணத்தை வீணடித்திருக்கிறது பாஜக அரசு.

இதுதான் இந்த அரசு குறித்த என் மதிப்பீடு. தேர்தல் நிதிப்பத்திரத்தை அறிமுகப்படுத்தியது மிகப்பெரிய

முறைகேடாகப் பார்க்கிறேன். அதனை எப்படியாவது உச்சநீதிமன்றம் நீக்கிவிடுமென்ற நம்பிக்கையில் இருக்கிறேன். சில தவறுகளும் மோசமான முடிவுகளும் எந்தவொரு அரசிலும் இருக்கத்தான் செய்யும் என்றாலும், இந்த பாஜக அரசிடம் ஒரு தார்மீக நேர்மை இல்லை என்பது தான் மற்ற அனைத்துப் பிரச்சனைகளை விடவும் மிகப்பெரியதாக எனக்குத் தெரிகிறது.

அருவருப்பானவை:

ஒட்டுமொத்த தேசத்தின் மனநிலையையே மோசமான பாதைக்கு மாற்றும் பணிகளை மேற்கொள்வதைத் தான், இந்த அரசின் அருவருப்பான செயலாகப் பார்க்கிறேன். இது அரசின் தோல்வி என்று சொல்லிவிடமாட்டேன். அனைத்தையும் திட்டமிட்டுத்தான் செய்கிறார்கள் அவர்கள்.

1. இந்த அரசாங்கம் ஊடகங்களை மிகவும் மோசமாக நடத்திக் கொண்டிருக்கிறது. பாஜகவிற்கு எதிராக விமர்சனங்களை முன்வைக்கும் அனைவரையும் பத்திரிகையாளர்களாகவே ஏற்றுக்கொள்வதில்லை. அவர்கள் அனைவரும் காங்கிரசிடம் ஊதியம் வாங்கிக் கொண்டு வேலை செய்கிறார்கள் என்கிறது. இத்தகைய விமர்சனங்கள் உண்மையல்ல என்று எனக்கு நன்றாகத் தெரியும். அவர்கள் எழுப்பும் பிரச்சனையைப் பற்றிக் கவலைப்படாமல், அவ்வாறு பிரச்சனையை எழுப்பியவரைத் தாக்கும் நிலைக்கு இந்த அரசு செல்கிறது என்பதை மிக மோசமான அம்சமாகப் பார்க்கிறேன்.

2. கடந்த 70 ஆண்டுகளில் இந்தியாவில் எதுவுமே நடக்காதது போன்ற மாயையை உருவாக்கிக் கொண்டிருக்கிறார்கள். இத்தகைய செயல் முற்றிலும் தவறானது என்பதுடன் அத்தகைய மனநிலை தேசத்திற்கே ஆபத்தானதாகும். இத்தகைய பொய்ப் பிரச்சாரத்தினை செய்வதற்காக 4000 கோடி ரூபாய்க்கும் மேலான இந்திய மக்களின் வரிப்பணத்தை

விளம்பரம் செய்தே வீணடித்திருக்கிறது பாஜக அரசு. மிகச்சிறியதாக எதையாவது செய்துவிட்டாலும் கூட, அந்த செயலுக்கு செலவிட்டதைவிடவும் பலமடங்குப் பணத்தை அச்செயலை விளம்பரப்படுத்துவதற்குச் செலவிடுகிறார்கள். இந்தியாவில் முதன்முதலாக சாலைகளைப் போட்டவரே மோடிதான் என்கிற அளவிற்கான பிரச்சாரங்கள் எல்லாம் செய்யப்படுகிறது. உத்தரப்பிரதேசத்தின் மிகச்சிறந்த சாலைகளெல்லாம் மாயாவதியும் அகிலேஷ் யாதவும் போட்டவை தான். தகவல்தொழிற்நுட்பத் துறையில் 1990களில் இருந்தே இந்தியா கோலோச்சத் துவங்கியிருக்கிறது. இன்றைய நிலையை ஒப்பிட்டு, கடந்தகாலத்தையும் அப்போதிருந்த தலைவர்களையும் இழிவாகப் பேசுவது எளிதானதாகத் தான் இருக்கும். ஆனால் இன்றைய நிலைக்கு நாம் வந்து சேர்வதற்கு அவர்களின் பங்களிப்பு மிகமிக முக்கியமானதாகும். அவற்றைப் புறந்தள்ளி, அனைத்தையும் தானே செய்ததாக பொய்யான பெருமைதேடிக்கொள்வது மிகமோசமான முன்னுதாரணமாகும்.

'கடந்த 70 ஆண்டுகளில் கழிவறைகளைக் கூட காங்கிரஸ் ஏன் கட்டவில்லை? அடிப்படைத் தேவையான கழிவறைகளைக் கூட கட்டமுடியவில்லை அவர்களால்' என்று மோடி அரசு முன்வைக்கிற வாதத்தில் தர்க்கம் இருப்பதாகவே எண்ணி, இந்திய வரலாற்றைப் படிக்காமல் நானும் முதலில் நம்பினேன். 1947இல் விடுதலை பெற்றபோது, நம்முடைய நாடு மிகமிக மோசமான வறுமையில் இருந்தது. அடிப்படைக் கட்டமைப்புகளை உருவாக்குவதற்கான வசதிகளும் முதலீடும் நம்மிடம் இல்லை. அதனை எதிர்கொள்வதற்காகத் தான் சோசலிசப் பாதையில் பயணித்து, பொதுத்துறை நிறுவனங்களை உருவாக்கினார் இந்தியாவின் முதல் பிரதமரான நேரு. எஃகு தயாரிப்பதற்கான வசதிகூட நம்மிடம் இல்லையென்பதால், இரஷ்ய அரசின் உதவியுடன் ஹெவி இஞ்சினியரரிங் கார்ப்பரேசன் என்கிற நிறுவனம் ராஞ்சியில் உருவாக்கப்பட்டது. அதுமட்டும் இல்லாமல் போயிருந்தால், நமக்கு இரும்பும் கிடைத்திருக்காது,

இன்றைக்கு நாம் பார்க்கிற கட்டமைப்பும் இந்தியாவில் உருவாகியிருக்காது. அடிப்படியாகத் தேவைப்படுகிற தொழிற்சாலைகளையும் அடிப்படைக் கட்டமைப்புகளையும் உருவாக்குவது தான் அப்போதைய அரசின் திட்டமாக இருந்தது. ஒவ்வொரு 2-3 ஆண்டுகள் இடைவெளியில் பஞ்சம் தலைதூக்கிக் கொண்டே இருந்தது, அதனால் ஏராளமான மக்களும் செத்துமடிந்தனர். அப்போதைய சூழலில் மக்களுக்கு உணவளிப்பது தான் தலையாயப் பிரச்சனையாக இருந்தது. கோடிக்கணக்கான மக்களுக்கு உண்பதற்கு உணவுகூட இல்லாத காலகட்டத்தில், கழிப்பறை என்பது ஆடம்பரத் தேவையாகத் தான் மக்களுக்கு இருந்திருக்கும். பசுமைப் புரட்சிகளெல்லாம் நடந்தன. அதன் தொடர்ச்சியாக 1990களில் இந்தியாவில் உணவுப்பற்றாக்குறையே இல்லாமல் போனது. இப்போதெல்லாம் நமக்கிருப்பது மிகை உற்பத்திப் பிரச்சனை தான். இப்படியான ஒரு நிலைக்கு வருவதற்கு முன்னர், கழிவறை என்பது அத்தியாவசியப் பிரச்சனையாக இருக்கவில்லை. இன்னும் 25 ஆண்டுகள் கழித்து, ‘இந்தியாவில் எல்லா வீடுகளிலும் குளிரூட்டும் வசதிகளை 2014இல் மோடி ஏன் செய்து கொடுக்கவில்லை?’ என்று கேட்டால் எப்படி இருக்குமோ, அப்படித்தான் ஒருவேளை உணவுக்கே மக்கள் அல்லாடிக் கொண்டிருந்த காலகட்டத்தில் ஏன் கழிவறை கட்டவில்லை என்று இன்று கேட்பதும். ஒருசில துறைகள் கொஞ்சம் வேகமாக வளர்ச்சி அடைந்திருந்தால் நன்றாக இருந்திருக்கும் என்று வேண்டுமானால் விமர்சனம் செய்யலாமே தவிர, இந்தியாவில் கடந்த 70 ஆண்டுகளில் எதுவுமே நடக்கவில்லை என்பதெல்லாம் மிகக்கொடூரமான வாதம்.

3. ஃபேக் செய்திகளைப் பரப்புவதும், அவற்றை நம்பவைப்பதும் பாஜகவின் அடுத்த முக்கியமான பிரச்சனையாகும். பாஜகவுக்கு எதிராகவும் ஒரு சில ஃபேக் செய்திகள் பரப்பப்படுகின்றன தான். ஆனாலும், பாஜகவுக்கு ஆதரவாகவும் எதிர்க்கட்சிகளுக்கு எதிராகவும் பரப்பப்படுகிற ஃபேக் செய்திகளையும்,

அவை சென்று சேரும் மக்களையும் கணக்கிலெடுத்தால் மலைக்கும் மடுவுக்குமான வித்தியாசம் தான் இருக்கும். அந்தளவுக்கு பாஜகவுக்கு ஆதரவான ஃபேக் செய்திகள் பெரியளவுக்குப் பரப்பப்படுகின்றன. ஒரு சில ஃபேக் செய்திகளை பாஜகவின் ஆதரவாளர்கள் பரப்புகிறார்கள் என்றபோதும், பெரும்பாலான ஃபேக் செய்திகளை பாஜகவே நேரடியாகப் பரப்புகிறது என்பது தான் பெரும் அச்சத்தைத் தருகிறது. அரசின் ஆதரவுடன் செயல்படும் இணைய செய்தித் தளங்களால் பரப்பப்படும் செய்திகளின் மூலம் இதற்குமுன்பு பார்த்திடாத வகையில் ஒட்டுமொத்த இந்திய சமூகத்திற்கே கேடுவிளைவிக்கிறது.

4. இந்து மதமும் இந்துக்களும் ஆபத்தில் இருப்பதாகவும், மோடியால் மட்டுமே நம்மைக் காப்பாற்றமுடியும் என்றும் மக்கள் மனதில் ஆழமாகப் பதியவைத்திருக்கின்றனர். பாஜக ஆட்சியில் இந்துக்கள் எப்படி வாழ்கிறார்களோ, அதேபோலத்தான் அதற்கு முந்தைய ஆட்சிகளின் காலத்திலும் வாழ்ந்திருக்கிறார்கள். அவர்களுடைய மனதில் தான் அதிகமான பாதிப்பு தற்போது ஏற்பட்டிருக்கிறதே தவிர, வாழ்க்கையில் எவ்வித மாற்றமும் இல்லை. 2007இல் இந்துக்கள் என்பதாலேயே மிகமோசமான நிலையிலா வாழ்ந்தார்கள் இந்துக்கள்? இன்னும் சொல்லப்போனால், இன்றைய அரசு செய்கிற பிரச்சாரத்தினால் தான், இந்துக்கள் மிகஅதிகமான அச்சத்துடனும், மற்ற மதத்தினர் மீதான வெறுப்புடனும் வாழும் நிலைக்குத் தள்ளப்பட்டிருக்கிறார்கள்.

5. அரசுக்கு எதிராகப் பேசினாலே, தேசவிரோதி என்றும் மிகச்சமீபகாலத்தில் இந்துவிரோதி என்றும் முத்திரை குத்துகிறார்கள். அரசுக்கு எதிரான முறையான விமர்சனங்கள் அனைத்தும் இத்தகைய முத்திரைகளால் தடைசெய்யப்பட்டுவிடுகின்றன. பாஜக தலைவர்களுக்கே கூட வந்தே மாதரம் பாடலின் வரிகள் தெரியாத போதும், மக்கள் அனைவரும் அப்பாடலைப் பாடி தங்களது தேசப்பற்றை நிரூபிக்கவேண்டிய நிலைக்குத் தள்ளப்படுகிறார்கள். நான் ஒரு தேசியவாதி

என்கிற பெருமை எனக்கிருக்கிறது. ஆனால், அதனை எப்படியாவது நிரூபிக்க வேண்டும் என்று என்னிடம் கட்டளையிட்டால், அதனைச் செய்யவிடாமல் தடுத்து நிராகரிப்பதே என்னுடைய தேசப்பற்று தான். தேசிய கீதத்தையும் தேசியப் பாடலையும் பாடவேண்டிய நிகழ்வுகளிலும், எனக்கு விருப்பமான நேரங்களிலும் நானே மனமுவந்து பாடுவேன். ஆனால், மற்றவர்களின் விருப்பத்திற்கும் வற்புறுத்தலுக்கும் அவற்றைப் பாட ஒருபோதும் நான் தயாராக இருக்கமாட்டேன்.

6. பாஜக தலைவர்களே முதலாளிகளாக இருக்கும் செய்தித் தொலைக்காட்சிகளில், மக்களின் உண்மையான அன்றாடப் பிரச்சனைகளைப் பேசாமல் திசைதிருப்பிவிட்டு, இந்து-முஸ்லிம், தேசியவாதிகள்-தேசவிரோதிகள், இந்தியா-பாகிஸ்தான் போன்ற தலைப்புகள் மட்டுமே தான் சதாசர்வகாலமும் விவாதத்திற்கு எடுத்துக்கொள்ளப்படுகின்றன. அப்படியான வேலையைச் செய்யும் தொலைக்காட்சி சானல்கள் எவை என்றும், அவற்றில் யாரெல்லாம் மக்களிடையே பிரிவினையை உண்டாக்கும் வாதங்களை முன்வைக்கிறார்கள் என்றும் உங்களுக்கு நன்றாகவே தெரியும். மக்களிடையே வெறுப்புப் பிரச்சாரத்தை கொண்டுசேர்ப்பதால் அவர்களுக்குக் கிடைக்கும் வெகுமதிகளையும் பார்த்துக்கொண்டு தானே இருக்கிறோம்.

7. வளர்ச்சியைக் கொண்டுவருகிறோம் என்று பிரச்சாரம் செய்தகாலமெல்லாம் காற்றோடு போய்விட்டது. மக்களின் மனங்களில் பிரிவினையை உண்டாக்கி, அதனை வாக்குகளாக மாற்றுவது தான் பாஜகவின் ஒரே தேர்தல் உத்தியாக இருக்கிறது. அதுதான் இனிவரும் காலங்களில் பாஜகவின் ஒரே ஆயுதமாக இருக்கப்போகிறது. ஜின்னா குறித்தும், நேரு குறித்தும் பல்வேறு பொய்ச் செய்திகளை மோடியே பிரச்சாரக் கூட்டங்களில் பேசுகிறார். காங்கிரஸ் தலைவர்கள் பகத்சிங்கை சிறையில் சென்று பார்க்கவில்லை என்றும், மோடியைத் தோற்கடிக்க காங்கிரஸ் தலைவர்கள் பாகிஸ்தான் அதிகாரிகளை சந்தித்தார்கள் என்றும்

பொய்களை அள்ளிவீசி, மக்களின் மனங்களில் நஞ்சை விதைக்கிறார். அக்பரை விட மகாரானா பிரதாப் தான் மாவீரர் என்று இன்னொரு பக்கம் யோகி ஆதித்யநாத் பேசுகிறார். ஜவகர்லால் நேரு பல்கலைக்கழக மாணவர்கள் அனைவரும் தேசவிரோதிகள் என்றும், அவர்கள் இந்தியாவைத் துண்டாடத் துடிக்கிறார்கள் என்றும் பரப்புரை செய்கிறார்கள். இப்படியெல்லாம் பரப்புரை செய்து, மக்களிடையே வெறுப்புணர்வை விதைத்து, அவர்களின் வாக்குகளைப் பெற்று தேர்தல்களில் வெல்வது தான் அவர்களின் ஒரே நோக்கமாக இருக்கிறது. அரசியல் ஆதாயத்திற்காக இந்த தேசத்தையே கலவர பூமியாக்கி, எரித்து சாம்பலாக்கத் துடிக்கும் தலைவர்களைக் கொண்டிருக்கும் கட்சியில் நான் அங்கம் வகிக்க விரும்பவில்லை.

தேசிய மையநீரோட்ட அரசியல் விவாதங்களையும் பொதுப்புத்தியையும் மாற்றியமைத்து இந்தியாவை இருளுக்குள் தள்ளும் அவர்களது சில முயற்சிகளை இங்கே குறிப்பிட்டிருக்கிறேன். இப்படியான செயல்களை எதிர்பார்த்து நான் பாஜகவில் சேரவில்லை. இத்தகைய மோசமான திட்டமிட்ட செயல்பாடுகளையெல்லாம் என்னால் ஆதரிக்க முடியாது. அதனால் தான் பாஜகவில் இருந்து இன்று நான் விலகுகிறேன்.

பின்குறிப்பு: நரேந்திர மோடியின் வார்த்தைகளில் தெரிந்த நம்பிக்கையும், நாட்டை வளர்ச்சிப்பாதையில் கொண்டுசெல்லப்போவதாக அவர் கொடுத்த வாக்குறுதிகளையும் நம்பியே நான் 2013 ஆம் ஆண்டிலிருந்து பாஜகவை ஆதரித்தேன். இன்றைக்கு நரேந்திர மோடியிடமும் அமித்ஷாவிடமும் நான் கண்கூடாகப் பார்க்கிற எதிர்மறையான போக்குகள் அனைத்தும் என்னுடைய நம்பிக்கைகளையெல்லாம் தவிடுபொடியாக்கி இருக்கின்றன. ஒவ்வொரு வாக்காளரும் நிதானமாக சிந்தித்து நல்லதொரு முடிவினை எடுக்க வேண்டும். கடந்த கால வரலாறும், நிகழ்காலமும் மோடியோ பாஜவோ சொல்வது போன்று எளிமையானதெல்லாம் கிடையாது. அவர்கள் பரப்பும் பொய்யான பிரச்சாரத்தை அப்படியே

ஏற்றுக்கொள்வதும், அவர்கள் எதைச் சொன்னாலும் கேள்விகேட்காமல் முழுமையாக நம்பிவிடுவதும் மக்களாட்சிக்கும் இந்த தேசத்துக்குமே எதிரானதாகும்.

தேர்தல்களும் நெருங்கிக் கொண்டிருக்கின்றன. நீங்கள் ஒவ்வொருவரும் உங்களுடைய விருப்பு வெறுப்புகளைப் பொறுத்து முடிவெடுப்பீர்கள். சரியான முடிவாக உங்களுக்குத் தோன்றுவதைத் தேர்ந்தெடுக்க என்னுடைய வாழ்த்துகள். நாம் ஆதரிக்கும் கட்சியும் தத்துவமும் எதுவாக இருந்தாலும், பலமான, மிகச்சிறப்பான, ஏழ்மையற்ற, வளர்ச்சியை நோக்கி நகரும் இந்தியாவைக் கட்டமைப்பதற்கான பாதையை நோக்கி நகர வேண்டும். அதற்காக, நாம் அனைவரும் இணக்கமாக வாழவும் உழைக்கவும் வேண்டும் என்கிற ஒரே நம்பிக்கையும் விருப்பமும் ஆசையும் மட்டும் தான் எனக்கிருக்கிறது.

6

இந்த அமைப்புமுறையைப் புரிந்துகொள்ளல்

அரசியலில் ஈடுபடுவதற்காகவே நான் அமெரிக்காவில் இருந்து இந்தியாவுக்குத் திரும்பிவந்தேன். அப்போது, மூத்த அரசியல்வாதிகளும் அரசியல் வியூகவியலாளர்களும் என்னைப் பார்த்து சில கேள்விகளைக் கேட்டார்கள்.

'ஓ, உனக்கு அரசியல் ஆர்வம் வந்திருக்கிறதா? உன்னுடைய வங்கியில் எவ்வளவு பணம் வைத்திருக்கிறாய்?'

அவர்கள் ஏன் அப்படியான கேள்வியினைக் கேட்டார்கள் என்பதை விரைவிலேயே நான் புரிந்துகொண்டேன். இந்திய அரசியலைப் பொறுத்தவரையில், அதிகமாக செலவுசெய்ய முடிந்தால்தான் தேர்தலில் போட்டியிடவோ அரசியல் கட்சிகளை நடத்தவோ முடியும். ஆனால் தேர்தலில் போட்டியிடுவது பற்றி சிந்திப்பதற்கு முன்னரே, அரசியல் களத்தில் இருந்துகொண்டே தன்னுடைய வாழ்வாதாரத்தைப் பார்த்துக்கொள்ளப்போவது எப்படியென்று முதலில் யோசித்து வைத்திருக்க வேண்டும். கட்சி ஊழியர்களுக்கு ஊதியமாக பெரும்பாலான கட்சிகள் எதையும் கொடுப்பதில்லை. தேர்தல் நெருங்கிவருகிற காலகட்டத்தில் மட்டும், பிரச்சாரத்தில் ஈடுபடுகிறவர்களுக்கு கொஞ்சம் பணத்தை கட்சி கொடுக்கும். அதனால், அரசியலில் ஈடுபட நினைத்திருக்கும் எவரும், தங்களது அடிப்படைத் தேவைகளைப் பூர்த்தி செய்வதற்கான வருமானத்திற்கு வழிசெய்தாக வேண்டும். சுமார் பத்தாண்டுகளாவது கடுமையாக உழைத்தோ

வியாபாரம் செய்தோ உபரியாக பணத்தை சேர்த்தபிறகு தான் அரசியல் களத்திற்குள் முழுநேரமாக நுழைய முடியும். அல்லது, அரசியலில் ஈடுபட்டுக்கொண்டே, அங்கேயே ஏதாவது வருமானம் ஈட்ட வழியிருக்கிறதா என்று பார்க்க வேண்டும். லேம்ப் ஃபெலோஷிப் திட்டத்தில் பணிபுரிய எனக்கு வாய்ப்பு கிடைத்ததால் நான் தப்பித்தேன். அது தான் பின்னாளில் அரசியல் ஆலோசகப் பணியாக எனக்கு மாறியது. மிகச்சமீபமாக, 2012-2013 ஆம் ஆண்டுகளில் தான் அரசியல் ஆலோசனை வழங்குவதற்கென்றே தனியான ஒரு வேலைவாய்ப்பு துறையே இந்தியாவில் உருவாகியிருந்தது.

மோடியைப் பிரதமர் வேட்பாளராக முன்னிறுத்துவதற்கான பிரச்சாரங்களில் தொழிற்நுட்பமும் பந்தாவும் பகட்டும் இருந்தன. அவை தான் தேர்தல் பிரச்சாரங்களின் தன்மையையே இந்தியாவில் மாற்றியமைத்தன. சமூக ஊடகங்களைப் பயன்படுத்துவது, தலைவர்களின் உரைகளைத் தீர்மானிப்பது, வாக்காளர்கள் குறித்த பல்வேறு தகவல்களை ஆய்வு செய்வது, தொகுதிகள் குறித்த தகவல்களைத் திரட்டுவது, குறுஞ்செய்தி வழியாக வாக்குக் கேட்பது, தானியங்கி அலைபேசி அழைப்புகளை மேற்கொள்வது, பிரச்சார பாடல்களையும் காணொளிகளையும் தயாரித்து இணையத்தில் உலவ விடுவது, பிரச்சார வாகனங்களில் வீடியோ திரையை இணைப்பது போன்ற பல்வேறு புதிய பிரச்சார வடிவங்கள் அறிமுகப்படுத்தப்பட்டன. இதுவெல்லாம் சேர்ந்துதான், அரசியலில் ஆர்வமுள்ள இந்திய இளைஞர்களுக்கு, முற்றிலும் புதியதொரு துறையினை உருவாக்கி வேலைவாய்ப்பினை வழங்கியது. அதனை கெட்டியாகப் பிடித்துக்கொண்டு அரசியல் ஆலோசனை வழங்குபவர்களாக தங்களின் பணியை சிலர் அமைத்துக்கொண்டனர்.

பிரசாந்த் கிஷோரின் ஐபாக் நிறுவனத்தில் பணிபுரிந்துவிட்டு, பின்னர் அங்கிருந்து விலகி பாஜகவுக்காக நேரடியாக வேலை செய்வதற்காக அக்கட்சியில் இணைந்தேன். ஐபாக் போன்ற நிறுவனங்களெல்லாம் அதே போன்ற இன்னபிற அரசியல் ஆலோசனை நிறுவனங்களோடு போட்டியிடவில்லை என்றும், அரசியல் கட்சிகளோடே போட்டியிடுகின்றன என்பதும் எனக்கு அப்போது தான் புரிந்தது. அரசியல் ஆலோசனை நிறுவனங்கள் செய்யும் வேலைகளை, ஏறத்தாழ அனைத்து பெரிய கட்சிகளும் அவர்களாகவே செய்யத் துவங்கிவிட்டனர்.

இப்படியே போனால், எதிர்காலத்தில் அர்சியல் ஆலோசனை வழங்குவதற்கு நிறுவனங்களே தேவைப்படாமல் கூட போகலாம். ஒருசில இலட்சங்களை செலவு செய்தாலே செய்யமுடிகிற வேலைகளுக்கெல்லாம் அரசியல் ஆலோசனை நிறுவனங்களுக்கு கோடிக்கணக்கில் கொட்டிக் கொடுக்க வேண்டியிருப்பதை அரசியல் கட்சிகள் உணரத் துவங்கியிருக்கின்றன. அத்துடன், ஒரு கட்சிக்காக வேலைசெய்யும்போது அக்கட்சியிடமிருந்து ஏராளமான தகவல்களைப் பெற்றுக்கொண்டு, பின்னர் அக்கட்சியின் எதிர்க்கட்சியுடன் இணைந்து, ஏற்கனவே சேகரித்த தகவல்களைப் பயன்படுத்திக் கொள்வதும் கூட நடக்கத்தான் செய்கிறது.

ஒரு தேர்தலில் பாஜகவுக்காக வேலை செய்துவிட்டும், அடுத்த தேர்தலில் காங்கிரசுக்காக வேலை செய்துவிட்டும், அதற்கடுத்தத் தேர்தலில் மீண்டும் பாஜகவுக்காக வேலை செய்யும் இந்த நடைமுறை தொடர்ந்துகொண்டே இருக்க முடியாது. கட்சிகளின் தனிப்பட்ட பல தகவல்கள் வெளியேறுவதைப் போலவே, அவர்களுக்காக அரசியல் ஆலோசனை நிறுவனங்களால் உருவாக்கப்பட்ட அலைபேசி செயலிகளும், கட்சியின் பணத்தை செலவுசெய்து சமூக ஊடகங்களில் உருவாக்கப்பட்டு இலட்சக்கணக்கானோரால் பின்தொடரப்படும் சமூக ஊடகப்பக்கங்களும் கூட வீணாகத்தான் போகும். அரசியல் ஆலோசனை நிறுவனங்களில் வேலைசெய்வதை விடவும், கட்சிகளிலேயே நேரடியாக வேலை செய்வதைத் தான் பலரும் விரும்புகின்றனர். கட்சிகளில் நல்ல ஊதியம் கிடைப்பதோடு, அரசியல் தலைவர்களோடு இணைந்து நேரடியாக களத்திலே பணிபுரிந்து பல அனுபவங்களைப் பெறவும் வாய்ப்பு கிடைக்கிறது. இப்படியாக புதிதாக உருவாகியிருந்த வாய்ப்புகளால், வருமானம் ஈட்டுவது குறித்து கவலைப்படாமல் என்னால் அரசியலில் ஈடுபட முடிந்தது. ஆனாலும் தேர்தலில் போட்டியிடும் வாய்ப்பினை மறைமுகமாக நான் இழந்துவிட்டேன் என்பது மட்டும் இதில் உள்ள ஒரே பிரச்சனை.

ஒரு தேர்தலின் செலவு

பஞ்சாப் தேர்தலில், ‘ஹல்கே விச் கேப்டன்’ என்கிற நிகழ்ச்சிக்காக வேலைசெய்தபோது தான், தேர்தல் பிரச்சாரத்தின் ஒரேயொரு நிகழ்ச்சிக்காக எவ்வளவு உழைக்க

வேண்டியிருக்கிறது என்பது புரிந்தது. சுவரொட்டிகள், பெரிய பேனர்கள், நிகழ்ச்சி குறித்த பிரச்சாரத்தை மேற்கொள்வதற்கு ஒலிபெருக்கிகள் இணைக்கப்பட்ட ஆட்டோக்கள், நிகழ்ச்சி நடக்கும் இடத்திற்கான வாடகை, விநியோகிப்பதற்கான துண்டுப்பிரசுரங்கள், நிகழ்ச்சியில் கலந்துகொள்பவர்களுக்குத் தேவையான தண்ணீர், நிகழ்ச்சியின் போது தேவைப்படுகிற ஒலியமைப்பு வசதிகள், எல்ஈடி திரைகள், வாடகை டேக்சிகள், இவை அனைத்திலும் வேலைபார்த்தவர்களுக்கான ஊதியம் என ஏராளமானவற்றை கவனிக்க வேண்டியிருந்தது.

இதுபோன்ற ஒவ்வொரு நிகழ்ச்சிக்கும் சுமார் 12 முதல் 15 இலட்சம் ரூபாய் வரையிலும் செலவானது. 'ஹல்கே விச் கேப்டன்' என்கிற ஒரேயொரு பிரச்சாரத் திட்டத்திற்காக மட்டுமே அறுபது முதல் எழுபது நிகழ்ச்சிகள் வரை நடத்தினோம். கேப்டன் அமரிந்தர் சிங்கை முதல்வர் வேட்பாளராக முன்னிறுத்தி மக்களிடம் கொண்டு செல்வதற்காக, இதுபோன்ற ஏராளமான பிரச்சாரத் திட்டங்களை நடத்தியிருந்தோம். இதுமட்டுமல்லாமல், களத்தில் நேரடியாக நடத்தப்பட்ட நிகழ்ச்சிகளைத் தாண்டி, விளம்பரங்களுக்கும் கோடிக்கணக்கில் செலவிட்டோம். தொலைக்காட்சிகள், பத்திரிக்கைகள், வானொலிகள், சமூக ஊடகங்கள் என பலவற்றிலும் செய்யப்பட்ட விளம்பரங்களுக்கு செலவிடப்பட்ட தொகையைக் கேட்டால், வாக்காளர்களே மயங்கிவிழுந்துவிடுவார்கள்.

2014 ஆம் ஆண்டு பாராளுமன்றத் தேர்தலின் போது 714.28 கோடியை பாஜகவும் 516 கோடியை காங்கிரசும் அதிகாரபூர்வமாக செலவு செய்ததாக தேர்தல் ஆணையத்திடம் கூறியிருந்தனர்.[1] ஒவ்வொரு தொகுதியிலும் அக்கட்சிகளின் வேட்பாளர்கள் செலவு செய்த பணமெல்லாம் இதில் சேர்க்கப்படவில்லை. அதைவிட, ஒட்டுமொத்த தேர்தல் பிரச்சாரத்தில் செலவிடப்பட்ட கருப்புப் பணமெல்லாம் எதிலும் கணக்குக்காட்டப்படவே மாட்டாது. தேர்தல் ஆணையத்தில் அக்கட்சிகள் தெரிவித்த செலவுக் கணக்கைவிட பலமடங்கு அதிகமாக செலவு செய்திருப்பதாக பல்வேறு ஆதாரங்கள் நமக்குத் தெரிவிக்கின்றன

தேர்தல் பிரச்சாரத்தின்போது, வெறுமனே விளம்பரங்களுக்காக மட்டுமே சுமார் 5000 கோடியினை பாஜக செலவு செய்திருப்பதாக பல ஆதாரங்களை முன்வைத்து, ஹிந்துஸ்தான்

டைம்ஸ் பத்திரிக்கை ஒரு கட்டுரை வெளியிட்டது.[2] 2014 ஆம் ஆண்டு நடைபெற்ற தேர்தலில் மட்டும் சுமார் 30000 கோடி ரூபாயினை அரசியல் கட்சிகள் செலவிட்டிருப்பதாக ஊடக ஆய்வு மையம் என்கிற அமைப்பு நடத்திய ஆய்வின் முடிவுகள் நமக்குத் தெரிவிக்கின்றன.[3] இதுபோன்ற அதிகாரப்பூர்வமற்ற உண்மையான கணிப்புகளைப் புறந்தள்ளிவிட்டு, தேர்தல் ஆணையத்தில் கட்சிகள் தாக்கல் செய்த தகவலை மட்டும் வைத்துப் பார்த்தாலே ஒவ்வொரு தொகுதிக்கும் சுமார் 2 கோடி ரூபாயினை ஒவ்வொரு கட்சியும் செலவிட்டிருக்கிறது என்பது தெரியவருகிறது. 2018 ஆம் ஆண்டு மே மாதம் 12 ஆம் தேதியன்று நடைபெற்ற ஒரு சட்டமன்றத் தேர்தலில் செலவு செய்த பணத்தைக் கணக்கிட்டாலே, 2014 பாராளுமன்றத் தேர்தலுக்கு செலவிட்டதாக தேர்தல் ஆணையத்திடம் கட்சிகளெல்லாம் தாக்கல் செய்த தகவல் எந்தளவுக்கு பொய் என்று தெரிய வரும்.

பாஜகவுக்கும் காங்கிரசுக்கும் கர்நாடக சட்டமன்றத் தேர்தலில் மிகக்கடுமையான போட்டி இருந்தது. பெரும்பான்மையைப் பெறுவதற்கு 113 தொகுதிகள் தேவைப்பட்ட நிலையில், பாஜக 104 தொகுதிகளில் வெற்றி பெற்றது. எழுபத்தியெட்டு தொகுதிகளில் காங்கிரசும், முப்பத்தியேழு தொகுதிகளில் மதசார்பற்ற ஜனதாதளமும் வென்றன. தேர்தல் முடிவுகள் வெளியான பின்னர், ஆட்சியைப் பிடிப்பதற்காக சுமார் எட்டு நாட்கள் பாஜக பெரிய நாடகமெல்லாம் நடத்தியது. பாஜக அல்லாத சட்டமன்ற உறுப்பினர்களை விலைக்கு வாங்குவதற்காக பாஜக பல முயற்சிகளை எடுத்தது. அதில் இருந்து தப்பிப்பதற்காகவே, தங்களுடைய சட்டமன்ற உறுப்பினர்களை ஓரிடத்தில் அடைத்து, பாதுகாப்பாக வைக்கவேண்டிய நிலைக்கு மதசார்பற்ற ஜனதாதளமும் காங்கிரசும் தள்ளப்பட்டன.[4]

பெரும்பான்மை இல்லாவிட்டாலும், அதிமான தொகுதிகளில் வெற்றிபெற்றிருந்த காரணத்தால் ஆட்சியமைக்க ஆளுநரிடம் பாஜக உரிமை கோரியது. பாஜகவின் பி.எஸ்.எடியூரப்பாவும் முதலமைச்சராக பதவியேற்றார். ஆனால், பதவியேற்ற 24 மணிநேரத்தில் சட்டமன்றத்தில் பெரும்பான்மையை நிரூபிக்கவேண்டும் என்று அவருக்கு உச்சநீதிமன்றம் ஆணைபிறப்பித்தது. மற்ற கட்சிகளின் எம்எல்ஏக்களை விலைக்கு வாங்கவோ, ஆதரவைப் பெறவோ அந்த 24 மணி

நேரம் அவருக்கு போதுமானதாக இல்லாமல் போனது. 2018 மே மாதம் 19 ஆம் தேதியன்று ஒரு உணர்ச்சிகரமான உரையினை நிகழ்த்திவிட்டு பதவி விலகினார் எடியூரப்பா.[5] பின்னர், 2018 மே மாதம் 23 ஆம் தேதியன்று காங்கிரசும் மதசார்பற்ற ஜனதாதளக் கட்சியும் இணைந்து ஆட்சியமைத்தன. மதசார்பற்ற ஜனதாதளக் கட்சியின் தலைவரான ஹெச்.டி.குமாரசாமி முதல்வராகப் பதவியேற்றார்.

காங்கிரஸ் கட்சிக்கு கர்நாடக மாநிலத் தேர்தல் மிக முக்கியமானதொரு தேர்தலாக இருந்தது. மதசார்பற்ற ஜனதாதளக் கட்சியுடன் கூட்டணி அமைத்து ஆட்சியைப் பிடிக்காமல் இருந்திருந்தால், இந்தியாவிலேயே பஞ்சாப் மற்றும் புதுச்சேரி ஆகிய இரு மாநிலங்களில் மட்டுமே ஆட்சியில் இருக்கிற கட்சியாக காங்கிரஸ் சுருக்கப்பட்டிருக்கும். எந்தக் கட்சியும் பெரும்பான்மையைப் பெறாத சூழல்களில், பணத்தை வாரியிறைத்து குதிரைபேரத்தில் இறங்கி, மற்ற கட்சிகளின் எம்எல்ஏக்களை விலைக்கு வாங்குவதை இந்திய அரசியல் கட்சிகள் காலங்காலமாக செய்துவருகின்றன தான். ஆனாலும், எதிர்க்கட்சியினரின் கண்ணில்படாமல் தங்களுடைய எம்எல்ஏக்களையே விடுதிகளில் அடைத்துவைத்திருக்க வேண்டிய நிலையெல்லாம் அரசியல் கட்சிகளுக்கு ஏற்பட்டிருப்பதை, செய்தித் தொலைக்காட்சி சானல்களின் வருகையால் 24 மணிநேரமும் பார்க்க வேண்டியிருக்கிறது.

ஒட்டுமொத்த தேசமே வேடிக்கை பார்த்துக் கொண்டிருந்த போதும் தங்களுடைய எம்எல்ஏக்களை பாஜக விலைக்கு வாங்கி விடும் என்று காங்கிரசும் மதசார்பற்ற ஜனதா தள கட்சியும் கவலை கொண்டிருந்தன. ஒருபுறம், காசு கொடுத்து எம்எல்ஏக்களை விலைக்கு வாங்கத் தயாராக இருந்த பாஜகவின் நேர்மையையும் அறத்தையும் சிலர் கேள்வி கேட்டனர். மறுபுறமோ, விலைக்குப் போகும் அளவிற்கு இருந்த எம்எல்ஏக்களின் நேர்மையையும் அறத்தையும் சிலர் கேள்வி எழுப்பினர். இருப்பினும் வாக்காளர்கள் இதைப்பற்றியெல்லாம் பெரிதாக அலட்டிக்கொள்ளவில்லை. இந்தியாவில் ஏற்கனவே அரசியல் கட்சிகள் எல்லாம் ஊழலில் திளைத்துக்கொண்டிருப்பவை தான் என்று அவர்கள் நம்பியதால், அதனை உறுதி செய்வதற்கு இதுபோன்ற புதிய ஆதாரங்கள் எல்லாம் அவர்களுக்குத் தேவைப்படவில்லை. டெல்லியில் 'ஊழலுக்கு எதிரான இந்தியா' என்கிற இயக்கம் முடிவுக்கு

வந்து, ஆம் ஆத்மி கட்சியாக மாறிய பின்னர், ஊழல் குறித்து பெரிதாக மக்கள் பேசுவதே இல்லை. ஊழலை ஒழிப்பதற்காக அவதாரமெடுத்ததாக, 2015-2016 வரையிலும் இந்திய வெகுஜன மக்களின் நம்பிக்கை நாயகர்களாக இருந்த மோடி மற்றும் அரவிந்த் கெஜ்ரிவால் ஆகியோரின் பிம்பங்கள் சரியத் துவங்கியதுமே, ஊழலையெல்லாம் இந்தியாவில் ஒழிக்கவே முடியாது என்கிற எண்ணத்தை பொதுப்புத்தியில் பரவியிருக்கிறது. கர்நாடகத் தேர்தலின் ஒட்டுமொத்த நிகழ்வுகளும் அதற்கான சான்றாகத்தான் விளங்கின.

தேர்தலுக்கு முந்தைய கடைசி சில வாரங்களில் நடைபெற்ற பிரச்சாரங்களால், காங்கிரசை முந்திக்கொண்டு பாஜக முன்னேறியிருப்பதாகக் களத்திலிருந்து கிடைத்தத் தகவல்கள் தெரிவித்தன[6]. பிரதமர் மோடியின் நேரடிப் பிரச்சார உரைகளும், அனைத்து ஊடகங்களிலும் பாஜகவின் மிகத்தீவிரமான விளம்பரப் பிரச்சாரங்களும் பாஜகவுக்கு சாதகமான கருத்துக்கணிப்பு முடிவுகளைக் கொடுத்தன. வாக்காளர்களே சுயமாக சிந்தித்து, சரியான கட்சியையும் வேட்பாளரையும் தேர்த்தெடுக்க வேண்டும் என்பது நம்முடைய ஆசையாக இருக்கலாம். ஆனால், காசு கொடுத்து வாக்காளர்களை விலைக்கு வாங்கியும், கோடிக்கணக்கில் செலவு செய்தும் தான் இந்தியாவின் பெரும்பாலான தேர்தல்களில் பெரும்பாலான அரசியல் கட்சிகள் வெல்கின்றன. மணிப்பூர் மற்றும் கர்நாடகத் தேர்தல் பிரச்சாரத்தில் பணிபுரிந்த போது இதனைக் கண்கூடாகப் பார்த்தேன். பிரச்சாரத்திற்கும் விளம்பரத்திற்கும் பணத்தை செலவிட்டதோடு நிற்காமல், பணமாகவோ பொருளாகவோ மதுவாகவோ வாக்காளர்களுக்கு விநியோகித்த முறையிலேயே கோடிக்கணக்கில் செலவு செய்யப்படுகின்றன. ஒவ்வொரு முறையும் தேர்தல் நடக்கிற காலத்தில் தேர்தல் ஆணையமே நேரடியாக கையும் களவுமாகப் பிடித்து வெளிச்சம் போட்டு காட்டுமளவிற்கு வெளிப்படையாகவே இது நடக்கிறது.

தேர்தல் ஆணையமும் வருமானவரித்துறையும் கர்நாடக காவல்துறையும் இணைந்து 170 கோடி ரூபாய் மதிப்பிலான மதுவையும், பணத்தையும், தங்கத்தையும், வெள்ளியையும் கைப்பற்றின.

[6]#கர்நாடகா: வருமானவரித்துறையும் காவல்துறையும் இணைந்து 80,91,00,073 ரூபாய் பணத்தைக் கைப்பற்றினர். 44,26,26,717 ரூபாய் மதிப்பிலான தங்கமும் வெள்ளியும் வருமான வரித்துறையால்

கைப்பற்றப்பட்டன. ஒட்டுமொத்தமாக இதுவரையிலும் 1,70,88,14,720.32 ரூபாய் மதிப்பிற்கு பணமும், பொருட்களும் கைப்பற்றப்பட்டிருக்கின்றன'

என்று ஏஎன்ஐ செய்தி நிறுவனம் அப்போது ஒரு செய்திக்குறிப்பை வெளியிட்டது.[7]

ஒவ்வொரு கட்சியும் தன்னை முன்னிறுத்தி விளம்பரத்திக்கொள்வதற்கான செலவுகளைச் செய்ய எந்த உச்சவரம்பும் இல்லை. ஆனால் ஒவ்வொரு வேட்பாளருக்கும் ஒரு உச்சவரம்பு இருக்கிறது. தேர்தல் ஆணையத்தின் சட்டவிதிப்படி, கர்நாடகாவில் ஒவ்வொரு வேட்பாளரும் அதிகபட்சமாக 28 இலட்ச ரூபாய் தான் தேர்தல் பிரச்சாரத்திற்காக செலவிடமுடியும்.[8] கர்நாடகாவில் இருக்கிற 224 சட்டமன்றத் தொகுதிகளுக்குமான ஒரு கட்சியின் ஒட்டுமொத்த வேட்பாளர்களைக் கணக்கிலெடுத்தாலே, 62.72 கோடி தான் செலவிடமுடியும். ஆனால் அதனைவிட மூன்று மடங்கு அதிகமான தொகையை தேர்தலுக்கு இரண்டு நாட்களுக்கு முன்னர், தேர்தல் ஆணையம் கைப்பற்றியிருக்கிறது.

அந்தப் பறிமுதல் குறித்து எந்த அரசியல் கட்சியும் பெரிதாக அலட்டிக்கொள்ளவில்லை என்பது தான் அரசியலுக்குப் புதிதாக வந்திருந்த பலருக்கும் அதிர்ச்சியைக் கொடுத்திருந்தது. இது ஒவ்வொரு தேர்தலுக்கும் தொடர்ச்சியாக நடப்பதும், அதனை தேர்தலின் ஒரு அங்கமாகப் பார்ப்பதும் அரசியல் கட்சிகளுக்கு வழக்கமாகிப் போனது. ஒவ்வொரு தேர்தலின் போதும் இதுபோன்ற ஏராளமான பணத்தையும் மதுவையும் தேர்தல் ஆணையமும் காவல்துறையும் கைப்பற்றுகின்றன. ஆனால் அப்பணமும் மதுவும் பிடிபடுகிறபோது கையும் களவுமாக மாட்டியவர்களுக்குக் கிடைத்த தண்டனை குறித்தோ, அவர்களை விநியோகிக்கச் சொல்லி அனுப்பியவர்களெல்லாம் விசாரிக்கப்பட்டார்களா என்பது குறித்தோ எவ்விதத் தகவலும் எப்போதும் வெளிவருவதில்லை. பொதுவாகவே இதுபோன்று கைப்பற்றல்களின் போது வாகனத்தை ஓட்டியவர்களும், மக்களுக்கு விநியோகம் செய்தவர்களும் தான் கைது செய்யப்படுவார்கள். ஆனால் அவர்களும் கூட தேர்தல் முடிந்தவுடன் பிணையில் விடுவிக்கப்பட்டு விடுவார்கள். தேர்தல் முடிவுகள் வந்தபிறகு அந்த வழக்குகளையெல்லாம் யாரும் கண்டுகொள்வது கூட இல்லை.

இப்படியாக மாட்டிக் கொள்பவர்களுக்கு தண்டனைகள் கிடைப்பது மிகவும் அரிதுதான். அப்படியே தண்டனை வழங்கப்பட்டாலும் கூட, அவர்களிடம் பணத்தைக் கொடுத்து வாக்காளர்களிடம் விநியோகிக்கச் சொன்னவர்கள் யாருமே எந்த வழக்கிலும் சிக்குவதும் இல்லை, தண்டிக்கப்படுவதும் இல்லை. கர்நாடகத் தேர்தலையே உதாரணமாக எடுத்துக்கொண்டாலும் கூட, காவல்துறையினரிடம் பிடிபட்ட அந்த 170 கோடி ரூபாயை அரசியல் கட்சிகள் கண்டுகொள்ளவே இல்லை. அதற்கான உரிமையைக் கூட கோரவும் இல்லை. அப்படியென்றால், அவர்கள் செலவிட்ட ஒட்டுமொத்த தொகையில் இந்த 170 கோடி ரூபாயெல்லாம் ஒரு பெரிய பணமே இல்லை என்பது தான் அதன் மறைமுகமான உண்மை. அதை முதலில் நாம் புரிந்துகொள்ளவேண்டும். கர்நாடக சட்டமன்றத் தேர்தலில் 5600 கோடி ரூபாய்க்கும் மேல் செலவிடப்பட்டிருக்கிறது என்று ஒரு சில தேர்தல் ஆலோசகர்கள் கணித்திருக்கின்றனர். வேறு சில நிறுவனங்களோ 9500 கோடி முதல் 10500 கோடி[9] வரையிலும் கர்நாடக சட்டசபைத் தேர்தலில் செலவிடப்பட்டிருக்கலாம் என்கின்றனர். ஆக, இந்தக் கணக்கையெல்லாம் வைத்துப்பார்த்தால், காவல்துறையினரால் கைப்பற்றப்பட்ட 170 கோடி ரூபாய் என்பதெல்லாம் அவர்களுக்கு ஒரு பணமே இல்லை என்பதைப் புரிந்துகொள்ள முடிகிறது.

வாக்காளர்களுக்கு நேரடியாக விநியோகிக்கப்படும் பணத்தை மிகக்கடுமையான கண்காணிப்பின் மூலம் ஓரளவுக்கு தடுத்து நிறுத்தினாலும் கூட, தேர்தல் பிரச்சாரத்திற்காகவும் மக்களின் பொதுப்புத்தியில் மாபெரும் பிம்பத்தை உருவாக்குவதற்காகவும் பணக்கார அரசியல் கட்சிகள் செய்யும் செலவினை தடுத்து நிறுத்தவே முடியாத நிலைதான் தொடர்கிறது. பணமில்லாத கட்சியை விடவும் பணமிருக்கிற கட்சிக்கு மக்களிடம் சென்று சேர்வதற்கான வாய்ப்புகள் அதிகம் என்பதால், அவர்களுக்குத் தான் தேர்தலில் வெல்லவும் வாய்ப்பு அதிகமாக இருக்கிறது. அதனால் எல்லா கட்சிகளுக்கும் இடையிலான ஒரு சமமான போட்டியாக தேர்தல்கள் இல்லை என்பது தான் உண்மை. இது ஒரு உலகளாவிய பிரச்சனையாகத் தான் இருக்கிறது. அமெரிக்காவின் ‘வால் ஸ்ட்ரீட் ஆக்கிரமிப்பு போராட்ட இயக்கம்’[10] மற்றும் ‘வொல்ஃப் பேக்’[11] போன்ற போராட்ட இயக்கங்களும் அமெரிக்காவில் தேர்தலுக்கு செலவிடப்படும் பணம் குறித்த கேள்விகளை வெகுவாக

எழுப்பியிருக்கின்றனர். அமெரிக்காவில் 2012இல் நடைபெற்ற 467 வேட்பாளர் (இந்தியாவின் பாராளுமன்ற உறுப்பினர்களுக்கு ஒப்பான) தேர்தலில் வெற்றிபெற்றவர்களில் 91 சதவிகிதமான வேட்பாளர்கள், தன்னை எதிர்த்துப் போட்டியிட்டவரை விட பெரிய பணக்காரராக இருந்ததாக வால் ஸ்ட்ரீட் பத்திரிக்கையில் செய்தி வெளியாகியிருக்கிறது[12].

புதிதாக வளர்ந்துவரும் பிரச்சார முறைகளாலும், சமூக ஊடகங்கள் மற்றும் தொலைக்காட்சி சானல்களின் மூலம் செய்யப்படும் விளம்பரங்களாலும் தேர்தல்களில் கட்சிகளால் செய்யப்படும் செலவுகள் அதிகரித்துக்கொண்டே தான் இருக்கின்றன. தேர்தல்களில் வெல்வதற்காக அரசியல் கட்சிகள் செய்யும் அபரிமிதமான செலவுகளைக் கட்டுப்படுத்துவதில் தேர்தல் ஆணையம் பெரிய தோல்வியை சந்திக்கிறது என்பது தெளிவாகத் தெரியும் உண்மை தான். இன்னும் சொல்லப்போனால், நேர்மையை எல்லாம் மூட்டைகட்டிவைத்துவிட்டு, கோடிக்கணக்கில் பணத்தை செலவுசெய்து தான் தேர்தல்கள் வெல்லப்படுகின்றன என்கிற குற்றவுணர்ச்சி கூட அரசியல் கட்சிகளுக்கு இருப்பதில்லை.

அரசியல் கட்சிகளின் புரவலர்களும் அவர்களுக்குக் கிடைக்கின்ற பலன்களும்

காசிருக்கிற அரசியல் கட்சியோ வேட்பாளரோ தான் தேர்தல்களில் வெல்லமுடிகிறது என்பது மட்டுமல்லாமல், அப்படியாக முதலீடு செய்து வென்றபிறகு அப்பணத்தை ஏதாவதொரு வழியில் திருப்பியெடுக்க வேண்டிய கட்டாயத்தில் அரசியல் கட்சிகளும் வெற்றிபெறும் வேட்பாளர்களும் இருக்கிறார்கள். எம்எல்ஏக்களும் எம்பிக்களும் பெரும்பாலும் உள்ளூரில் வசூலிக்கிற நிதியைக் கொண்டு தான் தேர்தலை எதிர்கொள்கிறார்கள். அதிலும் பெரும்பகுதியாக கருப்புப் பணமாகத் தான் இருக்கிறது. தேர்தல் செலவுக்காக ஒரு வேட்பாளருக்கு பணம் கொடுப்பவர்களுக்கு, தேர்தலில் வெற்றி பெற்றதும் ஏதாவதொரு வழியில் அது திரும்பப் போய்ச் சேர்ந்துவிடுகிறது. அரசுத் திட்டங்களில் ஏதாவதொரு வேலைக்கான ஒப்பந்தங்கள் அவர்களுக்கு கிடைத்துவிடுகிறது. அதன்மூலம் தாங்கள் தேர்தலுக்காக செலவு செய்ததை விட அதிகமான பணத்தை அள்ளிவிடுகிறார்கள். முறைகேடான சுரங்க

வேலைகளையோ, மதுக்கடத்தலையோ, அல்லது வேறு ஏதாவது சட்டவிரோத தொழிலையோ செய்வதற்கான அனுமதியினை நன்கொடை வழங்கியவர் பெற்றுவிடுகிறார்.

கலிபோர்னியா பல்கலைக்கழகத்தில் அரசியல் ஆய்வு மற்றும் பொதுக்கொள்கைத் துறையில் இணைப்பேராசிரியராக இருக்கும் ஜென்னிஃபர் புசல், இந்துஸ்தான் டைம்ஸ் நாளிதழில் ஒரு ஆய்வுக்கட்டுரையினை எழுதியிருக்கிறார். 2011 முதல் 2014 வரையிலும் பதவியில் இருந்த 2500க்கும் மேற்பட்ட எம்பிக்கள், எம்எல்ஏக்கள் உள்ளிட்டோரிடம் உரையாடி, பல தகவல்களை சேகரித்து, ஒரு ஆய்வினை மேற்கொண்டிருக்கிறார். தென்மாநிலங்களை விட ஒப்பீட்டளவில் தேர்தல் செலவு குறைவாக இருக்கிற மாநிலங்களான பீகார், ஜார்கண்ட் மற்றும் உத்தரப்பிரதேசம் ஆகியவற்றையே தன்னுடைய ஆய்வில் கவனம் செலுத்தினார். அதிகாரத்தில் இருந்த அந்த எம்எல்ஏக்கள் மற்றும் எம்பிக்களில் ஏறத்தாழ 60 சதவிகிதத்தினரின் தேர்தல் செலவுக்காக அவர்கள் சார்ந்திருக்கிற அரசியல் கட்சிகளில் இருந்து ஓரளவுக்கேனும் உதவி கிடைத்திருக்கிறது. அதே போல, எம்எல்ஏ மற்றும் எம்பி தேர்தல்களில் செய்யப்பட்ட ஒட்டுமொத்த செலவுகளில், சுமார் 45 சதவிகிதத்திற்கு கருப்புப்பணம் தான் செலவிடப்பட்டிருக்கிறது என்பதும் அந்த ஆய்வில் தெரியவந்திருக்கிறது.[13]

சர்வதேச அமைதிக்கான கார்னகி எண்டோவ்மென்ட் என்கிற அமைப்பில் அங்கம் வகிப்பவரும் ‘வென் கிரைம் பேஸ்: மணி அன்ட் மசில் இன் இந்தியன் பாலிடிக்ஸ்’ என்கிற நூலின் ஆசிரியருமான மிலன் வைஷ்னவ் என்பவர் ராய்டர்சுக்கு ஒரு நேர்காணல் வழங்கியிருந்தார். அதில்:

> *இந்தியாவில் குற்றங்களுக்கும் அரசியலுக்கும் மிகத்தெளிவான உறவு இருக்கிறது. அதனை இரண்டு காரணிகள் தான் முக்கியமாக உறுதிசெய்து வளர்த்தெடுக்கின்றன. ஒன்று, இந்தியாவில் தேர்தல்களுக்கான செலவுகள் அதிகரித்திருக்கின்றன என்பதால், பணம் செலவழிக்கும் சக்தியைக் கொண்டவர்களுக்கு மட்டுமே வாய்ப்பளித்து வேட்பாளர்களாக அரசியல் கட்சிகள் களமிறக்குகின்றன. அதனாலேயே செல்வந்தர்களால் எளிதாக அரசியலுக்குள் நுழைந்து, வேட்பாளராகி, வென்று, அதிகாரத்திற்கு வந்துவிடமுடிகிறது. இரண்டாவதாக,*

வேட்பாளர்களின் கடந்தகாலத்தை வைத்து, தங்களுக்கான வேட்பாளரைத் தேர்த்தெடுக்கும் நியாயமும் வாக்காளர்களுக்கு உண்டு. கடந்த காலத்தில் இருந்த அரசுகளும், வெற்றிபெற்றவர்களும் செய்துகொடுக்க முடியாத அடிப்படைத் தேவைகளை இனிமேல் வெற்றிபெறுபவர்கள் செய்ய வேண்டுமென்றால், பலமிக்கவராக ஒருவரைத் தான் தேர்ந்தெடுக்க வேண்டும் என்றும் அவர்கள் நம்பவைக்கப்படுகிறார்கள்.[14]

குற்றவாளிகளும் ஒப்பந்தக்காரர்களும் அரசியல்வாதிகளுக்கும் அரசியல் கட்சிகளுக்கும் நிதியளித்து, தனக்குத் தேவையான காரியங்களை சாதித்துக்கொண்டிருக்கின்றனர். ஆனால் யாரோ ஒருவருக்கு நிதியளித்து அவரைத் தேர்தலில் வெற்றிபெறவைத்து, அதற்கான பிரதிபலனை அவரிடம் எதிர்பார்ப்பதற்கு பதிலாக, குற்றவாளிகளும் ஒப்பந்தக்காரர்களுமே அரசியல் கட்சிகளில் இணைந்து தேர்தலில் போட்டியிடத் துவங்கிவிட்டனர். பணமும் அதிகாரமும் கொண்ட அவர்களை சிவப்புக்கம்பளம் விரித்து பெரிய கட்சிகளெல்லாம் வரவேற்க ஆரம்பித்துவிட்டன.

‘1984 தேர்தலில் உத்தரப்பிரதேசத்தில் வெற்றி பெற்றவர்களில் 10 சதவிகிதத்திற்கும் குறைவானவர்களே கிரிமினல் வழக்குகளில் குற்றஞ்சாட்டப்பட்டவர்களாக இருந்தனர். ஆனால் அதுவே 2012 ஆம் ஆண்டிலோ அத்தகையவர்களின் எண்ணிக்கை 45 சதவிகிதமாக உயர்ந்திருக்கிறது’

என்கிறார் வைஷ்னவ்.

இந்திய நீதிமன்றங்களில் வழக்குகள் முடிவடைவதற்கே பல ஆண்டுகள் ஆகிறபடியால், ஏராளமான வழக்குகளில் குற்றஞ்சாட்டப்பட்டவர்கள் எவ்வித பயமும் இன்றி தேர்தலில் போட்டியிடுவதும், வெற்றிபெறுவதுமாக இருக்கிறார்கள். குற்றஞ்சாட்டப்பட்டாலே தேர்தலில் போட்டியிடுவதைத் தடைசெய்வது சாத்தியமில்லாததாக இருக்கிறது. அப்படியொரு சட்டம் நிறைவேற்றப்பட்டால், எதிர்க்கட்சியினரைத் தேர்தலில் போட்டியிடமுடியாதவாறு ஆளும் கட்சிகள் பல்வேறு வழக்குகளைப் போட்டு தடைசெய்துவிடுவார்கள். தற்போதிருக்கும் சட்டப்படி, தண்டனை உறுதிசெய்யப்பட்டவர்களால் அடுத்த ஆறாண்டுகளுக்கு தேர்தலில்

போட்டியிடமுடியாது. ஆனால் பணபலமும் அதிகாரபலமும் கொண்டவர்களுக்கு தண்டனை கிடைப்பதே அபூர்வம் தான். அவர்கள் வழக்கை பல ஆண்டுகளாக இழுத்தடிப்பதும், தண்டனை பெற்றாலும் மேல்முறையீட்டில் காலத்தை வீணடிப்பதுமாக தொடர்கிறார்கள். தேர்தலில் வெற்றிபெறுவதற்கு வேட்பாளர்கள் செய்யவேண்டிய செலவுத்தொகையே மலைப்பாக இருந்தாலும், அப்படிச் செலவு செய்வதற்கு அவர்களுக்கு எங்கிருந்து பணம் கிடைக்கிறது என்பது தான் மிகப்பெரிய கவலையைத் தருகிறது. அது தான் இந்தியாவின் ஊழல்களுக்கு மிகமுக்கியமான புள்ளியாக இருக்கிறது.

மக்களுக்கு நியாயமாக வழங்கவேண்டிய சேவைகள் வழங்கப்பட்டால், நிச்சயமாக ஊழலிலோ கிரிமினல் குற்றங்களிலோ திளைப்பவர்களை எம்எல்ஏவாகவோ எம்பியாகவோ மக்கள் தேர்ந்தெடுக்கவே மாட்டார்கள். கல்வி, சுகாதாரம், தண்ணீர், மின்சாரம் போன்ற அடிப்படைத் தேவைகளை அனைத்து மக்களுக்கும் சமமாகவும் தரமாகவும் கொண்டு சேர்த்து, சட்டம் ஒழுங்கையும் சரியாகப் பராமரித்திருந்தால், எல்லோருக்கும் வேலைவாய்ப்புகள் உருவாகியிருக்கும். அத்தகைய சூழலில் நிச்சயமாக ஒரு வலிமையான மனிதர்தான் தேர்தலில் வெல்லவேண்டும் என்று மக்களும் விரும்பவேமாட்டார்கள். நீதிமன்றங்களில் மிகவிரைவாக தீர்ப்புகள் வழங்கப்பட்டால், அரசியலில் கிரிமினல் குற்றவாளிகளின் எண்ணிக்கையும் குறையும். 2014 ஆம் ஆண்டில் அப்போதைய இந்திய ரிசர்வ் வங்கி ஆளுநர் ரகுராம் ராஜன் *சலுகைசார் முதலாளித்துவம்* (Crony Capitalism) குறித்து மிக முக்கியமான ஒரு உரையை நிகழ்த்தினார். நல்லவர்களெல்லாம் தேர்தலில் வைப்புத்தொகையைக் கூட பெறமுடியாமல் மிகமோசமாகத் தோற்பதற்கு தனிமனிதர்கள் காரணமில்லை என்றும், இந்த அமைப்புமுறையின் தோல்விதான் அது என்றும் அவருடைய உரையில் விளக்க முயற்சித்தார்.

இந்த தேசத்தில் நியாயமாகக் கிடைக்கவேண்டிய அடிப்படை உரிமைகள் கூட அனைவருக்கும் கிடைப்பதில்லை. அவற்றைக் காசுகொடுத்து வாங்கமுடியாத ஏழைமக்களிடம் இருக்கிற ஒரேயொரு அதிகாரம், அவர்களது வாக்குரிமை மட்டும் தான். அதுதான் அரசியல்வாதிகளுக்குத் தேவைப்படுகிறது.

அதனைப் பெறுவதற்காக இந்தியாவில் பெரும்பான்மையாக வாழும் ஏழை மக்களுக்கு, அவர்களுடைய முழு உரிமைகளைக் கொடுக்காமல், ஒன்றிரண்டு சேவைகளை மட்டும் வழங்கி, அவர்களிடமிருந்து வாக்கைப் பறித்துக்கொள்கிறார்கள் அரசியல்வாதிகள். மிகச்சிலருக்கு அரசு வேலை, எங்காவதொரு மூலையில் ஒருசிலருக்கு நிலம், போன்றவற்றைக் கொடுத்தோ, அல்லது கொடுப்பதாக ஆசைகாட்டியோ வாக்குகளைப் பெற்றுவிடுகிறார்கள். அரசு எந்திரத்தை இப்படியாக ஓடவைப்பதில் ஊழலில் திளைக்கும் அரசியல்வாதிகள் சாமர்த்தியமாக செயல்படுகிறார்கள். தங்களுக்கு வாக்களிக்காவிட்டால், ஒன்றிரண்டு வசதிகளும் கிடைக்காமல் போய்விடலாம் என்கிற அச்சத்தையும் வாக்காளர்கள் மத்தியில் அத்தகைய அரசியல்வாதிகள் ஏற்படுத்திவிடுகிறார்கள்.[15]

ஊழல்வாதிகளாகவும் கிரிமினல் குற்றவாளிகளாகவும் இருக்கிற அரசியல்வாதிகளால் தேர்தல்களை வெல்லமுடிவதும், நேர்மையானவர்கள் தோற்றுப்போவதும் எதனால் என்பதை நம்மால் இப்போது விளங்கிக்கொள்ளமுடிகிறது. சில அரசியல்வாதிகள் தங்களுடைய தொகுதி மக்களுக்கு அளவுக்கதிகமான வசதிகளும் முன்னேற்றங்களும் கிடைத்துவிடக்கூடாது என்று மிகக்கவனமாக இருப்பதற்கான காரணமும் அதுதான் என்று ரகுராம் ராஜனின் அனுமானங்கள் நமக்கு உணர்த்துகின்றன.

தங்களுடைய உதவியில்லாமல் அவர்களுடைய தொகுதியில் எதுவுமே நடக்காது என்பது போன்ற சூழலை பல அரசியல்வாதிகள் உருவாக்கிவிடுகின்றனர். காவல்துறையையும் நீதித்துறையையும் கூட தங்களின் கட்டுப்பாடிலேயே வைத்துக்கொண்டு, தங்களைச் சார்ந்தே மக்கள் இருக்கமாறு அத்தகைய அரசியல்வாதிகள் பார்த்துக்கொள்கின்றனர். ஒரு ரேசன் அட்டை வழங்கும் நடைமுறை கூட எளிதாகிவிடக்கூடாது என்பதிலும், தன்னுடைய கண்ணசைவில் தான் எதுவும் சாத்தியமாகும் என்கிற கருத்தை விதைப்பதிலும் அவர்கள் மிகக்கவனமாக இருக்கிறார்கள். அதனால் எந்த அடிப்படைத் தேவைகளுக்கும் அதிகாரமிக்க உள்ளூர் அரசியல்வாதிகளை சார்ந்திருக்க வேண்டிய நிலைக்கு மக்கள் தள்ளப்படுகின்றனர்.

அரசியல் ஆலோசனைப் பணியில் இருந்தபோது, ஒரு குறிப்பிட்ட எம்எல்ஏ குறித்து நான் அறிந்துகொண்டேன். ஊழல் செய்வதிலும், லஞ்சம் கொடுப்பதிலும், அதிகாரத்தைத் தக்கவைப்பதிலும் யாரும் எட்டியிருக்காத அடுத்த கட்டத்திற்கு அவர் நகர்ந்திருப்பதைப் பார்த்து அதிர்ச்சியடைந்தேன். அவர் போட்டியிட்ட தொகுதியில் சுயேச்சையாக வெற்றிபெற்றிருந்தார். அதிகமான ஏழைமக்கள் வாழும் அத்தொகுதியில் ஏறத்தாழ பாதி வாக்காளர்களுக்கு மாதா மாதாம் 1000 ரூபாய் முதல் 2000 ரூபாய் வரையிலும் கொடுத்து வந்திருக்கிறார். எந்த வருமானமும் வேலைவாய்ப்பும் அத்தொகுதியில் இல்லாத காரணத்தால், சிறுதொகை கூட அம்மக்களுக்கு பெரிய பணமாக இருந்திருக்கிறது. பெரும்பான்மையான வாக்காளர்களை தன்னைச் சார்ந்தே வாழவேண்டிய நிர்பந்தத்தை உருவாக்கி, அத்தொகுதியில் எளிதாக வென்றிருக்கிறார். அதன்மூலம் அவர் அசைக்கமுடியாத ஒரு அரசியல் சக்தியாகவும் திகழ்கிறார். அவரால் தொடர்ச்சியாக மாதாமாதம் செலவு செய்யமுடிகிற வரையிலும் அத்தொகுதியில் வென்றுகொண்டே இருப்பார் என்பது உறுதி.

அவருடைய தொகுதி அமைந்திருக்கிற மாவட்டத்தில் இயங்கிவரும் பல சுரங்க நிறுவனங்களுக்கு உதவிசெய்த வகையிலும், ஒரு குறிப்பிட்ட சுரங்க ஒப்பந்ததாரருக்கு பல்வேறு வகையில் கைகொடுத்து உதவிய வகையிலும், அவருக்குக் கிடைக்கிற வருமானத்தில் ஒரு சிறுதொகையைத் தான் மக்களுக்கு மாதாமாதம் கொடுக்கிறார். அவருக்கு பணத்தை வழங்கும் அந்த ஒப்பந்தக்கார நிறுவனத்தின் ஆண்டு வருமானமோ, பதினைந்தே ஆண்டுகளில் 90 கோடியிலிருந்து 1300 கோடியாக உயர்ந்திருக்கிறது.[16] எந்தவொரு சுரங்கவேலையைத் துவங்குவதற்கு முன்னரும், அதைச்சுற்றி வாழும் பொதுமக்களிடம் கருத்துக்கேட்பு நிகழ்வினை நடத்தியே ஆகவேண்டும். மாதந்தோறும் ஒரு சிறுதொகையை அப்பகுதி மக்களுக்கு கொடுப்பதன்மூலம், அப்பகுதியில் எம்எல்ஏவின் உதவியுடன் சுரங்க நிறுவனங்களால் சுரங்கப்பணிகளை எவ்விதத் தங்குதடையுமின்றி தொடர்ச்சியாக செய்யமுடிகிறது. சட்டவிரோதமாக தொழில் செய்யும் முதலாளிகளுக்கு அரசியல்வாதிகள் உதவி செய்வதும், அந்த அரசியல்வாதிகளின் தேர்தல் செலவுக்கு அவர்களால் பலனடைந்த முதலாளிகள் பணமளிப்பதுமான இந்த நடைமுறைக்குத் தான் 'சலுகைசார்

முதலாளித்துவம்' என்று பெயர். இப்படியாகத்தான் இந்தியாவின் பெரும்பாலான அரசியல்வாதிகள் நிதியைப்பெற்று அரசியலில் இயங்கிவருகின்றனர்.

இந்தியாவில் ஊழல் என்பது அரசியல்வாதிகளாலும் பெருமுதலாளிகளாலும் திட்டமிட்டு செயல்படுத்தப்படும் ஒரு வட்டம் என்கிறார் இரகுராம் ராஜன்.

'நேர்மையற்ற இப்படியான அரசியல்வாதிகளுக்கு முதலாளிகளும் அவர்கள் கொடுக்கும் நிதியும் தேவையாக இருக்கிறது.அப்பணத்திலிருந்து ஒரு சிறுதொகையை இந்திய ஏழைமக்களுக்குக் கொடுத்துவிட்டு, அதற்கு பதிலாக வாக்காக அரசியல்வாதிகள் பெற்றுக்கொண்டு அரசியல் அதிகாரத்தை அடைந்துவிடுகின்றனர். வெற்றிபெற்ற நேர்மையற்ற அரசியல்வாதிகளின் உதவியுடன் அரசு ஒப்பந்தங்களையும், அரசின் சலுகைகளையும், அரசின் சேவைகளையும் முதலாளிகள் பெற்றுக்கொள்கின்றனர்.' [17]

உள்ளூர் அரசியல்வாதிகள் முதல் அரசியல் கட்சிகளின் தலைமை வரையிலும் இந்த நடைமுறை பின்பற்றப்படுகிறது. அரசின் சேவைகளும் நலத்திட்டங்களும் அடிப்படைவசதிகளும் அனைத்து மக்களுக்கும் கிடைக்கச் செய்துவிட்டாலே, உள்ளூர் அரசியல்வாதிகளின் ஊழலில் பெரும்பகுதியைத் தடுத்துவிடலாம். நடைமுறையில் சாத்தியமாகுமோ இல்லையோ, அப்படியான ஒருதீர்வாவது உள்ளூர் ஊழலுக்கு இருக்கிறது. ஆனால் இந்த சலுகைசார் முதலாளித்துவத்தால், பெருமுதலாளிகளின் நலனுக்காகவே செயல்படுகிற சலுகைசார் முதலாளித்துவத்தை தடுப்பதற்கு இப்படியான நேரடியான எளிய தீர்வுகள் கூட இல்லை என்பது தான் கவலையாக இருக்கிறது.

சலுகைசார் முதலாளித்துவம் (க்ரோனி முதலாளித்துவம்)

நாளுக்கு நாள் அதிகரித்துவரும் தேர்தல் செலவுகளை சமாளிப்பதற்கு மக்களிடம் வசூல் செய்துதான் ஆகவேண்டிய நிலையில் அரசியல் கட்சிகள் இருக்கின்றன. அதிகமாக வசூல் செய்யும் கட்சிகள் தான், தேர்தலில் வெற்றி பெறுவதற்கான அதிகமான வாய்ப்பையும் கொண்டிருக்கின்றன. தொழிலதிபர்களும் பெருமுதலாளிகளும் மனமுவந்து பெரிய

கட்சிகளுக்கு நிதியளிக்கத் தயாராக இருக்கின்றனர். அவர்கள் நிதியளிக்கும் கட்சி தேர்தலில் வெற்றிபெற்றுவிட்டால், அவர்களை வைத்தே தங்களுடைய வியாபாரத்திற்குத் தகுந்தாற்போன்ற சட்டங்களையும் திட்டங்களையும் நிறைவேற்றிக்கொள்ளலாம் என்பது தான் அவர்களின் நோக்கம். இதற்கு முந்தைய பகுதியில் உள்ளூர் வியாபாரிகளும் ஒப்பந்தக்காரர்களும் எவ்வாறு உள்ளூர் அரசியல்வாதிகளைப் பயன்படுத்திக்கொண்டு ஒப்பந்தங்களைப் பெறுகிறார்கள் என்று பார்த்தோம். ஆனால், மிகப்பெரிய முதலாளிகள் நேரடியாக அரசியல் கட்சிகளுக்கே கொடுக்கும் நிதிக்கு பிரதிபலனாக, அரசுத் திட்டங்களில் ஏதாவது ஒப்பந்தங்கள் கிடைக்கிறதா என்றெல்லாம் எதிர்பார்ப்பதில்லை. அதற்கு பதிலாக, அரசின் திட்டங்களையே தங்களுக்கு சாதகமாக பெருமுதலாளிகள் மாற்றச்சொல்கிறார்கள். பெரும்பாலான பொதுத்துறை வங்கிகளின் வாராக்கடன் அதிகரிப்பதையும், அதனால் நிதிப்பற்றாக்குறை ஏற்படுவதையும், உடனே மக்களின் வரிப்பணத்தைக் கொண்டு அந்த அரசு வங்கிகளைக் காப்பாற்றுவதையும் நாம் பார்க்கிறோம். வங்கிகளிடம் வாங்கப்பட்ட கடன்களை திருப்பிச் செலுத்தமுடியாத நிலையில் நிறுவனங்கள் இருக்கிறபட்சத்தில், வங்கிகளைப் பொறுத்தவரையில் அக்கடன்களெல்லாம் செயற்படாச் சொத்துக்கள் ஆகின்றன.

எந்தவொரு வங்கியை எடுத்துக்கொண்டாலும், ஒரு குறிப்பிட்ட அளவிற்காவது செயல்படாச் சொத்துக்கள் இருக்கத்தான் செய்யும். வியாபாரத்தில் சிலநேரம் இழப்பும் ஏற்பட வாய்ப்பிருப்பதைப் போல, வியாபாரத்திற்குக் கொடுக்கப்படுகிற சில கடன்களும் திரும்பவராமல் போக வாய்ப்பிருக்கிறது. மீளமுடியாத இழப்பை ஒரு வியாபாரம் சந்திக்குமானால், அந்த வியாபாரத்திற்காக வாங்கப்பட்ட கடன்களையும் திருப்பிச் செலுத்தமுடியாத சூழல்தான் உருவாகும். அதற்காகத் தான் கடனை வழங்கும்போதே, அந்தக் கடனுக்கு இணையான வேறு ஏதாவது சொத்தை அடமானமாக கடனைப் பெறும் நிறுவனங்களிடம் இருந்து வங்கிகள் கேட்டுப்பெறும். சமீபகாலங்களில் வியாபாரத்தை நடத்துவதற்கு பணம் வாங்குகிறார்களோ இல்லையோ, சொகுசு வாழ்க்கை வாழ்வதற்கும் நாடு நாடாகச்சென்று பல்வேறு மாநாடுகளில் கலந்துகொண்டு 'வியாபாரம் செய்வதெப்படி' என்று அறிவுரை

வழங்குவதற்குமே பெருமுதலாளிகளில் பலரும் வங்கிகளில் கடன்களை வாங்கிக்குவிக்கின்றனர். அப்படியாக வாங்கப்படுகிற கடன்கள் திருப்பிச் செலுத்தப்படுவதே இல்லை. அதனால் திவால் ஆகிற வங்கிகளை மக்களின் வரிப்பணத்தால் தான் மீட்கவேண்டிய நிலை ஏற்படுகிறது. திருப்பிச்செலுத்தும் நோக்கமே இல்லாத பெருமுதலாளிகளுக்கும் கடன்தருவதன் பின்னணியில் சலுகைசார் முதலாளித்துவமே இருக்கிறது.

கேரியர்ஸ்360.காம் (Careers360.com) என்கிற இணையதளத்தின் நிறுவனரும் பட்டயக் கணக்காளருமான மகேஸ்வர் பெரி, பல ஆண்டுகளுக்கு முன்பு பொதுத்துறை வங்கியொன்றில் தனக்கேற்பட்ட அனுபவமொன்றை ஏசியா டைம்ஸ் கட்டுரையில் குறிப்பிட்டிருந்தார்.

> *‘நான் ஒருமுறை பொதுத்துறை வங்கியொன்றிற்கு சென்று அதன் தலைமைப் பொறுப்பில் இருப்பவரை சந்தித்து பேசிக்கொண்டிருந்தேன். அப்போது, வங்கியின் தலைமை அதிகாரிக்கு அமைச்சரிடம் இருந்து தொலைபேசி அழைப்பு வந்தது. எனக்கு தெலுங்கு தெரியாது என்று நினைத்துக்கொண்டு அவர்கள் தைரியமாக தெலுங்கில் பேசிக்கொண்டனர். ஏதோவொரு நிறுவனத்திற்கு எவ்விதப் பரிசோதனையும் செய்யாமல் கடன் வழங்குமாறு வங்கித் தலைமை அதிகாரியிடம் தொலைபேசியின் மறுமுனையில் இருந்த அமைச்சர் கேட்டுக்கொண்டார். அமைச்சர் பரிந்துரைக்கும் அந்த நிறுவனம் அதற்குமுன்னரும் பல கடன்கள் வாங்கியிருப்பதையும், முறையாக எந்தக் கடனையும் திருப்பிச் செலுத்தியதில்லை என்பதையும் அவர்களது உரையாடலில் இருந்து நான் தெரிந்துகொண்டேன். ஆனாலும் அந்த நிறுவனத்திற்கு இம்முறையும் கடன் வழங்கப்படும் என்று அமைச்சருக்கு தொலைபேசியிலேயே வங்கியின் தலைமையதிகாரி உறுதியளித்தார் என்பதைப் புரிந்துகொண்டேன்.’* [18]

எவ்விதப் பாதுபாப்புப் பத்திரங்களையும் கேட்டுப்பெறாமல், கடன்வழங்குவதற்கான நடைமுறைகளைக் கூட ஒழுங்காகப் பின்பற்றாமல் அரசியல் அழுத்தங்களுக்காக பொதுத்துறை வங்கிகளில் இருந்து பெருநிறுவனங்களுக்கு கடன்வழங்கப்பட்ட ஆயிரக்கணக்கான நிகழ்வுகளில் இதுவும் ஒன்று. 2015 ஆம் ஆண்டு மே மாதத்தில், ‘இந்தியாவின் செயல்படாத சொத்துக்கள்

குறித்த உண்மைகள் - இதிலிருந்து மீளமுடியுமா இந்திய வங்கித்துறை?' என்கிற தலைப்பில் எர்ன்ஸ்ட் & யங் என்கிற நிறுவனம் ஒரு அறிக்கை வெளியிட்டிருந்தது.

'பொருளாதார நெருக்கடியினால் தான் தங்களால் கடனைத் திருப்பிச் செலுத்தமுடியாமல் போவதாக தொடர்ச்சியாக கார்ப்பரேட் பெருநிறுவனங்கள் கூறிவருகின்றன. ஆனால், அவர்கள் எந்த காரணத்திற்காக கடன்பெறுவதாகச் சொல்கிறார்களோ, அப்பணத்தை நேர்மையாக அதற்காக செலவிடாமல் வேறெங்கோ திருப்பிடுவதும், கடனைத் திருப்பிச்செலுத்தும் நோக்கமே இல்லாமல் கடன் வாங்குவதும் தான் நெருக்கடிக்கே முக்கிய காரணமாக இருக்கிறது என்பதை அவர்களுடைய நிதிமேலாண்மையை ஆய்வுசெய்தால் தெளிவாகத் தெரிகிறது' [19]

என்று அவர்களுடைய அறிக்கையில் குறிப்பிட்டிருக்கிறார்கள்.

ஆயிரக்கணக்கான கோடிகளில் கடன்வாங்கிவிட்டு, திருப்பிச்செலுத்தாமல் இந்தியாவிலிருந்து நீரவ் மோடியும் விஜய் மல்லையாவும் தப்பித்து ஓடியிருக்கிறார்கள். ஆனால் உண்மையில் அவர்களைப் போலவே ஏறத்தாழ இந்தியாவின் அனைத்து பெரிய கார்ப்பரேட் நிறுவனங்களும் ஏராளமான கடன்பாக்கி வைத்திருக்கிறார்கள். 2018 ஆம் ஆண்டு வெளியுறவுத்துறை அமைச்சகம் வெளியிட்ட அறிக்கையின்படி, சுமார் 40000 கோடி கடனைத் திருப்பிச் செலுத்தாமல், பதினைந்து வெவ்வேறு வழக்குகளில் தொடர்புடைய முப்பத்தியோரு பேர் இந்தியாவில் இருந்து தப்பித்து வெளியேறியிருக்கின்றனர். [20]

எஸ்ஸார் ஸ்டீல் என்கிற மிகப்பெரிய நிறுவனம் கூட 49000 கோடி ரூபாய்க்கும் மேல் கடன்பாக்கி வைத்திருக்கிறது. [21] அந்நிறுவனம் திவாலாகிவிட்டதாக 2017 ஆம் ஆண்டு ஆகஸ்ட் மாதத்தில் தேசிய நிறுவன சட்ட தீர்ப்பாயத்தில் (NCLT) தாக்கல் செய்யப்பட்டது. அந்த நிறுவனத்தின் ஒட்டுமொத்த சொத்துக்களையும் விற்று வங்கிக் கடனை செலுத்தினாலும், கடன் கொடுத்த வங்கிகளுக்கு ஒருசில ஆயிரம் கோடிகளாவது இழப்பு ஏற்படும். வேறு பல நிறுவனங்களின் திவால் குறித்தெல்லாம் ஆய்வு செய்தால், எஸ்ஸார் ஸ்டீல் நிறுவனமே எவ்வளவோ மேல் என்பது போலத் தோன்றும். பல நிறுவனங்களில், ஒட்டுமொத்த கடன்தொகையில் 60

சதவிகிதத்திற்கும் அதிகமாக இழப்பெல்லாம் கூட ஏற்பட்டிருக்கிறது.[22] சலுகைசார் முதலாளித்துவத்தால் இன்றைக்கு ஏற்படுகிற இழப்புகளெல்லாம் கடந்தகால ஐக்கிய முற்போக்குக் கூட்டணி அரசால் கொடுக்கப்பட்ட கடன்கள் தான் என்றும், இந்த அரசில் அப்படியாக எந்தக் கடனும் வழங்கப்படுவதில்லை என்றும் இன்றைய பிரதமர் மோடி கூறுகிறார். ஆனால், கடன்கள் கொடுக்கப்பட்டு அது செயல்படாச் சொத்தாக அறிவிக்கப்படுவதற்கு சில வருடங்கள் ஆகுமென்பதால், மோடியின் பேச்சில் எந்தளவுக்கு உண்மையிருக்கிறது என்பது போகப்போகத் தான் தெரியும்.

ரஃபேல் விமானங்கள் வாங்கியதில் இன்றைய மோடி அரசு ஊழல் செய்திருப்பதாக எதிர்க்கட்சிகள் விமர்சனம் வைத்திருக்கின்றன. டசால்ட் ஏவியேசன் என்கிற பிரெஞ்சு நிறுவனத்திடமிருந்து முழுமையாக பிரான்சிலேயே தயாரிக்கப்பட்ட முப்பத்தியாறு போர் விமானங்களை 58000 கோடி ரூபாய்க்கு வாங்குவது தான் மோடி அரசின் திட்டம். 2016 ஆம் ஆண்டு செப்டம்பர் மாதத்தில் இந்தியாவுக்கும் பிரான்சுக்கும் இடையிலே போடப்பட்ட ஒப்பந்தம் அது. 2012 லேயே காங்கிரஸ் தலைமையிலான ஐக்கிய முற்போக்குக் கூட்டணி ஆட்சியில் இருக்கும்போதே, இந்த ஒப்பந்தத்தின் முதல்வடிவம் கையெழுத்தானது. அந்த முதல் ஒப்பந்தப்படி, பிரான்சிலேயே முழுமையாகத் தயாரிக்கப்பட்ட பதினெட்டு போர் விமானங்களை வாங்குவது என்றும், இந்தியாவில் இருக்கும் அரசுத்துறை நிறுவனமான இந்துஸ்தான் ஏரோனாட்டிகல் நிறுவனத்தில் 108 போர் விமானங்களின் பாகங்களைப் பொருத்தி பயன்பாட்டிற்குக் கொண்டுவருவது என்றும் முடிவெடுக்கப்பட்டிருந்தது. ஆனால், அந்த ஒப்பந்தத்தை மோடியரசு 2016இல் மொத்தமாக மாற்றியமைத்துவிட்டது. இந்தியாவில் எந்த விமானமும் தயாரிக்கவோ, பாகங்களைப் பொருத்தவோ மாட்டாது என்று ஒப்பந்தத்தில் மாற்றம் செய்துவிட்டார்கள். அத்துடன் பதினெட்டுக்குப் பதிலாக, முப்பத்தியாறு விமானங்களை நேரடியாகவே பிரெஞ்சு நிறுவனத்திடமிருந்து வாங்குவதும் என்றும் முடிவெடுத்துவிட்டார்கள். அந்த ஒப்பந்தப்படி, இந்தியா செலவிடுகிற தொகையில் சுமார் 30 சதவிகிதம் அளவிற்கு (அதாவது 58000 கோடியில் 30%) இந்தியாவின் இராணுவம் மற்றும் விமானத் தயாரிப்புத் துறையில்

பிரெஞ்சு அரசாங்கம் முதலீடு செய்யவேண்டும் என்றும் ரஃபேல் விமானத் தயாரிப்புக்குத் தேவையான பாகங்களில் 20 சதவிகிதம் அளவிற்கு இந்தியாவிலேயே தயாரிக்க வேண்டும் என்று எழுதப்பட்டிருக்கிறது. அந்தத் தயாரிப்பு உரிமையினை இந்திய அரசுத்துறை நிறுவனமான இந்துஸ்தான் ஏரோனாட்டிகல் நிறுவனத்திற்கு வழங்காமல், அம்பானிக்குச் சொந்தமான ரிலயன்ஸ் பாதுகாப்பு நிறுவனத்திற்கு உரிமம் வழங்கப்பட்டிருக்கிறது.[23] அதனால் தான் இந்த மோடியரசால் மாற்றியமைக்கப்பட்ட இந்த ஒட்டுமொத்த ஒப்பந்தமும் ஊழல் நிறைந்தது என்று காங்கிரஸ் கட்சி குற்றஞ்சாட்டியது.

தேசப் பாதுகாப்பைக் காரணம்காட்டி, ரஃபேல் ஒப்பந்தம் குறித்தோ அதன்மூலம் வாங்கப்படும் விமானங்களின் விலைகுறித்தோ எந்தத் தகவலையும் வெளியிடமுடியாது என்று மோடி அரசு மறுத்துவிட்டது.[24] ஏற்கனவே தேசபக்தி என்கிற பெயரில் பரப்பப்பட்டுக் கொண்டிருக்கிற பல்வேறு சமூக ஊடகச் செய்திகளாலும் வாட்சப் வதந்திகளாலும் மக்களின் பொதுப்புத்தியில் ஏற்படுத்தப்பட்டிருக்கிற மாற்றங்களினால், மோடி அரசின் இந்தப் பிரச்சாரமும் மக்களிடம் எளிதாக எடுபட்டது. ஆனால் இதே ஒப்பந்தத்தின் முதல் வடிவத்தை காங்கிரஸ் ஆட்சியில் கையெழுத்திட்டபோது, முழுவிவரங்களும் அப்போதைய அரசால் மக்கள் முன் வைக்கப்பட்டன. ஆக, தேசப்பாதுகாப்பு என்கிற பெயரில், மக்களுக்குத் தெரிந்திருக்க வேண்டிய பல தகவல்களை மோடி அரசு மறைத்திருக்கிறது என்பது தான் உண்மை.

பாதுகாப்புத் துறைக்குத் தேவையான பொருட்களை வாங்குவதில் ஊழல் செய்வதென்பது இந்திய வரலாற்றில் தொடர்ச்சியாக நடைபெற்றுக்கொண்டே இருக்கிறது. 1948இல் இந்திய இராணுவத்திற்கு இங்கிலாந்திடம் இருந்து 200 வாகனங்கள் வாங்குவதாக கணக்கு காட்டப்பட்டு, வெறுமனே 155 வாகனங்கள் தான் வாங்கப்பட்டன. 'ஜீப் ஊழல்' என்று அழைக்கப்பட்ட அந்த ஊழல் வழக்கு, 1955ஆம் ஆண்டில் தான் முடிவுக்கு வந்தது.

1987இல் இராஜீவ் காந்தி பிரதமராக இருந்தபோது, மிகப்பரவலாகப் பேசப்பட்ட 'போபர்ஸ் பீரங்கிபேர ஊழல்' என்பதும் பாதுகாப்புத் துறையில் நடந்த ஊழல் தான். அதேபோல 1999இல் இராணுவ அதிகாரிகளும் அரசியல் தலைவர்களும் இணைந்து பெருமளவுக்கு லஞ்சம் பெற்றனர்

என்பதை விரிவான செய்தியாக தெகல்கா பத்திரிக்கை வெளியிட்டது. பதினைந்துக்கும் மேற்பட்ட இராணுவ ஒப்பந்தங்களில் ஊழல் நடந்திருப்பதாக, அதில் ஈடுபட்டவர்களுக்கே தெரியாமல் அவர்களிடமிருந்தே பல உண்மைகளை தெகல்கா வெளிக்கொண்டுவந்தது. அதுமட்டுமில்லாமல், அப்போது பாஜக தலைவராக இருந்த பங்காரு இலட்சுமணன் ஒரு இலட்ச ரூபாயை லஞ்சமாகப் பெறுவதையும் ஆதாரத்தோடு வெளியிட்டது தெகல்கா.[25] 2013 ஆம் ஆண்டில் ஏ.கே.அந்தோணி பாதுகாப்புத்துறை அமைச்சராக இருந்தபோது 'அகஸ்தாவெஸ்ட்லாந்து ஊழல்' குறித்த தகவல்களெல்லாம் தலைப்புச்செய்திகளாக வெளியாகின. அதனைத் தொடர்ந்து, 'ஆம், இராணுவத்திற்கு ஹெலிகாப்டர் வாங்கியதில் ஊழல் நடந்திருக்கிறது, பலரும் லஞ்சம் வாங்கியிருக்கிறார்கள். மத்திய புலனாய்வுத் துறை அதனை மிகத்தீவிரமாக விசாரித்து வருகிறது' என்று ஒப்புக்கொள்ளும் நிலைக்கு ஏ.கே.அந்தோணி தள்ளப்பட்டார்.[26]

இத்தகைய பல ஊழல்கள் கடந்த காலங்களில் நடந்தபோதும், விசாரணைகளாவது அவற்றின் மீதெல்லாம் நடத்தப்பட்டிருக்கின்றன. ஆனால், இந்திய அரசின் பொதுத்துறை நிறுவனமான இந்துஸ்தான் ஏரோனாட்டிகல் நிறுவனத்தை ஓரங்கட்டிவிட்டு, ரிலயன்ஸ் நிறுவனத்திற்கு சாதகமான ஒப்பந்தத்தை மோடி அரசு கையெழுத்திட்டிருக்கின்றதால், அது பல கேள்விகளை நம்மிடையே எழுப்புகிறது. தீவிர விசாரணை மேற்கொள்ளப்பட வேண்டிய ஒரு ஒப்பந்தமாகவும் தெரிகிறது. ஆனால், தேசியப் பாதுகாப்பையெல்லாம் காரணம் காட்டி குற்றச்சாட்டுகளை அரசே மழுங்கடித்துவிட்டது. அதற்கு ஊடகங்களெல்லாம் துணையாக இருந்து ஒட்டுமொத்த விவாதத்தையே திசைமாற்றிவிட்டன. 'உன்னுடைய ஆட்சியில் தான் அது நடந்தது. என்னுடைய ஆட்சியில் நடக்கவில்லை' என்று வெறுமனே அரசியல் கட்சிகளுக்கிடையிலான சண்டையாக மாற்றி, உண்மையான ஊழல் குற்றச்சாட்டுகள் குறித்த விவாதங்களையே நடக்கவிடாமல் பார்த்துக்கொள்ளப் பட்டுவிட்டது.

பிரதமர் நரேந்திர மோடி குஜராத் முதல்வராக இருந்த காலத்திலிருந்தே அவருடன் மிக நெருக்கமாக இருந்து, சலுகைசார் முதலாளித்துவத்தால் மற்றொரு பெரிய நிறுவனமும்

பலனடைந்துகொண்டே வந்திருப்பதாக ஒரு குற்றச்சாட்டு இருக்கிறது. குஜராத்தின் சிறப்புப் பொருளாதார மண்டலங்களில் இயங்கிவருகிற அதானி குழுமத்தின் பன்னிரண்டு வளாகங்களும் சுற்றுச்சூழல் அமைச்சகத்தின் தடையில்லாச் சான்றிதழைக் கூட வாங்காமல் இயங்கிவருகின்றன என்பதை 2014 ஆம் ஆண்டில் குஜராத் உயர்நீதிமன்றம் கண்டறிந்தது. அதிலும், 2012 ஆம் ஆண்டு மே மாதத்திலேயே, தடையில்லாச் சான்றிதழ் வாங்கச்சொல்லி உயர்நீதிமன்றம் ஆணைபிறப்பித்திருந்தது. ஆனால் அதானி குழுமமோ அந்த ஆணையையெல்லாம் கண்டுகொள்ளவே இல்லை. அதானி குழுமத்தால் இயக்கப்பட்டு வந்த சிறப்புப் பொருளாதார மண்டலங்களால், ஏறத்தாழ 20000 மீனவர்கள் பாதிக்கப்படுகிறார்கள் என்று அதனைச் சுற்றிவாழும் கிராம மக்கள் வழக்கு தொடுத்திருந்தனர். அதனைத் தொடர்ந்து தான் அதானியின் தொழிற்சாலைகளை மூடச்சொல்லி உயர்நீதிமன்றம் உத்தரவிட்டது. ஆனால் மத்தியில் பாஜக அரசு அமைந்த இரண்டே மாதங்களில் மத்திய சுற்றுச்சூழல் மற்றும் வனத்துறை அமைச்சகத்திடமிருந்து அனைத்து தடையில்லாச் சான்றிதழ்களும் அதானி குழுமம் பெற்றுவிட்டது.[27] குஜராத்தின் முந்திரா துறைமுகத்திற்கு அருகில் அதானி குழுமத்திற்கு குஜராத் அரசினால் மிகமிகக்குறைந்த விலைக்கு நிலம் வழங்கப்பட்டது. அதனால் அரசுக்கு 6546 கோடிரூபாய் இழப்பு ஏற்பட்டிருப்பதாக ஆதாரங்களை முன்வைத்து பல்வேறு சமூக ஆர்வலர்களும் அரசியல்வாதிகளும் தெரிவித்தனர்.[28]

அதேபோல, இந்திய வருமானவரித்துறைக்கு 1000 கோடி ரூபாய்க்கும் மேலாக வருமான வரி ஏய்ப்பு செய்திருப்பதாக அதானி குழுமத்தின் மீது, எக்கனாமிக் அன்ட் பொலிட்டிக்கல் வார இதழில் மூத்த பத்திரிக்கையாளரான பரஞ்சோ குகா தாகுர்தா ஒரு கட்டுரை எழுதினார். மத்திய நிதித்துறை அமைச்சகம் அதனைக் கண்டும் காணாதது போல் அமைதியாக இருக்கிறது என்பது தான் அவரது கட்டுரையின் முக்கியமான குற்றச்சாட்டாக இருந்தது.[29] அதானி குழுமத்தின் மின்சார உற்பத்தி நிறுவனம் பலனடைய வேண்டும் என்பதற்காகவே, 'மூலப்பொருட்கள் வாங்கினால் வரிவிலக்கு' என்று சிறப்புப் பொருளாதார மண்டலச் சட்டத்திலேயே மத்திய அரசு திருத்தத்தைக் கொண்டு வந்தது. அதன் மூலம் அதானி குழுமத்திற்கு 500 கோடி ரூபாய் அளவிற்கு இலாபம் கிடைத்திருக்கிறது என்றும் 2017 ஆம் ஆண்டு ஜூன் மாதத்தில்

அவர் எழுதிய கட்டுரையொன்றில் குறிப்பிட்டிருக்கிறார். அக்கட்டுரை வொயர் இணையதளத்திலும் வெளியாகியிருந்தது. ஆனால் இவ்விரண்டு கட்டுரைகளையும் வெளியிட்டவர்களின் மீது நீதிமன்றத்தில் அவதூறு வழக்கினை அதானி குழுமம் தாக்கல் செய்ததால், அக்கட்டுரைகளை நீக்கவேண்டிய நிலைக்கு அப்பத்திரிக்கைகள் தள்ளப்பட்டன. 2018 ஆம் ஆண்டு ஜூலை மாதத்தில், அக்கட்டுரைகளை நீக்கக்கோரி உள்ளூர் நீதிமன்றத்தில் வழங்கிய உத்தரவுக்கு சரியான காரணங்களே இல்லையென்று கூறி, அக்கட்டுரைகளுக்கான தடையினை நீக்கி குஜராத் உயர்நீதிமன்றம் உத்தரவிட்டது.[30]

2017 ஆம் ஆண்டு அக்டோபர் மாதத்தில் டைம்ஸ் ஆஃப் இந்தியா நாளிதழ் ஒரு கட்டுரை வெளியிட்டிருந்தது. அதில்,

> *'பாபா இராம்தேவின் பதஞ்சலி ஆயுர்வேத நிறுவனத்திற்கு நிலம் ஒதுக்கியது தொடர்பான ஆவணங்களைக் கோரி, தகவல் அறியும் உரிமை சட்டத்தைப் பயன்படுத்தி ஒரு கோரிக்கை மனு தாக்கல் செய்யப்பட்டது. அந்த விண்ணப்பத்தை ஏற்று, அதற்கான பதிலை வெளியிட்ட இரண்டு அரசு அதிகாரிகளை பதினைந்து நாட்களுக்குள்ளாகவே பணியிடமாற்றம் செய்து அரசு உத்தரவிட்டிருக்கிறது. உண்மையை சொல்லியதற்கான தண்டனையாக அந்த உத்தரவு மேற்கொள்ளப்பட்டிருக்கிறதா என்பன போன்ற கேள்விகள் வலுவாக எழுகின்றன'*

என்று அக்கட்டுரையில் குறிப்பிடப்பட்டிருந்தது. பதஞ்சலி ஆயுர்வேத நிறுவனத்திற்கு 75 சதவிகிதத் தள்ளுபடியுடன் நிலம் வழங்கப்படுவதை எதிர்த்துக் கேள்விகேட்ட பிஜய் குமார் என்கிற ஐஏஎஸ் அதிகாரியை நிதியமைச்சகத்தில் இருந்தே விடுவித்தது குறித்தும் ஊடகங்களில் செய்திகள் வெளியாயின. மகாராஷ்டிர விமான நிலைய வளர்ச்சிக் கழகத்திற்கு சொந்தமான அந்த இடத்தை ஒரு உணவுப்பூங்கா கட்டுவதற்காக பதஞ்சலி நிறுவனத்திற்கு தாரைவார்த்திருக்கின்றனர். இந்த உண்மையினை தகவல் அறியும் உரிமை சட்டத்தின்படி தாக்கல் செய்யப்பட்ட ஒரு கோரிக்கையின் வாயிலாக வெளிவர உதவிய அதிகாரிகள் உடனடியாக பணியிடமாற்றம் செய்யப்பட்டனர்.

> *'சட்டத்தை ஒழுங்காகப் பின்பற்றியதற்காக அந்த அதிகாரிகள் பழிவாங்கப்பட்டிருக்கின்றனர் என்பது*

தெளிவாகவே தெரிகிறது. இனிவரும் காலங்களில் நேர்மையாக நடப்பதற்கு மற்ற அதிகாரிகளெல்லாம் அஞ்சும் நிலைக்குத் தள்ளப்படுவார்கள். இது ஒரு மோசமான முன்னுதாரணமாக மாறிவிடக்கூடும்'

என்று முன்னாள் மத்திய தகவல் ஆணையர் ஷைலேஷ் காந்தி இதுகுறித்து கருத்து தெரிவிக்கையில் கூறினார்.[31]

ஆட்சியில் இருக்கிற அரசுடனும் அரசியல்வாதிகளுடனும் நெருக்கமாக இருப்பதாலேயே மிகப்பிரம்மாண்டமான பெருமுதலாளிகளாக உருவெடுத்தவர்கள் குறித்து தன்னுடைய 'தி பில்லினியர் ராஜ்: எ ஜர்னி த்ரூ இந்தியாஸ் நியூ கில்டட் ஏஜ்' என்கிற நூலில் ஜேம்ஸ் க்ராப்ட்ரீ மிகவிரிவாகவே எழுதியிருக்கிறார்.[32] சலுகைசார் முதலாளித்துவ ஊழல்களில் ஈடுபட்டதாக முன்னர் காங்கிரசை பாஜக குற்றஞ்சாட்டியது. தற்போது பாஜக அதையெல்லாம் விட பலமடங்கு மோசமாக ஊழல் செய்வதாகக் குற்றஞ்சாட்டுவதற்கான வாய்ப்பு காங்கிரசுக்குக் கிடைத்திருக்கிறது. இந்த அமைப்புமுறையும் அதனைப் பின்பற்றுகிற அரசுகளும் தான் சலுகைசார் முதலாளித்துவம் தொடர்ச்சியாக நடைமுறையில் இருப்பதற்கான உண்மையான காரணமாகும்.

இந்திய அரசின் ஆதரவோடும் தயவோடும் தான் இந்தியாவில் வளரமுடியும் என்கிற ஆழமான நம்பிக்கையில் தான் பெரும்பாலான இந்திய முதலாளிகள் இருக்கின்றனர். 1991 இல் தாராளமயப் பொருளாதாரம் இந்தியாவில் அமலாகும் வரையிலும் சோவியத் பாணியிலான நடைமுறையில் தான் நிறுவனங்களுக்கு அனுமதி வழங்கப்பட்டன. ஒரு தனியார் நிறுவனம் என்னென்னலாம் தயாரிக்கலாம், எவ்வளவு தயாரிக்கலாம், அவற்றை என்ன விலையில் விற்கவேண்டும் போன்ற பலவற்றையும் அரசே தீர்மானித்தது.[33] லைசன்ஸ் ராஜ் என்று அழைக்கப்பட்ட அந்த நடைமுறையில் தங்களுடைய நிறுவனம் அதிக இலாபத்தில் இயங்கவேண்டுமென்றால், அரசின் உதவி நிச்சயமாகத் தேவைப்படும் சூழல் இருந்தது. அரசு ஊழியர்களின் வருமானமும் அப்போது குறைவாக இருந்ததால், லஞ்சம் வாங்க வைப்பதற்கான அனைத்து வேலைகளையும் பெருமுதலாளிகள் செய்தனர்.

1991 லிருந்து இந்தியா பலவிதங்களில் மாறியிருக்கிறது. சந்தைப் பொருளாதாரத்தை இந்தியா தேர்த்தெடுத்திருக்கிறது.

யார் வேண்டுமானாலும் எந்தத் துறையில் வேண்டுமானாலும் நுழைந்து நிறுவனங்கள் துவங்கலாம் என்கிற நிலை உருவாகியிருக்கிறது. ஆனால் இதன்மூலம் அனைத்தும் நேர்மையாகவும் நாணயமாகவும் நடந்துவிடும் என்று நம்பிவிடாதீர்கள். வியாபாரத்திலும் நிறுவனத்தை நடத்துவதிலும் யார் வெற்றி பெற வேண்டும், யார் தோல்வியடைய வேண்டும் என்பதைத் தீர்மானிக்கிற இடத்தில் தான் அரசியல்வாதிகளும் அரசுகளும் இருக்கின்றன. இந்திய அரசியல்வாதிகளுக்கு அத்தகைய நடைமுறை மிகவும் மகிழ்ச்சியைத் தருவதாகத் தான் இருக்கிறது. அரசியல் வெற்றியாளராகத் தொடர்வதற்கும் அதிகமான பணம் தேவைப்படுகிறது. ஆக, அரசியல்வாதிகளும் பெருமுதலாளிகளும் ஒருவருக்கொருவர் அவர்களுக்குள்ளாகவே உதவிக்கொண்டு பலனடைகிற ஒரு அமைப்புமுறையாக இது இருக்கிறது.

சுரங்கம் தோண்டி கனிம வளங்களை எடுப்பதற்கும், தொலைதொடர்பு அலைக்கற்றை ஒதுக்கீடு பெறுவதற்கும், இயற்கை எரிவாயுவை எடுப்பதற்கும், பல்வேறு அரசுத் திட்டங்களில் ஒப்பந்தங்கள் பெறுவதற்கும் முதலாளிகளும் அரசு அதிகாரத்தில் இருப்பவர்களும் கைகோர்த்து ஊழல் செய்கின்றனர். அதிலும், இரயில்வேயில் படுக்கை விரிப்பு வாங்குவதில் துவங்கி, பாதுகாப்புத் துறைக்கு போர் விமானங்கள் வாங்குவதாக இருந்தாலும், சாலைகளையும் பாலங்களையும் கட்டுவதற்கான ஒப்பந்தங்களைப் பெறுவது வரையிலும் ஊழலை எங்கெங்கும் அவர்கள் பரப்பிவைத்திருக்கின்றனர். பெருநிறுவனங்களுக்கு இலாபம் தரும்வகையில், எரிபொருள் விலையினை உயர்த்துவதிலும் கூட அரசின் நேரடி உதவி இருக்கிறது.

'எரிபொருள் போர்கள்: சலுகைசார் முதலாளித்துவமும் அம்பானிகளும்' என்கிற நூலில் இந்தியாவின் மிகப்பெரிய தனியார் நிறுவனமாக ரிலயன்ஸ் நிறுவனம் உருவானதன் பின்னணியில் அரசின் கொள்கைகளிலும் சட்டங்களிலும் செய்யப்பட்ட மாற்றங்கள் குறித்து மிக விரிவாக எழுதியிருக்கிறார் தாகுர்தார். பாஜக தலைமையிலான தேசிய ஜனநாயகக்கூட்டணியின் முதலாவது ஆட்சியில் வாஜ்பாய் பிரதமராக இருந்தபோது, இலாபத்தில் இயங்கிக்கொண்டிருந்த அரசுத்துறை நிறுவனங்களைக் கூட விற்றுக்கொண்டிருந்தார்கள். அப்போது இந்திய பெட்ரோகெமிக்கல் கார்ப்பரேசன்

லிமிடெட் என்கிற பொதுத்துறை நிறுவனத்தை ரிலையன்சுக்கு பாஜக அரசு கொடுத்துவிட்டது. அதன்மூலம் நினைத்துப் பார்க்கமுடியாத அளவிற்கான நிலங்களும் பல்வேறு இரசாயனத் தயாரிப்புகளில் இந்தியாவிலேயே முதன்மை நிறுவனமென்ற பெயரும் ஒருசேர ரிலையன்ஸ் நிறுவனத்திற்கு பாஜக அரசால் கிடைத்தது. அதேபோல, பாரத் பெட்ரோலியம், இந்துஸ்தான் பெட்ரோலியம், இந்தியன் ஆயில் கார்ப்பரேசனின் சில பகுதிகள் என பல அரசுத்துறை நிறுவனங்களையும் தனியாருக்கு விற்க வைப்பதற்கான முயற்சியில் ரிலையன்ஸ் குழுமம் ஏறத்தாழ வெற்றிக்கு அருகாமைவரை சென்றுவிட்டது. ஆனால், இறுதியாக நீதிமன்றத் தலையீட்டினால் அது நிறுத்தப்பட்டது.

பெட்ரோல் விலையினைத் தீர்மானிப்பதில் ஒரு குழப்பமான சூழலை வேண்டுமென்றே, திட்டமிட்டே பெட்ரோலிய அமைச்சகம் செய்ததாகவும், அதற்காக அரசு ஒப்பந்தங்களையே மிகமோசமாகத் தயாரித்ததாகவும் தாகுர்தாவிடம் எண்ணெய் மற்றும் எரிவாயு நிறுவனத்தின் முன்னாள் தலைமை அதிகாரியாக இருந்த சுபிர் ராஹா தெரிவித்தார். அந்த ஒப்பந்தங்கள் அனைத்தையும் ரிலையன்ஸ் நிறுவனத்திற்கு சாதகமாகப் புரிந்துகொள்ளப்படும்படியான ஒரு வடிவில் தயாரித்திருந்தனர். பின்னாளில் அம்பானி குடும்பத்தில் சண்டை வந்தபோது, முகேஷ் அம்பானிக்கு நெருக்கமானவர்கள் பலரும் மத்திய அமைச்சகத்திலும் பெட்ரோலியத்துறையின் கட்டுப்பாட்டாளர்கள் குழுவிலும் இருந்ததாக அவரது சகோதரரான அனில் அம்பானி குற்றஞ்சாட்டினார்.[34] அரசியலில் பணம் தேவைப்படுவதும், முதலாளிகளுக்கு அரசியல்வாதிகள் தேவைப்படுவதுமென அவர்கள் இருவருக்குமிடையில் ஒரு பிணைப்பை உருவாக்கியிருக்கிறது. இந்தச் சங்கிலியில் மூன்றாவதாக அரசு அதிகாரிகளும் இணைகின்ற இன்னொரு புள்ளியும் இருக்கிறது. அரசு ஊழியர்களின் ஊதியம் மிகக்குறைவாக இருக்கிற காலகட்டத்திலெல்லாம், அதனையே காரணம் காட்டி அவர்களும் இந்த ஊழல் சங்கிலியில் இணைந்தார்கள். 2008இல் ஆறாவது ஊதியக் கமிசனின் பரிந்துரைப்படி இந்திய அரசு ஊழியர்களின் ஊதியம் உயர்ந்தது.[35]

இருப்பினும் ஊழல் ஒரு அமைப்புமுறையாக மாறியிருப்பதால், தொடர்ச்சியாக பல அரசு அதிகாரிகள் அதில் அங்கமாகத் தொடரத்தான் செய்தனர். அரசியல்வாதிகளுக்கும் பெருமுதலாளிகளுக்கும் உதவிசெய்யாத அரசு ஊழியர்களை

இந்த அமைப்புமுறையைப் புரிந்துகொள்ளல் | 237

தண்டிப்பதற்கென்றே பல வழிகள் கையாளப்பட்டன. தண்ணீர் இல்லாத காட்டுக்கு பணியிடமாற்றம் செய்துவிடுவது அதில் மிகமுக்கியமான தண்டனையாகும்.³⁶ ஊழல்வாத அரசியல்வாதிகளை எதிர்த்ததால், தங்களுடைய வாழ்க்கையை இழந்து, எங்கோ பணியிடமாற்றம் செய்யப்பட்டு, நியாயமாகக் கிடைக்கவேண்டிய பணியுயர்வைக் கூட பெற்றிடாத பல நேர்மையான அதிகாரிகள் இருக்கின்றனர். அப்படியாக தண்டனைபெற்று வாழ்க்கையை இழந்த அதிகாரிகள் குறித்த செய்திகள் அவ்வப்போது ஊடகங்களிலும் வந்துகொண்டு தான் இருக்கின்றன.³⁷

2015 ஆம் ஆண்டு ஏப்ரல் மாதத்தில், '360 டிகிரிஸ்' என்கிற புதிய நடைமுறையின் வாயிலாக, அரசு அதிகாரிகளின் மீதான அரசியல்வாதிகளின் அதிகாரத்தை மோடி அரசு மேலும் அதிகப்படுத்தியிருக்கிறது. இதற்கு முன்னர் வருடாந்திர இரகசிய அறிக்கைகள் என்கிற எளிய முறைதான் பின்பற்றப்பட்டு வந்தது. அதன்படி, ஒவ்வொரு அரசு அதிகாரியைப் பற்றியும், அவருடைய மேலதிகாரிகள் எழுதிவைத்திருப்பதை பதிவு செய்து வைத்திருப்பார்கள். பல ஆண்டுகளுக்கு முன்னர் எழுதிய விமர்சனங்கள் கூட பாதுகாப்பாக வைக்கப்பட்டு அவையும் பரிசீலனைக்கு எடுத்துக்கொள்ளப்படும். ஆக, அதிகாரத்தில் இருக்கும் அரசாலோ அரசியல்வாதிகளாலோ எந்தவொரு அதிகாரியின் பணியுயர்வையும் திடீரென்று மாற்றிவிடமுடியாது என்பதாகத்தான் பழைய நடைமுறை இருந்தது. ஆனால் இப்புதிய 360 டிகிரி நடைமுறையினால், எந்தக் காரணமும் சொல்லாமலேயே அரசு அதிகாரிகளுக்கு நியாயமாகக் கிடைக்கவேண்டிய பணியுயர்வு கிடைக்காமல் செய்வதற்கான அதிகாரம் அரசுக்கு இருப்பதாக மாறிவிடும்.

இப்புதிய நடைமுறையில் வெளிப்படைத்தன்மை இல்லையென்றும், தவறாகப் பயன்படுத்தப்பட வாய்ப்பிருக்கிறது என்றும் 2017 ஆம் ஆண்டு ஆகஸ்ட் மாதத்தில் ஒரு பாராளுமன்றக் குழு விமர்சித்திருந்தது.

'இது ஒரு அறிவுப்பூர்வமானதாகவோ அல்லது நியாயமான காரணத்தைக் கொண்டதாகவோ கூட இல்லை. அதிகாரத்தை ஒற்றைப் புள்ளியில் குவித்து வைக்கும் வெளிப்படைத்தன்மையற்ற ஒரு நடைமுறையாகத் தான் இருக்கிறது'

என்று மத்திய நிர்வாகத் தீர்பாயத்தின் (CAT) முன்பு வினீத் சௌத்ரி என்கிற ஒரு ஐஏஎஸ் அதிகாரி இப்புதிய நடைமுறைக்கு எதிராக ஒரு குற்றச்சாட்டினை முன்வைத்தார். பல்வேறு அரசு அதிகாரிகளிடம் நேர்காணல் செய்த கேரவன் பத்திரிக்கையின் செய்தியாளரான எம்.எஸ்.நிலேனாவிடமும் இதேபோன்ற கருத்தைத் தான் அவர்கள் அனைவரும் தெரிவித்திருந்தனர். அரசு அதிகாரிகளின் வாழ்க்கையும் பணிதொடர்பான வளர்ச்சியும் இனிமேல் அரசியல்வாதிகளின் தயவில் தான் இருக்கப்போகிறது. தனக்கு நெருக்கமான ஒரு அரசு அதிகாரியின் தகுதிக்கு மீறியதொரு பதவியுயர்வினை ஒரு மூத்த அமைச்சர் கொடுத்தது குறித்து அறிந்ததுமே, மிக எளிதில் இப்புதிய நடைமுறை தவறுதலாகப் பயன்படுத்தப்படவே வாய்ப்பு இருப்பதை உணார்ந்தேன். முந்தைய நடைமுறை வழக்கத்தில் இருந்தால், அந்த குறிப்பிட்ட அதிகாரிக்கு நிச்சயமாகப் பதவியுயர்வு கிடைத்திருக்க வாய்ப்பே இல்லை.[38]

நீண்ட நெடுங்காலம் அனுபவம் இல்லாவிட்டாலும், புதியவர்களுக்கு பதவியுயர்வு கொடுத்து உயர்பதவியில் அமர வைத்தால் நாட்டிற்கு நல்லது என்ற கருத்தினை முன்னர் நானும் கொண்டிருந்தேன். ஆனால் பொதுத்துறை நிறுவனங்களில் உயரதிகாரிகளை எவ்வாறு நியமிக்கிறார்கள் என்பதைப் பார்த்ததுமே என்னுடைய கருத்தினை நான் மாற்றிக்கொண்டேன். தொலைக்காட்சி நடிகராக இருந்து, பாஜகவில் இணைந்து அரசியல்வாதியாக மாறிய கஜேந்திர சௌகானை இந்தியத் திரைப்படம் மற்றும் தொலைக்காட்சி நிறுவனத்தின் தலைவராகவும், எம்.ஜகதீஷ் குமாரை ஜவகர்லால் நேரு பல்கலைக்கழகத்தின் துணைவேந்தராகவும் நியமித்ததே என்னுடைய கருத்தினை மாற்றிக்கொள்வதற்கு மிகமுக்கியமான காரணங்களாகும். அங்கு படிக்கும் மாணவர்களும், ஆசிரியர்களுமே கூட அந்த நியமயனங்களுக்கு எதிராகப் போராடினர். தங்களுடைய கல்வி நிலையங்களின் மீதான அரசின் திணிப்பாகவே அந்த நியமனங்களை அவர்கள் பார்த்தனர். [39] [40]

ஒரு பதவிக்குத் தேவையான எவ்விதத் தகுதியோ திறமையோ அனுபவமோ இல்லையென்றாலும் கூட, ஆளும்கட்சிக்கு நெருக்கமாகவோ அல்லது தத்துவார்த்த ஒற்றுமையைக் கொண்டிருந்தாலோ, அப்பதவியைப் பெற்றுவிடமுடியும் என்பதற்கான பல உதாரணங்களை நான் கண்கூடாகவே

பார்த்திருக்கிறேன். அதேபோல, தங்களுடைய தொழிலுக்கும் வியாபாரத்திற்கும் சாதகமான முடிவுகளை எடுப்பதற்காகவே, பெருமுதலாளிகளின் ஆதரவாளர்களுக்கு ஆளும்கட்சியின் உதவியோடு அரசு நிர்வாகத்தில் உயர்பதவியைப் பெற்றுவிடுவதும் இயல்பாகவே நடக்கிறது. அத்தகைய அரசு அதிகாரிகள் எப்போதுமே பெருமுதலாளிகளுக்கு ஆதரவாகவே செயல்படுவார்கள். அவர்களுடைய பதவிக்காலம் முடிவடைந்ததும், பெரிய தனியார் தொழில்நிறுவனங்களில் ஏதேனும் கௌரவப் பதவிகள் கிடைக்கும் என்பதும் அவர்களின் எதிர்பார்ப்பில் ஒன்றாக இருக்கிறது. அதனால், அனுபவ மூப்பைக் கணக்கில் கொள்ளாமல், எங்கிருந்து வேண்டுமானாலும் யாரை வேண்டுமானாலும் கொண்டுவந்து உயர்பதவிகளில் அமரவைக்கலாம் என்கிற நடைமுறையே அரசியல்வாதிகளுக்கும், பெருமுதலாளிகளுக்கும், அதிகாரிகளுக்குமான ஒரு இணைப்பாகத்தான் இருக்கிறது.

உளவுபார்த்து தரவுகளை சேகரித்தல்

சட்டவிரோதமாகவேனும் பல்வேறு வகையான தகவல்களை சேகரித்துக்கொண்டே இருப்பதும், தேசத்தின் அரசியலில் இறுக்கமான பிடியைத் தன்னகத்தே கார்ப்பரேட் நிறுவனங்கள் வைத்திருப்பதற்கான மற்றொரு வழிமுறையாகும். மணிப்பூர் மற்றும் திரிபுரா சட்டமன்றத் தேர்தலுக்காக பணியாற்றியபோது தான், என்னுடைய செல்போனை யாராவது ஒட்டுக்கேட்கிறார்களோ என்கிற அச்சம் இருந்துகொண்டே இருந்தது. அரசியலில் பணியாற்றும் எவருக்கும் இருக்கிற பொதுவான பயம் தான் அது. அப்போது தான் ஒரு செல்போனையோ கணிப்பொறியையோ சட்டவிரோதமாகக் கண்காணிப்பதற்காக என்னவெல்லாம் செய்வார்கள் என்று தேடித்தெரிந்துகொண்டேன். என்னுடைய செல்போனை யாராவது ஒட்டுக்கேட்கிறார்களா என்பதை என்னால் கண்டுபிடிக்கமுடியவில்லை என்றாலும், அலைபேசி உரையாடலை ஒட்டுக்கேட்பதை எல்லாம் எளிதாகவே செய்துவிடமுடியும் என்று புரிந்துகொண்டேன்.

பாதுகாப்பு மற்றும் புலனாய்வுத் துறையில் பணியாற்றி ஓய்வுபெற்ற ஒருவரை ஒரு விருந்தில் சந்திக்கநேரிட்டது. அரசின் உதவியே தேவைப்படாமல் அலைபேசி உரையாடல்களை

ஒட்டுக்கேட்பதற்காகவே அயல்நாடுகளில் இருந்து சட்டவிரோதமாக ஏராளமான கண்காணிப்பு உபகரணங்களை இறக்குமதி செய்து பயன்படுத்திவருகிற இந்தியாவின் மிகப்பெரிய கார்ப்பரேட் நிறுவனங்கள் குறித்தெல்லாம் அவர் பலதகவல்களை என்னிடம் பகிர்ந்துகொண்டார். அவர் சொல்வதெல்லாம் நம்பும்படியாக இல்லையென்று அவரிடமே கூறினேன். அதற்கு அவர் சொன்ன பதில் தான் என்னை மேலும் அதிர்ச்சியில் ஆழ்த்தியது. 'என்னை நம்பவில்லையென்றால், கொஞ்சம் கூகிளில் தேடினாலே உனக்குத் தெரிந்துவிடும்'என்று கூறினார். வீட்டிற்கு வந்ததும் முதல்வேலையாக இணையத்தில் அதுகுறித்த தகவல்களைத் தேடிப்பார்த்தேன். 'எஸ்ஸார் ஸ்னூப் ஸ்டோரிஸ்: அலைபேசி உரையாடல் ஒட்டுக்கேட்பு விவகாரம் குறித்து நீங்கள் அறிந்துகொள்ளவேண்டியவை' என்னும் தலைப்பில் 2016 ஆம் ஆண்டில் இந்தியா டுடே இதழில் ஒரு கட்டுரை வெளியாகியிருப்பதைக் கண்டேன். தங்களுடைய ஒப்பந்தங்கள் மற்றும் கோரிக்கைகள் தொடர்பாக அரசியலில் மிகமிக முக்கியமான நபர்களாக இருப்பவர்கள் பேசிக்கொள்பவற்றை எல்லாம் எஸ்ஸார் நிறுவனத்தின் தலைமை அதிகாரிகள் ஒட்டுக்கேட்டிருக்கிறார்கள் என்பதை அக்கட்டுரை வெளிப்படுத்தியிருந்தது. எஸ்ஸார் நிறுவனத்தில் தலைமைப் பாதுகாப்பு அதிகாரியாகப் பணியாற்றிய அல்பாசித் கான் என்பவரை அந்நிறுவனம் பணிநீக்கம் செய்திருக்கிறது. அதன்பின்னர் 2011 ஆம் ஆண்டில் எஸ்ஸார் நிறுவனத்தால் சட்டவிரோதமாக ஒட்டுக்கேட்டு பதிவுசெய்யப்பட்ட பல்வேறு அலைபேசி உரையாடல்களை வெளியிட்டு பலருக்கும் அதிர்ச்சியை அவர் ஏற்படுத்தியிருக்கிறார். இந்தியாவின் பெரிய தொழிலதிபர்கள், அரசியல்வாதிகள், வங்கி உரிமையாளர்கள், அரசு உயரதிகாரிகள் என பலதரப்பட்ட அதிகாரமிக்க மனிதர்களின் அலைபேசி உரையாடல்களை எஸ்ஸார் நிறுவனம் ஒட்டுக்கேட்ட உண்மை உலகுக்குத் தெரியவந்தது.[41]

இந்த ஆதாரங்களை எல்லாம் வைத்துக்கொண்டு, 2016 ஆம் ஆண்டு ஜூன் 1ஆம் தேதியன்று பிரதமர் அலுவலகத்திற்கு இருபத்தி ஒன்பது பக்க புகாரை உச்சநீதிமன்ற வக்கீல் சுரேன் உப்பல் அனுப்பிவைத்தார். அதன்பிறகு எஸ்ஸார் நிறுவனத்தில் பணியாற்றியபோது, அப்படியான சட்டவிரோதமான கண்காணிப்பை, தான் நடத்தவில்லை என்று கான் கூற ஆரம்பித்துவிட்டார். அவர் ஏற்கனவே வெளியிட்ட

இந்த அமைப்புமுறையைப் புரிந்துகொள்ளல் | 241

ஆதாரங்களை, மும்பை குற்றவியல் பிரிவு அதிகாரியொருவர் தான் தனக்குக் கொடுத்ததாகவும் கூறிவிட்டார். எஸ்ஸார் குழுமமும் அவர்கள் மீதான குற்றச்சாட்டை முற்றிலுமாக மறுத்துவிட்டனர். இதனை விசாரிப்பதற்காக, மத்திய உள்துறை அமைச்சகத்தால் 2016 ஆம் ஆண்டு ஜூலை மாதத்தில் ஒரு சிறப்பு புலனாய்வுக் குழுவும் அமைக்கப்பட்டது. 2018 ஆம் ஆண்டில் அக்குழு வெளியிட்ட அறிக்கையின்படி, அந்த அலைபேசி உரையாடல்கள் எதிலும் தேசத்தின் பாதுகாப்புக்கு அச்சுறுத்தல் தருவதாகவோ அல்லது ஊழல்கள் குறித்தோ எதுவும் பேசப்படவில்லை என்று குறிப்பிடப்பட்டிருந்தது.[42] அத்துடன் ஊடகங்களும் அந்த விசாரணையைக் கண்டுகொள்ளவே இல்லை. சட்டவிரோதமாக அலைபேசி உரையாடல்கள் பதிவுசெய்யப்பட்டனவா என்பதையும் உண்மையிலேயே அந்த ஆதாரங்கள் எங்கிருந்து பெறப்பட்டன என்பதையும் சிறப்புப் புலனாய்வுக்குழு தொடர்ந்து விசாரித்துக்கொண்டே இருக்கிறது.

பேடிஎம் உள்ளிட்ட பேமண்ட் வங்கிகளில் துவங்கி, அலைபேசி நிறுவனங்கள் வரையிலும் தங்களுடைய பயனர்களிடமிருந்து ஏராளமான தரவுகளை சேகரிக்கின்றனர். ஆதார் என்கிற பெயரில் உலகிலேயே மிக அதிகமான தரவுகளை இந்திய அரசே கூட திரட்டியிருக்கிறது. தரவுகளை மிகப்பாதுகாப்பாக வைத்திருப்பதாக சொல்லப்படுகிற பல தரவுத்தளங்களில் இருந்தும் கூட தரவுகள் வெளியாகிய செய்திகளையெல்லாம் பார்க்கிறோம். இன்றைக்கு இருக்கிற தொழில்நுட்பங்களை வைத்துக்கொண்டு, தேவைப்படுகிற பலவடிவங்களில் தரவுகளை இணைக்கவும் தொகுக்கவும் முடியும் என்கிற வசதிகளெல்லாம் வந்துவிட்டன.[43]

இப்படியாக தரவுகளை ஆதிக்கத்தின் சக்தியாகப் பயன்படுத்துவது குறித்து, 'சேப்பியன்ஸ்: மனிதகுலத்தின் சுருக்கமான வரலாறு' என்னும் நூலை எழுதிய யுவால் நோவா ஹராரி ஒரு உரையில் தெளிவாகக் குறிப்பிட்டுப் பேசியிருக்கிறார்:

> பண்டைய காலத்தில் நிலம் தான் உலகின் முக்கியமான சொத்தாக இருந்தது. அதனால், நிலத்தை கட்டுப்பாட்டில் வைத்துக்கொள்வதற்கான போராட்டம் தான் அரசியலாக இருந்தது. மன்னராட்சி காலத்தில் ஒரு குறிப்பிட்ட ஆட்சியாளருக்கு சொந்தமானதாகவே நிலம் இருந்தது.

ஆனால் இன்றைய நவீன காலத்தில் நிலத்தைவிடவும் இயந்திரங்கள் மிகமுக்கியமானதாக மாறிவிட்டன. அதனால் அந்த இயந்திரங்களைக் கட்டுப்பாட்டில் வைப்பதற்கான போராட்டமே அரசியலாக மாறியிருக்கிறது. அரசின் கைகளிலோ அல்லது மிகச்சிறிய மேலதிகார மக்களிடமோ மட்டுமே இயந்திரங்கள் இருப்பதுவே சர்வாதிகாரமாக இருந்தது. தற்போதைய காலகட்டத்தில் நிலத்தையும் இயந்திரங்களையும் ஒருசேர முறியடித்து, அந்த இடத்தை 'தரவுகள்' பிடித்துக்கொண்டன. தரவுகளை கட்டுப்பாட்டில் வைத்துக்கொள்வதற்கான போராட்டமே அரசியலாக இன்று மாறியிருக்கிறது. அதேபோல, அரசிடமும் மிகச்சில மேலதிகார மக்களிடமும் குவிந்துகிடக்கிற தரவுகளே சர்வாதிகாரத்தையும் தீர்மானிக்கிறது.[44]

பல்வேறு விதங்களில் தரவுகளைத் தொகுத்து, அவற்றின் உதவியோடு வெகுமக்கள் ஊடகங்களிலும் சமூக ஊடகங்களிலும் பிரச்சாரத்திற்குப் பயன்படுத்தி, மக்களின் எண்ண ஓட்டத்தையும் பொதுப்புத்தியையும் மாற்றியமைப்பது குறித்தெல்லாம் இந்திய வாக்காளர்களுக்கு இன்னமும் பெரியளவிற்குத் தெரிந்துவிடவில்லை. மிகமுக்கியமாகப் பேசப்படவேண்டிய பெருமுதலாளிகளைப் பற்றியோ, அரசியலதிகாரத்தையே தங்களுக்குச் சாதகமான முறையிலும் நேர்மையற்ற விதத்திலும் அவர்கள் பயன்படுத்தும் விதத்தைப் பற்றியோ பேசாமல், எவ்வித முக்கியத்துவமும் இல்லாதவற்றையெல்லாம் பேசிப்பேசியே மக்களை திசைதிருப்புவதில் நம்முடைய செய்தி ஊடகங்களும் முக்கியப் பங்காற்றுகின்றன. மக்களாட்சியின் நான்காவது தூண் என்று சொல்லப்படுகிற ஊடகங்கள் தான், அரசியல்வாதிகள்-பெருமுதலாளிகள்-அரசுஅதிகாரிகள் ஆகியோர் இணைந்து செயல்படுகிற விதத்தைக் கேள்விகேட்காமலும் மக்களிடத்தில் அம்பலப்படுத்தாமலும், அவர்களுக்கு ஆதரவளிக்கின்றனர் என்பது வேதனையைத் தருகிறது.

இந்திய அரசியல்வாதிகளும் பெருமுதலாளிகளும் இணைந்து செய்கிற ஏமாற்றுவேலைகளையும் திரைமறைவு ஒப்பந்தங்களையும் மக்களுக்குத் தெரிவிக்காமல் அவர்களும் கூட்டு சேர்ந்து மக்களை ஏமாற்றுவதாகத் தான் இது இருக்கிறது. ஒரு மக்களாட்சியில், ஆட்சியாளர்கள் ஊழல்

செய்பவர்களாக இருந்தால், அவர்களைத் தோற்கடித்து வெளியேற்றும் அதிகாரம் கொண்டவர்கள் வாக்காளர்கள் தான். ஆனால், அந்த வாக்காளர்களுக்கே ஆள்பவர்களின் ஊழல்களும் தகிடுதத்தங்களும் தெரியாமல் போனால், மக்களாட்சியில் இருக்கிறோம் என்று சொல்லிக்கொள்ள நமக்குத் தகுதி இருக்கிறதா? ஊடகங்கள் சொல்லும் செய்திகளை வைத்துத்தான் தங்களுடைய கருத்துகளை மக்கள் கட்டமைத்துக்கொள்கிறார்கள். அந்த சூழலில், ஊடகங்களே ஒரு குறிப்பிட்ட அரசியல் கட்சியின் சார்பாக செய்திகளைத் தயாரித்துக்கொடுக்கிறதென்றால், இன்றைக்கு இந்தியாவில் இருப்பது மக்களாட்சியே அல்ல என்பதை உறுதியாகச் சொல்லமுடியும். மக்களாட்சி என்கிற பெயரில் துவங்கி, தற்போது செல்வந்தர்களுக்கான ஆட்சியாக மாறிவருகிறது என்பது தானே பொருள்.

ப்ளூட்டோனமி 'செல்வந்தர்களுக்கான ஆட்சி'

2005 மற்றும் 2006 ஆம் ஆண்டுகளில் தன்னுடைய மிகப்பெரும் பணக்கார முதலீட்டாளார்கள் சிலருக்கு சிட்டிபேங்க் நிர்வாகம் எழுதிய மூன்று கடிதங்களில் இருந்துதான் ப்ளூட்டோனமி என்கிற வார்த்தை உதயமானது. ஒருசில பணக்காரர்களின் நலனுக்காகவே பொருளாதார வளர்ச்சியைத் திட்டமிட்டு செயல்படுத்தும் பொருளாதாரத்தையே ப்ளூட்டோனமி என்று அந்தக் கடித அறிக்கைகளில் குறிப்பிட்டிருந்தனர். முதலாளித்துவ ஆதரவு அரசுகளும் பெருமுதலாளிகளுக்கு மட்டுமே வரிச்சலுகை கொடுக்கிற ஆட்சிகளும் உலகெங்கிலும் பல்கிப்பெருகுவதால், செல்வந்தர்களுக்கான ஆட்சியும் அதிகரிக்கத் தான் செய்யும் என்று சிட்டிபேங்க் வல்லுநர்கள் அவர்களுடைய அறிக்கைகளில் குறிப்பிட்டிருந்தனர்.[45] இந்தியாவும் மக்களாட்சியில் இருந்து செல்வந்தர்களுக்கான ஆட்சிக்கான பாதையில் பயணித்துக்கொண்டிருப்பதை, தற்செயலாக வெளியாகிவிடுகிற சில தகவல்களின் மூலமாக நாம் அறிந்துகொள்ளமுடிகிறது.

2008-2009 ஆண்டுகளில் வைஷ்ணவி கம்யூனிகேசன்ஸ் என்கிற நிறுவனத்தை நடத்திவந்த அரசியல் தரகரான நீரா ராடியாவின் அலைபேசி உரையாடல்களைக் கண்காணிப்பதற்கான அனுமதியை வருமான வரித்துறை பெற்றிருந்தது. 300 நாட்களாக நடத்திய கண்காணிப்பின் உரையாடல்கள் பொதுமக்களின்

கவனத்திற்கு வந்தபோதுதான், அதிகார வர்க்கத்தின் கூட்டணி எவ்வாறு செயல்படுகிறது என்பதன் சிறுதுளியை உலகுக்குக் காட்டியது.[46] பத்திரிக்கையாளர்கள், அரசியல்வாதிகள் மற்றும் பல்வேறு பெருமுதலாளிகளுடன் நீரா ராடியா உரையாடியதன் ஒலிப்பதிவுகள் வெளியாகியிருக்கின்றன. 2ஜி அலைக்கற்றையை ஒதுக்கீடு செய்வதற்கான இடைத்தரகு வேலையை நீரா ராடியா செய்ததற்கான ஆதாரமாகவே அந்த உரையாடல்களின் எழுத்துவடிவங்களும் இன்று எல்லோரும் பார்க்கும்வண்ணம் இணையத்தில் கிடைக்கின்றன.[47] ஆ.ராசாவை தொலைதொடர்பு அமைச்சராக நியமிக்கவைப்பதற்கான சூழலை உருவாக்குவதற்காகவே அப்போது என்டிடிவியின் ஆசிரியர்குழுவில் இருந்த பர்கா தத் உள்ளிட்டோரைப் பயன்படுத்த நீரா ராடியா முயன்றிருப்பது தெரியவந்திருக்கிறது.[48]

> *'நீரா ராடியா குறித்த செய்திகளை ஏறத்தாழ அனைத்து தொலைக்காட்சி ஊடகங்களும் பெரும்பாலான ஆங்கில செய்தித்தாள்களும் வெளியிடாமல் அமைதிகாத்தே, இந்த நாட்டில் நடக்கிற ஊழல்களில் யாரெல்லாம் பங்காளிகளாக இருக்கிறார்கள் என்பதை நமக்கு அடையாளம் காட்டியிருக்கிறார்கள்'*

என்று டிஎன்ஏ என்கிற செய்திப் பத்திரிக்கையின் இணையாசிரியரான ஜி.சம்பத் கருத்து தெரிவித்தார்.[49] சமூக ஊடகங்களில் செய்திகள் வெளியாகி, பகிரப்பட்டு, அதனை அமெரிக்காவின் வாஷிங்டன் போஸ்ட் செய்தியாக்கியது, அதன்பின்னர், அது வெளிநாடுகளில் வாழ்ந்த இந்தியர்களின் விவாதப்பொருளாகி, சர்வதேச செய்தியானது.[50]

2010 ஆம் ஆண்டு நவம்பர் மாதம் 21ஆம் தேதியன்று, 'மிகச்சிலருக்குக் கோடிகளும், கோடிக்கணக்கான மக்களுக்கு மிகச்சிலதும்' என்கிற கட்டுரை ஏசியன் ஏஜ் என்கிற பத்திரிக்கையில் வெளியானது.

> *'பத்திரிக்கையாளர்கள், அரசியல் தரகர்கள் மற்றும் பெருமுதலாளிகள் ஆகியோரின் முகத்திரையை நீரா ராடியாவின் உரையாடல்கள் நமக்கு வெட்டவெளிச்சம் போட்டுக் காட்டுகின்றன. இந்த சமூகத்தில் இருக்கும் மிகச்சிலருக்கு இருக்கிற தொடர்புகளைப் பயன்படுத்தி அரசின் கொள்கைகளையும் முடிவுகளையும் மாற்றவும் முடிகிறது என்பதையும் வெளிக்காட்டி*

மிகநீண்ட காலமாக குழப்பத்திலிருந்த நம்மைத் தெளிவுபடுத்தியிருக்கிறது'

என்று அக்கட்டுரையில் எழுதப்பட்டிருக்கிறது. ஒரு நேர்காணலில் பிரதமரின் பொருளாதார ஆலோசகராக இருந்த இரகுராம் இராஜன் கூறியிருந்த சில வரிகளையும் அக்கட்டுரையில் இணைத்திருந்தனர்.

ஆட்சியாளர்களுடன் இருந்த நெருக்கத்தினாலேயே பலரும் மிகப்பெரிய பணக்காரர்கள் ஆகியிருக்கின்றனர்... அரசியல்வாதிகளுக்கும் பெருமுதலாளிகளுக்குமான உறவு வலுப்பெற்றால், அது நம்முடைய மக்களாட்சித் தத்துவத்திற்கே எதிரானதாக அமைந்துவிடும் அளவிற்கு மிகுந்த ஆபத்தானதாகும்.[51]

செல்வந்தர்களுக்கான இந்த ஆட்சிக்கு ஒரேயொரு விதத்தில் ஆபத்து வருவதற்கான வாய்ப்பிருப்பதையும் சிட்டிபேங்கின் அறிக்கைகளில் குறிப்பிட்டிருக்கின்றனர்.

'ஒரு மனிதர், ஒரு வாக்கு என்று துவங்கி, அதுவே தொழிலாளர்களின் ஒற்றுமையாக வலுவடைந்து, தங்களுடைய உழைப்பின் பெரும்பகுதியை—சில பணக்காரர்கள் மட்டுமே சுரண்டிக்கொண்டிருப்பதை உணர்ந்து, அதனை எதிர்த்து அவர்கள் கேள்வி கேட்கத்துவங்கிவிட்டால், அதுவே செல்வந்தர்களின் இந்த ஆட்சிக்கு எதிராக மாறிவிடும்' [52]

அதாவது, தங்களை ஏமாற்றுவதற்காகவே இந்த அமைப்புமுறை செயல்படுவதை வெகுமக்கள் உணரும் தருவாயில், கட்சி வேறுபாடின்றி இணைந்து இந்த அமைப்புமுறையை எதிர்த்து நிச்சயமாகப் போராடுவார்கள் என்று பொருள்படும்படி அந்த அறிக்கைகளில் குறிப்பிடப்பட்டிருக்கிறது. அது நடக்காமல் இருப்பதற்காக, தொடர்ச்சியாக மக்களைத் திசைதிருப்பியே ஆகவேண்டும் என்பதை ஆட்சியாளர்கள் நன்கு புரிந்துவைத்திருக்கின்றனர். அதனால், 100 நாள் வேலைத்திட்டத்தின் மூலம் வழங்கப்படும் வேலைகள், இந்திரா ஆவாஸ் யோஜனா திட்டத்தின் மூலம் வழங்கப்படும் வீடுகள், பொதுவிநியோக முறையின் வழியாக வழங்கப்படும் ரேசன் அட்டைகள் போன்ற சில திட்டங்களின் வழியாக மக்களுக்கு ஒருசில பலன்களை மட்டும் அரசுகள் வழங்கிவிடுகின்றன.

தற்போதைய அரசோ இதற்கெல்லாம் ஒருபடி மேலே சென்று, 2014 ஆம் ஆண்டுக்கு முன்பு ஊழலை எதிர்த்து பலமாக எழுப்பப்பட்ட குரல்களையெல்லாம் கூட திசைதிருப்புவதற்காகவே தொடர்பற்ற வெறுப்புப் பிரச்சாரத்தையே பரப்பிக் கொண்டிருக்கிறது. 2014க்கு முந்தைய காலகட்டத்தில் ஊழல் குறித்த பரவலான ஒரு விழிப்புணர்வு எழத்துவங்கியிருந்தது. ஊழலை ஒழிக்க இந்த அரசு எதையும் செய்துவிடாத சூழலில், ஊழலுக்கு எதிரான கோபம், இந்த அரசின் மீதும் இருந்திருக்கவேண்டும் தான். ஆனால், அதற்கு இடம்கொடுக்காமல், தேசவிரோதிகள், அர்பன் நக்சல்கள், பாகிஸ்தான், முஸ்லிம்கள், காங்கிரஸ் தலைவர்களின் கடந்தகாலமும் நிகழ்காலமும் என பல்வேறு தொடர்பற்ற விவாதங்களை இன்றைய மோடி அரசு உருவாக்கி, அதையொட்டியே அனைத்து எதிர்தரப்பினரையும் பேசவைத்து, அவர்களின் சக்தியை திட்டமிட்டே வீணடிக்கிறது இந்த அரசு.

தேசிய தேர்தல் கண்காணிப்பு அமைப்பும் ஜனநாயக சீர்திருத்த சங்கமும் இணைந்து 2018 இல் தயாரித்த அறிக்கையின்படி, தேசிய அரசியல் கட்சிகள் பெற்ற நன்கொடைகள் பலமடங்கு அதிகரித்திருப்பதாகக் குறிப்பிட்டிருக்கிறார்கள். முந்தைய ஆண்டுகளில் 102.02 கோடி ரூபாய் நன்கொடை பெற்றிருந்த கட்சிகள், 2014-2015 காலகட்டத்தில் 589.38 கோடி ரூபாயினை நன்கொடையாகப் பெற்றிருக்கின்றனர். அதில் 90 சதவிகித அளவிற்கு, அதாவது 532.27 கோடி ரூபாயினை பாஜக மட்டுமே பெற்றிருக்கிறது. காங்கிரசுக்கு மிகக்குறைந்த நன்கொடையாக 41.90 கோடி ரூபாய் கிடைத்திருக்கிறது. அதிலும் அரசியல் கட்சிகள் ஒட்டுமொத்தமாகப் பெற்ற நன்கொடைகளில், 95.56 சதவிகிதம் அளவிற்கு கார்ப்பரேட் நிறுவனங்களிடம் இருந்து தான் கிடைத்திருக்கிறது. மீதமுள்ள 4.25 சதவிகித நன்கொடைப் பணம் மட்டும் தான் தனிநபர்களிடம் இருந்து நன்கொடையாகப் பெறப்பட்டிருக்கிறது.[53] சட்டப்பூர்வமான ஆதாரங்களை வைத்துப்பார்க்கும் போதே, கார்ப்பரேட் பெருமுதலாளிகளின் ஏகோபித்த ஆதரவு பாஜகவுக்குத் தான் இருக்கிறது என்பது உறுதியாகத் தெரிகிறது.

இந்தியாவில் ஊழலும் வன்முறையும் மிகமோசமாக அதிகரித்திருக்கிறது. இருப்பினும் பிரகாசமான எதிர்காலத்திற்கான நம்பிக்கையும் நம்மிடம் எப்போதும் இருந்துகொண்டு தான் இருக்கிறது. பல ஆச்சர்யங்களைக்

கொண்ட வரலாறு நமது இந்திய ஜனநாயகத்திற்கு உண்டு. அதனால் தான் மிகுந்த சக்திவாய்ந்த தலைவர்களாலும் மிகப்பெரிய முதலாளிகளாலும் இந்தியாவின் அரசியலை முழுமையாகவும் தொடர்ச்சியாகவும் ஆக்கிரமித்துக்கொள்ள முடியாமல் போயிருக்கிறது. இந்திய ஜனநாயகம் வீழ்ச்சியை சந்திக்கும் என்று சர்வதேச சமூகம் எதிர்பார்த்தபோதெல்லாம் கூட, வாக்காளர்களின் உதவியோடு அது காப்பாற்றப்பட்டிருக்கிறது. 1975இல் அப்போதைய பிரதமராக இருந்த இந்திரா காந்தியால் அறிவிக்கப்பட்ட அவசரகாலத்தில் இருந்துகூட இந்திய ஜனநாயகம் மீண்டிருக்கிறது. மக்கள் மீதான இருபத்தியோரு மாதகால அடக்குமுறை, எதிர்க்கட்சித் தலைவர்களின் கைது, வலுக்கட்டாயமான ஊடகத் தணிக்கைமுறை என அனைத்தும் அந்த அவசரகாலத்தில் நடைமுறைப்படுத்தப்பட்டது. அதனைத் தொடர்ந்து 1977 ஆம் ஆண்டு மார்ச் மாதத்தில் பொதுத்தேர்தல் நடைபெற்றபோது, இந்திரா காந்தியும் அவரது மகன் சஞ்சய் காந்தியும், உத்தரப்பிரதேசம் மற்றும் பீகார் உள்ளிட்ட மாநிலங்களின் அனைத்து முக்கிய காங்கிரஸ் தலைவர்களும் அத்தேர்தலில் படுதோல்வியடைந்தனர். காங்கிரஸ் கட்சியைச் சாராத முதல் பிரதமராக ஜனதா கட்சியின் மொரார்ஜி தேசாய் பதவியேற்றார்.[54] அதற்கடுத்த தேர்தல் 1980இல் நடைபெற்றபோது, மீண்டும் இந்திரா காந்தியை பெரும்பான்மையான தொகுதிகளில் வெல்லவைத்து, இந்திய வாக்காளர்கள் அவரை மீண்டும் பிரதமராக்கினார்கள்.[55]

7
சில பரிசோதனை முயற்சிகள்

2017 மார்ச் மாதம் 11 ஆம் தேதியன்று மணிப்பூர், பஞ்சாப், கோவா மற்றும் உத்தரப்பிரதேச மாநிலங்களில் நடைபெற்ற தேர்தலுக்கான வாக்கு எண்ணிக்கை துவங்கியது. மணிப்பூரில் ஆறு மாதங்களாக தங்கியிருந்து தேர்தல் வேலை பார்த்த காரணத்தால், எங்களுடைய கணிப்பின்படியே தேர்தல் முடிவுகளும் இருக்கின்றனவா என்று பார்க்க நான் ஆவலாகவே இருந்தேன். ஒருபுறம் தொலைக்காட்சியிலும், இன்னொருபுறம் தேர்தல் முடிவுகளை வெளியிட்டுக்கொண்டிருந்த இணையதளங்களிலும் என்னுடைய கவனத்தை முழுவதுமாக வைத்திருந்தேன். பாஜகவை விடவும், அப்போது புதிதாகத் துவங்கப்பட்டிருந்த 'மக்களின் எழுச்சி மற்றும் நீதிக் கூட்டணி' என்கிற கட்சியின் முடிவுகள் குறித்துதான் நான் அதிக ஆர்வம் கொண்டிருந்தேன். மணிப்பூரில் அமலில் இருந்த ஆயுதப் படை (சிறப்பு அதிகாரங்கள்) சட்டத்தை (அஃப்ஸ்பா) எதிர்த்து பதினாறு ஆண்டுகளாக உண்ணாவிரதம் இருந்துப் போராடிய மனித உரிமைப் போராளி ஐரோம் சர்மிளா தான் அந்தப் புதிய கட்சியைத் துவங்கியிருந்தார். அவர் போராடிய காலகட்டத்தில், அவரது மூக்கு வழியாகவே அவருக்கு திரவ உணவுகள் அளிக்கப்பட்டன.[1] அஃப்ஸ்பா சட்டத்தின் மூலமாக வானளாவிய அதிகாரத்தை ஆயுதப்படைகள் பெற்றிருந்தன. அதனைக் கொண்டு, கணக்கில்லாத மனித உரிமை மீறல்களை அவர்கள் தொடர்ந்து செய்துகொண்டே இருக்கின்றனர். அவற்றில் 1528 போலி என்கௌண்டர்களும் அடங்கும். அதுகுறித்த

வழக்குகளெல்லாம் உச்சநீதிமன்றத்தில் இன்றும் நிலுவையில் தான் இருக்கின்றன.[2]

சர்வதேச விருதுகளையும் ஊடக வெளிச்சத்தையும் பெற்றதைத் தவிர வேறெதையும் சாதித்துவிட முடியாமல் போனதை உணர்ந்து, 2016 ஆம் ஆண்டு ஜூலை மாதத்தில் தன்னுடைய உண்ணாவிரதப் போராட்டத்தை அவர் முடித்துக்கொண்டார். அதற்கடுத்து வரப்போகிற சட்டமன்றத் தேர்தலில் போட்டியிடப் போவதாகவும் அவர் அறிவித்தார். அரவிந்த் கெஜ்ரிவால் செய்ததைப் போலவே, அப்போது மணிப்பூரின் முதல்வராக இருந்த ஒக்ரம் இபோபி சிங்கை எதிர்த்து, அவருடைய தொகுதியிலேயே போட்டியிடப்போவதாகவும் அறிவித்தார்.

ஐரோம் சர்மிளாவும் மக்கள் எழுச்சி மற்றும் நீதிக் கூட்டணியும்

மணிப்பூர் தேர்தலில் ஐரோம் சர்மிளாவின் கட்சி எத்தகைய பாதிப்பினை மற்ற கட்சிகளுக்கு கொடுக்கப்போகிறது என்று தெரிந்துகொள்ள மணிப்பூருக்கு வருகிறவர்கள் அனைவரும் ஆர்வமாக இருந்தனர். ஐரோம் சர்மிளா தேர்தலில் போட்டியிடுவது குறித்து தேசிய ஊடகங்களும் அதிகமாகவே செய்திகளைச் சொல்லின. ஐபாக்கில் வேலைபார்த்த இரண்டு மிகச்சிறந்த நபர்கள் ஐரோம் சர்மிளாவுக்கு உதவுவதற்கு தாமாகவே முன்வந்தனர். ஐரோம் சர்மிளா குறித்த தேர்தல் பிரச்சாரத்தைக் கையாண்டு, 17 இலட்ச ரூபாய்க்கும் அதிகமான பணத்தையும் மக்களிடமிருந்து வசூல் செய்து கொடுத்தனர்.[3] தேர்தலில் ஐரோம் சர்மிளா அதிகமான வாக்குகளை வாங்கமாட்டார் என்பதை எங்களுடைய களஆய்வுகள் தெரிவித்திருந்தன. ஆனால் ஐரோம் சர்மிளாவின் கட்சிக்கு ஊடகங்கள் கொடுக்கிற முக்கியத்துவமும், அவர் எளிதாக வெற்றிபெற்றுவிடுவார் என்று உருவாக்கிவிட்டிருந்த தோற்றமும் எங்களை எரிச்சலடையவே செய்தது. அதனை விளக்கும் விதமாக, 'மணிப்பூர் தேர்தலில் ஐரோம் சர்மிளாவின் நிலைகுறித்து ஊடகங்கள் சொல்வதைக் கேட்டு ஏமாந்துவிடாதீர்கள்' என்று தலைப்பிட்டு ஹஃப்பிங்டன் போஸ்ட்டில் ஒரு கட்டுரை எழுதியிருந்தேன். ஊடகங்கள் சொல்வதற்கும் களநிலவரத்திற்கும் இருக்கிற மிகப்பெரிய இடைவெளியை அக்கட்டுரையில் விரிவாக எழுதியிருந்தேன்.[4]

ஐபாக்கில் வேலைபார்த்துக்கொண்டிருந்த ஆனந்த் மங்க்னாலே மற்றும் கீத்திகா சேமே ஆகியோர் ஐபாக்கிலிருந்து வெளியேறி, ஐரோம் சர்மிளாவின் அரசியலில் நம்பிக்கைகொண்டு, அவருக்காக இலவசமாகவே உழைத்துக்கொண்டிருந்தனர். என்னுடைய கட்டுரையை வாசித்துவிட்டு, என் மீது அவர்கள் இருவரும் கோபமாகினர். மணிப்பூர் மாநிலத்தின் அரசியலையே ஐரோம் சர்மிளா மாற்றியமைக்கப்போகிறார் என்று தேசிய ஊடகங்களில் செய்தி சொல்லவைத்த அவ்விருவரும், மணிபூரின் களநிலவரத்தை கவனிக்காமலும் ஐரோம் சர்மிளாவுக்கு வாக்குகளை சேகரிக்கும் களவேலைகளிலும் இறங்காமல் இருக்கின்றனரே என்கிற எரிச்சலில் தான் அக்கட்டுரையை எழுதினேன்.

இறுதியில் தேர்தல் முடிவுகள் வெளியான போது, மக்களின் உரிமைகளுக்காக பதினாறு ஆண்டுகள் உண்ணாவிரதம் இருந்துப் போராடிய ஐரோம் சர்மிளா வெறுமனே தொன்னூறு வாக்குகள் தான் பெற்றார்.[5] ஐரோம் சர்மிளாவின் கட்சியிலேயே மற்றொரு தொகுதியில் நஜிமா பிபி என்கிற முஸ்லிம் பெண் போட்டியிட்டிருந்தார். அவர் வாழ்ந்த பகுதியில் ஆயிரத்திற்கும் மேற்பட்ட பெண்களுக்காக பல்வேறு வழக்குகளை நடத்தியவர். குடும்ப வன்முறையால் பாதிக்கப்பட்ட பெண்களுக்குப் பாதுகாப்பு கொடுப்பதற்காகவே அடைக்கல முகாமையும் நடத்திவந்தார். அவர் போட்டியிட்ட தொகுதியில் அவர் பெற்ற வாக்குகள் எவ்வளவு தெரியுமா? வெறும் 30 தான். ஹார்வர்ட் பல்கலைக்கழகத்தில் படித்தவரும், ஐரோம் சர்மிளா கட்சியின் ஒருங்கிணைப்பாளரும், உலகவங்கி மற்றும் ஐக்கிய நாடுகள் சபையின் வளர்ச்சித் திட்டத்தில் பணிபுரிந்தவருமான எரந்திரோ லெய்கொம்பம் மட்டுமே கொஞ்சம் அதிகமாக 573 வாக்குகளைப் பெற்றார். ஆக, ஐரோம் சர்மிளாவின் கட்சியில் ஒருவர் கூட அத்தேர்தலில் வெற்றிபெறவில்லை. இந்தியாவின் தேர்தல் அரசியல் எப்படியாக இருக்கிறது என்பதற்கு இவர்கள் பெற்ற வாக்குகளே நமக்கு காட்டிக் கொடுத்து விடுகின்றன.

மணிப்பூர் தேர்தல் முடிவுகள் வெளியானபிறகு ஆனந்த் மங்க்னாலேவும் கீத்திகா சேமேவும் டெய்லியோ என்கிற இதழில் ஒரு கட்டுரை எழுதியிருந்தனர்.[6]

> ‘கடந்த ஆண்டு டிசம்பர் மாதத்தில் எங்களுடைய வேலையை உதறித்தள்ளிவிட்டு, மணிப்பூருக்கு

சில பரிசோதனை முயற்சிகள் | 251

சென்றோம். அடுத்து வரப்போகிற தேர்தலில் ஐரோம் சர்மிளா வெறுமனே தொன்னூறு வாக்குகள் தான் பெறப்போகிறார் என்று யாராவது எங்களிடம் கூறியிருந்தால், நிச்சயமாக நாங்கள் நம்பியிருக்கவே மாட்டோம்'

என்று அவர்கள் அக்கட்டுரையில் குறிப்பிட்டிருந்தனர். ஐரோம் சர்மிளா வாங்கப்போகிற வாக்குகளை முன்கூட்டியே கணித்திருந்ததற்கான தரவுகளும் என்னிடம் இருந்தன. ஆனாலும் நானும் அது நடந்துவிடக்கூடாது என்று தான் விரும்பினேன். எந்த மக்களுக்காக தங்களுடைய வாழ்க்கையையே அர்ப்பணித்துப் போராடுகிறார்களோ, அந்த மக்களே அப்போராளிகளுக்கு வாக்களிக்கவில்லை என்பது சொல்லமுடியாத துயரத்தையும் மிகப்பெரிய மனச்சோர்வையுமே தருகிறது. 'மணிப்பூரின் இரும்புப் பெண்மணி''[7] என்று அழைக்கப்பட்டவரும், *நியூ யார்க் டைம்ஸ்*[8] இதழினால் 'போராட்டக் குறியீடு' என்று குறிப்பிடப்பட்டவருமான ஐரோம் சர்மிளாவின் தேர்தல் முடிவுகள் இப்படித்தான் இருக்கப்போகிறது என்று முன்கூட்டியே எனக்குத் தெரிந்திருந்த போதும், தேர்தல் முடிவுகள் வெளியானபோது எனக்கு மிகப்பெரிய வருத்தத்தையும் அதிர்ச்சியையும் அது கொடுத்தது.

களஅரசியலின் கொடூரத்தையும், வேரூன்றிப் போயிருக்கிற இந்த அமைப்பு முறையையும் என்னுடைய அரசியல் காலங்களில் நான் புரிந்துகொண்டேன். இந்த அமைப்புமுறைக்கு எதிராக எடுக்கப்படுகிற எந்த முயற்சியையும், இந்த அமைப்புமுறையினால் பலன்பெற்றுக்கொண்டிருக்கும் அனைவரும் ஒன்றுகூடி தடுத்துவிடுகின்றனர். ஐரோம் சர்மிளாவுடைய கட்சிக்கு தேசியளவில் அதிகமான கவனமும், மணிப்பூர் மாநில அளவில் குறைவான கவனமும் கிடைத்ததற்கு அவருடைய அரசியல் வியூகவியலாளர்கள் மட்டுமே காரணம் என்று சொல்லிவிடமுடியாது. பலருடைய சுயநலன்கள் பாதிக்கப்படக்கூடாது என்பதற்காகத் தான் அது நடந்தது.

தேசிய ஊடகங்களைப் பொறுத்தவரையில் ஒரு பரபரப்பான கவன ஈர்ப்பு செய்தியாக மட்டுமே ஐரோம் சர்மிளாவைப் பயன்படுத்தினர். மணிப்பூர் மக்களைப் பொறுத்தவரையில் அரசியல் குறித்து அதிகமாக அறிந்திடாதவராகவும், தன்னுடைய போராட்டத்தைக் கைவிட்டுவிட்டு அதன்

நோக்கத்திற்கு துரோகம் இழைத்தவராகவுமே ஐரோம் சர்மிளா பார்க்கப்பட்டார். 'தங்களுடைய பிரச்சனைகளுக்காகப் போராடி உயிர்த்தியாகம் செய்யும் ஒரு தியாகி தான் வேண்டும்' என்று மக்கள் விரும்பியதாக மங்க்னாலேவும் சேமேவும் குறிப்பிடுகின்றனர். அரசியலில் ஈடுபட்டு மாற்றத்தைக் கொண்டுவரமுடியும் என்கிற ஐரோம் சர்மிளாவின் முடிவினை நம்புவதற்கு பதிலாக, உயிர்த்தியாகம் செய்திருக்கலாம் என்பதே மக்களுடைய விருப்பமாக இருந்திருக்கிறதென அவர்கள் குறிப்பிடுகின்றனர்.

கடந்த பல பத்தாண்டுகளாக இந்திய அரசியல் நடைமுறைகள் மாற்ற வேண்டும் என்று விரும்பியே பல தனிமனிதர்கள் மிகப்பெரிய ஆர்வத்துடனும் நம்பிக்கையுடனும் களமிறங்கி இருக்கின்றனர். அதிகாரம், பணம், சாதி மற்றும் மதம் உள்ளிட்ட எதையுமே பயன்படுத்தாமலும், தங்களுடைய இயக்கத்தின் கொள்கைகளுக்கு துரோகம் இழைக்காமலும் தேர்தலில் வென்றுவிடலாம் என்று முயன்றிருக்கின்றனர். ஆனால் பெரும்பாலானவர்கள் ஐரோம் சர்மிளாவைப் போன்றே மிகமோசமாகத் தோற்றுப் போயிருக்கிறார்கள்.

ப்ரோடியுத் போராவும் லிபரல் ஜனநாயகக் கட்சியும்

ஐஐஎம் அகமதாபாத்தில் பட்டம் பெற்று, பின்னர் லண்டன் பொருளாதாரப் பள்ளியிலும் யேல் பல்கலைக்கழகத்திலும் படித்துவிட்டு அரசியலில் நுழைந்த ஒருவரைப் பற்றி நான் கேள்விப்பட்டேன். அசாம் மாநிலத்தின் ஜோர்கத் பகுதியைச் சேர்ந்த அவருடைய பெயர் ப்ரொடியுத் போரா. அவர் 2004 ஆம் ஆண்டில் பாஜகவில் இணைந்தார். அப்போது அவருடைய வயது முப்பது. 2007 ஆம் ஆண்டில் பாஜகவின் தகவல்தொழிற்நுட்பப் பிரிவைத் துவக்கினார். 2010 ஆம் ஆண்டில் அசாமுக்கே திரும்பிச்சென்று, பாஜகவின் அசாம் மாநில பொதுச்செயலாளராக பொறுப்பேற்றார். அதன்பின்னர் 2013 ஆம் ஆண்டில் அக்கட்சியின் தேசியச் செயலாளர் பதவியும் அவருக்குக் கிடைத்தது.

2011 ஆம் ஆண்டில் ஜலுக்பாரி சட்டமன்றத் தொகுதியில் காங்கிரஸ் கட்சியின் ஹிமந்தா பிஸ்வா சர்மாவை எதிர்த்துப் போட்டியிட்டார். அப்போது அசாம் மாநில அரசின்

அமைச்சராக இருந்தார் ஹிமந்தா பிஸ்வா சர்மா. (அவரே, பிற்காலத்தில் காங்கிரஸ் கட்சியில் இருந்து விலகி, பாஜகவில் இணைந்து பாஜகவின் வடகிழக்கு மாநிலக்கூட்டணியின் ஒருங்கிணைப்பாளராக பொறுப்பேற்றார் என்பது தனிக்கதை.) அத்தகைய வலிமையான காங்கிரஸ் வேட்பாளருடன் போட்டியிட்டு, போரா தோற்றுப்போனார். அத்தேர்தலில் 16000 வாக்குகளைப் பெற்றிருந்தார் போரா. ஆனால் வெற்றிபெற்ற ஹிமந்தா பிஸ்வா சர்மாவோ 90000 வாக்குகள் பெற்றிருந்தார். இருப்பினும், ஹிமந்தா பிஸ்வாவைப் போன்ற மிகப்பிரபலமான ஒரு தலைவரை எதிர்த்துப் போட்டியிட்டு, போரா பெற்ற வாக்குகள், பாஜகவின் அன்றைய நிலையை வைத்துப் பார்க்கையில் ஒரு சாதனையாகவே கருதப்பட்டது.

2015 ஆம் ஆண்டில் பாஜகவில் இருந்து விலகி, 'லிபரல் ஜனநாயகக் கட்சி' என்கிற பெயரில் ஒரு தனிக்கட்சியைத் துவங்கினார் போரா. 2016 ஏப்ரல் மாதத்தில் நடைபெறுவதாக இருந்த சட்டமன்றத் தேர்தலில் போட்டியிடுவதற்கு அக்கட்சி தயாராகிக் கொண்டிருப்பதாகவும் போரா அறிவித்தார்.[9]

பிரதமர் மோடி மற்றும் தலைவர் அமித்ஷாவின் தலைமையில் தனது ஜனநாயகப் பாரம்பரியத்தை பாஜக முற்றிலும் இழந்திருப்பது குறித்து கட்சியில் இருந்து வெளியேறுகையில் வெளிப்படையாகவே பேசினார்.[10] அதேபோல பாஜகவின் தகவல்தொழிற்நுட்பப் பிரிவு மிகப்பெரிய ஆபத்தானதாகவும் அச்சுறுத்தல் மிகுந்ததாகவும் மாறி இருப்பதையும் குறிப்பிட்டார். போராவுக்கும் ஐரோம் சர்மிளாவுக்கும் உள்ளே வேறுபாடு என்னவென்றால், நேரடி அரசியலில் போரா அனுபவம் பெற்றிருக்கிறார் என்பது மட்டும் தான்.

பாஜகவின் தேசிய செயற்குழு முதல் உள்ளூர் மாநிலக் கிளைகள் வரையிலும் பார்த்துவந்தவர் என்பதால், ஒரு பெரிய கட்சியின் செயல்பாடுகள் குறித்து போரா நன்கு அறிந்துவைத்திருந்தார். ஒரு புதிய கட்சியைத் துவங்கி நடத்துவதற்கு அதிகப்படியான பணம் தேவை என்பதையும் அவர் உணர்ந்திருந்தார்.

அதனால் தன்னுடைய அரசியல் கட்சிக்கான நிதியினைத் தனித்துவமான முறையில் திரட்ட முடிவெடுத்தார். அவருடைய கட்சிக்கு ஆதரவளிக்கும் 1000 பேரைக் கண்டறிந்து மாதாமாதம் 1000 ரூபாய்க்கான காசோலை என பனிரெண்டு மாதத்திற்கு வாங்கி வைக்க முடிவு செய்தார். அதன்படி பார்த்தால்,

மாதம் 10 இலட்சம் ரூபாயென அடுத்த ஒருவருடத்திற்கு நிதி வந்துகொண்டே இருக்கும் அப்பணத்தை வைத்து மாவட்ட அளவிலான அலுவலகங்களை நடத்தவோ தேர்தல்களை எதிர்கொள்ளவோ முடியாது என்றாலும் கூட மாநில அளவில் கட்சியைத் துவக்குவதற்கான ஆரம்பகட்ட செலவுக்கு அது போதுமானதாக இருக்கும் என்பது போராவின் கணிப்பு.

கட்சியை அதிகாரப்பூர்வமாக தேர்தல் ஆணையத்தில் பதிவு செய்வதற்கு முன்னரே 1000 பேரைத் தயார் செய்துவிட்டதாகவும் பத்திரிக்கையாளர்களிடம் அறிவித்தார் போரா. அதன்பின்னர் நடைபெற்ற சட்டமன்றத் தேர்தலில் பதினான்கு தொகுதிகளில் அக்கட்சி போட்டியிட்டு, ஒட்டுமொத்தமாகவே 11888 வாக்குகள் மட்டும் தான் பெற்றது. போரா போட்டியிட்ட தொகுதியில் 499 வாக்குகள் வாங்கினார். அவருடைய கட்சியின் சார்பாக தெமாஜி தொகுதியில் போட்டியிட்ட கிரன்பன் தியோரி மட்டுமே அதிகபட்சமாக 2456 வாக்குகளைப் பெற்றிருந்தார். அதாவது அவர் போட்டியிட்ட தொகுதியில் 1.5 சதவிகித வாக்குகள் மட்டும் தான் அது.[11]

தேர்தல் முடிந்து முடிவுகள் அறிவிக்கப்படுவதற்கு முன்னரே அவரால் வெளிவரப்போகிற முடிவுகளை கணிக்கமுடிந்தது.

'இப்போது தேர்தல் முடிந்துவிட்டது. இத்தேர்தலில் வெல்லப்போவது யாரென்று எல்லோரும் யோசித்துக் கொண்டிருப்பார்கள். நான் சொல்லட்டுமா. தேர்தலில் வெல்லப்போவது வேறுயாருமல்ல. பணம் தான்'

என்று தன்னுடைய பேஸ்புக் பக்கத்தில் அவர் எழுதினார்.

பத்திரிக்கையாளர்களின் பக்கசார்பான செயல்பாடுகளையும், பரப்புரைகளையே செய்திகளாக மாற்றிய விதத்தையும், முக்கியத்துவமே இல்லாத பிரச்சனைகளெல்லாம் கவனம் கொடுக்கப்பட்டு மிகமுக்கியமான பிரச்சினைகள் ஆனதையும், காங்கிரஸ் கட்சியின் முன்னாள் மந்திரிகளை எல்லாம் விலைக்கு வாங்கி பாஜகவில் இணைத்துக்கொண்டதையும், ஒருவேளை ஆட்சி கைமாறி பாஜகவிடம் சென்றாலும் ஒன்றுமே மாறாது என்பதையும் தெளிவாகவே அவர் குறிப்பிட்டிருந்தார்.[12] அரசியல் முன் அனுபவம் கொண்டிருக்கும் தனிநபர்களால் துவங்கப்பட்டாலும் கூட, புதிய கட்சிகளால் பெரியளவுக்கு

வெற்றிபெற்றுவிடமுடியாது என்பதற்கு லிபரல் ஜனநாயகக் கட்சியும் ஒரு உதாரணமாகும்.

மருத்துவர் ஜேபியும் எல்எஸ்பியும்

அப்படியான எல்லா புதுமுயற்சிகளும் முழுவதுமாகவே தோற்பதில்லை என்பதையும் ஒப்புக்கொண்டு தான் ஆகவேண்டும். ஊழலற்ற அரசியல் செய்யவேண்டும் என்கிற விருப்பத்தில் 2006 ஆம் ஆண்டில் மருத்துவரும் முன்னாள் ஐஏஎஸ் அதிகாரியுமான நாகபைரவ ஜெயப்பிரகாஷ் நாராயணா என்பவர் லோக் சத்தா என்கிற கட்சியைத் துவங்கினார்.

1980 இல் அவர் ஐஏஎஸ் அதிகாரியாகப் பதவியேற்றார். பதினாறு ஆண்டுகளாக அரசு அதிகாரியாகப் பணியாற்றிய பின்னர், ஜனநாயக சீர்திருத்தங்களுக்கான அமைப்பு ஒன்றை உருவாக்கினார் (FDR).

லோக் சத்தா கட்சியைத் துவங்குவதற்கு முன்னர், லோக் சத்தா என்கிற அமைப்பையும் நடத்திவந்தார். அவருடைய அரசு சாரா நிறுவனமும் லோக் சத்தா அமைப்பும் ஆரம்பத்தில் ஓரளவுக்கு தன்னுடைய முயற்சிகளில் வெற்றிபெற்றிருந்தன. தேர்தலில் போட்டியிடும் வேட்பாளர்களின் கிரிமினல் குற்ற வரலாற்றை கட்டாயமாக வெளியிட வேண்டும் என்பதை உறுதிசெய்தது, அமைச்சரவையின் அதிகப்படியான எண்ணிக்கையை நிர்ணயித்தது, நீதிபதிகளை நியமிப்பதற்கென்றே தனியான தேசிய நீதிபதிகள் நியமன ஆணையத்தை அமைக்கவைத்தது, தகவல் அறியும் உரிமைச் சட்டத்தை அமல்படுத்தக் கோரிக்கை வைத்தது போன்ற பலவற்றிலும் அமைப்பாக இருந்த லோக் சத்தாவின் பங்களிப்பு முக்கியமானது.[13]

2008 இல் ஆந்திரப்பிரதேச மாநிலத்தில் நடைபெற்ற இடைத்தேர்தல்களில் போட்டியிட்டு, தன்னுடைய தேர்தல் பயணத்தை லோக் சத்தா கட்சி துவக்கியது. எந்தத் தொகுதியிலும் வெல்லமுடியாமல் போனாலும், ஓரளவுக்கு சிறப்பான வாக்குகளைப் பெற்று, இரண்டாம் இடத்தைப் பிடித்தது.[14] அந்த நம்பிக்கையில், 2009இல் நடைபெற்ற ஆந்திரப்பிரதேச சட்டமன்றத் தேர்தலில் மொத்தமுள்ள 294 தொகுதிகளில் 246 இல் அக்கட்சி போட்டியிட்டது.

பெரியளவிற்கு வெற்றிபெறமுடியாவிட்டாலும், 1.8 சதவிக வாக்குகளை (7.3 இலட்சம் வாக்குகள்) லோக் சத்தா கட்சி பெற்றது. அக்கட்சியின் தலைவரான நாராயணா, தான் போட்டியிட்ட குகட்பள்ளி என்கிற தொகுதியில் அமோக வெற்றிபெற்று, லோக் சத்தா கட்சியின் ஒரே எம்எல்ஏ-வாக சட்டமன்றத்திற்குள் நுழைந்தார்.[15]

ஒரு மாற்று அரசியலை முன்வைத்து தனியொருவராக சட்டமன்றத்திற்குச் சென்ற அவருக்கு, அனைத்துமே கடுமையானதாகத் தான் இருந்தது. சட்டமன்றத்தில் பல விவாதங்களில் ஆக்கப்பூர்வமான கருத்தினை முன்வைத்தார். ஆனாலும், லோக் சத்தா இயக்கமாக களத்தில் சாதித்ததைப் போன்று, அவரால் அங்கே எதையுமே செய்யமுடியவில்லை. 'அரசு நிறுவனங்கள் சுதந்திரமாக செயல்படுவதற்கான உரிமையை உறுதிசெய்யவும், ஊழல் செய்பவர்களின் சொத்துக்களை பறிமுதல் செய்யவும், ஊழல் குற்றச்சாட்டுகள் நிரூபிக்கப்படுபவர்களுக்கு மிகவிரைவாக தண்டனை வழங்கவும், நீதியையும் சமத்துவத்தையும் நிலைநாட்டவும்' 1988 ஆம் ஆண்டில் உருவாக்கப்பட்டிருந்த மாநில ஊழல் தடுப்புச் சட்டத்தில் சில திருத்தங்களை அவர் முன்வைத்தார். ஆனால் அத்திருத்தமெல்லாம் பெரும்பான்மை இல்லாத காரணத்தால் சட்டமன்றத்தில் நிறைவேற்றப்படவே இல்லை.[16] லோக் சத்தா கட்சியின் ஒரே எம்எல்ஏவாக இருந்தபடியால், சட்டமன்றத்தில் அவருடைய கருத்தினை முன்வைக்க முடிந்ததே தவிர, மற்ற கட்சி எம்எல்ஏக்களால் அவை ஏற்றுக்கொள்ளப்படவே இல்லை. அதனால் அவர் எம்எல்ஏவாக இருந்த காலகட்டத்தை எரிச்சலுடனேயே தான் கடந்திருப்பார் என்று நினைக்கிறேன்.

அதனாலேயோ என்னவோ, அடுத்தமுறை அவர் சட்டமன்றத் தேர்தலில் போட்டியிடவில்லை. அதற்குபதிலாக 2014 ஆம் ஆண்டு நாடாளுமன்றத் தேர்தலில் போட்டியிட்டர். நாடாளுமன்றத்தின் நிகழ்வுகளெல்லாம் தொலைக்காட்சிகளில் கூட ஒளிபரப்பப்படுவதால், அவர் வெற்றிபெற்று எம்பியாகி, நாடாளுமன்றத்தில் அவர் முன்வைக்கிற கருத்துகளை ஒட்டுமொத்த தேசத்தின் பார்வைக்கு கொண்டுசெல்லலாம் என்று அவர் நினைத்திருக்கக் கூடும். ஆனால் தெலங்கானாவில் மல்கஜ்கிரி நாடாளுமன்றத் தொகுதியில் போட்டியிட்டு நான்காவது இடத்தைத் தான் அவரால் பெறமுடிந்தது.[17] 2016

சில பரிசோதனை முயற்சிகள் | 257

ஆம் ஆண்டு தேர்தல் அரசியலில் இருந்து லோக் சத்தா கட்சி விலகிவிடுவதாக நாராயணா அறிவித்தார். அதற்கு பதிலாக, மீண்டும் ஒரு அரசுசாரா அமைப்பாக பழையநிலைக்கே செல்வதாகவும் கூறினார். ஒரு அரசு சாரா அமைப்பாக இயங்கிய பத்தாண்டு காலத்தில் தான் லோக் சத்தா அமைப்பு அதிகளவிலான வெற்றிகளை ஈட்டியதாகவும், தேர்தல் அரசியல் காலத்தில் எதையுமே செய்ய முடியாமல் போனதாகவுமே அக்கட்சியின் ஆதரவாளர்கள் வெளிப்படையாகவே கருத்து தெரிவித்தனர்.[18]

'இந்தியாவில் இருக்கும் 177 அரசியல் கட்சிகளில் நல்லாட்சி அமையவும், சட்ட மாற்றங்களை ஏற்படுத்தவும் அரசினை சிறப்பாக செயல்படவைக்கவும் முயல்கிற ஒரு கட்சியைத் தேடிக்கண்டுபிடிப்பது கடினம். டாக்டர் ஜெயப்பிரகாஷ் நாராயணனின் லோக் சத்தா கட்சிக்கும் அந்தப் பட்டியலில் நிச்சயமாக இடம் உண்டு என்றாலும் கூட, அவர்களால் இதுவரையிலும் தேர்தல்களில் வெல்ல முடியாமல் போயிருக்கிறது' என்று 'இரவில் தான் இந்தியா வளர்கிறது - ஒரு வலிமையான தேசத்தை உருவாக்குவதற்கான லிபரல் பார்வை' என்கிற நூலில் குருச்சரன் தாஸ் குறிப்பிட்டிருக்கிறார்.[19]

இங்கு பெரிய கட்சிகளாக இருப்பவர்களைத் தாண்டி, ஒரு புதிய கட்சியை உருவாக்கி பெரிய மாற்றத்தை நிகழ்த்துவது மிகமிகக் கடினமானது என்பதைத்தான் லோக் சத்தா கட்சியின் அனுபவத்திலிருந்து கற்றுக்கொள்ள முடிகிறது. அதிலும் ஒரு கட்சியின் சார்பாக ஒரேயொரு எம்எல்ஏவாக வெற்றிபெறுகிறவருக்கு கோபமும் எரிச்சலும் தான் மிஞ்சும்.

புதிய கட்சிகளின் தோல்விக்கு நிதி ஒரு முக்கியக் காரணம் என்றாலும் கூட, அக்கட்சிக்கு வாக்களித்து தங்களது வாக்கினை வீணாக்க விரும்பாத மனநிலை தான் இங்கே இருக்கிறது. அதனால் தான் வெற்றிபெறும் கட்சியாக தாங்கள் நினைக்கிற கட்சிக்கே வாக்களிக்கவிரும்புகின்றனர். அத்துடன் புதிய கட்சிகளால் அவர்களுடைய கொள்கைகளை அனைத்து தரப்பு மக்களிடம் கொண்டு சென்று, அவர்கள் வாக்களித்தால் எந்தக்கட்சியாலும் வெல்லமுடியும் என்கிற நம்பிக்கையை புதிய மற்றும் சிறிய கட்சிகளால் உருவாக்கமுடியாத சூழல் தான் நிலவுகிறது.

திரிபுரா மற்றும் மணிப்பூரில் நாங்கள் நடத்திய கருத்துக்கணிப்பிலும் இதே சூழலைப் பார்க்கமுடிந்தது. அதானல் தான் பெரிய கட்சிகளெல்லாம் தேர்தலுக்கு முன்னால் தாங்களே வெல்லப்போவதாக ஏதாவதொரு வழியில் யாரையாவது வைத்து, போலியான கருத்துக்கணிப்புகளை வெளியிட வைக்கிறார்கள். கர்நாடக சட்டமன்றத் தேர்தலுக்கு முன்னர், 135 தொகுதிகளில் வெற்றிபெற்று ஆட்சியமைக்கப்போவதாக பிபிசியின் கருத்துக்கணிப்பு முடிவுகள் தெரிவிப்பதாக பொய்ச்செய்தி பரப்பப்பட்டது.[20]

யாருக்கு வாக்களிக்க வேண்டும் என்று முடிவு செய்திருக்காத வாக்காளர்களை எல்லாம் திசைதிருப்பி ஒரு குறிப்பிட்ட கட்சிக்கு வாக்களிக்க வைக்கிற திறன் இதுபோன்ற போலியான கருத்துக்கணிப்புகளுக்கு உண்டு என்பதை என்னுடைய அனுபவத்தில் நான் பார்த்திருக்கிறேன். தோல்வியுறப்போவதாக சொல்லப்படுகிற வேட்பாளருக்கு வாக்களித்து தங்களது வாக்கினை வீணாக்க விரும்பாமல், இதுபோன்ற கருத்துக்கணிப்புகளின் கருத்துத் திணிப்புகளை நம்பி அதில் வெற்றிபெறப்போவதாக சுட்டிக்காட்டப்படும் கட்சிக்கே வாக்களித்துவிடுகின்றனர்.

அரவிந்த் கெஜ்ரிவாலும் ஆம் ஆத்மி கட்சியும்

சமீபத்திய இந்திய அரசியல் வரலாற்றில், புதிதாக ஒரு கட்சியைத் துவங்கி, ஒரு மாற்று அரசியலை முன்வைத்து தேர்தல் அரசியலில் வெற்றி பெற்ற கட்சியென்றால் அது ஆம் ஆத்மி கட்சியைத் தான் சொல்லமுடியும். ‘ஊழலுக்கு எதிரான இந்தியா’ என்கிற இயக்கத்தின் செயல்பாடுகளைப் பார்த்து, அந்த இயக்கத்திலிருந்து உருவான ஆம் ஆத்மி கட்சியால் தேர்தலில் வெல்லமுடியும் என்று நம்பிக்கை வைத்து வாக்களித்தனர் டெல்லி மக்கள். அது ஒரு இயக்கமாக இருந்த போதே ஏராளமான தொண்டர்களையும் ஆதரவாளர்களையும் அவர்கள் பெற்றுவிட்டனர். அதுவே கட்சியாக மாறியபின்னர், கட்சிக்குத் தேவையான நிதியையும் உழைப்பையும் உறுதிசெய்தது.

2012 இல் கட்சி துவங்கப்பட்டது முதல் 2017 வரையிலுமான ஐந்தாண்டுகளில் மட்டுமே 130 கோடி ரூபாயினை

நன்கொடையாகப் பெற்றிருக்கிறது ஆம் ஆத்மி கட்சி.[21] முதலில் பெரும்பான்மையைப் பெறமுடியாமல் நாற்பத்தி ஒன்பது நாட்கள் மட்டுமே ஆட்சியில் இருந்துவிட்டு, பின்னர் அடுத்ததாக நடைபெற்ற தேர்தலில் மொத்தமுள்ள எழுபது தொகுதிகளில் அறுபத்தியேழை வென்று தனிப்பெரும்பான்மையுடன் ஆட்சியைப் பிடித்தனர். 2014 இல் நடைபெற்ற நாடாளுமன்றத் தேர்தலில் பெரியளவுக்கு வெற்றிபெறமுடியாவிட்டாலும், டெல்லியின் உள்ளூர்த் தேர்தலைப் பொறுத்தவரையிலும் தொடர்ந்து ஆதிக்கம் செலுத்தியே வந்திருக்கின்றனர். சட்டமன்றத்தில் பெரும்பான்மை இருப்பதால், அவர்கள் விரும்பிய டெல்லியைப் பொறுத்தமட்டிலும் ஓரளவுக்கு சுதந்திரமாக யாருடைய தயவுமின்றி சட்டசீர்திருத்தங்களை நிறைவேற்றிக்கொள்ள முடியும்.

2015 ஆம் ஆண்டுமுதலே கல்வி, சுகாதாரம் மற்றும் இதர அரசு சேவைகளில் பல சீர்திருத்தங்களை அவர்களால் மேற்கொள்ள முடிந்திருக்கிறது. டெல்லி முழுவதும் உருவாக்கப்பட்ட ஆரம்ப சுகாதார நிலையங்களின் வழியாகவும் மொஹல்லா மருத்துவமனைகளின் மூலமாகவும் டெல்லி வாழ் மக்களுக்கு மருத்துவ சேவைகளை அவர்களின் வாழிடங்களுக்கு அருகாமையிலேயே அமைத்துக் கொடுக்கமுடிந்திருக்கிறது. ஐக்கிய நாடுகள் சபையின் முன்னாள் பொதுச்செயலாளரான பான்கீ மூனும், உலக சுகாதார மையத்தின் தலைவராகவும் நார்வேயின் பிரதமராகவும் இருந்த க்ரோ ஹர்லம் ப்ருந்த்லாந்தும் ஆம் ஆத்மி அரசின் இந்த நடவடிக்கைகளை வெகுவாகப் பாராட்டி இருக்கின்றனர்.

அவர்கள் இருவரும் 2018 செப்டம்பர் மாதத்தில் இந்தியாவுக்கு சுற்றுபயணம் வந்தபோது, ஆரம்ப சுகாதார மையங்களில் அதிக கவனம் செலுத்தி ஏழைகளுக்கும் பாதிக்கப்படுபவர்களுக்கும் உதவுகிற வகையில் செயல்படுவதாக டெல்லி அரசைப் பாராட்டினர்.[22] அதேபோல அரசுபள்ளிகளை நவீனமயமாக்கியது, தனியார் பள்ளிகளில் வசூலிக்கும் கட்டணத்தைக் கணகாணிக்கும் குழு அமைத்தது உள்ளிட்ட கல்வித்துறை தொடர்பான நடவடிக்கைகளாலும் ஆம் ஆத்மி அரசு பாராட்டுகளைப் பெற்றது.[23]

அதேபோல தேர்தல் வாக்குறுதியில் கூறியிருந்ததைப் போலவே, நாற்பது அரசுத் திட்டங்களை மக்களின் வீட்டிற்கே சென்று வழங்கும் நடைமுறையையும் விஎஃப்எஸ் என்கிற விசா வழங்கும் சர்வதேச நிறுவனத்துடன் இணைந்து டெல்லி அரசு செயல்படுத்தி இருக்கிறது.[24] அதுமட்டுமின்றி, அனைவருக்கும் இலவசமாக தண்ணீர் வழங்குவதாகவும், மின்கட்டணத்தைப் பாதியாகக் குறைப்பதாகவும் கொடுத்திருந்த தேர்தல் வாக்குறுதியும் நிறைவேற்றப்பட்டது. 400 யூனிட்டுகளுக்குக் குறைவாக மின்சாரத்தைப் பயன்படுத்தும் வீடுகளுக்கு அரசு மானியமும் வழங்கப்படுகிறது.[25]

ஆனால் இதெல்லாம் போதுமானதாக இல்லை என்று எதிர்க்கட்சிகள் குறைகூறுகின்றன. மொஹல்லா மருத்துவமனை என்பதே ஒரு பெரிய ஏமாற்று வேலைதான் என்றும், ஆம் ஆத்மி தலைவர்களுக்கு வாடகை வருமானம் வருவதற்காகத் தான் அத்தகைய திட்டத்தையே கொண்டுவந்திருக்கிறார்கள் என்றும் சிலர் குற்றஞ்சாட்டுகிறார்கள்.[26] இன்னும் சிலரோ, ஆம் ஆத்மி கட்சி நல்ல திட்டங்களைக் கொண்டுவர முயற்சிப்பதாகவும், அத்திட்டங்கள் அனைத்தும் தவறாக செயல்படுத்தப்படுவதாலோ அல்லது மத்திய அரசின் தலையீட்டினாலோ தோல்வியைத் தழுவுகின்றன என்கிற கருத்தையும் வெளிப்படுத்துகின்றனர். ஆம் ஆத்மி கட்சியினை தொடர்ந்து மக்கள் ஆதரிக்கிறார்களா அல்லது அதன் மீதான விமர்சனங்களின் உண்மைத்தன்மை என்ன என்பதையெல்லாம் அடுத்த சட்டமன்றத் தேர்தல் 2020இல் நடைபெறுகிற போது தெரியவரும். ஆனால், ஆம் ஆத்மி கட்சியில் ஏற்படும் பிளவுகளின் மூலம், ஒரு மாற்று அரசியலை முன்வைத்து புதிதாக கட்சியைத் துவங்குவது எவ்வளவு கடினமானது என்பது தெளிவாகவே தெரிகிறது.

டெல்லி தேர்தலில் வெற்றிபெற்று ஆட்சியமைத்த இரண்டே மாதங்களில் அக்கட்சியின் முக்கியத் தலைவர்களான யோகேந்திர யாதவும் பிரசாந்த் பூஷனும் கட்சியில் இருந்து வெளியேறிவிட்டனர். கட்சி சிறப்பான முறையில் ஆட்சியைப் பிடித்திருப்பதைப் போன்ற தோற்றத்தையெல்லாம் அது புரட்டிப்போட்டது. கொள்கைக்கும் நடைமுறைக்குமான போராட்டம் கட்சிக்குள்ளே நடைபெறுவதாகத் தான் தெரிகிறது.

> *‘நேர்மையான அரசியல் செய்யப்போவதாக ஆம் ஆத்மி கட்சி அளித்திருந்த வாக்குறுதியெல்லாம், 2015இல்*

நடைபெற்ற தேர்தலை வெல்வதற்கான அவர்களின் பயணத்திலேயே அடிபட்டுப் போனது. தேர்தலில் வெற்றிபெற்றபிறகு, பொதுமக்களுக்கும் அது தெரியும் நிலைக்கு வந்துவிட்டது. ஆக, 2015லேயே தார்மீக அடிப்படையில் ஆம் ஆத்மி கட்சி மரணித்துவிட்டது என்று தான் சொல்வேன்'

என்று ஃபர்ஸ்ட்போஸ்ட் இதழில் யோகேந்திர யாதவ் எழுதியிருந்தார்.[27]

ஒரு முழுமையான மாநிலமாக அங்கீகரிக்கப்படாத சூழலில், மத்திய அரசு நியமிக்கும் துணைநிலை ஆளுநருக்கு டெல்லியில் அதிகளவிலான அதிகாரங்கள் இருக்கின்றன. டெல்லியின் மாநில முதல்வராக ஷீலா தீக்ஷித் இருந்த பதினைந்து ஆண்டுகாலத்தில், டெல்லியின் துணைநிலை ஆளுநரால் ஆட்சியில் எவ்விதக் குறுக்கீடும் நடக்கவில்லை. அக்காலகட்டத்தில் பெரும்பலும் மத்தியிலும் மாநிலத்திலும் காங்கிரஸ் கட்சியே ஆட்சிசெய்ததும் அதற்கு முக்கியமான காரணமாகும். ஆனால் ஆம் ஆத்மி கட்சி ஆட்சிக்கு வந்தபின்னர், மக்களால் தேர்ந்தெடுக்கப்பட்ட அரசிடம் கூட கலந்தாலோசிக்காமல் பல்வேறு உத்தரவுகளைப் பிறப்பிப்பதையும், அதிகாரிகளை இங்குமங்குமாக மாற்றுவதையும் துணைநிலை ஆளுநர் செய்யத்துவங்கிவிட்டார்.[28]

டெல்லி முதல்வருக்கும் துணைநிலை ஆளுநருக்குமான முரண்பாடுகளை அது உருவாக்கிவிட்டது. அதன் தொடர்ச்சியாகவே, ஆங்காங்கே சிசிடிவி கேமராக்களை வைப்பதாகவும், மொஹல்லா மருத்துவமனைகளை அமைப்பதாகவும், அரசின் சேவைகளை வீட்டிற்கே சென்று வழங்குவதாகவும் ஆம் ஆத்மி கட்சி கொடுத்த தேர்தல் வாக்குறுதிகளைக் கூட செயல்படுத்தவிடாமல் துணைநிலை ஆளுநர் பல முட்டுக்கட்டைகளைப் போட்டுக்கொண்டே இருந்தார்.[29] ஆம் ஆத்மி கட்சியின் மந்திரிகள் அழைப்பு விடுக்கும் கூட்டங்களில் கலந்துகொள்ள மறுத்து, அரசின் உயரதிகாரிகளும் இந்த முரண்பாடுகளில் பங்கெடுக்க ஆரம்பித்துவிட்டனர். 2018 ஆம் ஆண்டு பிப்ரவரி மாதத்தில் டெல்லியில் முதல்வரின் இல்லத்தில் நடைபெற்ற நள்ளிரவுக் கூட்டத்தில் ஆம் ஆத்மி கட்சியின் எம்எல்ஏக்கள் தன்னிடம் தகாதமுறையில் நடந்துகொண்டதாகக் குற்றஞ்சாட்டி, டெல்லி அரசின் உத்தரவுகள் அனைத்தையும் டெல்லியின் தலைமைச்

செயலர் புறக்கணிக்கப் போவதாக அறிவித்துவிட்டார்.[30] அரசு உயரதிகாரிகளை மாற்றுவதற்கும் நியமிப்பதற்கும் கூட அதிகாரமின்றி, டெல்லி முதல்வர் செயல்படமுடியாமல் தவித்தார். அப்படியே டெல்லி அரசின் கோரிக்கையை ஏற்று, அதிகாரிகளின் மாறுதல்களுக்கு மத்திய அரசு ஒப்புதல் வழங்கினாலும் கூட, மக்களால் தேர்ந்தெடுக்கப்பட்ட டெல்லி அரசாங்கத்தின் உத்தரவுகள் எதையும் உயரதிகாரிகள் பின்பற்றமாட்டார்கள் என்பதை மத்திய அரசு மறைமுகமாக கோடிட்டுக் காட்டத்தான் செய்தது.

ஆம் ஆத்மி ஆட்சிக்கு வந்து மூன்றாண்டுகள் ஆகியும் இந்த மோதல் தொடர்ந்துகொண்டே தான் இருந்தது. அதன்பின்னர் தான், டெல்லியின் துணைநிலை ஆளுநருக்கென்று தனியான அதிகாரம் ஏதுமில்லை என்றும், மக்களால் தேர்ந்தெடுக்கப்பட்ட அரசின் ஆலோசனைகளை ஒட்டியே முடிவுகளை எடுக்கவேண்டும் என்றும் உச்சநீதிமன்றம் உத்தரவிட்டது.[31] இது ஆம் ஆத்மி கட்சிக்குக் கிடைத்த மிகப்பெரிய வெற்றியாக இருந்தபோதும், மோதல் நடைபெற்ற காலகட்டத்தில் டெல்லி அரசுக்கு பெரியளவிலான அரசியல் சேதங்களை அது ஏற்கனவே ஏற்படுத்திவிட்டது. காங்கிரசும் பாஜகவும் மற்றும் ஆம் ஆத்மி கட்சியில் இருந்து வெளியேறிய யோகேந்திர யாதவ்போன்றவர்களும் ஆம் ஆத்மி கட்சியின் ஆட்சியை செயல்படாத அரசாகக் குற்றஞ்சாட்டினர். அப்படியாக, தங்களுக்கான அரசியல் ஆதாயத்தையும் தேடிக்கொண்டனர். வெறுமனே போராட்டம் செய்வதற்கு மட்டும் தான் ஆம் ஆத்மி கட்சியினரால் முடியும் என்றும், ஒரு ஆட்சியை நடத்துவதற்கான தகுதியெல்லாம் அவர்களுக்கு இல்லையென்றும் குற்றஞ்சாட்டினர். இக்கருத்தை அப்படியே பரப்பிவிட்டு, ஆம் ஆத்மி கட்சிக்கு எதிரான ஒரு பிம்பம் நாடெங்கிலும் உருவாக்கப்பட்டுவிட்டது.

இந்த அரசியல் சூழலுக்கு நடுவே கட்சியையும் ஆட்சியையும் நடத்துகிறபோது, கட்சி துவங்கப்பட்டதற்கான தத்துவார்த்த இலக்குகளில் சரியாகத்தான் அக்கட்சி பயணிக்கிறதா என்கிற கேள்வியும் எழாமல் இல்லை. 2018 ஜனவரி மாதத்துவக்கத்தில் மாநிலங்களவைக்கு அனுப்புவதற்காக ஆம் ஆத்மி கட்சி மூவரைத் தேர்ந்தெடுத்தது. அந்தத் தேர்வே கூட கடும்விமர்சனத்திற்கு ஆளானது. அம்மூவரில்

சஞ்சய் சிங் என்கிற ஒருவர் மட்டும் தான் ஆம் ஆத்மி கட்சியில் பிரபலமானவராக இருந்தார். சுசில் குப்தா என்கிற டெல்லியைச் சேர்ந்த வியாபாரியும், நரேன் தாஸ் குப்தா என்கிற பட்டயக் கணக்காளரும் ஆம் ஆத்மி கட்சிக்காக வேலை செய்யாதவர்களாகவும், அதுவரை யாருமே கேள்விப்படாதவர்களாகவுமே இருந்தனர். அப்படியானவர்கள் தான் ஆம் ஆத்மி கட்சியை நாடாளுமன்றத்தில் பிரதிநிதித்துவப் படுத்தப்போகிறார்களா என்கிற கேள்வியும் எழுந்தது.

'எதைச் செய்யமாட்டோம் என்று வாக்குறுதி கொடுத்து கட்சி துவங்கப்பட்டதோ, அதையே செய்கிற அளவிற்கு அக்கட்சி இன்று வந்து சேர்ந்திருக்கிறது' என்றார் பிரசாந்த் பூசன். 'அரவிந்த் கெஜ்ரிவால் என்னதான் தவறுகள் செய்தாலும், அவர் என்றும் விலைபோகமாட்டார் என்று மட்டும் நான் உறுதியாகக் கூறி வந்திருக்கிறேன். ஆனால் இன்றோ நான் உணர்வற்றும், அவமானப்பட்டும், வாயடைத்தும் நிற்கிறேன்' என்று யோகேந்திர யாதவ் தெரிவித்தார். விமர்சனத்தின் உச்சகட்டமாக, ஆம் ஆத்மி கட்சியில் இருந்து வெளியேறியவர்கள் இணைந்து 'ஸ்வராஜ் இந்தியா' என்கிற புதிய கட்சியையும் துவங்கினர். தங்களுடைய கட்சியின் கொள்கைகளில் நம்பிக்கைவைத்து கட்சிக்காக உழைத்தவர்களைப் புறக்கணித்துவிட்டு, காசுக்காக மாநிலங்களவை உறுப்பினர் பதவிகளை ஆம் ஆத்மி கட்சி விற்றுவிட்டது என்று எதிர்க்கட்சிகளும் குற்றஞ்சாட்டின.[32]

விஸ்வாஸ் மற்றும் அஷுதோஷ் போன்ற தலைவர்களுக்குத் தான் மாநிலங்களவை உறுப்பினர் பதவி வழங்கப்பட்டிருக்க வேண்டும் என்று ஆம் ஆத்மி கட்சியினரே கூட தனிப்பட்ட விவாதங்களில் தங்களது அதிருப்தியைத் தெரிவிக்கின்றனர். அதற்கு சில மாதங்களுக்குப் பின்னர், மற்ற கட்சிகளைப் போலவே ஆம் ஆத்மி கட்சியும் சாதி அரசியலில் ஈடுபடுவதாகக் குற்றஞ்சாட்டி, கட்சியில் இருந்து அஷுதோஷ் வெளியேறினார். 'என்னுடைய இருபத்தி மூன்று ஆண்டுகால பத்திரிக்கைத் துறை அனுபவத்தில், என்னுடைய சாதிப்பெயர் என்னவென்று எவரும் என்னைக் கேட்டதே இல்லை. சாதியற்ற என்னுடைய பெயரால் மட்டுமே தான் நான் அறியப்பட்டுவந்தேன். ஆனால், 2014 ஆம் ஆண்டு மக்களவைத் தேர்தலில் நான் போட்டியிட்டபோது, என்னுடைய எதிர்ப்பையும் மீறி, கட்சி ஊழியர்களிடம் என் சாதிப்பெயரையும் இணைத்தே அறிமுகப்படுத்தினார்கள்...'

என்று 2018 ஆம் ஆண்டு ஆகஸ்ட் 29 ஆம் தேதியன்று ட்விட்டரில் பதிவிட்டிருந்தார். அவர் போட்டியிட்ட தொகுதியில், அவருடைய சாதியினரே பெரும்பான்மையாக இருந்தபடியால், அவருடைய சாதிப்பெயரை வெளிப்படையாகச் சொல்வதன்மூலம் அதிகமான வாக்குகள் கிடைக்குமென்கிற எதிர்பார்ப்பில் அப்படிச் செய்ததாக அவரிடம் கூறியிருப்பதாக அஷுதோஷ் தெரிவித்தார்.[33]

டெல்லி அரசின் மந்திரிகளுக்கு உதவியாக இருப்பதற்கு பாராளுமன்ற செயலர்களாக இருபது ஆம் ஆத்மி எம்எல்ஏக்களை ஆம் ஆத்மி கட்சி நியமித்தது. இருபதவிகளை ஒரேநேரத்தில் அனுபவித்துவந்தார்கள் என்று சுட்டிக்காட்டி, அவர்களது எம்எல்ஏ பதவியினைப் பறித்து, 2018 ஜனவரி 19 ஆம் தேதியன்று தேர்தல் ஆணையம் உத்தரவிட்டது. அந்த உத்தரவிற்கு ஜனாதிபதி இராம்நாத் கோவிந்தும் அடுத்த இரண்டே நாட்களில் ஒப்புதல் வழங்கினார். அதன்பின்னர் டெல்லி உயர்நீதிமன்றமோ, ஆம் ஆத்மி கட்சி எம்எல்ஏக்களை பதவிநீக்கம் செய்தது சட்டத்திற்கே புறம்பானது என்று தீர்ப்பளித்து, அவர்களை எம்எல்ஏக்களாகவே தொடர உத்தரவிட்டது. பதவி நீக்கம் செய்யும் உத்தரவை வழங்குவதற்கு முன்னர் அவர்களின் கருத்தைக்கூட கேட்காமல் தவிர்த்திருக்கிறார்கள் என்பதையும் குறிப்பிட்டு டெல்லி உயர்நீதிமன்றம் கண்டனம் தெரிவித்திருந்தது.[34]

அதேபோல மற்றொரு சர்ச்சையும் ஊடகத் தலைப்புச் செய்தியானது. அரசு விளம்பரங்களுக்காக டெல்லி அரசாங்கம் செலவிட்ட 97 கோடி ரூபாயினை திரும்பச் செலுத்தவேண்டும் என்று மாநில தலைமைச் செயலருக்கு டெல்லி துணைநிலை ஆளுநர் உத்தரவிட்டார். ஜனாதிபதி, பிரதமர் மற்றும் இந்தியாவின் தலைமை நீதிபதியைத் தவிர வேறு யாரின் படமும் எந்த அரசு விளம்பரங்களிலும் இடம்பெறக்கூடாது என்று 2015 ஆம் ஆண்டு மே மாதத்தில் உச்சநீதிமன்றம் ஒரு தீர்ப்பளித்திருந்தது. அதனைத் தொடர்ந்து டெல்லியில் ஆட்சியிலிருக்கும் ஆம் ஆத்மி கட்சியினரின் வரம்புமீறலை ஆய்வு செய்வதற்காக மத்திய அரசு ஒரு குழுவை நியமித்தது. டெல்லிக்கு வெளியேயும் 29 கோடி ரூபாயினை விளம்பரத்திற்காக டெல்லி அரசு செலவிட்டிருப்பதாகவும், அக்குழு அறிக்கை கொடுத்தது.[35] உச்சநீதிமன்றத் தீர்ப்பினை

வைத்துப் பார்த்தால், இந்தியாவின் எல்லா மாநிலங்களும் அதை மீறியிருக்க இயல்பாகவே வாய்ப்பிருக்கிறது. அதனால் இப்பிரச்சனை அதற்கு மேல் நகரவில்லை. ஆனாலும், வாக்காளர்களிடம் ஆம் ஆத்மி கட்சியின் பிம்பத்தை உடைக்கிற பணியாகவே இது முன்னெடுக்கப்பட்டிருந்தது.

அகாலிதளம் கட்சியின் தலைவரான பிக்ரம் சிங் மஜிதியா, பாஜக தலைவர்கள் நிதின் கட்காரி மற்றும் அருண் ஜேட்லி, காங்கிரஸ் தலைவர் கபில் சிபலின் மகன் ஆகியோர் மீது டெல்லி கிரிக்கெட் சங்கத்தில் ஊழல் செய்தது முதல் போதைப்பொருள் கடத்தியது வரையிலுமாக அரவிந்த் கெஜ்ரிவாலும் இன்ன பிற ஆம் ஆத்மி கட்சித் தலைவர்களும் குற்றம் சுமத்தியிருந்தனர். அதற்காக அவர்கள் மீது பல வழக்குகளை அந்த அரசியல் தலைவர்களெல்லாம் தாக்கல் செய்திருந்தனர். அவற்றில் இருந்து வெளியேறுவதற்காக, பொதுமன்னிப்பைக் கோரினார் அரவிந்த் கெஜ்ரிவால்.[36] அதன்பின்னர் தான், பல வழக்குகள் திருப்பப்பெறப்பட்டன. இதுவும் அரவிந்த் கெஜ்ரிவாலுடைய பெயருக்கு களங்கத்தை உண்டாக்கியது.

2018 ஏப்ரல் மாதத்தில், ஆம் ஆத்மி அரசின் அமைச்சர்களுடன் பணிபுரிந்த அல்லது பணிபுரிந்துகொண்டிருந்த பத்து ஆலோசகர்களின் பதவிகளையும் மத்திய உள்துறை அமைச்சகம் பறித்துக்கொண்டது. அவர்களில் 5000 ரூபாய் வரையிலும் ஊதியம் வாங்கிய ஆலோசகர்களும் இருந்தார்கள். அதே வேளையில் மாதம் ஒரே ஒரு ரூபாய் மட்டுமே ஊதியம் பெற்றுக்கொண்டு டெல்லி துணை முதல்வருடன் பணியாற்றிய அதிஷி மர்லேனா, 2016 ஆம் ஆண்டின் நிதிநிலை அறிக்கையினை தயார் செய்வதற்காக நாற்பத்தி ஐந்து நாட்களுக்கு மட்டுமே நியமிக்கப்பட்டிருந்த கட்சியின் செய்தித்தொடர்பாளரான இராகவ் சதா உள்ளிட்டோரையும் சேர்த்தே மத்திய அரசு பதவிநீக்கம் செய்தது. முறையான நடைமுறைகளைப் பின்பற்றாததாலேயே அவர்களின் நியமனங்களை இரத்து செய்ததாக மத்திய உள்துறை அமைச்சகம் தெரிவித்தது. 'மத்திய அரசின் அனுமதியைப் பெறாமலும், டெல்லி அரசே விரும்பியபடி ஏதோவொரு நிறுவனத்தின் மூலமாக இத்தகைய பதவிகளை உருவாக்கி ஆட்களை நியமித்திருப்பது சட்டத்திற்குப் புறம்பானது'

என்று மத்திய உள்துறை அமைச்சகம் வெளியிட்ட கடிதத்தில் தெரிவிக்கப்பட்டிருந்தது.[37]

2014-2015 ஆம் ஆண்டுகளில் நன்கொடை வசூலித்த வகையில், 2 கோடி ரூபாய் ஹவாலா மோசடி செய்ததாகவும், 30 கோடி ரூபாயளவிற்கு சட்டத்தை மீறியிருப்பதாகவும் ஆம் ஆத்மி கட்சிக்கு வருமான வரித்துறை குற்றச்சாட்டுக் கடிதம் எழுதியது. அதனைத் தொடர்ந்து, 2014-2015 ஆண்டுகளின் நன்கொடை வரவு குறித்து நேரில் வந்து விளக்கமளிக்குமாறு ஆம் ஆத்மி கட்சிக்கு தேர்தல் ஆணையம் உத்தரவு பிறப்பித்தது.[38] வருமான வரித்துறை பக்கசார்பாக செயல்பட்டு, தங்களது வரவுசெலவு கணக்கினைத் தவறாக மதிப்பிட்டுள்ளதாகவும், ஒவ்வொரு மாநிலத்தின் கட்சிக் குழுவுக்கும் நன்கொடையாக வந்த பணத்தையெல்லாம் அந்தந்த மாநிலக் கணக்கில் இணைத்திருப்பதாகவும் ஆம் ஆத்மி கட்சி விளக்கம் அளித்தது.

ஆம் ஆத்மி கட்சியின் மீதும் அரவிந்த் கெஜ்ரிவால் மீதும் வைக்கப்பட்ட குற்றச்சாட்டுகள் அனைத்தும் பொதுவாக மற்ற பெரிய கட்சிகள் மீதும் வைக்கப்பட முடிகிற குற்றச்சாட்டுகள் தான். இருந்தாலும் அவையெல்லாம் ஆம் ஆத்மி கட்சிக்கு மட்டும் பெரியளவிலான நெருக்கடிகளாக மாறியிருக்கின்றன. ஊழலை ஒழித்து, ஒரு மாற்று அரசியலை முன்வைக்கவருகிறோம் என்று உறுதியளித்துவிட்டு அரசியலுக்கு வந்தகாரணத்தாலேயே அவர்கள் மீது வைக்கப்படுகிற ஒவ்வொரு குற்றச்சாட்டும் மக்களின் கவனத்தை ஈர்த்து கோபத்தை உண்டாக்குகின்றன. மிகப்பெரிய பணக்காரரிடம் கட்சிக்கு நிதியைப் பெற்றுக்கொண்டு, மாநிலங்களவை உறுப்பினர் பதவியின் வேட்பாளராக அறிவிப்பதெல்லாம் மற்ற பெரிய கட்சிகளில் இயல்பாக நடப்பது தான். ஆனால் இதையெல்லாம் மாற்றப்போகிறோம் என்று வாக்குக் கொடுத்துவிட்டு அரசியலுக்கு வந்த ஆம் ஆத்மி கட்சியிடமிருந்தும் அதேபோன்ற செயல்பாட்டினை மக்கள் எதிர்பார்க்கவில்லை.

மாநிலங்களவையில் ஏராளமான பெரும்பணக்காரர்கள் உறுப்பினர்களாக இருக்கிறார்கள். இன்றைக்கு கோடிகளைக் கொள்ளையடித்துவிட்டு நாட்டைவிட்டே ஓடிப்போயிருக்கும் விஜய் மல்லையாவே கூட இருமுறை மாநிலங்களவை உறுப்பினராக இருந்திருக்கிறார். முதல்முறை காங்கிரஸ்

கட்சியிலிருந்தும், இரண்டாவது முறை பாஜகவிலிருந்தும் அவருக்கு மாநிலங்களவை உறுப்பினர் பதவி கிடைத்தது.[39] ஒருதொகுதியில் அதிகமான வாக்காளர்கள் சார்ந்திருக்கிற சாதியைச் சேர்ந்தவரை வேட்பாளராக நியமிப்பதும், அவரது சாதியை பொதுவெளியில் சொல்வதும் இந்திய அரசியலில் இயல்பாகவே நடப்பது தான் என்றாலும், இதையெல்லாம் தாண்டிய கட்சியாக இருக்கப்போவதாக வாக்குறுதி கொடுத்த கட்சி என்பதாலேயே, ஆம் ஆத்மி கட்சியின் மீது அஷுதோஷ் வைத்த குற்றச்சாட்டும் அதிக முக்கியத்துவம் பெற்றுவிட்டது. இத்தகைய சமரசங்களை செய்திருக்காவிட்டால், ஐரோம் சர்மிளாவின் மக்கள் எழுச்சி மற்றும் நீதிக்கூட்டணிக் கட்சிக்கும், டாக்டர் ஜே.பி.யின் லோக் சத்தா கட்சிக்கும் ஏற்பட்ட நிலையே ஆம் ஆத்மி கட்சிக்கும் ஏற்பட்டிருக்க வாய்ப்பிருக்கிறது. தற்போது ஆம் ஆத்மி மீது வைக்கப்படுகிற குற்றச்சாட்டுகளைக் களைவதற்கு அவர்கள் முயன்றாலும், இந்தியாவின் தேர்தல் அரசியலில் பங்கெடுத்துவிட்ட பின்னர் அது சாத்தியமா என்பதைப் பொறுத்திருந்து தான் பார்க்கவேண்டும். ஒரு இயக்கம் தத்துவரீதியாக உறுதியோடு இருக்கவேண்டுமானால், அரசு சாரா அமைப்பாகவோ அல்லது ஒரு வெகுஜன அமைப்பாகவோ தான் இருக்கமுடியும் என்கிற சூழல் உருவாகிவிட்டிருக்கிறது.

எந்த நோக்கத்திற்காக ஆம் ஆத்மி கட்சி துவங்கப்பட்டதோ, அந்த நோக்கத்திற்கு நேர்மையாக இருந்து, இந்திய அரசியலில் ஒரு மாற்றத்தை ஏற்படுத்தப்போகிறார்களா, அல்லது மற்ற பெரிய கட்சிகளைப் போன்றே காலப்போக்கில் முழுவதுமாக மாறப்போகிறார்களா என்கிற கேள்விக்கு தான் நமக்கு பதில் கிடைக்கவேண்டி இருக்கிறது. ஒரு வெகுமக்கள் இயக்கமாக இருந்து நேரடியாகப் போட்டியிட்டதால், முதல் தேர்தல் அவர்களுக்கு மிகப்பெரிய சவாலாக இருக்கவில்லை. அப்போது அதிகமான நன்கொடையை மக்கள் வழங்கினார்கள். ஆதரவாளர்களும் தொண்டர்களும் கூட அதிகமான அளவில் கட்சியைத் தாங்கிப் பிடித்தனர். இனிவரப்போகிற தேர்தல்களில் அவர்களுடைய வெற்றியைப் பொறுத்துதான் புதிய முயற்சிகளுக்கு இந்திய அரசியலில் தொடர் வரவேற்பு கிடைக்குமா இல்லையா என்பதை உறுதிசெய்துகொள்ள முடியும்.

அடுத்தது என்னவென்று யோசித்துக்கொண்டே...

2018 ஜூன் மாதத்தில் நான் பாஜகவிலிருந்து வெளியேறி விட்டதாக பொதுவெளியில் அறிவித்துவிட்ட பின்னர், அரசியலில் ஆர்வமுள்ள பலரிடமிருந்தும் எனக்கு மின்னஞ்சல்களும் அலைபேசி அழைப்புகளும் வந்திருக்கின்றன. பொதுவாக அரசியல் குறித்தும், அரசியலில் ஈடுபடுவதும் குறித்துமான கேள்விகளே பெரும்பாலும் இருந்தாலும், தேர்தலில் போட்டியிடும் ஆர்வத்தில் இருக்கிற சிலரும் கூட என்னிடம் விவாதிக்கும் ஆர்வத்தில் இருந்தனர். இன்னும் சிலரோ தங்களுடைய வியாபாரத்திலும் தொழிலிலும் குறிப்பிடத்தகுந்த வெற்றிய ஈட்டிவிட்டதால், தாங்கள் சேர்த்துவைத்திருக்கிற பணத்தை அரசியலில் செலவுசெய்து வெற்றிபெறும் ஆர்வத்தில் இருந்ததைப் பார்க்க முடிந்தது. தங்களுடைய தேர்தல் பிரச்சாரத்திற்கு உதவவேண்டுமெனக் கேட்டும், 2019இல் வெற்றிபெறப்போகிற கட்சி எதுவெனத் தெரிந்துகொண்டு அதில் இணையலாம் என்கிற விருப்பத்தோடும் சிலர் என்னைத் தொடர்பு கொண்டிருந்தனர். அரசியலுக்கு வெளியே இருக்கும் பெரும்பாலானோருக்கு அரசியல் களம் எவ்வாறு செயல்படுகிறது என்பதே தெரியாமல் இருக்கிறது என்பதைத் தான் நான் என்னுடைய அரசியல் பயணத்தில் கற்று உணர்ந்திருக்கிறேன். கட்சிகளின் பேச்சாளர்களையும் செய்தித் தொடர்பாளர்களையும் ஊடக வெளிச்சம் பெறுகிற தலைவர்களையும் மட்டுமே தான் அவர்கள் பார்க்கிறார்கள். ஆனால், ஒரு தேர்தலில் வெற்றிபெறுவதற்காக பின்னணியில் அக்கட்சிகள் என்னென்னவெல்லாம் செய்கிறார்கள் என்பது மக்களுக்குத் தெரியாமலேயே போகிறது. படித்தவர்கள் அரசியலுக்கு வரவேண்டும் என்று காலங்காலமாக சொல்லப்படுகிறது. ஆனால் அதைவிடவும், அரசியல் எவ்வாறு இயங்குகிறது என்பதைப் புரிந்துகொண்டு அரசியலுக்குள் நுழைவது அவசியம் என்று நினைக்கிறேன்.

இந்தியா எந்த திசையில் பயணிக்க வேண்டும் என்பதை அரசியல் தான் தீர்மானிக்கப் போகிறது என்பதில் எவ்வித சந்தேகமும் இல்லை. இந்திய அரசியலில் பின்பற்றப்படுகிற நெறிமுறைகளும் வார்த்தைப் பிரயோகங்களும் தான் இந்திய தேசத்தின் மதிப்பையே நிர்ணயிக்கும் காரணிகளாக இருக்கின்றன. இந்தியா என்கிற தேசம், பன்முகத்தன்மை

வாய்ந்ததாகவும், அனைவரையும் அரவணைத்துக் கொண்டு பயணிப்பதாகவும் இருக்கப்போகிறதா அல்லது பல்வேறு அடையாளங்களால் குழுக்களாக பிளவுபட்டு மோதலும் முரண்பாடுமாகப் பயணிக்கப்போகிறதா என்பதைக்கூட அரசியல் தான் தீர்மானிக்கிறது. கல்விக்கும் அறிவுக்கும் முக்கியத்துவம் கொடுக்கப்போகிறதா இல்லையா என்பதையும் கூட இந்த தேசத்தின் அதிகாரத்தில் இருக்கும் அரசியல்வாதிகள் தான் தீர்மானிக்கிறார்கள்.

இந்தியா விடுதலை பெற்றதிலிருந்தே, ஆளுங்கட்சிகளின் ஆட்சிகள் வழங்கிய ஊழல், வளர்ச்சி, மக்கள் நலன் சார்ந்த திட்டங்களையும், எதிர்க்கட்சிகள் அதற்கு மாற்றாக முன்வைக்கிற திட்டங்களையும் நாம் விவாதித்தே வந்திருக்கிறோம். ஆனால், உலகெங்கிலும் இத்தகைய விவாதங்களெல்லாம் தற்போது நடைபெறுவதே இல்லை. இணையம் உள்ளிட்ட தொழிற்நுட்பங்களின் வருகையினால் ஃபேக் செய்திகளும் பொய்ப்பிரச்சார பரப்புரைகளும் தேர்தல் முடிவுகளையே தீர்மானிக்கும் நிலைக்கு வந்திருக்கின்றன. அதன் மூலம் சொல்லப்படுகிற கதைகளை நம்பவைத்து வாக்குகளாக மாற்றுவதற்காக, கட்சிகளுக்கு இடையில் பெரிய போரே நடக்கிறது. இருசமூகத்தினரிடையே விரோதத்தை விதைத்து, அதில் ஒரு குழுவினர் முழுவதையும் தனக்கான வாக்காளர்கள் ஆக்குவதை ஒருசில கட்சிகள் செய்கின்றன. அதற்காக அக்கட்சிகள் எந்த எல்லைக்கும் செல்லத் தயாராகவே இருக்கின்றன. பொய்செய்திகளைப் பரப்பி ஒரு குறிப்பிட்ட இனக்குழு மக்களை இந்த தேசத்தின் விரோதிகளாகவே மாற்றிவிடுவதற்கும் அக்கட்சிகள் தயக்கம் காட்டுவதில்லை. இன்னும் சில கட்சியினரோ வாக்காளர்களைப் பிளவுபடுத்துவதற்காக மதத்தையோ, சாதியையோ, மொழியையோ அல்லது தங்களுக்கு வசதியாகத் தோன்றும் ஏதோவொரு அடையாளத்தையோ எடுத்துக்கொண்டு அரசியல் ஆதாயம் தேடுகின்றனர்.

அரசியல்வாதிகளுக்கும் பெருமுதலாளிகளுக்குமான உறவு முன்னெப்போதையும் விட மிகநெருக்கமானதாக மாறியிருப்பதால் அரசியலில் பணம் புரள்வதும் அதிகரித்துக்கொண்டே தான் இருக்கிறது. அந்தக்கூட்டணியை வெல்வதெல்லாம் நேர்மையான அரசியல்வாதிகளுக்கு

சாத்தியமில்லாமலே போகிறது. அரசியலை விட அதிக வருமானம் தரும் தொழில் வேறேதும் இல்லையென்பதை ஊழல்வாத அரசியல்வாதிகள் உணர்ந்தே வைத்திருக்கிறார்கள். அதனால் நேர்மையான கட்சிகளையோ மனிதர்களையோ அதற்குள்ளே விடுவதற்கு அவர்கள் தயாராக இருக்கமாட்டார்கள். துவக்கத்தில் பெரும்பணத்தை முதலீடு செய்து, அதன்பிறகும் வெற்றிகிடைத்துவிடும் என்று உறுதியாகத் தெரியாத சூழலில், புதியவர்களின் வருகையையும் அது தடுத்துவிடுகிறது. இப்படியான காரணங்களாலேயே, அரசியலில் பங்கெடுக்கும் ஆர்வமும் திறமையும் இருந்தாலும் கூட படித்த இளைஞர்களெல்லாம் கார்ப்பரேட் நிறுவனங்களில் வேலைக்கு சேர்ந்து உறுதியான ஊதியத்தைப் பெறுவதற்குதான் விரும்புவார்கள்.

என்னுடைய அனுபவத்தில் பல்வேறு கட்சிகளின் ஆயிரக்கணக்கான தொண்டர்களுடன் பேசிப்பழகிவிட்டேன். அவர்களில் சிலருக்கு தங்களுடைய வாழ்க்கை முழுவதுமே அரசியலில் எதையுமே சாதிக்கவில்லையென்றாலும் கூட, தங்களுடைய கட்சிக் கொடியினை ஏந்திக்கொண்டு அவர்களுடைய ஊர்களில் வலம் வருவார்கள். அப்படியான சிலருக்கு உள்ளூரில் அதனால் கிடைக்கிற அதிகாரமும் மரியாதையுமே போதுமானதாக இருக்கிறது. அவர்களைப் பொறுத்துவரையில் உள்ளூர் காவல்துறை அவர்களுடைய பேச்சுக்கு மரியாதை கொடுத்தாலோ, ஒருசில சுங்கச்சாவடியில் கட்டணம் செலுத்துவதில் இருந்து விலக்கு கிடைத்தாலோ கூட போதுமானதாக நினைப்பார்கள். அப்படியானவர்களும் பல அரசியல் கட்சிகளில் உண்டு.

அவர்களில் பெரும்பாலானோர் இடைத்தரகர்களாக மாறி, அரசின் ஒப்பந்தங்களைப் பெறுபவர்களாகவோ அல்லது மற்றவர்களுக்குப் பெற்றுத்தருபவர்களாகவோ இருப்பார்கள். அரசு அலுவலகங்களில் சில பணிகளை முடித்துத்தருவதற்கு உதவிசெய்து, அதற்கான சிறுதொகையினைப் பெற்றுக்கொள்பவர்களாக தங்களது வருமானத்திற்கு வழியமைத்துக் கொள்வார்கள். அரசியல் கட்சிகளில் அங்கம் வகிப்பதை மட்டும் விடவேமாட்டார்கள். ஒருவேளை அவர்கள் அங்கம்வகிக்கும் அரசியல் கட்சியில் ஏதாவது பதவி உயர்வு கிடைத்துவிட்டால், அதற்கேற்ப அவர்களது இடைத்தரகு

வேலையிலும் உயர்ந்துவிடுவார்கள். அதன்பிறகு பெரிய அரசு அதிகாரிகளுடன் தொடர்பினை உருவாக்கி, பெரிய ஒப்பந்தங்களை வாங்கிக்கொடுக்கும் பெரிய இடைத்தரகர்களாகி விடுவார்கள். அவர்களைப் பொறுத்தவரையில், இந்த அமைப்புமுறையில் எந்தவொரு சிறிய மாற்றமும் நிகழ்ந்துவிடக்கூடாது. அப்படி ஏதாவது நடந்துவிட்டால், அவர்களுடைய மரியாதை, அதிகாரம், வருமானம் என அனைத்தையுமே அது பாதித்துவிடும். இந்தியாவின் தேர்தல் அரசியலை இவர்களைப் போன்றவர்கள் ஆக்கிரமிக்கப்போகிற நாள் வெகுதூரத்தில் இல்லை.

பொறுப்புத் துறப்பு

தேர்தல் பிரச்சார மேலாளராக இருந்த காலகட்டத்தில் தனக்கேற்பட்ட அனுபவங்களையும், கிடைத்த ஆதாரங்களையும் தொகுத்து இந்நூலை நூலாசிரியர் எழுதியிருக்கிறார். நூலாசிரியர் நேரடியாகப் பங்குபெற்ற நிகழ்வுகள் மட்டுமல்லாமல், பல்வேறு மனிதர்களிடமிருந்தும், வேறுபல நூல்களிலிருந்து பெறப்பட்டவையும் இந்நூலில் குறிப்பிடப்பட்டிருக்கின்றன. இந்நூலில் நூலாசிரியர் தெரிவித்திருக்கும் கருத்துகள் அனைத்திற்கும் அவரே பொறுப்பேற்பார். அக்கருத்துகள் எவற்றிற்கும், அவர் குறிப்பிட்டிருக்கிற நபர்கள் பொறுப்பேற்க மாட்டார்கள்.

கற்பனையற்ற உண்மையான நிகழ்வுகளைக் கொண்டும், நூலாசிரியரின் சுயஅறிவைக் கொண்டும், அவருடைய நினைவுக்கு எட்டியவரையில் அதிகபட்ச நேர்மையுடனும் இந்நூல் எழுதப்பட்டிருக்கிறது. இந்நூலில் குறிப்பிடப் பட்டிருக்கிற அனைத்து மனிதர்களின் பெயர்களும் உண்மையானவையே.

எந்தவொரு தனிநபருக்கும் அரசியல் கட்சிக்கும் சமூகத்திற்கும் பாலினத்திற்கும் மதத்திற்கும் தேசத்திற்கும் பக்கசார்புடன் ஆதரவாகவோ அல்லது எதிராகவோ எழுதுவது இந்நூலின் நோக்கமல்ல. அதேபோன்று எவரொருவரின் உணர்வுகளைப் புண்படுத்துவதும் இந்நூலின் குறிக்கோளல்ல.

நன்றி

இந்நூலை எழுதுவதற்கு மிகப்பெரும் உதவியாக இருந்த பலருக்கும் நான் நன்றி தெரிவிக்கக் கடமைப்பட்டுள்ளேன். அவர்களின் உதவிகள் கிடைக்காமல் போயிருந்தால், இந்நூலை என்னால் எழுதியிருக்கவே முடியாது. சிக்கிம் மக்களைவை உறுப்பினராக இருந்த பிடி.ராயிடமும் பாஜகவின் தேசியப் பொதுச்செயலாளராக இருக்கும் இராம் மாதவிடமும் நான் வேலை செய்த காலத்தில் கற்றுக்கொண்டவையினால்தான் இந்நூல் முழுமை பெற்றிருக்கிறது. எனக்கு அரசியலில் பலவற்றைக் கற்றுக்கொடுத்த அவர்கள் இருவருக்கும் நான் மிகப்பெரிய நன்றிக்கடன் பட்டிருக்கிறேன். எம்பிக்களுடன் பணிபுரிவதற்கான வாய்ப்பினைக் கொடுத்த லேம்ப் பயிற்சித்திட்டத்தை நடத்திவரும் சக்சு ராய் மற்றும் எம். ஆர்.மாதவன் ஆகியோருக்கும் நன்றியைத் தெரிவித்துக் கொள்கிறேன். லேம்ப் பயிற்சியின் போது என்னுடன் பணியாற்றிய அபிஷேக் ரஞ்சன், அர்ஜுன் சிங் யாதவ், ஜெயராஜ் பாண்டியா, நாகராஜன் சந்துரு, நிபு அலக்ஸ், பிரதிக் மகாபத்ரா, சன்த்வானா திவிவேதி, சிமர் பால் சிங், செரின் ஓஷோ ரெயினா மற்றும் பலருக்கும் என் நன்றிகளைத் தெரிவித்துக் கொள்கிறேன். அதேபோன்று ஐபாக் நிறுவனத்தில் நான் பணியாற்றியபோது தேர்தல் பிரச்சாரங்களை மேலாண்மை செய்வதை எனக்குக் கற்றுக்கொடுத்த பிரசாந்த் கிஷோர், அபிமன்யூ பாரதி, இரவி சிங் உள்ளிட்ட அனைத்து சகபணியாளர்களுக்கும் என் நன்றிகள்.

என் குடும்பத்தினரின் ஆதரவு இல்லாமற்போயிருந்தால் இந்நூலின் நிகழ்வுகளில் நான் இருந்திருக்கவே வாய்ப்பில்லை. நான் குடிமையியல் பணிகளுக்குச் செல்லவேண்டும் என்கிற ஆசை என் பெற்றோருக்கு இருந்தபோதும், அரசியலுக்குப் போகவேண்டும் என்கிற என்னுடைய விருப்பத்திற்கு குறுக்கே

நிற்காமல் ஆதரவு தெரிவித்த அவர்களுக்கு நன்றிகள். இந்நூலின் வடிவமைப்பின் ஒவ்வொரு முடிவையும் எடுப்பதற்கு எனக்கு உதவியாக இருந்த என்னுடைய உறவினர்களான மான்வி சிங்கிற்கும் மேதாவி சிங்கிற்கும் மிகப்பெரிய நன்றிகள்.

பென்குயின் ரேண்டம் ஹவுஸ் நிறுவனத்திற்கும் நன்றி தெரிவிக்க விரும்புகிறேன். அப்பதிப்பகத்தின் தலைமைப் பொறுப்பில் இருக்கும் ஸ்வாதி சோப்ராவின் உதவியினால் தான் இந்நூலை வெளியிடும் கடினமான பணிகளனைத்தும் மிக எளிமையாக நடந்தேறின. இந்நூலின் (ஆங்கிலப் பதிப்பு) அட்டைப் படத்தை மிக அழகாக வடிவமைத்தார் பராக் சித்தாலே. அதேபோன்று திருத்தங்களை மேற்கொள்வதிலும் சட்டரீதியான ஒழுங்குபடுத்தல்களையும் முறையாகக் கையாண்டு இந்நூல் வெளியாக உதவிய ஒட்டுமொத்த பதிப்பகக் குழுவினருக்கும் என் நன்றிகள்.

இறுதியாக, கடந்த சில ஆண்டுகளாக நான் சந்தித்து, உரையாடுவதற்கான வாய்ப்பினைக் கொடுத்து நேரத்தையும் ஒதுக்கிய ஏராளமான அரசியல் தலைவர்களுக்கும் அரசியல் கட்சி ஊழியர்களுக்கும் என்னுடைய நன்றிகளைத் தெரிவித்துக் கொள்கிறேன். நீங்கள் பகிர்ந்துகொண்ட அனுபவங்களும் இந்திய அரசியல் குறித்தான் பார்வைகளும் கிடைத்திருக்காவிட்டால், இந்நூல் நிச்சயமாக முழுமை பெற்றிருக்காது.

குறிப்புகள்

Introduction

1. http://lamp.prsindia.org/thefellowship, accessed November 2018.
2. https://www.indianpac.com/, accessed November 2018.
3. https://www.hindustantimes.com/india-news/after-overfour- months-manipur-blockade-to-be-lifted-from-midnight/ story-3i3najIzwL48pZOErWopCN.html, accessed November 2018.
4. https://tcf.org/content/commentary/a-well-informed-electorate-is-a-prerequisite-for-democracy/, accessed November 2018.
5. Original quote: 'An educated citizenry is a vital requisite for our survival as a free people.' Source: http://rotunda.upress.virginia. edu/founders/TSJN.html, accessed November 2018.

Chapter 1: How It All Started

1. https://www.youtube.com/watch?v=8sX-QkDqoql, accessed November 2018.
2. https://www.indiatoday.in/2g-scam/investigations/ story/cag-says-raja-caused-rs-176-lakh-cr-loss-inscam- 84990-2010-11-03, accessed November 2018.
3. https://www.bloomberg.com/news/articles/2010-08-19/ toilet-paper-scandal-in-2-a-day-india-shames-host-ofcommonwealth- games, accessed November 2018.
4. https://www.indiatoday.in/sports/commonwealthgames- 2010/story/cwg-oc-hiring-treadmill-for-rs-10-lakhfridge- for-rs-42000-79718-2010-08-02, accessed November 2018.
5. https://www.livemint.com/Politics/ blyiB4vh8SxBgjy54H1BGP/DLFRobert-Vadra-controversy- A-news-roundup.html, accessed November 2018.
6. https://gulfnews.com/news/asia/india/india-s-youthare- angry-and-frustrated-1.1314902, accessed November 2018.
7. https://www.thehindu.com/news/national/delhi-gang-rapechronology- of-events/article11862316.ece, accessed November 2018.

8. https://www.indiatoday.in/delhi-gangrape/photo/delhigangrape- moving-bus- protests-india-gate-jantar-mantarpolice- lathicharge-368967-2012-12-26, accessed November 2018.
9. https://www.ndtv.com/india-news/delhi-gang-rape-protestsvk- singh-baba-ramdev- booked-for-inciting-mob-andprovoking- crowd-508413, accessed November 2018.
10. https://www.indiatoday.in/india/north/story/arvindkejriwal-aam-aadmi-par ty- formal-launch-jantarmantar- 122520-2012-11-26, accessed November 2018.
11. https://timesofindia.indiatimes.com/india/Anna-Hazareconfirms- rift-with-Arvind- Kejriwal-says-his-apoliticalmass- movement-will-continue/articleshow/16456231. cms?referral=PM, accessed November 2018.
12. https://www.bbc.com/news/world-south-asia-13170914, accessed November 2018.
13. https://www.indiatoday.in/india/story/naroda-patiyamassacre- how-maya-kodnani- s-fortune-changed- over-2-verdicts-in-16-years-1216416-2018-04-20, accessed November 2018.
14. https://www.thehindu.com/news/national/gulberg-societymassacre- case-timeline/ article14427986.ece, accessed November 2018.
15. https://www.thehindu.com/news/national/I-was-warnedagainst- deposing- Sreekumar/article16875792.ece, accessed November 2018.
16. http://archive.indianexpress.com/news/naroda-patiya-riotsbjp- mla-maya-kodnani- sentenced-to-28-yrs-in-jail-babubajrangi- life/995802/, accessed November 2018.
17. https://timesofindia.indiatimes.com/india/SIT-clears- Narendra-Modi-of-wilfully- allowing-post-Godhra-riots/ articleshow/7031569.cms, accessed November 2018.
18. https://www.news18.com/news/politics/advani-modilive- 638522.html, accessed November 2018.
19. https://www.ndtv.com/india-news/fulfill-promises-sheiladikshit- tells-aam-aadmi- party-545439, accessed November 2018.
20. https://timesofindia.indiatimes.com/assembly-elections-2013/ delhi- assembly- elections/Arun-Jaitley-dares-AAP-to-formgovt- in-Delhi-with-Congress-support/ articleshow/27141781. cms, accessed November 2018.
21. https://www.thehindu.com/news/cities/Delhi/arvindkejriwal- quits-over-jan-lokpal/ article5688528.ece, accessed November 2018.
22. https://www.ndtv.com/india-news/youre-right-you-cantturn-up-into- gujarat- says-narendra-modi-to-mulayam-singhyadav- 548655, accessed November 2018.
23. https://www.business-standard.com/article/beyond-business/ who-can-boast- about-a-56-inch-chest-114013101063_1.html, accessed November 2018.
24. https://www.thehindu.com/opinion/op-ed/It-is-Modi-not- BJP-that- won-this- election/article11640727.ece, accessed November 2018.
25. https://www.indiatoday.in/elections/highlights/story/ modi-takes-nda- to-record- 334-seats-lok-sabha-pollresults- 2014-193246-2014-05-16, accessed November 2018.

26. https://www.businesstoday.in/current/economy-politics/ narendra-modi-biometric-attendance-system-prime-ministeroffice/ story/211224.html, accessed November 2018.
27. https://economictimes.indiatimes.com/news/politics-andnation/ prashant-kishor-meet-the-most-trusted-strategist-inthe- narendra-modi-organisation/ articleshow/23614928.cms, accessed November 2018.
28. https://economictimes.indiatimes.com/news/economy/ policy/narendra-modis-citizens-for-accountablegovernance- cag-will-it-be-disbanded-or-play-bigger-role/ articleshow/35131371.cms, accessed November 2018.
29. https://www.firstpost.com/politics/modi-wave-the-menbehind- indias-biggest-brand-story-1563957.html, accessed November 2018.
30. https://www.firstpost.com/politics/amit-shah-vs-prashantkishor- who- will-be-the-wizard-of-forthcoming-biharpolls- 2350380.html, accessed November 2018.
31. https://economictimes.indiatimes.com/news/politics-andnation/ prashant-kishor-man-pivot-of-pm-narendra-modicampaign- in-talks-to-help-steer-jdu-in-bihar-election/ articleshow/47349603.cms, accessed November 2018.
32. http://www.openthemagazine.com/article/politics/whats- going-wrong-with-prashant-kishor, accessed November 2018.
33. https://www.firstpost.com/politics/amit-shah-vs-prashantkishor- who- will-be-the-wizard-of-forthcoming-biharpolls- 2350380.html, accessed November 2018.
34. https://www.indiatvnews.com/news/india-saffron-surgein- northeast- seven-out-of-eight-chief-ministers-belongto- bjp-led-nda-here-are-the-details-431772, accessed November 2018.
35. https://dora.iitk.ac.in/dora/prem-das-rai-profile, accessed November 2018.
36. https://www.business-standard.com/article/politics/92- hours-of-lok- s a b h a -disruption-cost-india-rs-144- crore-116122300013_1.html, accessed November 2018.
37. https://www.hindustantimes.com/india/here-is-allyou- wanted-to-know-about-the-anti-defection-law/ story-49d09jR4iSNmKl5w83u2lL.html, accessed November 2018.
38. https://www.telegraphindia.com/states/west-bengal/sdf-inpoll- mode- skm-ups-ante-249117, accessed November 2018.
39. https://timesofindia.indiatimes.com/india/Sikkim-Urban- Local-Bodies-Election-SDF-makes-clean-sweep-of-urbanlocal- bodies/articleshow/49324839.cms, accessed November 2018.
40. https://www.telegraphindia.com/1151201/jsp/siliguri/ story_55992.jsp, accessed November 2018.
41. https://www.hindustantimes.com/india-news/2005-cash-forquery-scam-what-was-the-scandal-for-which-11-former-mpsface- trial/story-7cFLXU7SffoQhsxKnS2ACM.html, accessed November 2018.

42. https://medium.com/@ShivamShankarS/how-to-get-aquestion- selected-in-the-indian-parliament-rigged-system-orjust- a-flawed-one-8e9de683e126, accessed November 2018.
43. https://twitter.com/ShashiTharoor/status/709298739429527552, accessed November 2018.
44. https://www.huffingtonpost.in/shivam-singh/is-parliamentsquestions-_ b_9458614.html, accessed November 2018.
45. https://www.news18.com/news/politics/prashant-kishorman- behind-nitish-kumars-poll-win-will-now-be-bihar-cmsadvisor- 1193275.html, accessed November 2018.
46. https://www.livemint.com/Politics/N2vH8NET8BcVpl6t67GS1O/UP-election-results-2017- Has-Congresss-rout-made-Prashant.html, accessed November 2018.

Chapter 2: The Political Consultants

1. https://www.nationalchurchillmuseum.org/cmss_files/ attachmentlibrary/OnSite%20High%20School/outreach%20 examples.pdf, accessed November 2018.
2. https://www.ndtv.com/india-news/for-punjab-contestcongress- counts-on-coffee-with-captain-1299745, accessed November 2018.
3. https://www.news18.com/news/politics/college-andcity- captains-to-campaign-for-amarinder-singh-inpunjab- 1249291.html, accessed November 2018.
4. https://factly.in/the-central-government-spent-10000-croreon- publicity-in-the-last-16-years/, accessed November 2018.
5. https://www.indiatoday.in/assembly-elections-2017/punjabassembly-election-2017/story/maharaja-to-captain-amarindersinghs- masterplan-to-win-over-punjab-321254-2016-05-03, accessed November 2018.
6. https://www.news18.com/news/politics/congresslaunches- halke-vich-captain-in-punjab-ahead-of-assemblypolls- 1258211.html, accessed November 2018.
7. https://www.outlookindia.com/website/story/tribunes-frontpage- apology-for-drug-story-against-majithia-sparks- tensionbetwe/ 303702, accessed November 2018.
8. https://www.indiatoday.in/india/story/rahul-gandhipappu- 1293314-2018-07-23, accessed November 2018.
9. https://www.indiatoday.in/one-year-of-modi/stylestatement/ story/modi-bandhgala-suit-modi-name-on-suitobama- 237467-2015-01-26, accessed November 2018.
10. https://www.brainyquote.com/authors/nikita_khrushchev, accessed November 2018.
11. https://www.thequint.com/news/politics/how-prashantkishors- team-swung-the-elections-for-nitish-kumar, accessed November 2018.
12. https://timesofindia.indiatimes.com/india/Prashant-Bhushantried- to-break-India-I-broke-his-head/articleshow/10333319. cms, accessed November 2018.

13. https://www.hindustantimes.com/delhi-news/bhushanattackers- tejinder-bagga-vishnu-gupta-arrested/storyodU5V2To9EK4zA4BXI1k4l. html, accessed November 2018.
14. https://indianexpress.com/article/explained/what-is-themenace- of-paid-news-election-commission-narottam-mishramadhya- pradesh-minsiter-2008-assembly-elections-4755328/, accessed November 2018.
15. https://www.livemint.com/Politics/QEanppHON1xBdrFs8cpNOL/Why-Prashant-Kishorand- Uttar-Pradesh-Congress-had-a-falling.html, accessed November 2018.
16. https://timesofindia.indiatimes.com/city/imphal/ bjp-released-charge-sheet-against-ibobi-government/ articleshow/57003367.cms, accessed November 2018.
17. https://indianexpress.com/article/india/india-others/nitishkumar- charges-pm-modi-of-denigrating-bihars-legacy-inopen- letter/, accessed November 2018.
18. https://www.ndtv.com/india-news/from-nitish-kumar-topm- modi-hair-nail-samples-for-dna-test-1206159, accessed November 2018.
19. https://scroll.in/article/860946/neech-aadmi-more-thanmani-shankar-aiyars-remark-it-is-the-response-to-him-that-isshocking, accessed November 2018.
20. https://indianexpress.com/article/explained/naga-agreementthree- years-in-the-making-5319997/, accessed November 2018.
21. https://www.indiatvnews.com/politics/national/bjp-clarifieson- naga-peace-accord-after-accusation-of-secrecy-31615.html, accessed November 2018.
22. https://www.livemint.com/Politics/g88KvqgErUY6DkvQBzIZqO/Live-N- Biren-Singh-tobe- sworn-in-as-Manipur-CM-today-Amit.html, accessed November 2018.
23. https://www.hindustantimes.com/delhi/manipur-cm-iscorrupt- wikileaks/story-Yv51zvUerxNER8GBhF1DzN.html, accessed November 2018.
24. https://manipur.gov.in/?p=11619, accessed November 2018.
25. https://economictimes.indiatimes.com/news/politicsand- nation/two- manipur-congress-leaders-join-bjp/ articleshow/54902408.cms, accessed November 2018.
26. https://www.imphaltimes.com/news/item/7914-nscn-imbacks- npf- source, accessed November 2018.
27. http: // shodhganga.inflibnet.ac.in/ bitstream/10603/103655/7/07_ chapter%204.pdf, accessed November 2018.
28. https://www.indiatoday.in/magazine/nation/story/20170306-manipur-okram-ibobi-singh-highway-blockade-nagalandunited-naga-council-985845-2017-02-27, accessed November2018.
29. https://www.business-standard.com/article/news-ians/petrolsold-for-rs-300-a-litre-in-manipur-116111300252_1.html,accessed November 2018.
30. https://economictimes.indiatimes.com/news/politics-andnation/manipur-election-results-2017/articleshow/57576559.cms, accessed November 2018.
31. https://www.thehindu.com/news/national/will-protectterritorial-integrity-of-manipur-cm/article17668824.ece,accessed November 2018.
32. https://www.youtube.com/watch?v=CWoa8VWQhfw,accessed November 2018.

33. https://www.thehindu.com/news/national/ec-reportsrise-incash-seizures/article17430055.ece>, accessed November 2018.
34. https://economictimes.indiatimes.com/news/politics-andnation/bulk-cash- seizures-rise-rs-31-crore-in-new-notesseized- in-4-separate-incidents/articleshow/55915957.cms; https://timesofindia.indiatimes.com/india/17-of-cashseized-in-raids-during-demonetisation-were-in-new-notes/articleshow/59509184.cms, accessed November 2018.

Chapter 3: Technology and Data

1. https://www.businessinsider.com/evidence-russia-meddledin- us-election-2017-6, accessed November 2018.
2. https://www.wired.com/story/facebook-exposed-87-millionusers-to-cambridge-analytica/, accessed November 2018.
3. https://www.theatlantic.com/technology/archive/2018/04/facebook-cambridge-analytica-victims/557648/, accessedNovember 2018.
4. https://www.theguardian.com/technology/2018/mar/21/mark-zuckerberg-response-facebook-cambridge-analytica,accessed November 2018.
5. https://www.theatlantic.com/technology/archive/2014/06/everything-we-know-about-facebooks-secret-moodmanipulation-experiment/373648/, accessed November 2018.
6. https://timesofindia.indiatimes.com/india/congress-bjp-tradecharges-over-links-with-disgraced-firm-cambridge-analytica/articleshow/63398048.cms, accessed November 2018.
7. https://www.firstpost.com/politics/congress-misused-servicesof-cambridge-analytica-during-2017-gujarat-polls-says-bjpsravi-shankar-prasad-4400919.html, accessed November 2018.
8. https://timesofindia.indiatimes.com/business/india-business/it-minister-warns-mark-zuckerberg-says-can-summon-you-ifneeded/articleshow/63401530.cms, accessed November 2018.
9. https://www.facebook.com/RepublicWorld/videos/foreignhandexposed-cambridge-analytica-and-some-othercompanies-post-the-trump-e/1654786041301936/, accessed November 2018.
10. https://www.facebook.com/RepublicWorld/videos/britishcasteconspiracy/1663479590432581/, accessed November 2018.
11. https://timesofindia.indiatimes.com/india/nagalandbjp- severs-15-year-old-ties-with-npf-to-go-with-ndpp/ articleshow/63174859.cms, accessed November 2018.
12. http://www.newindianexpress.com/nation/2018/feb/25/ in-christian-majority-meghalaya-hindutva-image-a-bane-forbjp- 1778635.html, accessed November 2018.

13. https://economictimes.indiatimes.com/news/politics-andnation/how-the-bjp-is-shaking-up-the-red-bastion-in-therun-up-to-the-february-18-poll/articleshow/62772387.cms, accessed November 2018.
14. https://www.hindustantimes.com/india-news/the-lastcommunist-manik-sarkar-fights-public-memory-not-the-bjpin-tripura/story-D5JY4fra291N8sH3le2fhK.html, accessed November 2018.
15. https://www.tribuneindia.com/news/nation/cpi-m--bjpmembers-clash-in-loksabha-over-kerala-violence/446528.html, accessed November 2018.
16. https://timesofindia.indiatimes.com/india/the-man-whochanged-his-food-habits-for-bjp-win/articleshow/63153351.cms, accessed November 2018.
17. https://economictimes.indiatimes.com/news/politics-andnation/sunil-deodhar-the-maharashtra-man-behind-bjps-tripurasweep/articleshow/63161909.cms, accessed November 2018.
18. https://www.hindustantimes.com/india-news/tripuraindigenous-party-begins-road-railways-blockade-for-tipralandstatehood/story-pQTy5uIZcEpki1KSBXUObI.html, accessed November 2018.
19. https://www.thehindu.com/opinion/lead/How-Tripuraovercame-insurgency/article13606760.ece, accessed November 2018.
20. https://www.livemint.com/Politics/wQbXYCXKSzNFcyHYfx2kTJ/Tripura-elections-Unemployment-key-issue-in-Left-BJP-face.html, accessed November 2018.
21. https://economictimes.indiatimes.com/news/politics-andnation/rose-valley-case-ed-seizes-precious-stones-gold-worthrs-40-crore/articleshow/62282513.cms, accessed November 2018.
22. https://indianexpress.com/article/opinion/columns/tripuraassembly-election-bjps-extreme-choices-indigenous-peoplesfront-of-tripura/, accessed November 2018.
23. https://indianexpress.com/article/north-east-india/tripura/ipft-will-not-raise-demand-for-separate-state-bjpleader-5034560/, accessed November 2018.
24. https://indianexpress.com/article/north-east-india/tripura/amit-shah-promises-7th-pay-panel-salary-to-tripura-govtstaff-5015497/, accessed November 2018.
25. https://mumbaimirror.indiatimes.com/opinion/blogs/tripuraelections-bjps-slogan-chalo-paltai-and-a-money-fuelledcampaign-are-challenging-cpm/articleshow/62886456.cms, accessed November 2018.
26. https://www.businesstoday.in/current/economy-politics/tripura-election-results-2018-bjp-ipft-alliance-majority-cpimarxist/story/271827.html, accessed November 2018.
27. https://www.cbsnews.com/news/facebook-underinvestigation-by-4-federal-agencies-over-cambridge-analytica/, accessed November 2018.
28. https://www.reuters.com/article/us-facebook-cambridgeanalytica/uk-investigates-facebook-over-databreach-to-raid-cambridge-analytica-idUSKBN1GW0WX, accessed November 2018.

29. https://www.indiatoday.in/technology/news/story/ facebook-under-investigation-over-data-miningin- germany-1325330-2018-08-28, accessed November 2018.
30. https://in.reuters.com/article/us-facebook-india-cbi/indiascbi-to-investigate-facebook-cambridge-analytica-data-theftidINKBN1KG1SI, accessed November 2018.
31. https://nypost.com/2018/03/20/obamas-formermedia- director-said-facebook-was-once-on-our-side/, accessed November 2018.
32. https://slate.com/technology/2018/07/zuckerberg-calledtrump-to-congratulate-him-after-winning-the-electionbecause- facebook-is-an-ad-u.html, accessed November 2018.
33. https://www.forbes.com/sites/stevedenning/2018/07/22/ how-agile-helped-elect-donald-trump/#350a86466316, accessed November 2018.
34. http://www.cmrindia.com/with-83-mn-subscribers-ruralindia-had-35-of-4g-subscriber-base-as-of-dec-2017/, accessed November 2018.
35. https://timesofindia.indiatimes.com/news/Election-2014-isall- about-social-media/articleshow/33835014.cms, accessed November 2018.
36. https://www.news18.com/news/politics/modi-on-pmmissing-modi-on-pm-modi-on-2611-modi-on-weakpm-modi-on-scams-312333.html, accessed November 2018.
37. https://www.financialexpress.com/india-news/surgical-strikeswhen- pm-narendra-modi-decided-to-avenge-uri-attack-teachpakistan- lesson-indian-army-loc/398739/, accessed November 2018.
38. https://economictimes.indiatimes.com/slideshows/nationworld/ controversial-political-statements-of-2016/rahulgandhi- on-the-surgical-strike/slideshow/56186750.cms, accessed November 2018.
39. https://www.outlookindia.com/website/story/2016-surgicalstrike- was-not-indias-first-here-are-the-previous-ones/313158, accessed November 2018.
40. https://economictimes.indiatimes.com/news/politics-andnation/how-the-mobile-phone-is-shaping-to-be-bjps-mostimportant- weapon-in-elections/articleshow/65508743.cms, accessed November 2018.
41. https://www.deccanchronicle.com/nation/currentaffairs/ 270418/bjps-war-room-equipped-with-20000- whatsapp-groups.html, accessed November 2018.
42. https://www.newsclick.in/namo-app-your-data-now-bjpselectoral- weapon, accessed November 2018.
43. https://indianexpress.com/article/technology/mobiletabs/ nearly-40-million-jiophones-have-been-sold-so-farreport- 5152257/, accessed November 2018.
44. https://www.huffingtonpost.in/2018/09/04/bjp-isdistributing- 50-lakh-phones-in-chhattisgarh-with-narendramodi- and-raman-singh-apps-on-them_a_23516769/, accessed November 2018.
45. https://economictimes.indiatimes.com/news/politics-and-nation/tech-startups-crunch-voter-data/ articleshow/63707960.cms, accessed November 2018.

46. http://faculty.econ.ucdavis.edu/faculty/gclark/papers/ India2012.pdf, accessed November 2018.
47. https://scroll.in/article/666344/bjps-panna-pramukh-strategyin-up-yields-the-ultimate-dividend, accessed November 2018.
48. https://scroll.in/article/849272/panna-pramukh-strategy-inpoll-bound-gujarat-the-congress-attempts-to-take-on-bjp-atits- own-game, accessed November 2018.
49. https://www.ndtv.com/business/the-booming-business-ofbuying- and- selling-mobile-number-database-38898, accessed November 2018.
50. https://www.ndtv.com/world-news/facebook-admits-usingusers- phone-number-to-provide-targeted-ads-1923624, accessed November 2018.

Chapter 4: Fake News and Propaganda

1. https://www.business-standard.com/article/current-affairs/69- mob-attacks-on-child-lifting-rumours-since-jan-17-onlyone- before-that-118070900081_1.html, accessed November 2018.
2. https://indianexpress.com/article/north-east-india/tripura/ tripura-lynching-police-fake-news-social-media-northeast- 5240292/, accessed November 2018.
3. https://www.financialexpress.com/industry/technology/ whatsapp-now-has-1-5-billion-monthly-active-users-200- million-users-in-india/1044468/, accessed November 2018.
4. https://www.jewishvirtuallibrary.org/joseph-goebbels-on-thequot- big-lie-quot, accessed November 2018.
5. https://www.azquotes.com/quote/823348, accessed November 2018.
6. https://www.youtube.com/watch?v=jciOSox-swY, accessed November 2018.
7. https://www.outlookindia.com/newsscroll/moblynchingcases-prasad-demands-accountability-from-whatsapp/1343503, accessed November 2018.
8. https://www.bbc.com/news/world-asia-india-44897714, accessed November 2018.
9. https://www.thehindubusinessline.com/info-tech/socialmedia/whatsapp-launches-ad-campaign-to-tackle-fake-news/ article24378213.ece, accessed November 2018.
10. https://timesofindia.indiatimes.com/india/only-33- of-hindus-count-a-muslim-as-a-close-friend-survey/ articleshow/58018664.cms, accessed November 2018.
11. https://www.altnews.in/viral-false-video-claims-naga-sadhuthrashed- by-muslims-in-uttarakhand/, accessed November2018.
12. https://www.altnews.in/viral-false-video-claims-naga-sadhuthrashed- by-muslims-in-uttarakhand/, accessed November2018.
13. http://theconversation.com/social-media-is-changing-theface-of-politics-and-its-not-good-news-54266, accessed November 2018.
14. https://www.bbc.com/news/world-asia-india-41549756, accessed November 2018.

15. https://www.thequint.com/news/webqoof/viral-photo-ofpm- modi-with-doctors-is-it-from-aiims, accessed November 2018.
16. https://www.altnews.in/did-up-police-lathicharge-youthsitting-on-dharna-outside-cm-yogi-adityanaths-residence/, accessed November 2018.
17. https://www.engadget.com/2018/09/14/lawmakersconcerned- deepfake-technology/, accessed November 2018. 18. http://uk.businessinsider.com/fake-news-outperformedreal- news-on-facebook-before-us-election-report-2016-11, accessed November 2018.
19. http://uk.businessinsider.com/fake-presidential-election-newsviral- facebook-trump-clinton-2016-11, accessed November 2018.
20. https://www.buzzfeednews.com/article/craigsilverman/fakenews- survey, accessed November 2018.
21. https://www.businessinsider.com/obama-fake-newsfacebook-creates-dust-cloud-of-nonsense-2016-11, accessed November 2018.
22. http://thehill.com/homenews/media/384820-macronwe- must-fight-ever-growing-virus-of-fake-news, accessed November 2018.
23. https://indianexpress.com/article/cities/delhi/jnu-feb-9- incident-raw- footage-given-by-tv-channel-genuine-finds-cbilab- 2848058/, accessed November 2018.
24. https://www.thehindu.com/specials/in-depth/JNU-row- What-is-the- outrage-all-about/article14479799.ece, accessed November 2018.
25. https://www.livemint.com/Politics/uLX8WqkugNolvzV1DotjiK/Kanhaiya-Kumar-sedition-case- SC-restricts-entry-to-Patiala.html, accessed November 2018.
26. https://www.livelaw.in/sc-slams-police-attack-kanhaiyainside-patiala- house-courtroom/, accessed November 2018.
27. https://economictimes.indiatimes.com/news/politics-andnation/supreme-court-no-to-sit-probe-into-attack-onjnus- kanhaiya-kumar/articleshow/62637082.cms, accessed November 2018.
28. https://www.deccanherald.com/content/528465/nation-nottolerate-insult-mother.html, accessed November 2018.
29. https://www.ndtv.com/india-news/no-evidence-kanhaiyakumar- made-anti-national-speech-delhi-governmentinquiry- 1283508, accessed November 2018.
30. https://www.theweek.in/content/archival/news/india/ provocative-slogans-were-shouted-by-outsiders-jnu-probepanel.html, accessed November 2018.
31. https://www.frontline.in/cover-story/in-defence-of-jnu/ article8298534.ece, accessed November 2018.
32. https://indianexpress.com/article/india/india-news-india/ zee-news-producer-quits-video-we-shot-had-no-pakistanzindabad- slogan/, accessed November 2018.
33. https://indianexpress.com/article/india/india-news-india/ jnu-doctored-video-delhi-aap-govt-takes-news-channels-tocourt-2767616/, accessed November 2018.

34. https://timesofindia.indiatimes.com/india/jnusu-ex-presidentkanhaiya- kumar-to-contest-ls-polls-from-bihars-begusarai/ articleshow/65637990.cms, accessed November 2018.
35. https://www.simplypsychology.org/zimbardo.html, accessed November 2018.
36. https://medium.com/s/trustissues/the-lifespan-of-a-lied869212b1f62, accessed November 2018.
37. https://medium.com/s/trustissues/the-lifespan-of-a-lied869212b1f62, accessed November 2018.
38. https://www.elitedaily.com/life/quote-civil-rightsactivists/ 1370706, accessed November 2018.
39. https://www.huffingtonpost.com/committee-to-protectjournalists/indian-journalism-under-i_b_4556499.html, accessed November 2018.
40. http://www.barcindia.co.in/statistic.aspx, accessed November 2018.
41. https://www.business-standard.com/article/companies/mprajeev- chandrasekhar-biggest-investor-in-arnab-goswami-srepublic- 117011300345_1.html, accessed November 2018.
42. http://www.caravanmagazine.in/vantage/rajeevchandrasekhar-editorial- policies-suvarna-news-kannadaprabha, accessed November 2018.
43. https://www.business-standard.com/article/news-ians/didchandrashekhar- owned-company-sign-contract-with-defenceministry- asks-congress-118050900847_1.html, accessed November 2018.
44. https://economictimes.indiatimes.com/industry/media/ entertainment/media/times-network-launches-second-englishnews- channel-mirror-now/articleshow/57782109.cms, accessed November 2018.
45. https://www.forbes.com/sites/meghabahree/2014/05/30/ reliance-takes-over-network18-is-this-the-death-of-mediaindependence/, accessed November 2018.
46. https://economictimes.indiatimes.com/industry/media/ entertainment/media/network18-finishes-rs-2053-cr-dealto- acquire-etv-stakes/articleshow/29215772.cms, accessed November 2018.
47. https://www.indiatoday.in/india/story/subhashchandra-independent-candidate-rajya-sabha-election-13666-2016-06-11, accessed November 2018.
48. https://economictimes.indiatimes.com/industry/media/entertainment/media/rajat-sharma-how-owner-and-faceof-india-tv-became-one-of-indias-most-powerful-editors/articleshow/46257240.cms, accessed November 2018.
49. https://www.thehindubusinessline.com/news/who-reallyowns-ndtv/article24323637.ece, accessed November 2018.
50. https://scroll.in/article/889026/resignations-of-twojournalists-at-abp-n e w s - cause-disquiet-in-newsrooms-and-farbeyond,accessed November 2018.
51. https://thewire.in/media/narendra-modi-amit-shah-mediawatch-punya-prasun-bajpai, accessed November 2018.

52. http://www.atimes.com/article/bjp-will-suppress-mediauntil- 2019-says-former-party-member/, accessed November 2018.
53. https://www.mid-day.com/articles/revealed-how-tv-newschannels-prepare-for-prime-time-panel-discussions/15288163,accessed November 2018.
54. https://www.youtube.com/watch?v=olQUs4Koeog, accessed November 2018.

Chapter 5: Winning an Election

1. https://www.hindustantimes.com/india/mulayams ingh-yadav-his-biggest-battle-ahead/story-Evl6n1Qp6akjsGUWvuR6NM.html, accessed November 2018.
2. https://www.dnaindia.com/analysis/column-the-mulayamdynasty-is-mulayam-s-downfall-2269422, accessed November 2018.
3. https://www.firstpost.com/politics/modi-has-to-go-post-2002-gujarat-riots-atal-bihari-vajpayee-wanted-then-cm-tostep-down-3191210.html, accessed November 2018.
4. https://www.thehindu.com/opinion/op-ed/It-is-Modi-not-BJP-that-won-this-election/article11640727.ece, accessed November 2018.
5. https://archive.india.gov.in/govt/loksabhampbiodata.php?mpcode=4487, accessed November 2018.
6. https://indianexpress.com/article/india/politics/dineshtrivedi-agrees-to-resign-as-rail-minister-mamata/, accessed November 2018.
7. https://www.youtube.com/watch?v=cOScrpp3RJo, accessed November 2018.
8. https://www.thehindu.com/news/cities/Delhi/aap-expels-fourrebel-leaders/article7123615.ece, accessed November 2018.
9. https://www.thehindu.com/todays-paper/kejriwal-a-dictatorsays-rebel-mla/article5584622.ece, accessed November 2018.
10. https://www.hindustantimes.com/india-news/owing-tocm-biplab-deb-s-outrageous-remarks-tussle-in-tripura-bjpworries-party/story-hv3X2lyPXzi9RVjElXdWUN.html, accessed November 2018.
11. https://www.hindustantimes.com/punjab/chhotepurformally-quits-aap-to-launch-own-party-on-oct-1/storyfpDxlxSovwlvriXXrEl1jl.html, accessed November 2018.
12. https://www.indiatoday.in/assembly-elections-2017/punjabassembly-election-2017/story/arvind-kejriwal-haryanvi-akalidal-punjabis-954454-2017-01-11, accessed November 2018.
13. https://www.hindustantimes.com/india-news/why-satlujyamuna-link-canal-is-a-bone-of-contention-between-punjaband-haryana/story-1p703sMa93r20gqrfoni3l.html, accessedNovember 2018.
14. https://www.business-standard.com/article/elections/biharelections-bihari-vs-bahari-debate-115101900223_1.html,accessed November 2018.
15. http://www.tamiltribune.com/03/0101-anti-hindi-agitationhistory.html, accessed November 2018.

16. https://www.tribuneindia.com/news/comment/punjabi-suba-what-s-there-to-celebrate/292265.html, accessed November 2018.
17. https://www.macleans.ca/politics/washington/why-rust-belt-voted-trump/, accessed November 2018.
18. https://www.washingtonpost.com/politics/trump-heats-up-rhetoric-on-border-immigration-as-some-supporters-grow-impatient/2018/04/02/88d5353e-3690-11e8-acd5-35eac230e514_story.html, accessed November 2018.
19. https://www.theatlantic.com/politics/archive/2017/11/trumps-anti-muslim-retweets-shouldnt-surprise-you/547031/, accessed November 2018.
20. https://papers.ssrn.com/sol3/papers.cfm?abstract_id=1409054, accessed November 2018.
21. https://indianexpress.com/article/india/india-others/bsp-gets-third-highest-vote-share-but-no-seats/, accessed November 2018.
22. https://www.livemint.com/Politics/Dvm7dfo9RcFi3cbDjZCN7N/The-politics-of-reservations-and-the-OBC-vote.html, accessed November 2018.
23. https://www.livemint.com/Politics/DMH9dZ2cO44c0g9hZ7zGwO/How-Babri-Masjid-demolition-redefined-politics-of-social-ide.html, accessed November 2018.
24. https://economictimes.indiatimes.com/news/politics-and-nation/no-tickets-for-muslims-in-up-polls-rethink-in-bjp-now/articleshow/57407677.cms, accessed November 2018.
25. http://e-pao.net/GP.asp?src=3..120112.jan12, accessed November 2018.
26. https://www.hindustantimes.com/analysis/jat-struggle-like-patidar-agitation-is-a-volcano-waiting-to-explode/story-h2tDXww6L4kYiKXJte8VrM.html, accessed November 2018.
27. https://www.livemint.com/Politics/9WWo49rmDDIXSM3K1OvENM/OBCs-uppercastes-protest-SCST-Act-in-Madhya-Pradesh.html, accessed November 2018.
28. https://www.indiatoday.in/magazine/special-report/story/20121203-bal-thackeray-death-shiv-sena-harvester-of-fear-760815-1999-11-30, accessed November 2018.
29. http://shodhganga.inflibnet.ac.in/bitstream/10603/22930/9/09_chapter%204.pdf, accessed November 2018.
30. https://www.researchgate.net/publication/322232886_UNDERSTANDING_TIPRALAND_MOVEMENT_THROUGH_MIGRATION_IN_TRIPURA, accessed November 2018.
31. https://timesofindia.indiatimes.com/city/hyderabad/Akbaruddin-in-trouble-for-hate-speech/articleshow/17803821.cms, accessed November 2018.
32. https://www.hindustantimes.com/india/aiudf-chief-draws-flak-for-asking-muslims-to-unite-against-hindus/story-SEMz9GX13inPpztkWPTU6J.html, accessed November 2018.

33. https://timesofindia.indiatimes.com/india/have-5-kidsto- preserve-hindutva-bjp-mla-surendra-singh-to-hindus/ articleshow/65147464.cms, accessed November 2018.
34. https://timesofindia.indiatimes.com/india/risingmuslim- population-needs-to-be-curbed-is-reason-forincrease- in-lynchings-says-bjp-mp-hari-om-pandey/ articleshow/65158314.cms, accessed November 2018.
35. https://www.firstpost.com/india/bjp-leaders-warn-ofdemographic- shift-but-census-shows-fall-in-muslimpopulation-growth-rate-steeper-than-other-groups-4883791. html, accessed November 2018.
36. https://www.livescience.com/16493-people-planet-earthsupport. html, accessed November 2018.
37. https://economictimes.indiatimes.com/news/politics-andnation/ bjp-gains-in-polls-after-every-riot-says-yale-study/ articleshow/45378840.cms, accessed November 2018.
38. https://www.indiatoday.in/india/story/union-ministerjayant- sinha-garlands-8-convicted-for-ramgarh-moblynching- 1279601-2018-07-06, accessed November 2018.
39. https://timesofindia.indiatimes.com/india/giriraj-singh-meetsriot- accused-bajrang-dal-vhp-activists-in-bihars-nawada-jail/ articleshow/64903345.cms, accessed November 2018.
40. https://m.facebook.com/DhruvRatheePage/photos/a.170151 8610113062.10737418 29.1693077410957182/2051479131783 673/?type=3, accessed November 2018.
41. https://www.youtube.com/watch?v=vioNTbwn3dI, accessed November 2018.
42. https://www.youtube.com/watch?v=XFmVgfL1lT4, accessed November 2018.
43. https://www.britannica.com/topic/McCarthyism, accessed November 2018.
44. https://www.hindustantimes.com/assembly-elections/ modi-says-pakistan-interfering-in-gujarat-electionattacks- cong-over-mani-shankar-aiyar-s-comments/ story- 3gFNDAan46BeTf2LGrn6ML.html, accessed November 2018.
45. https://scroll.in/article/878561/twitter-gives-modi-a-historylesson- after-he-claims-that-no-congress-leader-met-bhagatsingh- in-jail, accessed November 2018.
46. https://timesofindia.indiatimes.com/city/bengaluru/BSYeddyurappa- arrested-sent-to-jail-BJP-calls-it-a-bad-day/ articleshow/10367034.cms, accessed November 2018.
47. https://medium.com/@INshivams/why-i-am-resigning-frombjp- 43b489d97777, accessed November 2018.

Chapter 6: Understanding the System

1. https://timesofindia.indiatimes.com/india/BJP-spent-over- Rs-714-crore-Congress-Rs-516-crore-in-2014-elections/ articleshow/45911356.cms, accessed November 2018.

2. https://www.hindustantimes.com/india/bjp-s-advertisement-plan-may-cost-a-whopping-rs-5-000-cr/storyy8x34eYh26xwoAxeRuaCoO. html, accessed November 2018.
3. https://www.ndtv.com/elections-news/rs-30-000-croreto- be-spent-on-lok-sabha-polls-study-554110, accessed November 2018.
4. https://timesofindia.indiatimes.com/india/karnataka-congressjds-mlas-remian-confined-in-hotels-ahead-of-trust-vote/articleshow/64306761.cms, accessed November 2018.
5. https://timesofindia.indiatimes.com/india/supreme-courtproposes- floor-test-in-karnataka-assembly-on-saturday/ articleshow/64217207.cms, accessed November 2018.
6. https://www.news18.com/news/politics/unimpressed-by-bsycampaign- bjp-to-uneah-modi-wave-in-karnataka-to-cornersiddaramaiah- rahul-1712581.html, accessed November 2018.
7. https://twitter.com/ANI/status/994522813317992449, accessed November 2018.
8. https://timesofindia.indiatimes.com/city/bengaluru/ candidates-can-spend-up-to-28l-on-election-expenses/ articleshow/62455919.cms, accessed November 2018.
9. https://indianexpress.com/elections/karnataka-assemblyelections- 2018-total-expenditure-bjp-congress-jds-5176467/, accessed November 2018.
10. https://www.huffingtonpost.com/steven-cohen/the-politicalimpact- of-o_b_1015253.html, accessed November 2018.
11. https://www.wolf-pac.com/, accessed November 2018.
12. https://www.washingtonpost.com/news/the-fix/ wp/2014/04/04/think-money-doesnt-matter-in-electionsthis- chart-says-youre-wrong/, accessed November 2018.
13. https://www.hindustantimes.com/india-news/fundingelections-in-india-whose-money-has-the-most-influence/ story-KlBvlvtVhdfAPy6hRes3PJ.html, accessed November 2018.
14. https://in.reuters.com/article/milan-vaishnav-book-politicsindia/ why-money-and-muscle-still-rule-in-indian-politics-aninterview- with-milan-vaishnav-idINKBN1500B2, accessed November 2018.
15. https://www.rbi.org.in/scripts/BS_SpeechesView. aspx?Id=908, accessed November 2018.
16. https://scroll.in/article/761823/meet-the-odisha-mla-whoseassets- grew-by-1700-in-five-years, accessed November 2018.
17. https://www.livemint.com/Opinion/jKbtsaoWlBp51V79JB8qTN/Raghuram-Rajan-and-Indiascursed- equilibrium.html, accessed November 2018.
18. http://www.atimes.com/indias-crony-capitalists-continuelaugh- way-bank/, accessed November 2018.
19. http://www.ey.com/Publication/vwLUAssets/eyunmasking- indias-npa-issues-can-the-banking-sectorovercome- this-phase/%24FILE/ey-unmasking-indiasnpa-issues-can-the-banking-sector-overcome-thisphase. pdf, accessed November 2018.

20. https://www.timesnownews.com/business-economy/ economy/article/31-economic-offenders-owe-indian-banksrs- 40000-crore-vijay-mallya-nirav-modi-mehul-choksi-topdefaulters/208199, accessed November 2018.
21. https://www.livemint.com/Companies/hPDoRqHnoAVfyuD3AsloqN/Essar-Steel-bidding-NCLATmay-give-Arcelor-Numetal-more-ti.html, accessed November 2018.
22. https://www.businesstoday.in/sectors/banks/banks-60-percent-haircut-large-npa-ibc-crisil/story/271971.html, accessedNovember 2018.
23. https://www.ndtv.com/india-news/what-is-rafale-dealcontroversy-all-you-need-to-know-1810706, accessedNovember 2018.
24. https://indianexpress.com/article/india/arun-jaitley-slamscongress-compromising-indias-security-by-asking-rafaledetails-5056810/, accessed November 2018.
25. https://www.news18.com/news/india/a-brief-history-ofdefence-scams-in-india-590770.html, accessed November 2018.
26. https://www.abplive.in/india-news/helicopter-deal-wastainted-says-ak-antony-88701, accessed November 2018.
27. https://www.livemint.com/Companies/fgjpTSSzzvWSs2BOR5DBjK/Adani-Ports-securesenvironmental- clearance-for-Mundra-SEZ.html, accessed November 2018.
28. https://www.newsclick.in/house-debt-adani-drowning-debtand- nobody-helping, accessed November 2018.
29. https://www.epw.in/journal/2017/2/insight/did-adanigroup- evade-1000-crore-taxes.html, accessed November 2018.
30. https://scroll.in/latest/888291/gujarat-court-sets-asidecriminal- defamation-complaint-against-the-wire-filed-byadani- group, accessed November 2018.
31. https://timesofindia.indiatimes.com/city/mumbai/ maharashtra-2-of f icers-shi f ted-over-patanjali-info/ articleshow/61125645.cms, accessed November 2018.
32. https://oneworld-publications.com/the-billionaire-raj.html, accessed November 2018.
33. http://indiabefore91.in/license-raj, accessed November 2018.
34. https://www.moneylife.in/article/ambani-ki-dukaan/37016. html, accessed November 2018.
35. https://doe.gov.in/sixth-cpc-pay-commission, accessed November 2018.
36. http://accountabilityindia.in/why-do-politicians-transferbureaucrats, accessed November 2018.
37. https://www.telegraphindia.com/1150412/jsp/7days/ story_14044.jsp, accessed November 2018.
38. http://www.caravanmagazine.in/governance/governmentpolicy/ why-indias-civil-servants-disaffected-with-360-degreeempanelment, accessed November 2018.
39. https://www.firstpost.com/india/tracking-ftii-protests-fromgajendra- chauhans-appointment-to-midnight-arrests-2398698.html, accessed November 2018.

40. https://www.business-standard.com/article/news-ians/93-ofteachers- vote-for-jnu-vc-s-resignation-118080701443_1.html, accessed November 2018.
41. https://www.indiatoday.in/india/story/essar-leaks-albasitkhan-phone-tapping-prashant-ruia-15292-2016-06-20, accessed November 2018.
42. https://www.dnaindia.com/business/report-dna-exclusive-sitto- union-ministry-of-home-affairs-nothing-wrong-in-essarcalls-2612306, accessed November 2018.
43. https://www.business-standard.com/article/current-affairs/ aadhaar-data-of-134-000-citizens-leaked-on-andhra-govtwebsite- top-updates-118042600536_1.html, accessed November 2018.
44. https://en.tiny.ted.com/talks/yuval_noah_harari_why_ fascism_is_so_tempting_and_how_your_data_could_power_it, accessed November 2018.
45. http://politicalgates.blogspot.com/2011/12/citigroupplutonomy-memos-two-bombshell.html, accessed November 2018.
46. http://www.dnaindia.com/india/report_leaked-tapes-cbi-saysit- has-5851-recordings_1470650, accessed November 2018.
47. https://www.indiatoday.in/india/north/story/jpc--on-radiatapes -86005-2010-11-23, accessed November 2018.
48. https://www.outlookindia.com/magazine/story/all-lines-arebusy/ 268071, accessed November 2018.
49. https://www.huffingtonpost.com/betwa-sharma/indianmedia-where-art-th_b_786404.html, accessed November 2018.
50. http://www.washingtonpost.com/wp-dyn/content/ article/2010/11/22/AR2010112203831_2.html?sid= ST2010113005706, accessed November 2018.
51. https://www.pressreader.com/india/the-asian-age/20101121, accessed November 2018.
52. https://www.economist.com/node/21693970/comments, accessed November 2018.
53. https://www.theweek.in/news/india/2018/05/30/nationalpolitical- parties-receive-rs-711-cr-donation-BJP-tops-the-list. html, accessed November 2018.
54. https://www.washingtonpost.com/archive/politics/1977/03/25/morarji-desai-81-becomes-indias-primeminister/ 2d0d431f-246e-4d3f-91b8-01b507999dbe/, accessed November 2018.
55. https://indianexpress.com/article/opinion/columns/thereturn-of-indira/, accessed November 2018.

Chapter 7: The Experiments

1. https://www.thehindu.com/news/national/Irom-Sharmilaends-16-year-fast/article14562315.ece, accessed November 2018.
2. https://www.indiatoday.in/india/story/afspa-1528-encounterkillings-manipur-1024375-2017-07-14, accessed November 2018.

3. https://timesofindia.indiatimes.com/city/imphal/ irom-sharmila-chanu-party-donations-cross-17-lakh/ articleshow/57286358.cms, accessed November 2018.
4. https://www.huffingtonpost.in/shivam-singh/dont-bemisled- by-the-medias-coverage-of-irom-sharmila-inthe_ a_21717175/, accessed November 2018.
5. https://www.thehindu.com/elections/manipur-2017/iromsharmila- loses-to-manipur-cm-in-thoubal/article17446698. ece, accessed November 2018.
6. https://www.dailyo.in/voices/irom-sharmila-manipurelections-resistance/story/1/16181.html, accessed November 2018.
7. https ://www.huffingtonpost .in/2017/03/11/whyiron- lady-irom-sharmila-lost-so-badly-in-her-maidenelecti_ a_21879794/, accessed November 2018.
8. https://www.nytimes.com/2011/02/09/world/asia/09ihtletter09. html, accessed November 2018.
9. https://economictimes.indiatimes.com/news/politics-andnation/assam-prodyut-bora-to-launch-new-political-outfitcalled- liberal-democratic-party/articleshow/46449278.cms, accessed November 2018.
10. https://economictimes.indiatimes.com/news/politics-andnation/ bjp-it-cell-founder-prodyut-bora-quits-party-attackspm- modi-amit-shahs-style/articleshow/46294834.cms, accessed November 2018.
11. http://www.indiavotes.com/ac/party/detail/1/247, accessed November 2018.
12. https://www.facebook.com/prodyut4assam/posts/ 1258539134174358:0, accessed November 2018.
13. http://www.loksatta.org/about-drjayaprakash-narayan, accessed November 2018.
14. http://www.loksatta.org/lok-satta-allotted-whistle, accessed November 2018.
15. http://eci.nic.in/eci_main/StatisticalReports/AE2009/ Statistical_Report_AP2009.pdf, accessed November 2018.
16. http://ap.loksatta.org/documents/lokpal/PCA_Amendment_ Bill_changes_incorportated_July_14th.pdf, accessed November 2018.
17. https://web.archive.org/web/20140602135505/http:// eciresults.nic.in/ConstituencywiseS017.htm?ac=7, accessed November 2018.
18. http://qr.ae/TUN3DT, accessed November 2018.
19. https://economictimes.indiatimes.com/news/politicsand- nation/will-jayaprakash-narayans-lok-satta-partybe- another-nail-in-the-coffin-of-old-political-parties/articleshow/29020058.cms, accessed November 2018.
20. https://www.business-standard.com/article/opinion/ karnataka-polls-fake-survey-shows-bjp-set-to-win-with-aclear- majority-118050801424_1.html, accessed November 2018.
21. https://www.hindustantimes.com/delhi-news/aap-received-130-crore-funds-in-five-years/story-YRYUtMRC6n2EpTqsszA8BP.html, accessed November 2018.
22. https://timesofindia.indiatimes.com/city/delhi/ban-kimoon- deeply-impressed-by-delhis-mohalla-clinics-project/ articleshow/65717377.cms, accessed November 2018.

23. https://timesofindia.indiatimes.com/city/delhi/govt-sets-uppanel- to-hear-parents-fee-woes/articleshow/62060531.cms, accessed November 2018.
24. https://www.livemint.com/Politics/8tMmTBHeaTtjmxXyBUrHZN/Delhi-governmentlaunches-doorstep-delivery-services.html, accessed November 2018.
25. https://www.firstpost.com/politics/aap-delivers-in-delhipower-tariff-cut-by-50-20000-litres-water-free-2121417.html, accessed November 2018.
26. https://www.financialexpress.com/india-news/arvindkejriwals-aap-mohalla-clinics-are-a-big-scam-allegesdelhi- congress-chief-ajay-maken/833204/, accessed November 2018.
27. https://www.firstpost.com/politics/yogendra-yadav-on-fiveyears- of-aap-as-a-moral-project-it-died-in-2015-now-i-longfor- aap-the-idea-not-party-4228033.html, accessed November 2018.
28. https://www.telegraphindia.com/india/kejriwal-lg-in-officertransfer- tug-of-war-243065, accessed November 2018.
29. https://www.indiatoday.in/mail-today/story/arvindkejriwal- slams-l-g- on-cctv-installation-tears-apartreport- 1299849-2018-07-30, accessed November 2018.
30. https://www.hindustantimes.com/delhi-news/ifkejriwal- is-chargesheeted-delhi-may-be-headed-foranother- round-of-government-vs-officers-standoff/story-ACVkS7URzdKbCYoFregMqK.html, accessed November 2018.
31. https://www.thehindu.com/news/national/l-g-bound-by-aidand- advice-of-elected-delhi-govt-says-sc/article24328937.ece, accessed November 2018.
32. https://indianexpress.com/article/cities/delhi/from-opponents-to-ex- allies-aap-faces-heat-overdecision- 5010654/, accessed November 2018.
33. https://www.indiatoday.in/india/story/ashutosh-surnamegupta-aam-aadmi-party-1326020-2018-08-29, accessed November 2018.
34. https://www.livemint.com/Politics/SiZET7WztUztfG3fCFRPSN/AAP-officeofprofit-case-Delhi- HC-sets-aside-Centres-noti.html, accessed November 2018.
35. https://www.financialexpress.com/india-news/after-aapgovernment-refuses-to-pay-rs-97-cr-ad-bill-hc-issues-notice-tocentre- lg-and-delhi-government/659303/, accessed November 2018.
36. https://www.hindustantimes.com/delhi-news/defamationcase-arvind-kejriwal-aap-leaders-apologise-to-jaitley/story- CEAztTuqfKKdKksogR5LrO.html, accessed November 2018.
37. https://www.thehindu.com/news/cities/Delhi/appointmentof-nine-advisers-to-aap-ministers-cancelled-on-union-homeministry-advice/article23574417.ece, accessed November 2018.
38. https://www.hindustantimes.com/delhi-news/election-commission-notice-to-aap-on-donations/story-N6DHK2XRwmAGt7JNNH5F1N.html, accessed November 2018.
39. https://theprint.in/politics/how-vijay-mallya-charmed-hisway-into-rajya-sabha/118201/, accessed November 2018.